കമൽഹാസൻ

അഭിനയിക്കാതെ പോയ ഒരു സിനിമ

Kamalhasan abhinayikkathe poya oru cinema
Novellakal

Satheesh Babu Payyannur

CHINTHA PUBLISHERS
Thiruvananthapuram

First Edition
August 2022

Published
Chintha Publishers, Thiruvananthapuram

Typesetting
Star communications, Thiruvananthapuram

Printed at
Repro India Ltd, Mumbai

Cover Design
Vinod Mangoes

ISBN : 978-93-93468-38-3

CO - 3170 / 6164

Email: chinthapublishers@gmail.com
Website: www.chinthapublishers.com

A version is available at National Libraries
Kolkata, Mumbai, Chennai and Delhi

Distribution
DESHABHIMANI BOOKHOUSE
H O Thiruvananthapuram 695035

Branch
Head Office Kunnukuzhi • Statue Thiruvananthapuram
KSRTC Bus Terminal Thampanoor • Saphalyam Complex Thiruvananthapuram
KSRTC Bus Station Alappuzha • KSRTC Bus Station Ernakulam
Machingal Lane Thrissur • IG Road Kozhikode
Mavoor Road Kozhikode • NGO Union Building Kannur
Central Bus Terminal Complex Thavakkara Kannur

കമൽഹാസൻ
അഭിനയിക്കാതെ പോയ
ഒരു സിനിമ

സതീഷ് ബാബു പയ്യന്നൂർ

ചിന്ത പബ്ലിഷേഴ്സ്
തിരുവനന്തപുരം-695 035

സതീഷ് ബാബു പയ്യന്നൂർ

1963 ആഗസ്ത് 13 ന് ജനനം. അച്ഛൻ: വാസുദേവൻ നമ്പൂതിരി. അമ്മ: പാർവ്വതി. പയ്യന്നൂരും കാഞ്ഞങ്ങാട്ടുമായി സ്കൂൾ-കോളേജ് വിദ്യാഭ്യാസം. 1984 ൽ *ഈയാഴ്ച* വാരിക എഡിറ്ററായും 1985 മുതൽ 2001 വരെ സ്റ്റേറ്റ് ബാങ്ക് ഓഫ് ട്രാവൻകൂർ ഉദ്യോഗസ്ഥനായും 2011 മുതൽ 2016 വരെ സംസ്ഥാന സർക്കാരിന്റെ ഭാരത്ഭവൻ മെമ്പർ സെക്രട്ടറിയായും പ്രവർത്തിച്ചു. കേരള സാഹിത്യ അക്കാദമി, ചലച്ചിത്ര അക്കാദമി, കണ്ണൂർ സർവ്വകലാശാല സെനറ്റ് എന്നിവയിൽ അംഗമായിരുന്നു. പന്ത്രണ്ട് നോവലുകളും ഒൻപത് ചെറുകഥാസമാഹാരങ്ങളും ഒരു ഓർമ്മപ്പുസ്തകവും പ്രസിദ്ധീകരിച്ചു. 2012 ലെ കേരള സാഹിത്യ അക്കാദമി അവാർഡ് *പേരമരം* എന്ന ചെറുകഥാസമാഹാരത്തിന് ലഭിച്ചു. അത് ഇംഗ്ലീഷ്, ഹിന്ദി ഭാഷകളിലേക്ക് വിവർത്തനം ചെയ്യപ്പെട്ടിട്ടുണ്ട്. മലയാറ്റൂർ അവാർഡ്, ഫൊക്കാനാ ഇന്റർനാഷണൽ ലിറ്റററി പ്രൈസ്, തോപ്പിൽ രവി അവാർഡ്, എസ് ബി റ്റി അവാർഡ്, രണ്ടു തവണ അബുദാബി ശക്തി അവാർഡ്, ടി കെ ഡി മെമ്മോറിയൽ അവാർഡ്, കേരളാ ഫിലിം ക്രിട്ടിക്സ് സ്വർണ്ണമെഡൽ എന്നിവ നേടി. ടെലിവിഷൻ - ഓൺലൈൻ മാധ്യമരംഗത്ത് പ്രവർത്തിക്കുന്നു. കേരള പനോരമ എഡിറ്ററും ഡയറക്ടറുമാണ്.

ഭാര്യ : ഗിരിജ
മകൾ : വർഷ
മരുമകൻ : ശ്രീരാജ്
പേരക്കുട്ടി : ആമി നക്ഷത്ര
വിലാസം : ഡി 1, ആർ പി അപ്പാർട്ട്മെന്റ്
വഞ്ചിയൂർ, തിരുവനന്തപുരം 695035
ഫോൺ : 9847060343

ഉള്ളടക്കം

പ്രസാധകക്കുറിപ്പ്

പരിചിതവഴികളിലൂടെയല്ല സതീഷ് ബാബു പയ്യന്നൂരിന്റെ നോവലുകൾ സഞ്ചരിക്കുന്നത്. ടൈറ്റിലുകളിലെ പുതുമയും വൈവിദ്ധ്യവും ഉള്ളടക്കത്തിലും നാം വായിക്കുന്നു. യാഥാർത്ഥ്യത്തിനുനേരെ സ്വയം പരിഹാസത്തിന്റെ കാരമുള്ളുകൾ വിതറുന്ന കഥാകൃത്തിനെ നാമിതിൽ കാണുന്നു. കാല്പനികതയുടെ പാലപ്പൂമണമല്ല നിശയുടെ അന്ത്യത്തിൽ പൊട്ടിവിടരുന്ന കാരപ്പൂക്കളുടെ തീക്ഷ്ണഗന്ധമാണീ നോവെല്ലകളിൽ നമുക്ക് അനുഭവവേദ്യമാകുന്നത്. ഫിക്ഷനും യാഥാർത്ഥ്യവും എന്ന കല്പനകളെ നിഷ്കരുണം വലിച്ചെറിഞ്ഞുകൊണ്ടാണ് കഥയുടെ ഊടുംപാവും ഈ കഥാകൃത്ത് നെയ്തെടുക്കുന്നത്.

ചിന്ത പബ്ലിഷേഴ്സ്

ഒരു അസംബന്ധ ഓൺലൈൻ പടം

നിങ്ങളുടെ ചുറ്റും വിളക്കുകളണഞ്ഞ്, കമ്പ്യൂട്ടർ മോണിറ്ററിലോ ടെലിവിഷൻ സ്ക്രീനിലോ അക്ഷരങ്ങൾ തെളിയുന്നു.

നമസ്കാരം

2020 മാർച്ച് ആദ്യം മുതൽ 2021 മെയ് അവസാനം വരെയുള്ള പതിനഞ്ച് മാസക്കാലം ഗോപിക എസ് ശിവൻ എന്ന യുവതിയിലൂടെ നടത്തിയ ഒരന്വേഷണയാത്രയാണിത്. ക്യാമറകളെ അവയുടെ നൈസർഗ്ഗിക ചിത്രീകരണത്തിന് സജ്ജമാക്കുകയും പങ്കെടുക്കുന്നവരെ സ്വാഭാവിക പ്രതികരണങ്ങൾക്ക് അനുവദിക്കുകയും ചെയ്തിട്ടുണ്ട്. യഥാർത്ഥ നായികാനായകന്മാരെ ചിലപ്പോഴൊക്കെ അന്യത്ര കണ്ടെത്താൻ സാധിക്കുമെങ്കിലും ഉടനീളം ദംഷ്ട്രയുയർത്തി അട്ടഹസിക്കുന്ന വില്ലനെയോ സഹായികളെയോ പുറത്തുകൊണ്ടുവരുന്നതിൽ പരാജയപ്പെട്ടിട്ടുണ്ട്. അതുകൊണ്ടുതന്നെ ഇതൊരു സാമ്പ്രദായിക സിനിമാപ്പടമല്ല...! അബ്സേർഡ് ഫിലിം അഥവാ അസംബന്ധ ചിത്രം എന്ന വിഭാഗത്തിലാണ് ഇത് ഉൾപ്പെടുത്തേണ്ടി വന്നിട്ടുള്ളത്. ഇത്രയും തുറന്നുപറഞ്ഞ സ്ഥിതിക്ക് ഇനി ഇത് തുടർന്നു കാണുകയോ കാണാതിരിക്കുകയോ ചെയ്യാവുന്നതാണ്. ആ സ്വാതന്ത്ര്യം നിങ്ങൾക്കു മാത്രമുള്ളതാണ്. നന്ദി.

ടൈറ്റിൽ പതുക്കെ തെളിയുന്നു: മാവോത്തുരുത്ത്.

ദൃശ്യം, ശ്രാവ്യം

നോക്കൂ, അരുണകിരണങ്ങളിൽ ഓളം വെട്ടുന്ന മാമ്പലം കായലിന്റെ അങ്ങേക്കരയിൽ സ്വച്ഛവും സുന്ദരവുമായ ഒരു കൊച്ചു ഭൂപ്രദേശം. മാവോത്തുരുത്ത്. ഒരുകാലത്ത് നിറയെ മാമ്പഴമരങ്ങളാൽ കേൾവികേട്ടിരുന്നതിനാലാവാം ഈ പേര് വന്നുഭവിച്ചത്.... ഇപ്പോഴും ഒറ്റയ്ക്കും

തെറ്റയ്ക്കും ചിലവ മെല്ലിച്ചുനില്പുണ്ട്. എന്നാൽ ഇന്ന് കായൽപ്പരപ്പിലേക്ക് കുട പിടിച്ചുനില്ക്കുന്ന നാളികേര വൃക്ഷങ്ങളാലും, പലമാതിരി മത്സ്യകേസരികളും ഞാറഞണ്ടുകളും പൂമാരനും പുളഞ്ഞും മദിച്ചും കളിയാടുന്ന കണ്ടൽക്കാടുകളാലും സമൃദ്ധമായ ഈ തുരുത്തിലേക്ക്, ഒരു വൈഡ് ആംഗിൾ ഷോട്ട്. സൂര്യകിരണങ്ങളിൽ ഊയലാടുന്ന തെങ്ങോലകളുടെ ഒരു മിഡ് ഷോട്ട്...

പ്രഭാതം, ഒരു തോണി യാത്ര

മോണോലോഗ്: ഞാൻ ഗോപിക എസ് ശിവൻ. ഇന്ന് മാർച്ച് ഒന്ന്. ഞാൻ ഈ ലോകത്തിലെ ഏറ്റവുമധികം സന്തോഷവതിയായ ഒരാളാണ്. എന്റെ ജീവിതത്തിലെ ഒരു വലിയ സ്വപ്നം ഇന്ന് പൂവണിയുന്നു. ഞാനൊരദ്ധ്യാപികയാവുന്നു.

സമൂഹത്തിനുവേണ്ടി, ഒരദ്ധ്യാപികയ്ക്കു ചെയ്യാനാവുന്ന കർമ്മം പുതുതലമുറയ്ക്കായി വിജ്ഞാനം പകർന്നുനല്കുക എന്നതാണെന്ന് എനിക്കു നല്ല ബോദ്ധ്യമുണ്ട്. കുട്ടികൾക്കിടയിൽ അവരോടൊപ്പം ജീവിക്കുക എന്നതാണ് എന്റെ വലിയ മോഹം.

ബി എ കഴിഞ്ഞ് എം എയ്ക്കു ചേരാൻ അച്ഛൻ സദാശിവക്കുറുപ്പ് നിർബ്ബന്ധിച്ചപ്പോഴും അതിനു നില്ക്കാതെ പവിഴത്തൂരിൽ ബി എഡ്ഡിനു ചേർന്നത് എന്റെ ഈ മോഹസാക്ഷാൽക്കാരത്തിനുവേണ്ടിയാണ്. എന്റെ അമ്മയാണ് കൊച്ചുന്നാളിലേ എന്റെ റോൾ മോഡൽ. നാരായണിക്കുട്ടി ടീച്ചർ. മാതൃകാദ്ധ്യാപികയ്ക്കുള്ള കേന്ദ്രസർക്കാർ അവാർഡ് അമ്മയ്ക്ക് ലഭിക്കുമ്പോൾ ഞാൻ എട്ടാം ക്ലാസിലാണ്. പൂവ്വാംകുളങ്ങര ഹൈസ്കൂളിൽ അന്ന് അമ്മയ്ക്ക് പൗരസ്വീകരണം കൊടുക്കുമ്പോൾ ഏറ്റവുമധികം കൈയടിച്ചത് ഞാനായിരുന്നു... അച്ചടക്കമുള്ള നല്ല കുട്ടികളെ പഠിപ്പിക്കുക എന്നതല്ല, നാട്ടിൻപുറത്തെ പാവങ്ങളും അലസരുമായ കുട്ടികളെ പഠിപ്പിച്ച്, അവരോടൊപ്പം ജീവിച്ച്, അവരെ നല്ല കുട്ടികളാക്കുക എന്നതാണ് ഒരു മാതൃകാദ്ധ്യാപികയുടെ കടമ എന്ന് എന്നും അമ്മ പറയാറുണ്ട്. അന്നു തുടങ്ങിയ മോഹമാണ്, ഞാനും വലുതാവുമ്പോൾ ഒരു ടീച്ചറാവും; അമ്മയെപ്പോലെ ഒരു മാതൃകാദ്ധ്യാപികയായി ഞാനും മാറും. എന്നിട്ട് രാഷ്ട്രപതിയിൽനിന്ന് സ്വർണ്ണ മെഡൽ വാങ്ങും....

പക്ഷേ, ഇക്കഴിഞ്ഞ രണ്ടു വർഷവും പി എസ് സി പരീക്ഷ എഴുതിയിട്ടും ഭാഗ്യം തെളിഞ്ഞില്ല. ഒന്നാമത് രാഷ്ട്രീയ സ്വാധീനമില്ല. പിന്നെ, ഞങ്ങൾ മഞ്ചക്കരക്കുറുപ്പന്മാർക്ക് സംവരണത്തിൽ ഒരു പാലവുമില്ല. എന്റെ കൂടെ പഠിച്ച ശാരദാമണിയും അയിഷാബീയുമെല്ലാം ഓരോരോ സർക്കാർ സ്കൂളുകളിൽ ക്ലാസുകളെടുത്തു തുടങ്ങിയിട്ടും, ഞാൻ വീട്ടിലും നാട്ടിലെ നളന്ദാ പാരലൽ കോളേജിലുമായി തേരാപാരാ നടക്കുന്നത് കണ്ട്, സഹികെട്ട്, ഒടുവിൽ സദാശിവക്കുറുപ്പ് തെങ്ങിൻപുരയിടത്തിൽനിന്ന് ഇരുപതുസെന്റ് മുറിച്ചുവിറ്റു. അറുത്തുംകര രാജാക്കന്മാരുടെ മാനേജ്മെന്റിനുകീഴിൽ നാല് എയ്ഡഡ് ഹൈസ്കൂളുകളുണ്ടാ

യിരുന്നു കല്ലാർ കുളങ്ങരയിലും ചുറ്റിലും. പണം എണ്ണി വാങ്ങിച്ച് പെട്ടി യിലിട്ടശേഷമാണ്, മാനേജർ രാമനുണ്ണി രാജാ പറയുന്നത്. തല്ക്കാലം ഇവിടെയെവിടെയും ഒഴിവില്ല, രണ്ടു കൊല്ലം കഴിഞ്ഞാലേ ഉള്ളൂ, അപ്പോ നോക്കാമെന്ന്... ഞാനങ്ങ് പൊട്ടിക്കരഞ്ഞുപോയി. അച്ഛനും വല്ലാതെ ചൂടായി. അപ്പോ തമ്പുരാൻ പറയുകയാണ്, ഞങ്ങളുടെ താവഴിബന്ധ ത്തിൽ മാവോത്തുരുത്തിൽ ഒരു പഴയ സ്കൂളുണ്ട്. അവിടെച്ചേർന്നോ ളൂ, ജൂണിൽ അവിടെ ഒരൊഴിവുവരുന്നുണ്ട്. ഇവിടെ ശരിയാവുമ്പോ, ഇങ്ങോട്ടു തിരിച്ചുവരാലോന്ന്...

അങ്ങനെയെങ്കിൽ അങ്ങനെ, അച്ഛന്റെ കോപവും കാണണ്ട. കയ റിയങ്ങു സമ്മതിച്ചു... പക്ഷേ, ജൂൺ വരെ കാത്തിരുന്നേ മതിയാവൂ. എങ്കിലും സാരമില്ലാന്നാ കരുതീത്. എന്നാ ഇക്കഴിഞ്ഞാഴ്ച തമ്പുരാൻ വിളിച്ചു പറയുകയാ, ജൂൺ വരെ കാക്കണ്ട, തുരുത്തില് ഒരു ടീച്ചർക്ക് പേറ്റുനോവും പ്രസവാവധിയും നേരത്തേ വന്നിരിക്കുന്നു. മലയാളമല്ല, സയൻസാണ്. എന്നാലും ചെന്നോളൂ. ഡെയ്‌ലി വേജസായി കിട്ടുന്ന ശമ്പളം കളയണ്ട, സീനിയോറിറ്റീം...

നേരിയ കാറ്റുവീശുന്നുണ്ട്. നല്ല രസകരമായ പ്രഭാതം. ഞാൻ ഹാപ്പി യാണ്. പക്ഷേ, തോണിയുടെ അങ്ങേത്തലയ്ക്കൽ കെറുവിച്ചിരിക്കുക യാണ് സദാശിവക്കുറുപ്പ്, ഇതെന്തൊരു കാട്ടുമൂലയാണ് എന്നൊക്കെ തോണീല് കയറുംമുമ്പ് അച്ഛൻ പല തവണ പിറുപിറുത്തുകൊണ്ടിരു ന്നു. അച്ഛന് തീരെ പിടിച്ചിട്ടില്ല. കാറ്റുവന്നാലോ, മഴ വന്നാലോ തോണി മറിഞ്ഞാലോ... അങ്ങനെയങ്ങനെ വേവലാതികൾ... ഒരേയൊരു മകൾ, അതും ഭാര്യ അങ്ങേ ലോകത്തിലേക്കു പോയതിൽപ്പിന്നെയുള്ള ഏക കൈത്താങ്ങ്. എന്നെ വീടിന്റെ പരിസരത്തു തന്നെ എപ്പോഴും കാണണം അച്ഛന്... ഇതാ ദൂരെ തുരുത്ത് തെളിയുകയായി... എന്നെ സ്വീകരിക്കു വാൻ തയ്യാറായി ഇതാ മാവോത്തുരുത്ത്...

മാവോത്തുരുത്ത്: ഷോൾഡർ ഷോട്ട്സ്

ദൃശ്യം: മാവോത്തുരുത്ത്. അവശേഷിക്കുന്ന നാലഞ്ച് മൂവാണ്ടൻ മാവുകളിലും പാഴ്മരങ്ങളിലും പിന്നെ കായലിലേക്ക് ചാഞ്ഞുനില്ക്കുന്ന കേരവൃക്ഷങ്ങളിലുമൊക്കെ ചുവന്ന കൊടിശീലകൾ പാറിക്കൊണ്ടിരു ന്നു... കടത്ത്, ആളുകൾ.

ശ്രാവ്യം: കായലിൽ നിന്നിറങ്ങുമ്പോൾ, കടവിന്റെ പ്രധാന കവാട ത്തിലൂടെ നമുക്കകത്തേക്കു പ്രവേശിക്കാം. ആദ്യം കാണുന്നത് കടത്തു കാത്തുനില്ക്കുന്ന ആളുകളെത്തന്നെ. പലമാതിരി പണിത്തരങ്ങൾക്കായി അക്കരയ്ക്കു പോകുന്നവരിൽ പച്ചക്കറിക്കൂടകളുമായി പെണ്ണുങ്ങളുണ്ട്. പഴഞ്ചൻ കളസമണിഞ്ഞ ചെറുപ്പക്കാരുണ്ട്. മുറിബീഡി ആഞ്ഞുവലിച്ച് കക്ഷത്തിൽ പത്രവും ഡയറിയും വഹിച്ച മുറിക്കൈയൻ ചുവപ്പു ജൂബ്ബ ക്കാരുണ്ട്. അവരാണീ തുരുത്തിലെ പ്രമാണിമാർ. അവർ ചുമ്മാ കട

വിൽ ചുറ്റിക്കറങ്ങി വിപ്ലവം ചവച്ചു തുപ്പുക തന്നെയാണ്. അവരിലൂടെ നമുക്ക് ഈ തുരുത്തിനെക്കുറിച്ച് ഇത്തിരി ലോകവിവരം തേടാം.

സഖാവ് കുട്ടിശങ്കരൻ: ഈ തുരുത്തിലെ മണ്ണ് നല്ല പരുപരുത്തതാണ്. മുൻപ് നല്ല പശിമയുള്ളതും വളക്കൂറുള്ളതുമായിരുന്നു. അത് അന്ത കാലം. രാജാക്കന്മാരുടെ വിനീതദാസന്മാരായി ഞങ്ങടെ മുൻതലമുറക്കാര് മാടുപോലെ പണിയെടുത്തിരുന്ന കാലം. പണിയെല്ലാം ഞങ്ങക്ക്. വിളവെല്ലാം കൊട്ടാരത്തിലേക്ക്. അതു പറ്റില്ലാന്ന് ഞങ്ങളങ്ങ് തീരുമാനിച്ചു. പൊലീസിനെ വെച്ച് വിരട്ടാനൊക്കെ അവര് നോക്കി. ഞങ്ങള് വിടുമോ?

ആന്റോ ബോബിക്കുട്ടൻ: ആ പൊലീസിനേം ഞങ്ങള് ചുവപ്പു തൊപ്പിയിടീച്ചു...

മാവോ കുഞ്ഞപ്പൻ: ഇപ്പോ ഈ തുരുത്ത് ഒരു ചുവപ്പൻ തുരുത്താണ്. വെളുവെളുത്ത ആഢ്യൻ പൂണൂലുകാർക്കും ഉടവാളേന്തിയ തമ്പുരാക്കന്മാർക്കും ഇവിടേക്കു പ്രവേശനമില്ല.... അതോണ്ടാണ് ഈ കടവത്ത് തന്നെ ഞങ്ങൾ കവാത്ത് നടത്തി കാവല് നില്ക്കുന്നത്.

മെലിഞ്ഞു നീണ്ട ഊശാന്താടിക്കാരൻ (പേര് പറഞ്ഞില്ല): സായുധ വിപ്ലവം, ഗറില്ലാ വിപ്ലവം അങ്ങനെ പലതുണ്ട്. ചെഗുവേരയും സ്റ്റാലിനും മാവോ സെതുങ്ങുമൊക്കെ അങ്ങനെ പല മാർഗ്ഗങ്ങൾ നിർദ്ദേശിച്ചിട്ടുണ്ട്....

ദൃശ്യം + ശ്രാവ്യം

അവർ പറഞ്ഞുകൊണ്ടിരിക്കട്ടെ... ഇവരെക്കടന്ന് നമുക്ക് മുന്നോട്ടു നീങ്ങാം... ഈ ഇറക്കമിറങ്ങിയാൽ കാണുന്നതാണ് മാവോത്തുരുത്തിലെ ചെറിയ അങ്ങാടി. പെട്ടിക്കടകൾ, ചെറുജൗളിപ്പീടികകൾ, ഒരു റാക്കു ഷാപ്പ്, ഒരു പൊലീസ് സ്റ്റേഷൻ എന്നിങ്ങനെ...

'മാവോത്തുരുത്ത് പൊലീസ് സ്റ്റേഷൻ' എന്ന ഒരു നിറം കെട്ട ബോർഡിനപ്പുറം ഇടിഞ്ഞുപൊളിഞ്ഞ ഒരു പഴയ നരച്ച കെട്ടിടം... അതിനു മുകളിലും ഒരു ചുവന്ന കൊടി പാറിക്കളിക്കുന്നുണ്ട്. പുറത്താരേയും കാണാനില്ല... അകത്തു നിന്നുമുഴങ്ങുന്ന ചെറുചിരികളും നാടൻപാട്ടിന്റെ ഈണങ്ങളും... ഈ തുരുത്തിന്റെ തിരുഹൃദയത്തിൽ പഴയ ഒരു തപാലാപ്പീസും വില്ലേജാപ്പീസുമുണ്ട്. അവിടെയെല്ലാം ആളനക്കമുള്ളമട്ടില്ല. ഇനിയുള്ളതാണ് നമ്മുടെ രാജാസ് സ്കൂൾ... തുരുത്തിലെ അറിവിന്റെ ആത്മവിദ്യാലയം... അറുമുഷിപ്പൻ കെട്ടിടങ്ങൾ. പഴയ കൊട്ടാരക്കെട്ടുകളുടെ തിരുശേഷിപ്പുപോലെയുള്ള വലിയൊരു കമാനം കടന്നുവേണം അകത്തേക്കു പ്രവേശിക്കാൻ... ചലപിലകളുയരുന്നുണ്ട്...

രാജാസ് സ്കൂൾ അകത്തള ദൃശ്യങ്ങൾ

ദൃശ്യം: കുമ്മായമടർന്ന് വികൃതമായ ചുവരുകൾ.... ആകാശക്കീറു കാണാവുന്ന മേൽക്കൂര. ഒരൊറ്റ ഹാളാണ് പ്രധാന കെട്ടിടം. അതിനെ തുള വീണ നാലഞ്ച് ഹാർഡ് ബോർഡുകൾകൊണ്ട് വേർതിരിച്ച് ആറ്

ക്ലാസ്മുറികളാക്കിയിരിക്കുന്നു. അഞ്ചു മുതൽ പത്തുവരെ സ്റ്റാന്റേർഡുകൾ....!

ശ്രാവ്യം: നമുക്ക് ഒറ്റനോട്ടത്തിൽത്തന്നെയറിയാം ചില ക്ലാസുകളിലേ പേരിന് അഞ്ചെട്ട് ഉണക്കപ്പിള്ളേരുള്ളൂ. അവർ തന്നെ അങ്ങോട്ടുമിങ്ങോട്ടും പൊരിഞ്ഞ യുദ്ധമാണ്...

ദൃശ്യം + ശ്രാവ്യം - മൂവിങ് ഷോട്ട്: ഇവിടെയൊക്കെ ബീഡിപ്പുകയുടെ കരുകരുപ്പ്... ചില ബഞ്ചുകളിൽ ആജാനബാഹുക്കളായ പിള്ളേർ നീണ്ടുനിവർന്നു കിടപ്പുണ്ട്. പിള്ളേരോ സാറന്മാരോ എന്ന് നാം ഒരു നിമിഷം ശങ്കിച്ചേക്കും... ശങ്കിക്കേണ്ട, പിള്ളേരു തന്നെ...

സാറന്മാർ അടുത്ത ഒരു ചായ്പിലാണ്. അന്നമ്മസാറും കലക്കുട്ടിസാറുമാണ് രാജാസിലെ ആദ്യകാല സാറന്മാർ. കലക്കുട്ടിസാറാണ് ഏഡ് - ഏഡ്മിസ്ട്രസ്... മൂന്നു മാസത്തിനപ്പുറം റിട്ടയർ ചെയ്യണമെന്നതിനാൽ എല്ലാം സഹിച്ച് പിടിച്ചുനില്ക്കുന്നു.... അന്നമ്മ സാർ തുരുത്തിൽത്തന്നെ ഇത്തിരി സ്ഥലം വാങ്ങി, എന്തൊക്കെയോ തരം ചെടികൾ വച്ചുപിടിപ്പിച്ചു തുടങ്ങിയതിനാൽ മിക്ക സമയവും പുറത്താണ്. പിന്നെയുള്ളത് ഭഗീരഥൻപിള്ള സാറും ഭാനുമതി സാറും പി പി സുരേഷ്, ജലജകുമാരി, ജയിംസ് നിലവട്ടേൽ എന്നീ കൊച്ചുസാറന്മാരുമാണ്... അഞ്ചു മുതൽ പത്തുവരെ ആറ് ക്ലാസുകൾ. ഏഴ് സാറന്മാർ, ഇരുപത്താറ് പിള്ളേർ....

ഭഗീരഥൻപിള്ള ആളൊരു പുലിയാണ്. അതിനാൽ തുരുത്തിലെ സാംസ്കാരിക നായകപ്പട്ടം അലങ്കരിച്ച്, ചില കലാസമിതി പ്രവർത്തനങ്ങളുമായി നടക്കുന്നു. ഭാനുമതി സാറിന്റെ കാര്യം ഒന്നും പറയണ്ട. അഞ്ചാമത്തെ പ്രസവത്തിനാണ് ഇപ്പോൾ നേരത്തേതന്നെ അവധിയെടുത്തിരിക്കുന്നത്. ഭർത്താവ് ത്രിവിക്രമൻ ചേട്ടൻ പട്ടാളത്തിലാണ്. ഓരോ വരവിലും ഓരോ വഴിപാട് പുള്ളിക്കു നിർബ്ബന്ധമാണ്. ഈ ഭാനുമതി സാറിന്റെ പേറ്റൊഴിവിലാണ് നമ്മുടെ കഥാനായിക കുമാരി ഗോപിക എസ് ശിവൻ മാവോത്തുരുത്തിലേക്ക്, ഈ സുപ്രഭാതത്തിൽ തോണിയിലേറി വന്നണഞ്ഞുകൊണ്ടിരിക്കുന്നത്....

പി പി സുരേഷ്, ജലജകുമാരി, ജയിംസ് നിലവട്ടേൽ എന്നിവരെക്കുറിച്ച് കൂടി ഇത്തരുണത്തിൽ വിവരിക്കുന്നത് ഉത്തമമാകുമെന്ന് കരുതുന്നു.

കല്ലാർക്കുളങ്ങരയ്ക്കപ്പുറം കഞ്ചപ്പാറ എന്ന ദേശത്തെ യുവജനപ്രസ്ഥാനത്തിന്റെ അനിഷേദ്ധ്യ നേതാവാണ് പി പി സുരേഷ്... അച്ഛൻ പുല്ലാനിയിൽ പ്രഭാകരനിൽ നിന്നേറ്റെടുത്ത സമരപാരമ്പര്യം സുരേഷിനെ ചെറിയ കാലംകൊണ്ട് കഞ്ചപ്പാറയിൽ ശ്രദ്ധേയനാക്കി. കഞ്ചക്കരയിലെ ബ്ലോക്ക് ഓഫീസ് പിക്കറ്റിങ്ങിലൂടെയായിരുന്നു തുടക്കം. ബി ഡി ഒ ഗൗരിക്കുട്ടിയമ്മയുടെ ഏകാധിപത്യ പ്രവണതകൾക്കെതിരെ അന്നാട്ടിലെ കർഷകരും സാധാരണ മനുഷ്യരും മുറുമുറുത്തുകൊണ്ടിരുന്ന ഒരു കാലത്ത്, ഒരു നാൾ സുരേഷ് അച്ഛന്റെ മുറിയിലേക്ക് പ്രവേശിച്ചു... പുല്ലാനിയിൽ പ്രഭാകരൻ, *ദാസ് ക്യാപ്പിറ്റലി*ന്റെ ഒരു വികൃത മലയാളം പരിഭാഷ

വായിച്ച് അസ്വസ്ഥചിത്തനായിരിക്കയായിരുന്നു. കൊച്ചിയിലെങ്ങാണ്ടോ ഉള്ള ഒരു പുതുപ്രസാധകസംരംഭം പ്രീപബ്ലിക്കേഷൻ വ്യവസ്ഥയിലിറക്കിയ ആ പുസ്തകം വല്ലാത്ത ആവേശത്തോടെയാണ് പ്രഭാകരേട്ടൻ ചൂടോടെ വാങ്ങിച്ചതും വായിച്ചു തുടങ്ങിയതും... തുടക്കത്തിൽത്തന്നെ വ്യക്തമായി, ഏതോ ബൂർഷ്വാ മുതലാളിയുടെ ശിങ്കിടികൾ കമ്യൂണിസത്തെ തുലയ്ക്കാനാരംഭിച്ചതാണ് ആ പുസ്തകസംരംഭം എന്ന്... വായിക്കയും പേജുകൾ വലിച്ചുകീറി കാറ്റിൽ പറത്തുകയും ചെയ്തുകൊണ്ടിരുന്ന അച്ഛനരികിൽ, ഒരല്പം ആവേശത്തോടെതന്നെ മകൻ വന്ന് പറയുകയാണ്, ഇന്ന് പകൽ ബ്ലോക്ക് ഓഫീസ് പിക്കറ്റ് ചെയ്യാൻ തീരുമാനിച്ചിരിക്കുന്നു എന്ന്. ആയമ്മയെക്കൊണ്ട് പൊറുതിമുട്ടി. അച്ഛനിക്കാര്യത്തിൽ എന്നെ തടുക്കാൻ വരരുത്... പുല്ലാനിയിൽ പ്രഭാകരൻ ആദ്യമൊന്ന് പതറി. അയാളുടെ ഉള്ളിൽ കർക്കശക്കാരിയായ ഭാര്യയും മർക്കടമുഷ്ടിക്കാരനായ മകനും ഇരുവശത്തുനിന്നുമായി പോരു തുടങ്ങി.... ആ ഉൾപ്പോരിനൊടുവിൽ അയാൾ ഒരു തീരുമാനമെടുത്തു. മകനെ നാടുകടത്തുക. പഠനശേഷം നാട്ടിലൊരു ട്യൂഷൻ സെന്റർ നടത്തിയിരുന്ന മകനെ, കോവിലകത്തേക്കു കൊണ്ടുപോയി നടയിരുത്തി, രാമനുണ്ണിത്തമ്പുരാനോട് പുല്ലാനിയിൽ പ്രഭാകരൻ രഹസ്യസംഭാഷണത്തിലേർപ്പെട്ടു. അതിപ്രകാരമായിരുന്നു: മകനെ തല്ക്കാലത്തേക്കെങ്കിലും സ്കൂളിൽ അക്കമൊഡേറ്റ് ചെയ്യുക. ഒരേയൊരു മകനാണ്. അവനെ വിപ്ലവത്തിന് വിട്ടുകൊടുക്കുക വയ്യ. ശമ്പളമൊന്നും ഇപ്പോൾ കൊടുത്തില്ലെങ്കിലും സാരമില്ല. എന്നെ രക്ഷിക്കണം... സ്കൂൾ മാഷാവുമ്പോ അവൻ പതിയെ സദ്ഗുണസമ്പന്നനാവും, മനുഷ്യനാവും...

തമ്പുരാൻ മനസ്സാ ചിരിച്ചു. തേടിയ വള്ളി വന്ന് കാലിൽ ചുറ്റുക മാത്രമല്ല, പടർന്നു പന്തലിക്കുന്ന രംഗവും മനസ്സിൽ വന്നു വീണു. തുരുത്തിലെ സ്കൂൾ ഇത്തിരി പ്രശ്നത്തിലായിരുന്നു. അവിടെ വല്ലാതെ വിപ്ലവം പടർന്നുപിടിക്കുന്നത് കാര്യസ്ഥൻ കുഞ്ഞമ്പുപ്പൊതുവാളും അംശം അധികാരി തങ്കപ്പൻ കർത്താവും എന്നും വന്ന് കാതിലോതും. സ്കൂൾ നടത്തിപ്പ് വല്ലാതെ പൊറുതികേടായി ഭവിക്കുമ്പോഴാണ് പഴയ ഒരു തീപ്പൊരി സഖാവ് വന്ന് മകനെ കാല്ക്കൽ നടയിരുത്തിയിരിക്കുന്നത്... തുരുത്തിലെ വിപ്ലവശ്രമങ്ങൾക്ക് മറുമരുന്നായി അങ്ങനെ പുല്ലാനിയിൽ പ്രഭാകരൻ മകൻ പി പി സുരേഷ് (വയസ്സ് 33) അവരോധിക്കപ്പെട്ടു...

ആരോഹണം ചില കാട്ടിക്കൂട്ടലുകൾ

കലക്കുട്ടിസാർ ഹെഡ്മാഷുടെ കസേരയിൽ പട്ടുസാരിയിൽ ഞെളിഞ്ഞിരിക്കുന്നു. ഗോപിക എസ് ശിവൻ വല്ലാത്ത ഒരുതരം ഭയബഹുമാനങ്ങളോടെ അകത്തേക്കു കടന്നു വണങ്ങുന്നു. ഒരു പേരേടുപുസ്തകം അവരെടുത്തു നീട്ടുന്നു. അതിൽ ഗോപിക ഒപ്പു ചാർത്തുന്നു.

ഒരു ചൂരൽ വടിയും ഹാജർ പുസ്തകവുമെടുത്ത് ഗോപികയ്ക്ക് നല്കുന്നു കലക്കുട്ടിസാർ...

പുറത്ത് സമ്മിശ്രവികാരങ്ങളോടെ ഗോപികയുടെ അച്ഛൻ സദാശിവക്കുറുപ്പ്....

ക്ലാസ് റൂം... ചലപില

ഉയരുന്ന ബീഡിപ്പുകയിൽനിന്ന് സൂം ബാക്ക്. ക്യാമറയിലപ്പോൾ ഒരു ക്ലാസ് റൂമിന്റെ അലവലാതിത്തരങ്ങൾ.

ഗോപിക ബോർഡിലെന്തോ എഴുതുന്നു. ഒരു കടലാസ് റോക്കറ്റ് വന്ന് അവളുടെ പിന്നറ്റത്ത് കൊള്ളുന്നു.

ഒരു ബെഞ്ചിൽനിന്ന് മറ്റൊരു ബെഞ്ചിലേക്ക് ചാടി മറിയുന്ന തടിയൻ കുട്ടി. ആർത്തു ചിരിക്കുന്ന മറ്റു കുട്ടികൾ.....

കൂട്ടമണി മുഴങ്ങുന്നു. ഗോപിക പുറത്തിറങ്ങുമ്പോൾ, അവിടെ പി പി സുരേഷ് മാഷ്. അവർ അന്യോന്യം പുഞ്ചിരിച്ചു.

സുരേഷ്: ഈ പിള്ളേര്ടെ തോന്ന്യാസം കണ്ട് ടീച്ചർ പേടീകൊന്നും വേണ്ട.

ഗോപിക: ഇല്ല മാഷേ, ഇവരൊക്കെ നല്ല സ്നേഹോള്ള പിള്ളേരാ, ഇവരെ രണ്ടു ദിവസം കൊണ്ട് ഞാൻ എന്റെ കൂടെക്കൂട്ടിക്കോളും....

തോണി. ജലത്തിലെ ഓളങ്ങൾ

സദാശിവക്കുറുപ്പിനോട് ഗോപിക: പിള്ളേരിത്തിരി പ്രശ്നക്കാരാണെങ്കിലും ഒരു സ്കൂൾ ടീച്ചറായി മാറിയതിൽ ഞാൻ ഇന്ന് സംതൃപ്തയാണ് അച്ഛാ... എന്റെ ജീവിതലക്ഷ്യം തന്നെ സാക്ഷാൽക്കരിക്കപ്പെട്ടതുപോലെ തോന്നുന്നു. ദേശീയ അവാർഡു നേടിയ എന്റെ അമ്മ നാരായണിടീച്ചറുടെ ആത്മാവ് ഇപ്പോൾ ആഹ്ലാദംകൊണ്ട് കോരിത്തരിക്കുകയാവും അച്ഛാ...

പരന്നു കിടക്കുന്ന ജലപ്പരപ്പിൽ നിന്ന് കണ്ണെടുക്കാതെ സദാശിവക്കുറുപ്പ്.

ക്യാമറ ഇളകിമറിയുന്ന ജലത്തെ പിന്തുടരുന്നു.....

മഹാമാരി-വിവിധ ദൃശ്യങ്ങൾ

ഷട്ടർ വലിച്ചിടുന്ന കടകൾ. സ്കൂളിന്റെ ഗേറ്റ് പൂട്ടുന്ന കലക്കുട്ടിസാർ പച്ചക്കറികൾക്ക് വെള്ളം തളിക്കുന്ന അന്നമ്മടീച്ചർ....

ഗോപികയുടെ വീട്

ഗോപികയുടെ മുഖം, ഇത്തിരി പരിഭ്രാന്തിയിൽ. അവളുടെ മുന്നിലെ കലണ്ടറിൽ മാർച്ച് 22 - ക്ലോസ് ഷോട്ട്.

രാത്രി.

വിളക്കു കത്തിക്കുന്ന ഗോപിക.

ഒരു സ്റ്റീൽ പാത്രമെടുത്ത് അതിൽ ഉറക്കെ കൊട്ടി ശബ്ദമുണ്ടാക്കുന്ന ഗോപിക. ടെലിവിഷനിലും കൊട്ട് പ്രതിദ്ധ്വനിക്കുന്നു. താടിയുഴിഞ്ഞ് ചിരിക്കുന്ന പ്രധാനമന്ത്രി.

പകൽ. തെരുവ്

അടഞ്ഞു കിടക്കുന്ന കടകൾ...

പാഞ്ഞുപോകുന്ന പൊലീസ് ജീപ്പ്.

മാസ്ക്ക് താഴ്ത്തി ബീഡി വലിക്കുന്ന മദ്ധ്യവയസ്കൻ. ഉയരുന്ന പുകച്ചുരുളുകൾ.

സായാഹ്നം. ഗോപികയുടെ വീട്

ടെലിവിഷനിൽ മുഖ്യമന്ത്രി സംസാരിക്കുന്നു:

വളരെ കരുതലോടെ നീങ്ങേണ്ട ഒരു കാലമാണ്. വല്ലാത്ത ദുഷ്കരമായ സ്ഥിതിവിശേഷത്തിലൂടെയാണ് നമ്മൾ കടന്നുപോകുന്നത്. സ്കൂളുകളും കള്ളുഷാപ്പുകളുമൊന്നും നമുക്ക് ഇനി തുറക്കാനാവില്ല. ഓൺലൈൻ ക്ലാസുകൾ നടത്താൻ സർക്കാർ ഒരുങ്ങുകയാണ്. പാഠഭാഗങ്ങൾ റിക്കാർഡ് ചെയ്ത് ഞങ്ങൾ ആകാശമാർഗ്ഗം വിക്ഷേപിച്ചുകൊണ്ടിരിക്കും. അത് മൊബൈലിലും കമ്പ്യൂട്ടറിലുമൊക്കെ പിടിച്ചെടുത്ത് കുട്ടികൾ പഠിക്കണം. അദ്ധ്യാപകർ വീട്ടിലിരുന്ന് കുട്ടികളെ നോക്കി പഠിപ്പിക്കുന്നതായി ഭാവിക്കണം. എല്ലാവർക്കും ഇഷ്ടംപോലെ കിടന്നുറങ്ങാം. പുറത്തിറങ്ങുമ്പോൾ മാസ്കിടണം. സാനിറ്റൈസറിട്ട് കൈ കഴുകണം. സോപ്പിട്ട് ജീവിതവും കഴുകിക്കൊണ്ടേയിരിക്കണം എല്ലായ്പ്പോഴും....

മുഖ്യമന്ത്രി എഴുന്നേറ്റ് മുഖത്തേക്ക് വീണ്ടും മാസ്ക് വലിച്ചിട്ട് സാനിറ്റൈസറിൽ കൈ തുടച്ച് പരിവാരങ്ങളുമായി നടന്നുനീങ്ങുന്നു. ഗോപിക റിമോട്ടെടുത്ത് ടി വി ഓഫാക്കുന്നു. അവളുടെ മുഖത്ത് നിരാശ നിറയുന്നു.

ക്ലോസപ്പ് ഷോട്ടിൽ അവളുടെ കണ്ണുകളിലെ നീർക്കണങ്ങൾ. പശ്ചാത്തലത്തിലുള്ള അവളുടെ മുഖം ചവിട്ടിപ്പാഞ്ഞുപോകുന്ന കുട്ടികൾ... അവരുടെ ആരവം...

മാവോത്തുരുത്ത് വിവിധ ദൃശ്യങ്ങൾ

മാസ്കിട്ട് നടന്നുനീങ്ങുന്ന ഒട്ടേറെപ്പേർ. നേരത്തേ ക്യാമറയെ അഭിമുഖീകരിച്ച് സംസാരിച്ച കുട്ടിശങ്കരൻ, ബോബിക്കുട്ടൻ, കുഞ്ഞപ്പൻ തുടങ്ങിയവർ മാസ്ക് താഴ്ത്തി, ക്യാമറയെ പുഞ്ചിരിയോടെ അഭിവാദ്യം ചെയ്തുനീങ്ങുന്നു...

അടഞ്ഞുകിടക്കുന്ന രാജാസ് ഹൈസ്കൂളിന്റെ വിദൂരദൃശ്യം.

വിവിധ സ്ഥലങ്ങളിൽനിന്ന് വിവിധ ആളുകൾ ക്യാമറയെ അഭിമു

ഖീകരിക്കുന്നു.

കലക്കുട്ടിസാർ: ഞാൻ ഇതിനിടയിൽ റിട്ടയറായി കേട്ടോ- കഴിഞ്ഞ മെയ് 31 ന്. അടച്ചുപൂട്ടലായതോണ്ട് യാത്രയയപ്പെന്ന പേരിൽ ആരുടെയും കള്ളക്കണ്ണീരു കാണേണ്ടിവന്നില്ല. ഓൺലൈൻ കാലമായതോണ്ട് ആകാശമാർഗ്ഗം ഇറങ്ങിപ്പോന്നു. ഇപ്പോഴത്തെ സാറന്മാർക്കെല്ലാം എന്തു സുഖമാ - ചുമ്മാ വീട്ടിലിരുന്ന് കാശു വാങ്ങുകയല്ല്യോ... ഇതാ കൊല്ല മൊന്നു തീരാൻ പോകുന്നു. സ്കൂളു തുറക്കുകയേ വേണ്ട. പരീക്ഷ നടത്തുകയേ വേണ്ട. നല്ല സുഖം തന്നെ.

അന്നമ്മടീച്ചർ: എന്റെ പറമ്പില് വെണ്ടക്കയും ചീരയുമൊക്കെ നല്ല പുഷ്ടിപ്പെട്ട് കിടക്കുവാ... ചാമ്പക്കയും പാഷൻഫ്രൂട്ടും. ഇത്തവണ നല്ല വിളവു കിട്ടി. സന്തോഷകരം തന്നെ ജീവിതം. (ചിരിച്ചുകൊണ്ട്) ശമ്പളം വാങ്ങാൻ പോലും സ്കൂളിപ്പോണ്ട. അക്കൗണ്ടില് വരും...

ഭഗീരഥൻപിള്ള: സാംസ്കാരിക ദൗത്യങ്ങളൊന്നും ഈ തുരുത്തിൽ നടത്താൻ പറ്റാത്ത വിഷമമൊണ്ട് എനിക്ക്. വിദ്യാഭ്യാസവും സാംസ്കാരികവുമില്ലാത്ത, വല്ലാത്ത ഒരു കാലം തന്നെ. (പതിയെ ചിരിച്ചുകൊണ്ട്) എങ്കിലും ഞാൻ ഹാപ്പിയാണ് കേട്ടോ...

പി പി സുരേഷ്: ഈ അടച്ചുപൂട്ടൽ കാലത്തും കമ്യൂണിറ്റി കിച്ചനായും അരി, പച്ചക്കറി കിറ്റായും പിള്ളേർക്ക് സ്മാർട്ടുഫോൺ വിതരണമായുമൊക്കെ ഞാനും എന്റെ യൂത്ത് വിങ്ങും സജീവമാണ്. ഇലക്ഷൻ വരാൻ പോകുന്നു. പട്ടിണിയറിയാത്ത ഒരു ജനതയും തീ കെടാത്ത അടുക്കളയും എല്ലാവർക്കും മനോഹരസൗധങ്ങളുമാണ് ഞങ്ങളുടെ പാർട്ടിയുടെ സ്വപ്നം...

ഗോപിക എസ് ശിവൻ: (പൊട്ടിക്കരച്ചിലിലേക്കു വഴുതിക്കൊണ്ട്) വയ്യ... എനിക്കൊന്നും പറയാനില്ല... എല്ലാവരും സുഖത്തിലാണ്, ഞാൻ ദുഃഖത്തിലും... എനിക്കെന്റെ കുട്ടികളെ കാണണം. അവരോടൊത്ത് ജീവിക്കണം... അതിനെന്നാണിനി സാധിക്കുക. അതു പറയൂ....

ഗോപിക മാസ്ക് വലിച്ചിടുന്നു. സാരിത്തലപ്പുകൊണ്ട് തലയാകെ മൂടി തിരിഞ്ഞു നടക്കുന്നു.... മഴ പെയ്യുന്നു. മഴ നനഞ്ഞ് ഗോപിക നടന്നകലുന്നു...

തെരുവ്- കൊളാഷ്

ചുവരെഴുത്തുകൾ, പോസ്റ്ററുകൾ.

മാസ്കിട്ടും മാസ്കിടാതെയും സംഘം ചേർന്ന് മുദ്രാവാക്യം വിളിച്ചു നീങ്ങുന്ന ആളുകൾ. മൈക്കിൽ പിടിച്ച് അലറി വിളിച്ചു പ്രസംഗിക്കുന്ന നേതാക്കൾ. തമ്മിലടിക്കുന്ന ആളുകൾ. ടെലിവിഷനിൽ തിരഞ്ഞെടുപ്പുഫലം വന്നുകൊണ്ടിരിക്കുന്നു. കരയുന്ന മുഖങ്ങൾ. ആർത്തുല്ലസിക്കുന്ന നേതാക്കൾ. കൈവീശി ചിരിച്ച് അഭിവാദ്യമർപ്പിച്ചശേഷം മുഖംമൂടി വലിച്ചിടുന്ന മുഖ്യമന്ത്രി...

മാവോത്തുരുത്തിലെ കായൽപ്പരപ്പിൽ ഓളങ്ങളിൽ ഇളകുന്ന ചുവന്ന കൊടികളുടെ സമ്മോഹനദൃശ്യം.....

ഗോപിക-പി പി സുരേഷ് ഫോൺ സംഭാഷണം

സുരേഷ്: ഈ മഹാമാരിക്കിടയിലും നമ്മൾ വീണ്ടും ജയിച്ചു.

ഗോപിക: ആരാണീ നമ്മൾ? മുഖ്യമന്ത്രിയും മന്ത്രിമാരും ജയിച്ചു. സുരേഷ് സാറും മറ്റ് സാറന്മാരും ജയിച്ചു. ഞാൻ മാത്രം തോറ്റു. കാരണം ഞാൻ ഒരു അദ്ധ്യാപികയല്ലല്ലോ.... ഞാനീ ലോകത്ത് ആരുമല്ലല്ലോ....

ദൃശ്യം മങ്ങുന്നു. ഇരുട്ടിൽ ഗോപികയുടെ തേങ്ങിക്കരച്ചിൽ മാത്രം.

ഗോപികയുടെ വീട്. സ്വീകരണമുറി

ദൃശ്യം തെളിയുന്നു...

ടെലിവിഷനിൽ സംസാരിക്കുന്ന മുഖ്യമന്ത്രിയിൽനിന്ന് പതുക്കെ ക്യാമറ സൂം ബാക്ക് ചെയ്യുമ്പോൾ, സെറ്റിയിൽ അലസമായി ചാരിയിരിക്കുന്ന ഗോപികയെ ദൃശ്യമാവുന്നു.

മുഖ്യമന്ത്രി: ഇത്തവണ നമ്മൾ നിയന്ത്രണങ്ങൾ ഒന്നുകൂടി കടുപ്പിക്കുകയാണ്. കടുകടുത്ത ലോക്ക്ഡൗൺ മാത്രമേ ഇനി രക്ഷയുള്ളൂ.... ഭയങ്കരനായ ഒരു കൊടുംതീവ്രവാദിയോടാണ് നമ്മളേറ്റുമുട്ടുന്നത് എന്ന ഓർമ്മ എല്ലാവർക്കുമുണ്ടായിരിക്കണം... വീട്ടിൽത്തന്നെ അടങ്ങിയിരിക്കുക. വായ്മൂടിക്കെട്ടുക. കൈകൾ കഴുകിക്കൊണ്ടേയിരിക്കുക. കുട്ടികൾക്ക് ഓൺലൈൻ വീഡിയോകൾ ചാനലിലൂടെ ലഭ്യമാക്കും. പച്ചക്കറിക്കിറ്റുകളും ധാന്യമണികളും വീടുകളിൽ തുടർന്നും എത്തിച്ചു തന്നുകൊണ്ടേയിരിക്കും. എല്ലാവരും അടച്ചുപൂട്ടി സുഖമായി കഴിയുക. ആശംസകൾ...

ടെലിവിഷൻ ഓഫ് ചെയ്യുന്ന ഗോപിക. പിറകിൽ ക്യാമറയുടെ സാന്നിദ്ധ്യം കണ്ട്, ദീനയും ദുഃഖിതയുമായി അലറിയെഴുന്നേറ്റ് ധൃതിയിൽ അവൾ വലതുകൈകൊണ്ട് റിക്കാർഡിങ് തടയുന്നു. കൈത്തലം വന്ന് ക്യാമറ ലെൻസ് അടയുന്നു.

കറുപ്പ്.

സ്ക്രീനിൽ അന്ധകാരം...

കമൽഹാസൻ അഭിനയിക്കാതെപോയ ഒരു സിനിമ

വല്ലാത്ത മടുപ്പ്. ശൂന്യത. കമൽഹാസൻ പതിയെ സ്ലൈഡിങ് ചെയറിൽ നിന്നെഴുന്നേറ്റു. ഏറെ നേരമായി ഈ ഇരിപ്പ് തുടങ്ങിയിട്ട്; കണ്ണടച്ച്, അനങ്ങാതെ.....

ബാല്ക്കണിയിൽ വന്ന് നിശ്ശബ്ദമായ നിരത്തുകൾ കണ്ടു. വല്ലപ്പോഴും കടന്നുപോകുന്ന ചില ചെറുവാഹനങ്ങൾ. ഏങ്ങിക്കരഞ്ഞുകൊണ്ട് ഒരു ആംബുലൻസ് പാഞ്ഞുപോയി... കൈയെത്തിയാൽ തൊടാവുന്ന ഗുൽമോഹറിന്റെ ശിഖരങ്ങളിലാകെ രക്തപുഷ്പങ്ങൾ വിടർന്നുനില്പുണ്ട്; വിപ്ലവങ്ങളില്ലാത്ത മെയ്മാസ സ്മരണകളുമായി, പൂക്കളേറെയും താഴെ തളർന്നുവീണു കിടപ്പാണ്. കമൽ തന്റെ ഇന്ത്യൻ സിനിമയെ ഓർത്തു. വളരെ പെട്ടെന്നാണ് സേനാപതി മനസ്സിൽ മിന്നലായി കടന്നുവന്നത്... അതിലും വേഗത്തിൽ വേലുനായ്ക്കൻ ഓടിയെത്തി. നായകൻ തിയേറ്ററിൽ നിറഞ്ഞോടിയ നാളുകൾ... മണിരത്നം താടിയുഴിഞ്ഞ് പറയുന്നു: ആക്ഷൻ... കട്ട്... രണ്ടാം വിശ്വരൂപത്തോടെ എല്ലാ തിരക്കുകൾക്കും അറുതിയായി.... വറുതി മഹാമാരിയായി പെയ്തുതുടങ്ങി..

ഒന്നുമില്ലാത്ത, എല്ലാം ശൂന്യമായ മൂന്നു നാല് മാസങ്ങൾ... ഉറങ്ങുന്ന ചെന്നൈ നഗരത്തെ ഇന്നൊന്ന് കറങ്ങിക്കണ്ടാലോ? ആരുമറിയാതെ, ആരോടും പറയാതെ...

കമൽഹാസൻ അകത്തളത്തിലേക്കു നടന്നു. ഒരു മങ്കിക്യാപ്പണിഞ്ഞു. പഴയ ഒരു കറുത്ത ഓവർക്കോട്ട് വാർഡ്റോബിൽ നിന്നെടുത്തു... കണ്ണാടിക്കു മുന്നിൽ തനിക്കുപോലും അപരിചിതമാണല്ലോ ഈ രൂപം എന്നു തീർച്ചപ്പെടുത്തി. ഒരു നിമിഷം നിന്നു. പിന്നെ ചുവരിൽ തൂക്കിയിട്ടിരുന്ന പല താക്കോലുകളിൽ പഴയ ഒരെണ്ണം തിരഞ്ഞു കണ്ടുപിടിച്ചു...

വർഷങ്ങളായി തന്റെ സ്പർശനമേല്ക്കാതെ, ഏറക്കുറെ ഉപേക്ഷിക്കപ്പെട്ടിരുന്ന മാരുതി ഓംനിയുടെ കീയായിരുന്നു അത്. എൺപത്തഞ്ചിലോ എൺപത്താറിലോ ആണ് അത് തന്റെ വാഹനശേഖരത്തിലെത്തിയത്. *സാഗർ* റിലീസ് ചെയ്ത വർഷമാണോ? അതോ *വിക്രം* തുടങ്ങിയപ്പോഴോ? *അപൂർവ്വസഹോദരങ്ങളിൽ* അഭിനയിക്കുമ്പോൾ ഏറിയ സമയവും രാത്രി ആരുമറിയാതെ മറീനാബീച്ചിൽ റോന്തു ചുറ്റിയിരുന്നത് ഓംനിയിലായിരുന്നു.....

താഴെ, വലിയ കാർഷെഡ്ഡിൽ, ഏറ്റവും പിറകിലായിരുന്നു മാരുതി ഓംനി. എല്ലാം ഇടയ്ക്കിടെ സ്റ്റാർട്ടു ചെയ്തു വെക്കണമെന്ന് വടിവേലനോട് പറയാറുണ്ട്... കമൽ ഒരു ചെറുപ്രാർത്ഥനയോടെ കീ തിരിച്ചു. ഒരു നേരിയ പരിഭവത്തോടെ അത് സ്റ്റാർട്ടായി...

അടച്ചുപൂട്ടപ്പെട്ട നഗരത്തിലൂടെ, ആ മദ്ധ്യാഹ്നത്തിൽ ഓംനി നീങ്ങി...

അറുപത്തി ആറിലേക്ക് പ്രായം കടക്കുന്നുവെന്ന് കമൽഹാസൻ ഓർത്തു. ബാല്യത്തിന്റെ ഓർമ്മത്തിരകൾ തൊട്ടേ ഈ മദിരാശിപ്പട്ടണത്തിന്റെ കാഴ്ചകളിൽ ഊയലാടുന്നുണ്ട്. കുളത്തൂർ കണ്ണമ്മയിൽ ആറാം വയസ്സിൽ ചായമിട്ടതു മുതൽ... ഒരിക്കലും ഇതേപോലൊരു കാഴ്ച കണ്ടിട്ടില്ല. ആളുകളൊക്കെ അടച്ചുപൂട്ടിയിരിപ്പാണ്. എന്നിട്ടും വൈറസായി വില്ലൻ കൊലവിളി നടത്തി മുന്നേറുന്നു. ഇതേവരെ കണ്ടതും അഭിനയിച്ചതുമായ സിനിമാക്കഥകളൊക്കെ വെറുതെയായിരുന്നുവെന്നും യഥാർത്ഥ സംഘർഷഭരിത സിനിമ ഇപ്പോൾ ആളൊഴിഞ്ഞ ഭൂലോക തിയേറ്ററിൽ പ്രദർശിപ്പിക്കപ്പെടുന്നതാണെന്നും കമലിനു തോന്നി. കാണികൾ ശൂന്യമാണെങ്കിലും തകർത്തോടുന്ന ചലച്ചിത്രകാവ്യം...

രാജ്കമൽ ഇന്റർനാഷണലിന്റെ പഴയ ഓഫീസിന്റെ പടിക്കെട്ടുകളാകെ പൊടിയണിഞ്ഞു കിടക്കുന്നു... എത്രയോ കാലമായി ഈ വഴി വന്നിട്ട് - കമൽഹാസൻ ഓർത്തു. എൺപതുകളിലും തൊണ്ണൂറുകളിലും ആൾക്കൂട്ടത്തിരക്കുകളാലും ചലച്ചിത്ര ചർച്ചകളാലും മുഖരിതമായ മട്ടുപ്പാവിലേക്ക് അദ്ദേഹം ഒരു തൂമന്ദഹാസത്തോടെ നടന്നുകയറി... തീരെ അപരിചിതമായ ഒരത്ഭുതലോകം മുന്നിൽ പ്രതീക്ഷിക്കുന്ന ഒരു കൊച്ചുകുട്ടിയുടെ കൗതുകം നിറഞ്ഞ മനസ്സായിരുന്നു അപ്പോൾ... അപൂർവ്വസഹോദരങ്ങളുടെ മുഴുവൻ കഥയും പ്ലാൻ ചെയ്തത് ഇവിടെ വെച്ചായിരുന്നു. അപ്പാദുരൈയും രാജയും പതിയെ ഉരുണ്ടുരുണ്ട് നടന്നുകയറിയ പടിക്കെട്ടുകൾ... സിംഗിതം ശ്രീനിവാസറാവുവും ഇൻസ്പെക്ടർ സേതുപതിയും ഓടിനടന്ന ഇടനാഴികൾ... 1989 ലായിരുന്നു അത് എന്നാണോർമ്മ. തന്റെ 150-ാമത് സിനിമ... കമൽഹാസൻ വാതിൽതുറന്ന് അന്ധകാരനിബിഡമായ അകത്തളത്തിലേക്ക് പ്രവേശിച്ച്, പ്രകാശം പ്രസരിപ്പിച്ചു. പൊടിപിടിച്ച തന്റെ ക്യാബിനിലേക്ക് ഒരന്യനെപ്പോലെ അദ്ദേഹം കയറിച്ചെന്നു. വലിയ കസേര, ചുറ്റിലും സോഫകൾ, വർണ്ണാലംകൃത

മായ ഇരിപ്പിടങ്ങൾ... അതിലെല്ലാം ആസ്ഥാന ചർച്ചാസംഘത്തിലെ ആളുകൾ വന്നുനിറയുന്നതായും അവർ കഥാനിർദ്ദേശങ്ങൾ നല്കുന്നതായും കമലിനു തോന്നി... ആ വലിയ കസേരയിൽ കമൽ പതിയെ ഇരുന്നു. എന്നിട്ട് മേശവലിപ്പുകൾ ഒന്നൊന്നായി തുറന്നു. സാക്ഷാൽക്കരിക്കാതെ പോയ ഒട്ടേറെ സിനിമകളുടെ കരടുരൂപങ്ങൾ.... പൊടിയണിഞ്ഞു കിടക്കുന്ന സ്ക്രിപ്റ്റ് ബുക്കുകൾ... ഫയലുകൾ...

എഴുന്നേറ്റ്, പിറകിലെ ചുവരലമാരകളിൽ വല്ലാത്ത കൗതുകത്താൽ കമൽ കണ്ണോടിച്ചു. പല കാലങ്ങളിൽ പല ദേശങ്ങളിൽനിന്ന് കഥപറയാനും സ്ക്രിപ്റ്റ് വായിച്ചുകേൾപ്പിക്കാനും വന്നെത്തിയവരുടെ ചുടുനിശ്വാസങ്ങൾ ഇപ്പോൾ തനിക്കു ചുറ്റും പതിഞ്ഞ താളത്തിൽ ഉണർന്നുവരുന്നതായി അദ്ദേഹത്തിനു തോന്നി. റൊമാന്റിക് ഭാവമുള്ള യുവകോമളൻ, വില്ലനെതിരെ കണിശമായ ചുവടുവെയ്പുകളുമായി നീങ്ങുന്ന ധീരപുരുഷൻ, മരണക്കിടക്കയിൽനിന്നു മുറിവേറ്റ ശരീരവുമായി ഉണർത്തെഴുന്നേല്ക്കുന്ന വീരനായകൻ.... എൺപതുകളിൽ തിയേറ്ററുകളിൽ ഹർഷാരവത്തോടെ ഏറ്റുവാങ്ങപ്പെട്ട കഥാപാത്രങ്ങൾ ഒന്നിനു പിറകെ ഒന്നായി വെള്ളിത്തിരയിൽ നിന്നിറങ്ങിവന്നു.... ഈ വർഷങ്ങളിലത്രയും അഭിനയിക്കാൻ സമയം ലഭിക്കാതെ പോയ ഒട്ടേറെ വേഷങ്ങൾ ഈ ഫയലുകളിൽ...

തപ്പിത്തടഞ്ഞപ്പോൾ, അലമാരയിൽനിന്ന് ഒരു ഫയൽ താഴെ വീണു. 'രാത്രിപോലെ' എന്നു വലിയ അക്ഷരത്തിൽ ശീർഷകം എഴുതിയിരുന്നു.... അത്രയൊന്നും വലുതല്ലാത്ത ആ ഫയൽ കുനിഞ്ഞെടുക്കവേ, അതിനകത്തുനിന്നും താഴെ വീണ ചെറുകവറിൽനിന്നു പുറത്തേക്ക് തല നീട്ടുകയാണ്, മുഖമാകെ രക്തപ്പാടുകളുമായി ജോൺസൺ.... വയലിൻ വായിച്ചുകൊണ്ട് മന്ദഹസിക്കുന്ന ജോൺസൺ... അയാൾക്കു നേരെ തോക്കുചൂണ്ടി നില്ക്കുന്ന മാധവമേനോൻ... കരയുന്ന രേണു...

കൗതുകം വിട്ടുമാറാത്ത മനസ്സുമായി കമൽഹാസൻ കസേരയിലേക്കിരുന്നു. വലതുവശത്തെ ജാലകം ശ്രമപ്പെട്ട് തുറന്നപ്പോൾ, പടിഞ്ഞാറൻ ആകാശത്തുനിന്ന് വെയിൽനാളങ്ങൾ മുറിയിൽവന്നു നടനം ചെയ്തു....

ചാണക്യൻ തിയേറ്ററുകളിൽ വൻ ഹിറ്റായി ഓടിക്കൊണ്ടിരുന്ന ആ കാലം ഓർമ്മയിൽ നറുവെയിലായി പെയ്തു. തിലകൻ ചേട്ടനും ജയറാമും ഊർമ്മിളയും മധു സാറുമൊക്കെ ചെറുചിരിയോടെ കടന്നുവന്നു. സാബ്ജോൺ രാജീവ് കുമാറുമൊത്ത് വന്നു കഥ പറഞ്ഞപ്പോൾത്തന്നെ ഒരു ഹിറ്റ് സിനിമ മനസ്സിൽ കണ്ടിരുന്നു....

*ചാണക്യനി*ലെ മനോഹര മുഹൂർത്തങ്ങളുടെ ഈ ഫോട്ടോകളടങ്ങിയ കവറുമായി രാജീവ് കുമാർ തന്നെ തേടിവന്ന ആ മദ്ധ്യാഹ്നം കമൽഹാസന്റെ ഓർമ്മയിൽ വന്നു. ഒപ്പം കണ്ണുകളിൽ നക്ഷത്രങ്ങളുറങ്ങുന്ന കിളരംകൂടിയ ഒരു ചെറുപ്പക്കാരനും...

"വളർന്നു വരുന്ന ഒരു ചെറുകഥാകൃത്താണ്"

ചെറുപ്പക്കാരനെ പരിചയപ്പെടുത്തി രാജീവ്കുമാർ താടിയുഴിഞ്ഞ് ചിരിക്കുന്നു: "നമുക്ക് ഇയാൾടെ ഒരു കഥ കേട്ടാലോ?"

"പിന്നെന്താ? കേൾക്കാം."

ചുറ്റിലുമുള്ള കസേരകളിൽ കഥ കേൾക്കാനുള്ള ആസ്ഥാന സംഘാംഗങ്ങൾ വന്നു നിറയുകയായി. മുറുക്കിച്ചുവപ്പിച്ച ചുണ്ടുമായി പാണ്ഡുരംഗൻ, നീളൻ തിരുപ്പതിക്കുറി വരച്ച സേതുലക്ഷ്മണൻ, മുത്തു മാരൻ, അഴകൻസ്വാമി, വടിവേൽ..

രാജീവിനൊപ്പം വന്ന, കണ്ണുകളിൽ നക്ഷത്രങ്ങൾ പിടയ്ക്കുന്ന കിളരംകൂടിയ ചെറുപ്പക്കാരൻ കൈയിലെ ഫയൽ ഒരു പ്രാർത്ഥനയോടെ തുറന്നു: "ഇത് ഒരു ചിന്ന സിനോപ്സിസ്. വൺ ലൈനായി ഞാൻ കഥ പറയാം. താങ്കൾക്കു മാത്രം അഭിനയിച്ചു ഫലിപ്പിക്കാൻ പറ്റുന്ന ഒരു അനുഭവ കഥ..."

ചിലമ്പിച്ച ശബ്ദത്തിൽ ചെറുപ്പക്കാരൻ, പതിഞ്ഞ മന്ത്രോച്ചാരണ സ്ഥായിയിൽ തുടങ്ങി: "രാത്രിപോലെ...."

എല്ലാം ഇന്നലെ നടന്നതുപോലെ ഓർമ്മയിലേക്കു വരുന്നു....

കമൽഹാസൻ, പുറത്തെ വെയിൽനാളങ്ങളിൽ നിന്നു കണ്ണെടുത്ത്, ആ ഫയലിന്റെ ആദ്യ പേജ് മറിച്ചു...

രാത്രിപോലെ

ആരംഭം- ടൈറ്റിൽസ്

യാത്രയുടെ ഏതു ഘട്ടമാണിത്? അയാൾക്കോർമ്മയില്ല. ഏതോ ഒരു നിയോഗംപോലെ യാത്ര തുടരുകയാണ്. മുന്നിൽ ഒരു കടവുണ്ടാകാം. ആർത്തലച്ചു വരുന്ന ഒരു ജലരാശിക്കപ്പുറം ഒരു കര.

ആകാശച്ചെരിവുകൾ വർണ്ണാഭമാകുന്നത് അയാൾ കണ്ടു. ചുണ്ടിൽ വന്ന പാട്ടിന് അയാൾ ശബ്ദം കൊടുത്തു. പാട്ടുകാരനായ ആ നാടോടിയുടെ പിറകേ ഒരുപാടു കുട്ടികൾ ആരവം മുഴക്കി ഓടിക്കൂടി. മുളന്തണ്ടിൽ ഞാത്തിയിട്ട തന്റെ മാറാപ്പിൽനിന്ന് അവർക്കൊക്കെ വിശ്വദർശനത്തിന്റെ അപൂർവ്വചാരുതയാർന്ന കളിക്കോപ്പുകൾ അയാളെടുത്തു കൊടുത്തു.

ഏതോ വഴിവക്കിൽ, തണൽമരം ചാരി അയാളുറങ്ങിപ്പോയി. ബഹളം കേട്ടുണർന്നപ്പോൾ വേറെ കുറേ കുട്ടികൾ ചുറ്റിലും. എല്ലാവരും ചിരിപൊഴിക്കുന്നു. അവരുടെ ഹൃദയത്തിലാകെ നന്മയുടെ വെളുത്തപൂക്കൾ.

"അയ്യോ! ഇതാ ഒരുറുമ്പിൻ സൈന്യം" ഒരു കൊച്ചു പെൺകുട്ടി ചിരിച്ചുകൊണ്ടു പറഞ്ഞു.

അയാൾ തലചരിച്ചു. നോക്കിയപ്പോൾ നിലത്തൂന്നിയ കൈകളിലൂടെ

ഉറുമ്പുകൾ അരിച്ചു കയറിവരികയാണ്.... അയാൾ അത് കൗതുകത്തോടെ തെല്ലുനേരം നോക്കിയിരുന്നു. പിന്നെ പതുക്കെ അവയെ ദിശ തിരിച്ചിറക്കി ഭൂമിയിലേക്കുതന്നെ വിട്ടു... കുട്ടികൾ ആർത്തുചിരിച്ചു.

ഒരു മുഷിഞ്ഞ കമ്പാർട്ടുമെന്റിൽ മാറാപ്പിലെ സ്വപ്നങ്ങളിൽ തല ചായ്ച്ച് അയാളുറങ്ങി. ഉണർന്നപ്പോൾ വണ്ടി ഓടുകയായിരുന്നു. എതിരെയിരുന്ന് ഒരമ്മ കുഞ്ഞിനു പാൽ കോരി ചുണ്ടിൽ പകർന്നുകൊടുക്കുകയായിരുന്നു. സ്നേഹവാനായ ഒരച്ഛന്റെ മടിയിലായിരുന്നു ആ കുഞ്ഞ്.

അയാൾ ആ കാഴ്ച കണ്ടു കിടന്നു. നനഞ്ഞ കണ്ണുകളിൽ വീണ്ടും ഉറക്കം നിറഞ്ഞു.

സീൻ - ഒന്ന്

പ്രഭാതം.

ഒരു ചെറിയ റെയിൽവേ സ്റ്റേഷനിൽ 108-ാം നമ്പർ പാസഞ്ചർ ട്രെയിൻ വന്നുനിന്നു. മറുനാട്ടിലെ തൊഴിൽശാലകളിലേക്കുള്ള കുറേപ്പേർ തിടുക്കത്തിൽ കയറി. ഏതാനും ആളുകൾ ഇറങ്ങി പ്ലാറ്റ്ഫോമിലൂടെ നടന്നു. ചിലർ അന്യോന്യം സംസാരിച്ചുകൊണ്ടിരുന്നു.

മുഷിഞ്ഞുലഞ്ഞ വേഷവുമായി തന്റെ ചെമ്പൻമുടി മുകളിലേക്കു കോതിക്കൊണ്ട്, അയാൾ പുറത്തിറങ്ങി ചുറ്റിലും നോക്കി. തോളിലെ മാറാപ്പിനു പുറമേ, ഒരിരുമ്പുപെട്ടി കൂടിയുണ്ട് ഇപ്പോൾ കൈയിൽ. താടിയും മുടിയും വിചിത്ര വേഷഭാവങ്ങളുമുള്ള ആ ചെറുപ്പക്കാരനെ ചിലരൊക്കെ സൂക്ഷിച്ചുനോക്കി.

ആളുകളൊക്കെ ഒഴിഞ്ഞുപോയശേഷം അയാൾ മദ്ധ്യവയസ്കനായ സ്റ്റേഷൻമാസ്റ്ററെ ഒരു കടലാസ് കാട്ടി. അത് ഒരു മേൽവിലാസമായിരുന്നു. മരുതൽവേലി നാരായണസ്വാമിയുടെ വീടേതെന്നാണ് ചെറുപ്പക്കാരന് അറിയേണ്ടത്. സ്റ്റേഷൻമാസ്റ്റർ അയാളെ അടിമുടി ഒന്നു സൂക്ഷിച്ചുനോക്കി. ആരാണ് പ്രാകൃതൻ എന്നു സംശയിച്ചു.

"സ്വാമിയുടെ ആരാണ് നിങ്ങൾ?"

"ആരുമല്ല." ചെറുപ്പക്കാരൻ ചിരിച്ചുകൊണ്ടു പറഞ്ഞു. "പ്രസ് വില്ക്കാനാലോചിക്കുന്നുവെന്ന് പത്രത്തിൽ വായിച്ചു. എന്നാൽ, വന്നു നോക്കാമെന്നു കരുതി മദിരാശിയിൽനിന്നു വരികയാണ്."

നാരായണസ്വാമി ആ ഗ്രാമത്തിൽ നടത്തിയിരുന്ന അച്ചുകൂടത്തെക്കുറിച്ചും സ്വാമി വാർദ്ധക്യത്തിന്റെയും രോഗികളുടെയും നടുവിൽ അവശനായതിൽപ്പിന്നെ അത് അടഞ്ഞു കിടക്കുന്നതിനെപ്പറ്റിയും സ്റ്റേഷൻമാസ്റ്റർക്കറിയാം.

"വിലയ്ക്കു വാങ്ങാൻ പോകുന്നോ?" മാസ്റ്റർ സംശയിച്ചു. ചെറുപ്പക്കാരന്റെ പ്രാകൃതഭാവം കണ്ടിട്ട് മാസ്റ്റർക്ക് അയാൾ പ്രസ് വാങ്ങാൻ വന്നതാണെന്ന കാര്യം വിശ്വസിക്കാനാവുന്നില്ല.

"വെറുതെ കിട്ടുമെങ്കിൽ അങ്ങനെ." ചെറുപ്പക്കാരൻ ചിരിച്ചു.

സ്റ്റേഷൻമാസ്റ്റർ അയാൾക്കു വഴി വ്യക്തമായി പറഞ്ഞുകൊടുത്തു. "സ്വാമിയോട് എന്റെ അന്വേഷണവും പറഞ്ഞേക്ക്. കുറേയായി കണ്ടിട്ട്. ഇപ്പോൾ ഞാനുമൊരു രോഗിയായി."

ചെറുപ്പക്കാരൻ നടന്നു തുടങ്ങിയപ്പോഴാണ് മാസ്റ്റർ അയാളെ തിരികെ വിളിച്ചത്:

"ഏയ്, എന്താണ് നിങ്ങളുടെ പേര്?"

തിരിഞ്ഞുനിന്നുകൊണ്ട് ചെറുപ്പക്കാരൻ സൗഹൃദം കാട്ടി. "വെങ്കിടാചലപതി, എല്ലാവരും വെങ്കിടീന്ന് വിളിക്കും."

സീൻ - രണ്ട്

നാരായണസ്വാമി സന്തോഷിച്ചിരിക്കുകയായിരുന്നു. ഏറെക്കാലമായി അടച്ചുകിടക്കുന്ന പ്രസ് വിലയ്ക്കു വാങ്ങാമെന്ന് ഒരാൾ കത്തെഴുതിയിരുന്നു. പരസ്യം ചെയ്താൽ ഗുണമുണ്ടാകുമെന്ന് തീരെ പ്രതീക്ഷിച്ചതല്ല. അതും ഈ ഉൾനാടൻ ഗ്രാമത്തിൽ ഒരു പ്രിന്റിങ് പ്രസ് ആർക്കാണ് ആവശ്യം വരിക? ഓർഡറുകൾ കിട്ടാനും പ്രയാസം. നഗരത്തിൽ ബന്ധങ്ങളും പരിചയങ്ങളുംവെച്ചു കിട്ടിയ ചില്ലറ ജോലികളായിരുന്നു ഇത്രകാലവും. പക്ഷേ, ഇനിയത് സംഘടിപ്പിച്ചെടുക്കാനൊന്നും തനിക്കീ വയസ്സുകാലത്തു പറ്റില്ല-

മുറികളെല്ലാം അടിച്ചു തുടയ്ക്കാനും മറ്റും വരുന്ന ശെൽവത്തിന് നാരായണസ്വാമിയുടെ സന്തോഷത്തിന്റെ പൊരുൾ പിടികിട്ടിയില്ല. "എന്താണ് ലോട്ടറിയടിച്ചോ?" അയാൾ സംശയിച്ചു.

"അതേടാ - വലിയൊരു ലോട്ടറി" സ്വാമി അങ്ങനെ പറഞ്ഞതായി ശെൽവത്തിനു തോന്നി. അയാൾ മിഴിച്ചുനിന്നു.

വെങ്കിടി കടന്നുചെല്ലുമ്പോൾ സ്വാമി ഏതോ ഫയലുകൾ ഷെൽഫിൽനിന്നെടുത്ത് പൊടി തട്ടുകയായിരുന്നു. വെങ്കിടി കൈകൂപ്പി പുഞ്ചിരിച്ചു. സ്വാമി ആരാണീ പ്രാകൃതനെന്നു ശ്രദ്ധിച്ചുകൊണ്ട് അടുത്തേക്കു വന്നു.

"ഒരു ജോലിയന്വേഷിച്ചുകൊണ്ടിരിക്കേയാണ് പ്രസിന്റെ കാര്യമറിഞ്ഞത്." വെങ്കിടി അങ്ങനെ പറഞ്ഞപ്പോൾ സ്വാമി അയാളെ അടിമുടി ഒന്നുനോക്കി.

"അയ്യോ! ഇനി ജോലിക്കൊന്നും ആളെ വേണ്ട. അത് സെറ്റിൽ ചെയ്തു കഴിഞ്ഞു. ഇന്ന് അതിനുള്ള ആളുകൾ മദിരാശിയിൽനിന്നിവിടെയെത്തും."

അപ്പോൾ ചിരിച്ചുകൊണ്ട് വെങ്കിടി പറഞ്ഞു:

"ഐ ആം വെങ്കിടാചലപതി. ഞാനാണ് നിങ്ങൾക്ക് ആ കത്തെഴുതിയത്."

സ്വാമി പെട്ടെന്നൊരു വെപ്രാളത്തിൽപെട്ടുപോയി. അയാൾ ഒരുപാടുതവണ ഖേദം പ്രകടിപ്പിച്ചു.

“ഓ... അതൊന്നും സാരമില്ല. എന്നെ കണ്ടാലിപ്പോ ഒരു കമ്പോസിറ്ററുടെ ലുക്ക് പോലുമില്ല. അല്ലേ? അറിയാം... ഇതിപ്പോ ഇങ്ങനെയൊക്കെ ആയിപ്പോയി... എന്താ ചെയ്യ്വാ?” വെങ്കിടി ചിരിച്ചു.

സ്വാമി പ്രസിനെക്കുറിച്ചും അതു വില്ക്കാനുണ്ടായ കാരണങ്ങളെക്കുറിച്ചുമൊക്കെ വിശദമായി സംസാരിച്ചു.

സ്വാതന്ത്ര്യസമരകാലത്ത് താൻ തികഞ്ഞ ഒരു ഗാന്ധിയൻ പാത പിന്തുടർന്നതും സുബ്രഹ്മണ്യഭാരതിയുടെ കവിതകൾ ചൊല്ലി നടന്നതും ഗാന്ധിജിയുടെ *ഹരിജൻ* പത്രത്തിന്റെയും മറ്റും മാതൃകയിലുള്ള ഒരു പത്രം അച്ചടിക്കാനാലോചിച്ചതും അതിനുപറ്റിയ രഹസ്യസങ്കേതം ഈ ഗ്രാമത്തിലാണെന്നു കണ്ട് ഇവിടെ വന്ന് പ്രസ് തുടങ്ങിയതും രഹസ്യമായി പത്രം പുറംനാടുകളിലെത്തിച്ചതുമൊക്കെ അയാൾ പറഞ്ഞു. സ്വാതന്ത്ര്യം കിട്ടി കുറേ കഴിഞ്ഞതോടെ പത്രം നിന്നു. ചില്ലറ അച്ചടി ജോലികൾ മാത്രമായി. ഇപ്പോഴതുമില്ല. വയസ്സായില്ലേ? തുണയ്ക്കും ആരുമില്ല.

പെട്ടെന്നാണ് വെങ്കിടിക്ക് ആ ആശയം മനസ്സിൽ പൊട്ടിമുളച്ചത്. എന്തുകൊണ്ട് ഒരു പത്രം സ്വാമിക്ക് വീണ്ടും ആരംഭിച്ചുകൂടാ? ജനങ്ങളുടെ ചെറിയ ചെറിയ പ്രശ്നങ്ങൾക്കുവേണ്ടി ശബ്ദമുയർത്തുകയും നാട്ടുവിശേഷങ്ങളും മറുനാടൻ വാർത്തകളുമൊക്കെ പ്രസിദ്ധീകരിക്കുകയും ചെയ്യുന്ന സായാഹ്നപത്രം തുടങ്ങിയാൽ എന്തുകൊണ്ടും നന്നായിരിക്കുമെന്ന് വെങ്കിടി പറഞ്ഞു. ഗ്രാമീണരുടെ നിരക്ഷരതയ്ക്കെതിരെ ഒരു പ്രവർത്തനവുമാകാം.

പക്ഷേ, സ്വാമി പെട്ടെന്നുതന്നെ അതു ചിരിച്ചുതള്ളി: “ഒരാവേശത്തിൽ നിങ്ങളതു പറയുകയാണെന്നെനിക്കറിയാം. അത് പ്രായോഗികമാക്കുക എളുപ്പമല്ല.”

“അങ്ങനെയല്ല.” വെങ്കിടി പറഞ്ഞു. “വേണ്ടുന്ന എല്ലാ സഹായവും ചെയ്തു ഞാൻ കൂടെ നില്ക്കാം. ഞാനിനി മദിരാശിക്കു മടങ്ങുന്നില്ല. ഇവിടെ ഈ ഗ്രാമത്തിൽ നിങ്ങളിലൊരാളായി കഴിഞ്ഞുകൊള്ളാം. പ്രസ് വീണ്ടും സജീവമാകണം. പത്രം വീണ്ടും തുടങ്ങണം. ജനങ്ങളെ ഉണർത്തിയെടുക്കണം.”

അതു കേട്ടപ്പോൾ നാരായണസ്വാമിക്ക് താൻ പത്തുനാല്പതു കൊല്ലം പിറകോട്ടു പോയതുപോലെ തോന്നി. അയാൾ സന്തോഷത്തോടെയും ആത്മവിശ്വാസത്തോടെയും ആ ചെറുപ്പക്കാരനെ നോക്കി അങ്ങനെയിരുന്നുപോയി.

●

വായന ഇടയിൽ നിർത്തി, ആ കിളരംകൂടിയ ചെറുപ്പക്കാരൻ ചുറ്റിലും നോക്കി. കഥയിൽത്തന്നെ രസിച്ചങ്ങനെയിരിക്കുകയാണ് കമൽ ഹാസനും അദ്ദേഹത്തിന്റെ ആസ്ഥാന തിരക്കഥാ ഉപദേശകരും....

അയാൾ പതിയെ പറഞ്ഞു: "തമിഴ്നാടിന്റെ പല ഉൾനാടൻ ഗ്രാമങ്ങളും ഇപ്പോഴും സ്വാതന്ത്ര്യസമര കാലഘട്ടത്തിൽനിന്നു തെല്ലും മുന്നോട്ടുപോയിട്ടില്ല. പഴയ ജമീന്ദാർ വാഴ്വ് ഇവിടങ്ങളിൽ പലേടത്തും കൊടി കുത്തി വാഴുന്നു..."

രാജീവ് കുമാർ തലകുലുക്കി.

കമൽഹാസൻ പറഞ്ഞു: "കേൾക്കട്ടെ ബാക്കികൂടി വായിക്കൂ."

ചെറുപ്പക്കാരൻ കഥാകൃത്ത് വായന തുടർന്നു.

സീൻ - മൂന്ന്

രാമലിംഗം ചെട്ടിയാർ ഉറക്കമുണർന്നപ്പോൾത്തന്നെ കേട്ടത്, തന്റെ തുണിമില്ലിൽ ജോലിക്കുവരുന്ന മുത്തുരാമന്റെ അച്ഛന്റെ അസുഖം കൂടുതലായി എന്ന വാർത്തയാണ്. അയാളുടെ മുഖം ദുഃഖംകൊണ്ടും പരവേശംകൊണ്ടും ആകെ തളർന്നുപോവുന്നത് ചുറ്റിലും നില്ക്കുന്നവർക്കു കാണാൻ കഴിഞ്ഞു. അയാൾ തന്റെ സ്ഥിരം ശൈലിയിൽ വലതുകൈത്തലംകൊണ്ട് നെഞ്ചുഴിഞ്ഞുകൊണ്ടിരുന്നു. സിൽക്ക് ജുബ്ബയ്ക്കിടയിലൂടെ നഗ്നമായ മാറിടത്തിൽ, പാരമ്പര്യ മുദ്രയായ പച്ചകുത്ത് തെളിഞ്ഞുകാണാം.

ചെട്ടിയാർ കഴിഞ്ഞദിവസം മുത്തുരാമന്റെ കുടിൽ സന്ദർശിക്കുകയും അയാളുടെ അച്ഛനെ ടൗണിലെ ആശുപത്രിയിലേക്കു കൊണ്ടുപോകാനുള്ള ഏർപ്പാടുകൾ ചെയ്തതുമാണ്. നല്ലൊരു തുക ഇതിനകം ചെട്ടിയാർ മരുന്നിനും മറ്റുമായി മുത്തുരാമന് നല്കിക്കഴിഞ്ഞിട്ടുമുണ്ട്. ആളുകൾക്കതറിയാം.

ചെട്ടിയാരുടെ എയർകണ്ടീഷൻഡ് കാർ മുത്തുരാമന്റെ കുടിലിനെ ലക്ഷ്യമാക്കി ഓടി.

സീൻ - നാല്

നിരനിരയായി ചെറ്റക്കുടിലുകൾ.

അവയ്ക്കിടയിലൂടെ വൃത്തിഹീനമായ ഊടുവഴി. കാർ വളരെ പ്രയാസപ്പെട്ടാണ് അതിലൂടെ കടന്നുപോയത്. കുട്ടികളും വൃദ്ധന്മാരും കൈകൂപ്പി വണങ്ങി. അത് അവരുടെ ദൈവത്തിന്റെ വരവാണ്. രക്ഷകന്റെ സന്ദർശനമാണ്. അതവർക്കറിയാം.

മുത്തുരാമന്റെ കുടിലിനു മുന്നിൽ നല്ലൊരാൾക്കൂട്ടമുണ്ട്. ചെട്ടിയാരുടെ വരവറിഞ്ഞ് ആളുകൾ ഒതുക്കം കാട്ടി വഴിയൊരുക്കി. അകത്ത് കൂട്ടക്കരച്ചിൽ കേൾക്കാം. കാറിൽനിന്ന് ആദ്യമിറങ്ങിയത് കാര്യസ്ഥൻ

ഗോവിന്ദരാജൻ. അയാൾ പിറകിലെ വാതിൽ തുറന്നപ്പോൾ ചെട്ടിയാർ തിടുക്കത്തിലിറങ്ങി. അയാൾ വല്ലാത്തൊരു ധൃതിയിൽ അകത്തേക്കു കട ന്നുപോയി.

മുത്തുരാമൻ അച്ഛൻ മരിച്ചുകിടക്കുന്ന കാര്യം ഒരു നിമിഷത്തേക്ക് മറന്ന് ചെട്ടിയാരെ വണങ്ങി. ചെട്ടിയാർ ദീനാനുകമ്പയോടെ അവനെ നോക്കി. ശവസംസ്കാരത്തിനുള്ള ഏർപ്പാടുകൾക്ക് കാര്യസ്ഥനു നിർദ്ദേശം നല്കി. അപ്പോഴും അയാളുടെ കൺകോണുകളിൽ കണ്ണീർ ഇറ്റുവീഴാൻ വെമ്പിനില്പുണ്ടായിരുന്നു. ആളുകൾ ആ മഹത്വത്തെ വാനോളം വാഴ്ത്തി.

ആൾക്കൂട്ടത്തിൽ നിന്നുകൊണ്ട് വെങ്കിടിയും ആ കാഴ്ച കാണുക യായിരുന്നു.

സീൻ - അഞ്ച്

ആ തെരുവിന്റെ വേറൊരു മൂലയിലായിരുന്നു നാരായണസ്വാമിയുടെ വീടും പ്രസ് കെട്ടിടവും. പ്രസ് കെട്ടിടത്തിൽത്തന്നെ താമസിക്കാനുള്ള സൗകര്യവും വെങ്കിടി ഉണ്ടാക്കിയെടുത്തു. അന്ന് പ്രഭാതത്തിൽ അയാൾ ഒരു കാഴ്ച കണ്ടു. ഒരു വലിയ ട്രക്കിൽ ഗ്രാമത്തിലെ ചെറുപ്പക്കാരും സ്ത്രീകളുമൊക്കെ കയറിക്കൂടുന്നു. അവരുടെയൊക്കെ കൈയിൽ ഉച്ച ഭക്ഷണത്തിന്റെ പാത്രങ്ങളുണ്ട്. ദൂരെയെവിടേക്കോ ജോലിക്ക് കയറ്റി ക്കൊണ്ടുപോകുന്നതുപോലുള്ള ഒരു കാഴ്ചയായിരുന്നു അത്. അയാൾ അതു കണ്ടുനിന്നു.

സീൻ - ആറ്

നാരായണസ്വാമിക്ക് വെങ്കിടിയുടെ സംശയം കേട്ടു ചിരിവന്നു: "ഈ ഉണങ്ങി വരണ്ട ഗ്രാമത്തിൽ ഇവരൊക്കെ പിന്നെയെങ്ങനെ കഴിഞ്ഞുകൂ ടുന്നുവെന്നാണ് വെങ്കിടി കരുതിയത്?" സ്വാമി ചോദിച്ചു. "എല്ലാം രാമ ലിംഗം ചെട്ടിയാരുടെ കൃപകൊണ്ടുമാത്രം. മങ്കാശിപുരത്തുള്ള ചെട്ടിയാ രുടെ നെയ്ത്തുശാലകളിൽ ജോലിയെടുക്കുന്നവരാണ് ഈ നാട്ടിലെ ആളുകളൊക്കെ. ഇവരുടെ അദ്ധ്വാനത്തിന്റെ ഫലമാണ് ചെട്ടിയാർ പുറം നാടുകളിലേക്കു കയറ്റി അയയ്ക്കുന്ന പട്ടുടയാടകൾ. ഇപ്പോൾ കാഞ്ചീ പുരം സിൽക്കിന്റെ വലിയൊരു ഫാക്ടറി കൂടി തുടങ്ങാനുള്ള ശ്രമത്തി ലാണ് അയാൾ."

ഗ്രാമം വരണ്ടുകിടക്കുന്നു എന്നത് വാസ്തവമല്ലെന്നും ഇവിടെയു ള്ളവരുടെ വെള്ളത്തിനായുള്ള അന്വേഷണം ചെട്ടിയാർ ബോധപൂർവ്വം തടഞ്ഞുവെച്ചതാണെന്നും സ്വാമി വെങ്കിടിയോടു പറഞ്ഞു.

സീൻ - ഏഴ്

വിൻഡ്മില്ലിനടുത്തേക്ക് നാരായണസ്വാമി വെങ്കിടിയെ കൂട്ടിക്കൊണ്ടുപോയി. ഇത് ഏറെ വർഷങ്ങളായി പ്രവർത്തിക്കാതെ കിടക്കുകയാണെന്ന് അയാൾ പറഞ്ഞു. അതിന്റെ യന്ത്രഭാഗങ്ങളെല്ലാം തുരുമ്പിച്ചു കിടക്കുകയായിരുന്നു. ഇതു പ്രവർത്തിപ്പിച്ച് കറന്റുല്പാദിപ്പിച്ച് താൻ തന്റെ ഭൂമി നനച്ചിരുന്ന കാര്യം സ്വാമി പറഞ്ഞു; വളരെ അഭിമാനത്തോടെ. പക്ഷേ, പെട്ടെന്ന് ആ മുഖം ഇരുളുകയും ചെയ്തു. ഒരു രാത്രിയിൽ തന്റെ വിളകളെല്ലാം ഗുണ്ടകൾ നശിപ്പിച്ചു. വിൻഡ്മിൽ തല്ലിത്തകർത്ത് ഈ നിലയിലാക്കുകയും ചെയ്തു.

അതെന്തു നീതിയാണെന്ന് വെങ്കിടി അരിശത്തോടെ ചോദിച്ചു. ഗുണ്ടകൾക്ക് അങ്ങനെയങ്ങു വിളയാടാൻ അവസരം കൊടുക്കാമോ? സ്വാമി പെട്ടെന്ന് അവന്റെ വായ അടച്ചുപിടിച്ചു: “ഉറക്കെ പറയേണ്ട. ചുവരുകൾക്കുപോലും കാതുകളുണ്ട്. ഇവിടെ ഉറക്കെ സംസാരിക്കാനുള്ള സ്വാതന്ത്ര്യം ആർക്കുമില്ല. ഞാനൊക്കെ സ്വാതന്ത്ര്യം പൊരുതി നേടി എന്നൊക്കെ അഭിമാനിച്ചിരുന്ന ഒരു കാലമുണ്ടായിരുന്നു. അത് വെറുതെയാണെന്നു മനസ്സിലായി.”

ചെട്ടിയാർ ജനങ്ങളെ മുഴുവൻ സ്നേഹവും കരുണയും അഭിനയിച്ചു കാട്ടി വരുതിയിൽ വെച്ചിരിക്കയാണെന്ന് സ്വാമി പറഞ്ഞു. അയാൾക്ക് അയാളുടെ തൊഴിൽശാലകൾ വളരണമെങ്കിൽ ഈ പാവങ്ങളുടെ വിയർപ്പു വേണം. ഇവരിവിടെ ഭൂമിയിൽ കൃഷിയിറക്കാതെ മണ്ണുവരണ്ടു കിടക്കേണ്ടത് ചെട്ടിയാരുടെ ആവശ്യമാണ്. ഇവിടെ കൃഷി ചെയ്യാമെന്നു വന്നാൽ ചെട്ടിയാരുടെ തൊഴിൽശാലകളിലേക്ക് ആളുകളെ കിട്ടുന്നതെങ്ങനെ? ഈ മണ്ണിനെ ഫലഭൂയിഷ്ഠമാക്കാനുള്ള ശ്രമത്തിൽ ജീവിതങ്ങൾ നഷ്ടപ്പെട്ടവരെത്രയോ ഉണ്ടെന്ന് സ്വാമി പറയുന്നു.

വെങ്കിടിയുടെ മുഖം പെട്ടെന്ന് ചുവന്നുതുടുത്തു. അയാളുടെ മനസ്സിൽ എന്തെല്ലാമോ വികാരങ്ങൾ വേലിയേറ്റമുണ്ടാക്കി.

സീൻ - എട്ട്

വൈകുന്നേരം.

ആളുകൾ വെള്ളത്തിനായി നിരനിരയായി കാത്തുനില്ക്കുമ്പോൾ വെള്ളം നിറച്ച ടാങ്കർലോറി കടന്നുവന്നു. ഗ്രാമത്തിന്റെ അതിരിലൂടെ ഒഴുകുന്ന പുഴയിൽനിന്നു പ്രത്യേക പൈപ്പ്ലൈൻ വഴി ചെട്ടിയാർ തന്റെ പാർപ്പിടത്തിലേക്ക് വെള്ളം കൊണ്ടുവന്നിട്ടുള്ള കാര്യം വെങ്കിടി അപ്പോഴാണ് അറിയുന്നത്. ആ വെള്ളം ടാങ്കുകളിൽ നിറച്ച് വൈകുന്നേരം ഗ്രാമത്തിൽ ചെട്ടിയാർ വിതരണം നടത്തി കാരുണ്യവാനെന്ന ഖ്യാതിയോടെ വിലസുകയാണ്. ആളുകളൊക്കെ ചെട്ടിയാരുടെ അനുകമ്പയ്ക്കും സ്നേഹത്തിനും സ്തുതിപാടിക്കൊണ്ടിരുന്നു.

സീൻ - ഒൻപത്

ഒരു നാടൻ ഗാനരംഗത്തിന്റെ അകമ്പടിയോടെ വിവിധ രംഗങ്ങൾ... ഗ്രാമത്തിന്റെ മുക്കിലും മൂലയിലുമായി കണ്ടുതുടങ്ങുന്ന പ്രാകൃതനായ ആ ചെറുപ്പക്കാരൻ എല്ലാവരുടെയും കൗതുകമാകുന്നു. ചീത്തയായി കിടപ്പായിരുന്ന വിൻഡ്മിൽ അയാൾ ശ്രമപ്പെട്ടു നന്നാക്കിയെടുക്കുന്നു. അത് 'കരകര' ശബ്ദത്തോടെ പ്രവർത്തിപ്പിച്ചപ്പോൾ ഒരു കൊച്ചുജലധാര, മണ്ണിൽനിന്നുയർന്ന് കുഴൽവഴി പുറത്തേക്കു തൂവി.

"വെള്ളം.... വെള്ളം."

കുട്ടികൾ അയാൾക്കു ചുറ്റും കൗതുകത്തോടെ ആർത്തുവിളിച്ചെത്തി. അയാൾ അവരിലൊരാളായി. നാടൻപാട്ടുകൾ പാടിക്കൊടുത്തും നാടൻകഥകൾ പറഞ്ഞും വെങ്കിടി അവരെ രസിപ്പിക്കുകയാണ്. അയാൾക്ക് അപ്പോൾ നഷ്ടപ്പെട്ട തന്റെ ബാല്യം വീണ്ടുകിട്ടിയതുപോലെ.

വിൻഡ്മിൽ പ്രവർത്തിച്ചു തുടങ്ങിയപ്പോൾത്തന്നെ നാരായണസ്വാമി വെങ്കിടിയോട് സൂക്ഷിച്ചിരിക്കാൻ പറഞ്ഞതാണ്.

"ആരെയാ പേടിക്കേണ്ടത്?" വെങ്കിടിക്ക് ഒരു കൂസലുമില്ല. അയാൾ അന്ന് വിൻഡ്മില്ലിനു കീഴെ നിലാവിനെ നോക്കി ഒരു പാട്ടുപാടി ഉറങ്ങാൻ കിടന്നു.

സീൻ - പത്ത്

രാത്രി ഏറെച്ചെന്നപ്പോൾ ഒരു ജീപ്പ് വന്നുനിന്നു. അതിൽ നിന്നിറങ്ങിയത് മുട്ടൻവടികളുമായി കുറേ തടിയന്മാർ. വെങ്കിടി അവരെ നേരിടാൻ തയ്യാറായി നിന്നു. രാത്രിയുടെ നിശ്ശബ്ദതയെ ഒടുവിൽ കീറിമുറിച്ചത് തടിയന്മാരുടെ ആർത്തനാദമായിരുന്നു.

സീൻ - പതിനൊന്ന്

പ്രസ് കെട്ടിടത്തിന് വെളുത്ത ചായം മതിയെന്ന് വെങ്കിടി തീരുമാനിച്ചു. വെളുപ്പ് നന്മയുടെ പ്രതീകമാണ്. ഈ ഗ്രാമത്തിന്റെ വിശുദ്ധിയാണ് തന്റെ പത്രത്തിന്റെ മനസ്സിനുണ്ടാവേണ്ടത്. നാരായണസ്വാമിയും അതു ശരിവെച്ചു. അയാൾക്കും ചില സങ്കല്പങ്ങളൊക്കെയുണ്ട്. ഓഫീസും മറ്റു കാര്യങ്ങളും വെങ്കിടി വളരെവേഗം ഒരുക്കിയെടുത്തു. നാരായണസ്വാമിയുടെ പഴയ ജോലിക്കാരെത്തന്നെ അയാൾ പ്രസിലെ ജോലിക്കു നിശ്ചയിച്ചു. 'പുതുമലർ' എന്ന ബോർഡ് അകത്തൊരിടത്ത് പൊടിപിടിച്ചും തുരുമ്പിച്ചും കിടപ്പിലായിരുന്നു. വെങ്കിടി അതെടുത്ത് മിനുക്കിവൃത്തിയാക്കി കെട്ടിടത്തിനു മുന്നിൽ തൂക്കി. അങ്ങനെ ഒരു പുതിയ അദ്ധ്യായം തുടങ്ങുകയായി.

സീൻ - പന്ത്രണ്ട്

ഔപചാരികമായ ചടങ്ങുകളൊന്നുമില്ലാതെ ഒരു വൈകുന്നേരം 'പുതുമലർ' ഗ്രാമത്തിന്റെ വിവിധ ഭാഗങ്ങളിലായി പറന്നുനടന്നു. കടകൾക്കിടയിലൂടെ, റെയിൽവേ സ്റ്റേഷനിൽ വന്നുനിന്ന അഞ്ചുമണിയുടെ പാസഞ്ചർ വണ്ടിയിൽ നിന്നിറങ്ങിവന്ന തൊഴിലാളികൾക്കിടയിലൂടെ പുതുമലരിലെ കൊച്ചുകൊച്ചു വർത്തമാനങ്ങൾ ഒഴുകിനിറഞ്ഞു. ആദ്യമതൊരു കൗതുകമായി. പിന്നെ ആശ്ചര്യമായി. വെങ്കിടി നടന്നുപോകുമ്പോൾ അവർ "അതാ അയാൾ... അയാൾ" എന്നു വിനയത്തോടെയും ആശ്ചര്യത്തോടെയും സ്നേഹത്തോടെയും കൈകൂപ്പി.

സീൻ - പതിമൂന്ന്

ഗ്രാമത്തിന്റെ പ്രശ്നങ്ങൾ നിരവധിയാണെന്ന് നാരായണസ്വാമി പറഞ്ഞു. അത് ഓരോന്നോരോന്നായി പത്രത്തിലൂടെ ഉന്നയിക്കണം. സർക്കാരിന്റെ കണ്ണിൽ ഇവിടെ വികസനത്തിന്റെ ആവശ്യമൊന്നുമില്ല എന്നാണ്. മറ്റു പല ഗ്രാമങ്ങളിലും കുടിവെള്ളത്തിനുള്ള സൗകര്യങ്ങൾ വന്നിട്ടും ഇവിടെയതു നടന്നില്ല. പലതവണ താൻ നിവേദനങ്ങളുമായി അകലെയുള്ള കളക്ടറാഫീസിൽ കയറിയിറങ്ങിയതു മാത്രം മിച്ചമെന്ന് സ്വാമി പരിതപിച്ചു. നല്ലൊരു വിഭാഗം നിരക്ഷരരാണ്, ഗ്രാമത്തിൽ. അവരുടെ കുട്ടികളും ചെറുപ്പത്തിൽത്തന്നെ തൊഴിലാളികളായും തെരുവുതെണ്ടികളായും മാറുകയാണ്. അതു മാറണമെങ്കിൽ ഇപ്പോഴത്തെ ചെറിയ സ്കൂൾ വികസിപ്പിക്കണം. വോട്ടിനു മാത്രം ഗ്രാമത്തിലെത്തുന്ന രാഷ്ട്രീയക്കാർക്ക് ഇതൊക്കെ അറിഞ്ഞിട്ടെന്തു കാര്യമെന്ന് സ്വാമി അരിശംകൊണ്ടു....

സീൻ - പതിന്നാല്

പിറ്റേന്നത്തെ പത്രത്തിലെ ഏറ്റവും ചൂടുപിടിച്ച വാർത്ത ഗ്രാമത്തിലെ കുടിവെള്ളപ്രശ്നം ആയിരുന്നു. സർക്കാർ പക്ഷത്തുനിന്നുള്ള അലംഭാവത്തെ വെങ്കിടി തുറന്നെഴുതി, കടുത്ത വിമർശനങ്ങളോടെ തന്നെ.

ആളുകൾ ആ വാർത്ത വായിച്ച് "ഓ ഇതു ശരിയാണല്ലോ" എന്നു തിരിച്ചറിഞ്ഞു. ഗ്രാമച്ചന്തയിൽ ഈ വിഷയം ചർച്ചചെയ്യവേ, റോഡിലൂടെ ചെട്ടിയാരുടെ വെള്ളപ്പകർച്ചയുടെ വണ്ടി മുരണ്ടു കൊണ്ടു കടന്നുപോയി...

സീൻ - പതിനഞ്ച്

ഒരുച്ചനേരം.

48-ാം നമ്പർ പാസഞ്ചർ വണ്ടിയിൽ നഗരത്തിൽനിന്നു തനിക്കായി

വരുന്ന ദിനപ്പത്രങ്ങൾ ശേഖരിക്കാൻ വെങ്കിടി കാത്തുനിന്നു. സ്റ്റേഷൻമാസ്റ്റർ, തന്റെ ആസ്ത്മച്ചുമയുമായി പ്ലാറ്റ്ഫോമിൽ വന്നപ്പോൾ കുറേ ദൂരെയായി വണ്ടിയും പ്രതീക്ഷിച്ചുകൊണ്ട് വെങ്കിടി.

"പത്രം നന്നാവുന്നു കേട്ടോ."

മാസ്റ്റർ വെങ്കിടിയെ അഭിനന്ദിച്ചു.

"ഓ... പത്രം നന്നായിട്ടെന്താ? ഗ്രാമം നന്നാവുന്നില്ലല്ലോ." വെങ്കിടിയുടെ വാക്കുകളിൽ നേരിയ നൊമ്പരമുണ്ടായിരുന്നു. മാസ്റ്റർക്കത് മനസ്സിലായി. പക്ഷേ, അയാൾ ഒന്നും പറഞ്ഞില്ല. വെങ്കിടിയുടെ കണ്ണുകളിൽ അലയടിക്കുന്ന ഭാവം എന്തെന്ന് ഉറ്റുനോക്കിക്കൊണ്ട് അയാൾ നിന്നു.

അപ്പോൾ അകലെ, പ്ലാറ്റ്ഫോമിന്റെ അങ്ങേയറ്റത്ത് വലിയൊരു ആരവം കേട്ടു.

മൂന്നാലുപേർ അങ്ങുമിങ്ങും വെപ്രാളപ്പെട്ട് വണ്ടിയെ കാക്കുന്നതിന്റെ ബഹളമായിരുന്നു. പക്ഷേ, അത് സാധാരണക്കാരായ മൂന്നുനാലുപേരല്ല.

സ്റ്റേഷൻമാസ്റ്റർ വെങ്കിടിയോടു പറഞ്ഞു: "പേടിക്കേണ്ട. രാമലിംഗം ചെട്ടിയാരുടെ കാര്യസ്ഥനും ജോലിക്കാരുമാണ്. ഇന്ന് ആ പെണ്ണുവരുന്നുണ്ടാകും ഈ വണ്ടിക്ക്."

ചൂളംവിളിയോടെ 48-ാം നമ്പർ പാസഞ്ചർ ട്രെയിൻ അപ്പോഴേക്കും അടുത്തെത്തി.

"ഇതാ ഈ കമ്പാർട്ടുമെന്റിൽ."

"അല്ലാ... അതാ അവിടെ."

വെപ്രാളപ്പെട്ട് കാര്യസ്ഥൻ ഗോവിന്ദരാജനും ഡ്രൈവർ പിള്ളൈമുത്തുവും അനുചരരും അങ്ങുമിങ്ങും ഓടിക്കൊണ്ടിരുന്നു.

ഗാർഡിന്റെ കൈയിൽനിന്ന് 'പുതുമലരി'ന്റെ പേരിലുള്ള ചെറിയ ന്യൂസ്പേപ്പർ കെട്ടുവാങ്ങി വെങ്കിടി പതിവുപോലെ ധൃതിയിൽ അതു തുറന്നു. വാർത്തകളിലൂടെ പെട്ടെന്നങ്ങു കടന്നുപോകാനുള്ള ഒരു ധൃതി ചലനങ്ങളിൽ കാണാമായിരുന്നു.

വണ്ടിയിറങ്ങിപ്പോകുന്ന ആളുകൾ വളരെ കുറവായിരുന്നു. ഉച്ചയ്ക്കുള്ള വണ്ടിക്ക് എപ്പോഴും ഇതേ അവസ്ഥ തന്നെ. കുറേ പത്രങ്ങൾ കക്ഷത്തിൽ ഇറുക്കിപ്പിടിച്ച്, ഒരു പത്രം തുറന്നുപിടിച്ച് വാർത്തകൾ ശ്രദ്ധിച്ചുകൊണ്ടുതന്നെ വെങ്കിടി പ്ലാറ്റ്ഫോമിനു പുറത്തേക്കു നടന്നു.

ചെട്ടിയാരുടെ മകൾ, വണ്ടിയിറങ്ങിയപ്പോൾത്തന്നെ കണ്ട കാഴ്ച ഇതാണ്.

"ഇവിടിപ്പോ പത്രം വില്പനയും തുടങ്ങിയോ? ഇന്നത്തെ പത്രമൊന്നും ഞാൻ കണ്ടതേയില്ല." അവൾ വെങ്കിടിയുടെ അരികിലേക്ക് ധൃതിയിൽ നടന്നെത്തി. "ഏയ് പേപ്പർ ബോയ്... അതെന്താ ഹിന്ദുവോ? ഗീവ് മീ വൺ."

വെങ്കിടി പെട്ടെന്നു മുഖമുയർത്തി. പച്ചപ്പരിഷ്കാരിയായ ആ പെൺകുട്ടിയെ ഒരു നിമിഷം അയാൾ തറപ്പിച്ചു നോക്കിനിന്നു. അയാ

ളുടെ മനസ്സിലൂടെ എന്തെല്ലാമോ ചിന്തകൾ തീവണ്ടിയുടെ കമ്പാർട്ടുമെന്റുകൾപോലെ കടന്നുപോയി. അതിലൊന്നിലിരുന്ന് ഒരു സ്ത്രീ വിമ്മിവിതുമ്പിക്കരയുകയായിരുന്നു. അത് അയാളുടെ അമ്മയായിരുന്നു.

അപ്പോൾ, അയാൾക്കു മുന്നിലൂടെ 48-ാം നമ്പർ പാസഞ്ചർ വണ്ടി പാഞ്ഞുപൊയ്ക്കൊണ്ടിരുന്നു.

വെങ്കിടി ചിന്തകളിൽനിന്നു ഞെട്ടിയുണർന്നു. "ഇറ്റ്സ് നോട്ട് ഫോർ സേൽ."

പെൺകുട്ടി അരിശത്തിൽ, അയാളിൽനിന്ന് ആ പത്രം പിടിച്ചെടുക്കാൻ ഭാവിച്ചു. കാര്യസ്ഥൻ ഗോവിന്ദരാജൻ അവളുടെ സഹായത്തിനെത്തി. അയാൾ വെങ്കിടിയിൽനിന്നു പത്രം പിടിച്ചുവാങ്ങി: "കൊടുക്കെടോ."

കാര്യസ്ഥൻ വെങ്കിടിയുടെ ചുമലിൽ കൈവച്ചു. പ്ലാറ്റ്ഫോമിൽ ഒരു സംഘർഷാവസ്ഥ കണ്ടതിനാൽ സ്റ്റേഷൻ മാസ്റ്റർ ആകെ വെപ്രാളപ്പെട്ടു. "വെങ്കിടീ, ആ പത്രം കൊടുത്തേക്ക് കുഴപ്പമുണ്ടാക്കേണ്ട."

പക്ഷേ, അപ്പോഴേക്കും ആദ്യത്തെ അടി പൊട്ടിയിരുന്നു. കാര്യസ്ഥൻ ഗോവിന്ദരാജൻ റെയിലിന്മേൽ മലർന്നടിച്ചുവീണു. തടുക്കാനെത്തിയ ഡ്രൈവർ പിള്ളൈമുത്തുവും വെങ്കിടിയുടെ കൈയിന്റെ കരുത്തറിഞ്ഞു. മറ്റു രണ്ടുപേർ എന്തുചെയ്യണമെന്നറിയാതെ സ്തംഭിച്ചുനില്ക്കെ വെങ്കിടി ആ പെൺകുട്ടിക്കു നേരെ തിരിഞ്ഞു: "വിളച്ചില് എന്റെ അടുത്തു വേണ്ട! അക്ഷരത്തിന്റെ മഹത്ത്വമറിയുന്നോർക്കുള്ളതാ പത്രം... വിവരദോഷികൾക്കുള്ളതല്ല."

വെങ്കിടി നടന്നുപോകുന്നതുവരേക്കും ഇനിയെന്തൊക്കെ സംഭവിക്കും ദൈവമേ എന്നോർത്തു വിറച്ചുകൊണ്ടു നില്ക്കുകയായിരുന്നു സ്റ്റേഷൻ മാസ്റ്റർ. അയാൾ ട്രെയിനിനു പച്ചക്കൊടി വീശാൻ പോലും മറന്നുപോയിരുന്നു. തിടുക്കത്തിലുണർന്ന് അയാൾ കൊടി ഉയർത്തിവീശി. ശൂന്യമായ റെയിൽപ്പാളങ്ങൾ അയാളെ നോക്കി ചിരിച്ചു. മുഖത്ത് ചോരയൊലിപ്പിച്ചുകൊണ്ട് റെയിൽപ്പാളത്തിൽനിന്ന് അപ്പോൾ കാര്യസ്ഥൻ ഗോവിന്ദരാജൻ പതുങ്ങിപ്പതുങ്ങി എഴുന്നേറ്റു.

ചെട്ടിയാരുടെ മകൾ ആ ചെറുപ്പക്കാരൻ നടന്നു പോകുന്നതും നോക്കി നിന്നു. എന്തൊരു ഉശിര്! എന്തൊരു തന്റേടം! രാമലിംഗം ചെട്ടിയാരുടെ മകൾക്കും ആളുകൾക്കും നേരെ ഒരു ചെറുപ്പക്കാരൻ കൈയോങ്ങിയെങ്കിൽ അയാളെങ്ങനെ സാധാരണക്കാരനാകും? അവളുടെ മനസ്സിൽ സ്നേഹത്തിന്റെ ഓളങ്ങളുയർന്നു.

●

സ്ഥിരം നായികമാരിൽനിന്ന് ഒരു മാറ്റം നമുക്കിവിടെ നന്നായിരിക്കും. അനുചരവൃന്ദത്തിലൊരാൾ പറഞ്ഞു: "നമ്മൾ ചാണക്യനിൽ

ഊർമ്മിളയെ ബോംബേന്ന് കൊണ്ടുവന്നതുപോലെ ബംഗാളീന്നോ മറാത്തീന്നോ ഒരാളെ കൊണ്ടുവരാം..."

രാജീവ് കുമാർ ഒന്നും പറഞ്ഞില്ല.

തന്റെ വായനയ്ക്ക് ചെറിയ ഭംഗമുണ്ടായതിൽ പരിഭവമൊന്നും പുറത്തുകാട്ടാതെ കഥാകൃത്ത് പറഞ്ഞു: "അതിന് നായികാപ്രാധാന്യമുള്ള ഒരു സിനിമാക്കഥയേ അല്ല ഇത്. ഇതിലെ നായിക ഈ വരണ്ട പ്രകൃതിയാണ്. നായകൻ വെങ്കിടിക്കു ചുറ്റുമാണ് കഥ വികസിക്കുന്നത്..."

"മാമാ, അവാ വാശിക്കട്ടും. ശുമ്മായിരി."

– കമൽഹാസൻ തന്റെ ഉപദേശിയുടെ വായടച്ചു.

കിളരക്കാരൻ കഥാകൃത്ത് വായന തുടർന്നു...

സീൻ – പതിനാറ്

റേഡിയോ തുറന്ന് ഉച്ചയ്ക്കുള്ള ഇംഗ്ലീഷ് വാർത്ത കേൾക്കുകയായിരുന്നു വെങ്കിടി. എന്തൊക്കെയോ ചിലത് അയാൾ കുറിച്ചെടുക്കുകയും ചെയ്തു. കമ്പോസിറ്റർ സുബ്രുവും മുരുകേശനും വന്ന് ഫസ്റ്റ് പേജിലേക്കുള്ള ലീഡിനുവേണ്ടി കാത്തുനില്ക്കുകയാണ്. വാർത്ത കഴിഞ്ഞയുടനെ വെങ്കിടി, എഴുതിയ കുറിപ്പുകൾവെച്ച് ഒരു ലീഡ് തയ്യാറാക്കിത്തുടങ്ങി.

അപ്പോഴാണ് പുറത്ത് ഒരു കാർ വന്നു നിന്നത്.

"ചെട്ടിയാരുടെ കാറാണ്."

മുരുകേശൻ പറഞ്ഞു.

വെങ്കിടി എഴുതുന്നതിനിടയിൽ ഒരു നിമിഷം എന്തോ ആലോചിച്ചു. പിന്നെ മുഖമുയർത്താതെതന്നെ എഴുത്തു തുടർന്നു.

വാതില്ക്കൽ വന്നുനിന്നത് ചെട്ടിയാരുടെ മകളായിരുന്നു.

"ഹലോ മേ ഐ കമിൻ?"

അവളുടെ ശബ്ദത്തിൽ വിനയം നിറഞ്ഞു നിന്നിരുന്നു.

"നേരത്തെ സ്റ്റേഷനീന്ന് പരിചയപ്പെടാൻ പറ്റീലാ. ഐ ആം രാജി. ഫുൾ നൈം രാജരാജേശ്വരി... കുറേക്കാലമായി കോളേജിലും ഹോസ്റ്റലിലുമൊക്കെ ആയതോണ്ട് ഇവിടെ പത്രം തുടങ്ങിയതൊന്നും അറിയാൻ കഴിഞ്ഞില്ല. വീട്ടിലെത്തിയപ്പോഴാ കഴിഞ്ഞ ദിവസത്തെ പത്രങ്ങളൊക്കെ കണ്ടത്. ഗുഡ്! ഇറ്റീസ് റിയലി എ ഗ്രേറ്റ് വർക്ക്... അപ്പോത്തന്നെ തോന്നി ഒന്നുവന്ന് കൺഗ്രാജുലേറ്റ് ചെയ്യണംന്ന്... സ്റ്റേഷനീന്ന് അങ്ങനെയൊക്കെ സംഭവിച്ചതിന് സോറി... ഐ ആം റിയലി സോറി!"

വെങ്കിടി മുഖമുയർത്താതെ എഴുതിക്കൊണ്ടിരുന്നു. സുബ്രുവും മുരുകേശനുമൊക്കെ സംഭവമെന്തെന്നറിയാതെ അന്യോന്യം നോക്കി. എഴുതിക്കഴിഞ്ഞ കടലാസുകൾ, വീണ്ടും എഴുത്തിൽത്തന്നെ ശ്രദ്ധിച്ചുകൊണ്ട് വെങ്കിടി. പിറകിലേക്കു നീട്ടി, അത് മുരുകേശനും സുബ്രവും കൈക്ക

ലാക്കി തിടുക്കത്തിൽ അകത്തേക്ക്.

"ഒന്നിരിക്കാൻ പറയുന്നില്ലല്ലോ." രാജി നിന്നു ചിണുങ്ങി.

എഴുത്തിനിടയിൽത്തന്നെ വെങ്കിടി മേശയ്ക്കപ്പുറത്തെ ഒരു പൊളിഞ്ഞ കസേര ചൂണ്ടി. അവളാ കസേര തൊട്ടപ്പോൾ അത് ഒന്നാടി.

"നല്ലൊരു കസേരപോലുമില്ലേ പത്രാധിപരേ. ഇതിലിരുന്നാ പിന്നെ എന്റെ പേരു കൊടുക്കേണ്ടി വരുമല്ലോ ചരമക്കോളത്തില്!"

അവൾ പതുക്കെ ആ കസേരയിലിരുന്നു. കസേര ചെറിയൊരു പ്രതിഷേധം കാട്ടി 'കരകരാ' ശബ്ദമുണ്ടാക്കി.

എഴുതിക്കഴിഞ്ഞ മാറ്ററുമായി തിടുക്കത്തിൽ അകത്തേക്കു പോയി ചില നിർദ്ദേശങ്ങൾ കൊടുത്ത് തിരിച്ചെത്തിയ വെങ്കിടി കണ്ടത് ആ പെൺകുട്ടി മേശപ്പുറത്ത് താനെഴുതിവച്ച ചില കടലാസുകളെടുത്തു വായിക്കുന്നതാണ്.

"അതവിടെ വെക്കൂ."

വെങ്കിടി പറഞ്ഞു: കടുത്ത സ്വരത്തിൽ.

അവൾ പെട്ടെന്ന് കടലാസുകൾ തിരികെവച്ചു.

"എക്സാംസ് കഴിഞ്ഞു. ഇനിയിപ്പോ പരമസുഖം.... കോളേജില് കാമ്പസ് മാഗസിനൊക്കെ ഞാൻ എഡിറ്റു ചെയ്തിട്ടുണ്ട്... ഞാൻ കൂടി വരട്ടേ ഇവിടെ ഒരു അസിസ്റ്റൻസിന്?" അവൾ ചോദിച്ചു.

"ഞാനറിയിക്കാം." വെങ്കിടി മറ്റു പല ജോലികളിലേക്കും തിരിഞ്ഞു. "കുട്ടി ഇപ്പോൾ പോകൂ. എനിക്കല്പം ജോലിത്തിരക്കുണ്ട്."

അവൾ തീരെ പിടിക്കാത്തമട്ടിൽ, കെറുവോടെ ഒരു നിമിഷം അയാളെ നോക്കിയശേഷം ഒരു ഭീഷണിയുടെ സ്വരത്തിൽ, എന്നാൽ ചെറിയ പരിഭവത്തോടെ പറഞ്ഞു: "ഞാൻ ഇനീം വരും."

അവൾ ധൃതിയിലിറങ്ങി കാറിൽക്കയറി.

വെങ്കിടി എന്തോ ഓർത്തുകൊണ്ടിരുന്നു.

സീൻ - പതിനേഴ്

പത്രത്തിലെ കൊച്ചുകൊച്ചു വാർത്തകൾ കടത്തിണ്ണകളിലും കൂരകളിലെ വരാന്തകളിലുമിരുന്ന് ആളുകൾ വായിച്ച് രസിച്ചു. തീരെ സാധാരണക്കാരായ ആളുകൾക്കു മനസ്സിലാകുന്ന ഭാഷയിൽ, വളരെ സരസമായിട്ടാണ് വെങ്കിടി ഓരോ വാർത്തയും തയ്യാറാക്കിയത്. പത്രത്തിനു വിലയും വളരെ തുച്ഛമായിരുന്നു.

ഗ്രാമത്തിലെ കുടിവെള്ളപ്രശ്നത്തെക്കുറിച്ചെഴുതിയ വാർത്ത ഗ്രാമീണരായ ചെറുപ്പക്കാരെ ചിന്തിപ്പിച്ചിട്ടുണ്ടെന്ന് നാരായണസ്വാമി പറഞ്ഞു.

അന്നു സന്ധ്യക്ക് അവർ വന്നു. അഞ്ചെട്ടു ചെറുപ്പക്കാരുണ്ടായിരുന്നു. ഒട്ടുവളരെ കാര്യങ്ങൾ സംസാരിച്ച് നല്ല സുഹൃത്തുക്കളായി അവർ വെങ്കിടിയോടു യാത്ര പറഞ്ഞു. അപ്പോൾ പുറത്ത് രാത്രിയായിരുന്നു.

വെങ്കിടിക്ക് വല്ലാത്ത സന്തോഷം തോന്നിയ ഒരു രാത്രി. ഇളംകാറ്റ് അയാളെ തലോടി. ഈറൻനിലാവ് ചുറ്റിലും വർഷിച്ചുകൊണ്ടിരുന്നു..

സീൻ - പതിനെട്ട്

കളക്ടർ അശോക് കുമാറിനു തലവേദന കടുത്തു. അയാൾ തന്റെ ക്യാബിനിൽ തലയും കുമ്പിട്ടിരുന്നു. ഫാൻ വളരെ സ്പീഡിലായിരുന്നിട്ടും അയാൾ വല്ലാതെ വിയർത്തു. ഗ്രാമത്തിൽനിന്നു വന്ന ചെറുപ്പക്കാരായ നിവേദക സംഘത്തിനു സന്ദർശകാനുമതി നല്കുമ്പോൾ ഇത്ര വലിയ തലവേദനയ്ക്കാണ് താൻ വാതിൽ തുറന്നുകൊടുക്കുന്നതെന്ന് അയാൾ ഓർത്തിരുന്നില്ല. ഗ്രാമീണരുടെ പ്രശ്നങ്ങൾ ഒരിക്കലും ഇങ്ങനെ ഉന്ന യിക്കപ്പെടുമെന്ന് അയാൾ കരുതിയിരുന്നില്ല. ഒന്നുരണ്ടാഴ്ചയായി പത്ര വാർത്തകളും വന്നുകൊണ്ടിരിക്കുന്നത് അയാൾ ശ്രദ്ധിക്കുന്നുണ്ടായിരു ന്നു. ഗ്രാമത്തിൽനിന്നച്ചടിക്കുന്ന ഒരു ചെറുകിട പത്രത്തിൽ വരുന്ന വാർത്തകൾ നഗരത്തിലെ വൻകിട പത്രങ്ങളെല്ലാം വലിയ സെൻസേ ഷണലായി എടുത്തു ചേർക്കുകയാണെന്ന് പ്രൈവറ്റ് സെക്രട്ടറി അയാളെ ധരിപ്പിച്ചിരുന്നു...

അയാൾ പെട്ടെന്നു കൈനീട്ടി ഫോൺ എടുത്തു. ഒരു നമ്പർ ഡയൽ ചെയ്തുകൊണ്ട് റിസീവർ ചെവിയോടടുപ്പിച്ചു.

രാമലിംഗം ചെട്ടിയാർക്ക് കളക്ടർ അശോക് കുമാറിന്റെ വേവലാതി മനസ്സിലാക്കാം. പേടിക്കേണ്ട... അവരെ ഞാനടക്കിക്കോളാം എന്നൊക്കെ ചെട്ടിയാർ പല തവണ ആശ്വാസവചനങ്ങൾ ചൊരിഞ്ഞു. എന്നാൽ, ഫോണിലൂടെ കളക്ടറുടെ വേവലാതി നിറഞ്ഞ ശബ്ദം പിന്നേയും ഇര ച്ചുവന്നപ്പോൾ, ചെട്ടിയാർക്കതൊരു പൊല്ലാപ്പായി തോന്നി.

“നിങ്ങൾ ഫോൺ വെക്കൂ. ഇതു നല്ലകാര്യം! നിങ്ങടെ ജോലി എങ്ങനെ ചെയ്യണംന്ന് ഞാനാണോ പറഞ്ഞുതരേണ്ടത്... നല്ല തമാശ” ചെട്ടിയാർ അരിശം മറച്ചുവെക്കാതെ പറഞ്ഞു.

അപ്പുറത്തുനിന്ന് “അയ്യോ... എന്നെ കൈയൊഴിയുകയാണോ?” എന്ന് കളക്ടർ പിടിവള്ളി നഷ്ടപ്പെട്ടവന്റെ പ്രാണവേദനയോടെ മോങ്ങു ന്നതു കേട്ടില്ലെന്നു നടിച്ച് ചെട്ടിയാർ ഫോൺ താഴെ വച്ചു. “നാശം!” അയാൾ പിറുപിറുത്തു. “കോവിന്ദാ!” അയാൾ കാര്യസ്ഥനെ ഉറക്കെ വിളിച്ചു.

സീൻ - പത്തൊൻപത്

അതിനകം പുറത്തിറങ്ങിക്കഴിഞ്ഞ പത്തിരുപതു *പുതുമലരുകൾ* അങ്ങുമിങ്ങും പടപടാ മറിച്ചുനോക്കി അത് ടീപ്പോയിമേലേക്കിട്ടശേഷം രാമലിംഗം ചെട്ടിയാർ കസേരയിൽ നിന്നുയർന്നു: “ആരാ ഇവൻ?”

“കൂടുതലറിയില്ല. ആ നാരായണസ്വാമിയുടെ പ്രസിലാണ്.”

"സ്വാമിയാ പത്രം നടത്തുന്നത്?"

"അല്ല. അവൻ വിലയ്ക്കു വാങ്ങിയതെന്നാ കേട്ടത്."

"സ്വാമിയോടു പറ... കാശു തിരിച്ചുകൊടുത്ത് അവനെ പറഞ്ഞുവിടാൻ."

"ശരി." കാര്യസ്ഥൻ ഗോവിന്ദരാജൻ നടന്നുതുടങ്ങിയപ്പോൾ ചെട്ടിയാർ പിൻവിളി വിളിച്ചു: "നില്ക്ക്, നീ പോണ്ട, ടൗണീന്നുള്ള നമ്മുടെ ആളുകളെ വിട്ടാൽ മതി. കുറേ കാശും കൊടുത്തുവിട്. ഞാൻ പറഞ്ഞയച്ചതാണെന്നറിയണ്ട."

"ശരി."

കാര്യസ്ഥൻ വാതിൽ കടന്നുപോയശേഷം ചെട്ടിയാർ വീണ്ടും ചിന്താധീനനായി. അയാൾ ഫോണിൽ എസ് പിയെ വിളിച്ചു. വളരെ തന്ത്രപൂർവ്വവും ഗൂഢവുമായ അംഗവിക്ഷേപങ്ങളോടെ അയാൾ ഒരുപാടു നേരം എന്തൊക്കെയോ സംസാരിച്ചു.

സീൻ - ഇരുപത്

അതൊരു ഉത്സാഹഭരിതമായ സായാഹ്നമായിരുന്നു. പ്രസിന്റെ പിറകിലെ വിശാലമായ മൈതാനത്ത് ആ ഗ്രാമത്തിലെ ആളുകളധികവും വന്നുചേർന്നു. ചെറുപ്പക്കാരുടെ സംഘത്തിന്റെ നേതൃത്വത്തിലുള്ള ഒരു ഗ്രാമീണ സമ്മേളനമായിരുന്നു അത്. വെങ്കിടി എഴുന്നേറ്റുനിന്ന് എല്ലാവരുടെയും കണ്ണുകളിലേക്കു നോക്കി.

"ഞാനിവിടെ വന്നത് ഒരു പ്രസ് ഏറ്റെടുത്ത് എന്റെ ജീവിതത്തിനു വേണ്ടിയുള്ള ഒരു തൊഴിൽ ചെയ്യാൻ വേണ്ടി മാത്രമാണ്." വെങ്കിടി എല്ലാവരോടുമായി പറഞ്ഞുതുടങ്ങി.

"നിങ്ങളെയെല്ലാം കണ്ടപ്പോൾ, ഇവിടെ നിങ്ങളുടെയിടയിൽ നിങ്ങളിലൊരാളായി ഇത്രയും നാൾ കഴിഞ്ഞപ്പോൾ ഞാനെന്തുമാത്രം സന്തോഷമനുഭവിക്കുന്നുണ്ടെന്നോ! നമ്മൾക്കിടയിൽ കുറേയധികം പ്രശ്നങ്ങളുണ്ട്. ഏറ്റവും വലിയ ഒരു സത്യം ഞാൻ ഇനി നിങ്ങളോട് പറയാൻ പോവുകയാണ്. നമ്മുടെ അയൽപക്കത്തുള്ള പല ഗ്രാമങ്ങളിലും ജലസേചനം, വിദ്യാഭ്യാസം, മെച്ചപ്പെട്ട പാർപ്പിടം, ഗതാഗതം ഇങ്ങനെയുള്ള സൗകര്യങ്ങൾ വർദ്ധിച്ചു വന്നപ്പോൾ, എത്രയോ കാലമായി ഈ ഗ്രാമത്തിലുള്ള പലരും പുറംനാടുകളിൽ പോയി ആരാന്റെ കൃഷിസ്ഥലങ്ങളിലും ഫാക്ടറികളിലും ജോലി ചെയ്യുന്നവരാണ്. സ്വന്തം സ്ഥലത്ത് കൃഷിചെയ്യാനും വിളവുണ്ടാക്കാനും നാം തയ്യാറാവണം."

എല്ലാവരുടേയും മുഖത്ത് സംതൃപ്തിയുടെ പ്രകാശം പരക്കുന്നത് വെങ്കിടി ശ്രദ്ധിച്ചു. അപ്പോൾ കുറേ ദൂരെയായി ഒരു കാർ വന്നു നില്ക്കുന്ന സ്വരം അയാൾ കേട്ടു. ചിന്തിക്കാനവസരം കിട്ടുംമുൻപ് കൈകൂപ്പിക്കൊണ്ട് രാമലിംഗം ചെട്ടിയാർ കടന്നുവന്നു. അയാൾ വരാന്തയിലൂടെ സോത്സാഹം

നടന്നുവന്ന് പടികളിറങ്ങി വെങ്കിടിയും മറ്റും ഇരിക്കുന്ന ഭാഗത്തേക്കു നടന്നുവന്നു. തങ്ങളുടെ രക്ഷകനെ കണ്ട സന്തോഷത്തോടെയും ബഹുമാനത്തോടെയും സാധാരണക്കാരായ ആ പാവം ജനങ്ങൾ എഴുന്നേറ്റു കൈകൂപ്പി.

"നന്നായി. എല്ലാവരേയും ഇങ്ങനെ ഒരുമിച്ച് കണ്ടിട്ട് എത്ര കാലമായി."

രാമലിംഗം ചെട്ടിയാർ ഒരു കസേര വലിച്ചിട്ടിരുന്നു. വെങ്കിടിയോട് അയാൾ പുഞ്ചിരിച്ചു. പക്ഷേ, അയാളുടെ ഉള്ളിൽ തീ പുകയുകയായിരുന്നു.

"ഞാനിപ്പോ കുറച്ചുമുൻപ് കളക്ടറോടു സംസാരിച്ചിട്ടു വരികാ." ചെട്ടിയാർ എല്ലാവരോടുമായി ഗമയിൽ പറഞ്ഞു: "കനാൽ വെട്ടി വെള്ളം ഇവിടെ കൊണ്ടുവരുന്ന കാര്യം കളക്ടർ ഉറപ്പുതന്നിരിക്കുകയാണ്. നിങ്ങളുടെ ഒരു നിസ്സാര പ്രശ്നംപോലും എനിക്കു സഹിക്കാനാവില്ല."

ആളുകൾ ആ സന്തോഷവാർത്ത കേട്ട് ആരവം മുഴക്കി ചാടിത്തുള്ളി. ചിലരൊക്കെ ചെട്ടിയാർക്ക് ജയ് വിളിച്ചു. വെങ്കിടി നാരായണസ്വാമിയെ നോക്കി. ചെറുപ്പക്കാർ അന്യോന്യംനോക്കി. ചെട്ടിയാർ എല്ലാവരോടുമായി പുഞ്ചിരിപൊഴിച്ചുകൊണ്ട്, മുറുക്കാൻ നീട്ടിത്തുപ്പി നടന്നുപോയി. ആൾക്കൂട്ടം അയാൾക്കൊപ്പം നീങ്ങി...

സീൻ - ഇരുപത്തിയൊന്ന്

സർവ്വേസംഘത്തിൽ ആറു പേരുണ്ടായിരുന്നു. എഞ്ചിനീയർ ഭക്തവത്സലവും എഞ്ചിനീയർ മീരാറാണിയും പിന്നെ സർവ്വേയർമാരായ നാലു പേരും. അവർ ഉപകരണങ്ങളൊക്കെയായി ഗ്രാമത്തിന്റെ വിവിധ സ്ഥലങ്ങളിൽ അളന്നും ചിലതൊക്കെ രേഖപ്പെടുത്തിയും സമയം ചെലവഴിച്ചു. ആളുകൾ അത്ഭുതത്തോടെ കാഴ്ചകൾ കണ്ടുനിന്നു.

"വെള്ളം എപ്പോഴേക്കു വരും."

സ്ത്രീകൾ ആകാംക്ഷ മറച്ചുവയ്ക്കാതെ ചോദിച്ചു.

മീര വെറുതെ പുഞ്ചിരിക്കുക മാത്രം ചെയ്തു.

ഭക്തവൽസലം പറഞ്ഞു: "കഷ്ടിച്ചൊരു മാസം. ഇതാ, എല്ലാ ഏർപ്പാടുകളും തുടങ്ങുകയായി."

അയാൾ എന്തോ ഓർത്ത് ഗൂഢമായി ചിരിച്ചു.

"എല്ലാം ചെട്ടിയാരുടെ കൃപാകടാക്ഷം. സ്ത്രീകൾ വീണ്ടും ചെട്ടിയാർക്കു സ്തുതിപാടി.

●

അപ്പോഴേക്കും ചായ വന്നു. നല്ല മൊരിഞ്ഞ ഉഴുന്നുവടയും... എല്ലാവരും ഉഷാറായി. ഒരനുഷ്ഠാനം പോലെയായിരുന്നു എല്ലാവരും കഥ

കേട്ടുകൊണ്ടിരുന്നത്. എന്നാൽ ആ കിളരം കൂടിയ ചെറുപ്പക്കാരനാവട്ടെ, തന്റെ ഹൃദയം തന്നെയായിരുന്നു പറിച്ചെടുത്ത് കടലാസിൽ വെച്ചിരുന്നത്. വളരെ വ്യക്തിപരമായി അടുത്തറിയുന്ന കഥാപാത്രങ്ങളായിരുന്നു അയാൾക്ക് സർവ്വേ സംഘത്തിലെ മീരാറാണിയും ഭക്തവത്സലവും മറ്റും. ഭക്തവത്സലത്തെ അയാൾക്കത്ര ഇഷ്ടമല്ല. അവൻ ചതിക്കും എന്ന്, അങ്ങനെയൊരു കഥാപാത്രത്തെ സങ്കല്പിക്കുമ്പോൾത്തന്നെ തോന്നിയിരുന്നു...

എന്നാൽ, കമൽഹാസൻ വളരെ ഗൗരവപൂർവ്വം കഥ കേൾക്കുകയായിരുന്നു. അദ്ദേഹത്തിന്റെ മനസ്സിൽ കഥയുടെ വ്യക്തമായ ചില ചിത്രങ്ങൾ രൂപപ്പെട്ടുകൊണ്ടിരുന്നു... അതിനാൽ ഒരു വടയെടുത്ത് കടിച്ചുകൊണ്ട് അദ്ദേഹം നക്ഷത്രക്കണ്ണുള്ള കഥാകൃത്തിനോട് പറഞ്ഞു: "ചെട്ടിയാരുടെ കഥ തുടരട്ടെ."

സീൻ - ഇരുപത്തിരണ്ട്

ചെട്ടിയാരുടെ വീട്ടിലെ വിഭവസമൃദ്ധമായ ഭക്ഷണത്തിനിടയിൽ എഞ്ചിനീയർ ഭക്തവത്സലം ഓരോരോ തമാശകൾ പൊട്ടിച്ചുകൊണ്ടിരുന്നു. അതുകേട്ട് ചെട്ടിയാർ കുലുങ്ങിക്കുലുങ്ങിച്ചിരിച്ചു. മീര അധികമൊന്നും കഴിക്കാതെ മൗനിയായിരിക്കുന്നതു കണ്ട് ചെട്ടിയാർ പ്രോത്സാഹിപ്പിച്ചു:

"കഴിക്കൂ മോളേ... ഈ പ്രായത്തിൽ ഇങ്ങനെ ഭക്ഷണം കഴിക്കാതിരുന്നാലോ."

അന്നത്തെ *പുതുമലരി*ലെ പ്രധാനവാർത്ത സർവ്വേസംഘം വന്നെത്തിയതുതന്നെയായിരുന്നു. സർവ്വേസംഘത്തിലെ എഞ്ചിനീയർ ഭക്തവൽസലം പ്രസ്താവിച്ച ഒരുപാടു കാര്യങ്ങൾ വെങ്കിടി ജനങ്ങളുടെ അറിവിനായി വിസ്തരിച്ച് റിപ്പോർട്ട് ചെയ്തിരുന്നു. ഗ്രാമത്തിലേക്ക് കുടിവെള്ളമെത്തിക്കാനുള്ള പദ്ധതികൾ ഉടൻ തുടങ്ങുന്നുവെന്നും കനാലിന്റെ പണി ആരംഭിച്ചു കഴിഞ്ഞെന്നും മറ്റും.

സീൻ- ഇരുപത്തിമൂന്ന്

ഒരു ഗാനരംഗത്തിന്റെ പശ്ചാത്തലത്തിൽ വിവിധ രംഗങ്ങൾ....

രാജരാജേശ്വരിയുടെ ഊണിലും ഉറക്കത്തിലും ആ ചെറുപ്പക്കാരൻ കടന്നുവന്നു. കൊച്ചുതാടിയുഴിഞ്ഞ്, ചെമ്പിച്ച മുടി അലസമായി മുകളിലേക്കു കോതിയൊതുക്കി, ഗ്രാമത്തിന്റെ നന്മയ്ക്കുവേണ്ടി പ്രവർത്തിക്കുന്ന വെങ്കിടിയെ തന്റെ പുരുഷനായി അവൾ സങ്കല്പിച്ചുകഴിഞ്ഞു. വെങ്കിടിയുമൊത്ത് പാടിയുല്ലസിച്ചു നടക്കുന്നത് അവളൊരുപാടു തവണ സ്വപ്നം കണ്ടു. കോളേജിൽ കൂടെ പഠിച്ച പ്രദീപിനോ ഇംഗ്ലീഷ് ഡിപ്പാർട്ടുമെന്റിൽ പുതുതായി ചേർന്ന സ്വാമിനാഥനോ ഇല്ലാത്ത ഒരു പ്രത്യേകത

രാജി ആ പവിഴക്കണ്ണുകളിൽ ദർശിച്ചു. വെങ്കിടി പെട്ടെന്നൊന്നും വീഴില്ലെന്നു കണ്ടപ്പോൾ അവൾ സ്വാമിയെ പാട്ടിലാക്കാനുള്ള ശ്രമമാരംഭിച്ചു. ചെട്ടിയാരെ അത്രയ്ക്കൊന്നും ഇഷ്ടമില്ലാതിരുന്നിട്ടും അയാളുടെ മകളുടെ കൊച്ചുകൊച്ചു തമാശകളും നിഷ്കളങ്കതയും ആ വൃദ്ധനെ പതുക്കെ അവളോടടുപ്പിച്ചു. തനിക്കു പിറക്കാതെ പോയ ഒരു മകളാണ് രാജിയെന്നുപോലും നാരായണസ്വാമിക്കു തോന്നി.

വെങ്കിടി പക്ഷേ, ഒഴിഞ്ഞുനടന്നു. അവളോട് ഏറി വന്നാൽ ഒന്നോ രണ്ടോ വാക്ക്. നേരെ നേരെ നോക്കുമ്പോൾ, അയാൾക്ക് താൻ അടക്കിപ്പിടിച്ചു നിർത്തിയ എന്തോ ഒരു വീര്യം കൈവിട്ടുപോകുന്നതുപോലെ. ഇല്ല. ഒരിക്കലും ഇതു സംഭവിച്ചുകൂടാത്തതാണ്. രാജിയെ തനിക്കിഷ്ടമൊക്കെയാണ്. പക്ഷേ.... അയാൾ എന്തൊക്കെയോ ഓർത്തു.

സീൻ - ഇരുപത്തിനാല്

നാരായണസ്വാമി വെങ്കിടിയോട് രാജിയെക്കുറിച്ചുതന്നെ പറഞ്ഞുകൊണ്ടിരുന്നു.

വെങ്കിടി അതിനെ കർശനമായി എതിർത്തു. അക്കാര്യം ഇനി സംസാരിച്ചുപോകരുതെന്ന് രോഷാകുലനായി അയാൾ സ്വാമിയെ താക്കീതു ചെയ്തു. വെങ്കിടിയുടെ പെട്ടെന്നുള്ള ഭാവമാറ്റം കണ്ട് സ്വാമി പേടിച്ചുപോയി. ഇവനെന്തു പറ്റി? അയാൾ ചിന്തിച്ചു.

സീൻ - ഇരുപത്തിഅഞ്ച്

ഒരു മൂന്നു മണിനേരം.

പത്രം ഒരുങ്ങിവരികയാണ്. എല്ലാറ്റിനും മേൽനോട്ടം വഹിച്ചുകൊണ്ട് വെങ്കിടി പ്രസ് മുറിക്കകത്തായിരുന്നു. അപ്പോഴാണ് സ്വാമി ഓടിക്കിതച്ചുവന്നത്. അതിനുമുൻപ് ഭീതിജനകമായ ഒരലർച്ച പ്രിന്റിങ് മെഷീന്റെ മുരൾച്ചയ്ക്കിടയിലമർന്നു പോയതുപോലെ വെങ്കിടിക്കു തോന്നിയിരുന്നു.

"വെങ്കിടീ, രാജിമോള്!"

അത്രയേ സ്വാമി പറഞ്ഞുള്ളൂ. ബാക്കിയൊക്കെ അയാളുടെ മുഖം വ്യക്തമാക്കിയിരുന്നു. പ്രിന്റിങ് മെഷീൻ മുരണ്ടുകൊണ്ടിരുന്നു. വെങ്കിടി ചാടി പുറത്തേക്കു വന്നു. സ്വാമി അകത്തേക്കു വിരൽചൂണ്ടി.

വെങ്കിടി ഓടിയെത്തുമ്പോൾ വാഷ്ബേസിനരികിൽ കൈത്തണ്ടയിൽനിന്നു ചോര വാർന്നുപോയവിധം രാജേശ്വരി. അവൾക്ക് ബോധം നഷ്ടപ്പെടുകയായിരുന്നു.

വെങ്കിടി അവളെ കോരിയെടുത്തു. ഉടുമുണ്ടു വലിച്ചുകീറി അവളുടെ കൈത്തണ്ട കെട്ടി. അവളേയും തോളിലേറ്റി അയാൾ പുറത്തേക്കോടിയിറങ്ങി.

ആശുപത്രിക്കിടക്കയിൽ രാജേശ്വരി മിഴികൾ തുറന്നു. അവൾക്കാ

വശ്യമായ രക്തമത്രയും വെങ്കിടിയാണ് നല്കിയത്. അവളുടെ കാര്യങ്ങളിൽ ഇനി ഭയക്കാനൊന്നുമില്ലെന്ന് ഡോക്ടർമാർ ഉറപ്പുകൊടുത്തപ്പോൾ, അയാൾ പിന്നെ അവിടെ നിന്നില്ല. താഴെ മുറ്റത്ത് രാമലിംഗം ചെട്ടിയാരും പരിവാരങ്ങളും ധൃതിയിൽ വാഹനങ്ങളിൽ വന്നിറങ്ങുന്നത് അയാൾക്കു കാണാമായിരുന്നു. ഏതൊക്കെയോ അനിയന്ത്രിതമായ ചിന്തകളാൽ വിവശനായി വെങ്കിടി പടികളിറങ്ങി.

സീൻ - ഇരുപത്തിആറ്

രാത്രി.

വെങ്കിടിക്കുമേൽ കനമാർന്ന കൈകൾ വന്നുപതിക്കുമ്പോൾ അയാൾ എന്തോ ഓർത്തുകിടക്കുകയായിരുന്നു. പെട്ടെന്നു കുതറിയെഴുന്നേറ്റു. അവർ അഞ്ചെട്ടുപേരുണ്ടായിരുന്നു.

“മുതലാളിയുടെ മകളെ കൊന്നേ നീ അടങ്ങൂ. അല്ലേടാ?” അവർ അലറിവിളിച്ചു. അവർ കൈയിലെ മുട്ടൻവടികൾ ചുഴറ്റിവീശി. വെങ്കിടി അടികൊണ്ടു മലർന്നു. അയാൾ ഒഴിഞ്ഞുമാറാൻ ശ്രമിക്കുക മാത്രം ചെയ്തു. അടിക്കുന്നതിനിടയിൽ വെങ്കിടിയുടെ നെഞ്ചിലെ പച്ചകുത്തിയ അടയാളം ഒരാളെ പെട്ടെന്നു പരിഭ്രമിപ്പിച്ചു. പക്ഷേ, അപ്പോഴേക്കും വെങ്കിടി ഉരുണ്ടുമാറി ആ കാഴ്ച മറച്ചു.

ബഹളം കേട്ട് നാരായണസ്വാമിയും മറ്റും ഓടിയെത്തിയപ്പോൾ, അക്രമികൾ ഇരുളിലേക്കോടിമറഞ്ഞു.

“വെങ്കിടീ, എന്തായിത്?”

“ഓ... ഒന്നുമില്ല.” വെങ്കിടി വേദന മറച്ചുപിടിച്ചുകൊണ്ട് എഴുന്നേല്ക്കാൻ ശ്രമിച്ചു.

സീൻ - ഇരുപത്തിഏഴ്

രാജേശ്വരി വീണ്ടും വന്നു.

വെങ്കിടിയുടെ മനസ്സു മാറിയിട്ടുണ്ടാവുമെന്ന് അവൾ കരുതി.

“ഇനി മുതൽ ഈ പ്രസിനകത്തേക്കു വരരുത്. ലീവ് മീ എലോൺ!” വെങ്കിടി കടുത്ത ഭാഷയിൽതന്നെ അവളോടു പറഞ്ഞു.

രാജേശ്വരിയുടെ രോഷം തിളച്ചത് വളരെ പെട്ടെന്നായിരുന്നു.

“യൂ ചീറ്റ്!” അവൾ ചീറിയടുത്തു. “നിങ്ങളെ ഞാനിഷ്ടപ്പെട്ടത് എന്റെ തെറ്റ്. എന്റെ മനസ്സു മുഴുവൻ ഞാൻ നിങ്ങൾക്കു തന്നു. എന്നിട്ടും നിങ്ങൾ.'' അവൾ കിതച്ചു. ''ജീവിതം തരാൻ ചുണയില്ലാത്ത നിങ്ങൾക്കെന്നെ മരണത്തിൽനിന്നു രക്ഷിക്കാനും അവകാശമില്ല.” അവൾ വെങ്കിടിയെ പിടിച്ചുലച്ചു! “എനിക്കു മരിക്കണം. ഐ വാൺടു ഡൈ.” അവൾ അയാളെ ആഞ്ഞുതള്ളി. വെങ്കിടി എല്ലാം സഹിച്ചുകൊണ്ട് കണ്ണടച്ചിരുന്നു. അവൾ അയാളുടെ കുപ്പായത്തിൽ ചുരുട്ടിപ്പിടിച്ച് പിന്നെയും അലറിവിളിച്ചു. ക്ഷമനശിച്ച് വെങ്കിടി അവളെ ആഞ്ഞൊന്നു

തള്ളി എഴുന്നേറ്റു. ആ തള്ളലിൽ വെങ്കിടിയുടെ കുപ്പായം നെടുകെ കീറി. രാജേശ്വരി ചുവരിൽച്ചെന്നിടിച്ചു വീണു.

"പോയി തുലയ്! മരിക്കുകയോ ജീവിക്കുകയോ എന്തുവേണമെങ്കിലും ചെയ്യ്!" വെങ്കിടിയുടെ ക്ഷമയുടെ അതിരുകൾ നഷ്ടപ്പെട്ടു.

ഷർട്ട് കീറിപ്പോയതറിഞ്ഞ്, പെട്ടെന്ന് വെങ്കിടി രണ്ടു കൈകൾ കൊണ്ടും മാറിടം മറച്ചു. ഏതോ വലിയ ഒരു രഹസ്യം ഒളിപ്പിക്കാൻ ധൃതിപ്പെടുന്നതുപോലെ വെങ്കിടി അവളിൽനിന്ന് ഒഴിഞ്ഞുമാറി. പക്ഷേ, വാതില്ക്കൽ നാരായണസ്വാമി കാഴ്ചകൾ കണ്ടു നില്പുണ്ടായിരുന്നു.

●

സ്നേഹം ചിലപ്പോൾ മനുഷ്യമനസ്സിനെ കടുത്ത ഭ്രാന്തിലേക്കു നയിക്കും. ചിന്തിക്കുന്നതും പ്രവർത്തിക്കുന്നതുമെല്ലാം താളം തെറ്റും. കീഴ്മേൽ മറിയും... കമൽഹാസൻ ചിന്തിച്ചു: ഒരുപക്ഷേ, നല്ല നായികാ പരിവേഷത്തിലേക്കു വരുമായിരുന്ന രാജേശ്വരി തന്റെ അപക്വമായ നിലപാടുകളാൽ ആ അവസരം കളഞ്ഞുകുളിക്കുകയാണ്. വിടനായ അച്ഛന്റെ പുന്നാരമകളല്ലേ, അപ്പോൾ ഇതിനപ്പുറം പ്രതീക്ഷിക്കുന്നതെന്തിന്? വെങ്കിടിയുടെ ലക്ഷ്യബോധത്തിനു മുന്നിൽ, മറ്റ് കഥാപാത്രങ്ങൾക്ക് ശോണിമ നഷ്ടപ്പെടുന്നു എന്ന് അദ്ദേഹം ചിന്തിച്ചു... അപ്പോൾത്തന്നെ വെങ്കിടി നാരായണസ്വാമിയിൽനിന്ന് ഒളിപ്പിച്ചിരുന്ന ആ രഹസ്യമെന്തെന്നറിയാൻ മനസ്സ് തുടികൊട്ടി....

കമലിന്റെ മനസ്സ് വായിച്ചിട്ടെന്നപോലെ ഇരുപത്തി എട്ടാം ഖണ്ഡം വായന ചെറുപ്പക്കാരൻ ആരംഭിച്ചു:

സീൻ – ഇരുപത്തിഎട്ട്

രാത്രി.

മുറിയിൽ സ്വാമിയുടെ മുന്നിൽ വെങ്കിടി ഒരു കൊച്ചുകുട്ടിയെപ്പോലെ തേങ്ങി.

അച്ഛനാരെന്നറിയാതെ, ബാല്യവും കൗമാരവും താണ്ടിയ ഒരാളുടെ കഥയായിരുന്നു വെങ്കിടിക്ക് പറയാനുണ്ടായിരുന്നത്. അവിഹിത സന്തതിയേയും അമ്മയേയും അംഗീകരിക്കാനാവാതെ, സമൂഹത്തിൽ ഉന്നതനായി വിലസിയ അച്ഛനെ എന്നും അയാൾ മനസ്സാ ശപിച്ചിരുന്നു. ജീവൻ നഷ്ടപ്പെടുമെന്നുറപ്പായപ്പോൾ ആ അമ്മയും കുട്ടിയും രാത്രിയുടെ ഇരുളിലൂടെ ഓടിമറയുകയായിരുന്നു. അന്യനാട്ടിൽ വേരൂന്നാനുള്ള കഠിനയത്നങ്ങൾ... കഷ്ടപ്പാടുകളുടെ ദിനരാത്രങ്ങളിലൂടെ കടന്നുപോകുമ്പോൾ തനിക്കു ജന്മം നല്കിയ ആ നീചനെ മനസ്സാ വെറുത്തിരുന്നു. ഒടുവിൽ മരണക്കിടക്കയിൽവച്ചാണ് അമ്മ ആ വലിയ സത്യം മകനോടു പറഞ്ഞത്: "ഒരു ഗ്രാമമാകെ അടക്കിവെച്ച്, ഗ്രാമീണരുടെ രക്ഷകനും ദൈവ

വുമായി വിലസുന്ന രാമലിംഗം ചെട്ടിയാരാണ് നിന്റെ അച്ഛൻ. നീ പിറന്ന തോടെ, എന്നെ കൈയൊഴിഞ്ഞ് കുടുംബമഹിമ നിലനിർത്തുംവിധം വേറൊരു വിവാഹത്തിനാണയാൾ തയ്യാറായത്. എന്നെയും നിന്നെയും കൊലയ്ക്കു കൊടുക്കാനും അയാൾ ഒരുങ്ങി." അമ്മയുടെ ചിതയിൽ തീയാളുമ്പോഴും മകന്റെ മനസ്സ് അലയുകയായിരുന്നു. ഇത്രയും കാലവും അനുഭവിച്ച തീച്ചൂടായിരുന്നു ഇപ്പോഴുമനുഭവിക്കുന്നത് എന്ന് അയാൾക്കു തോന്നി.

വെങ്കിടി പറഞ്ഞ കഥ കേട്ട് സ്വാമി അന്തംവിട്ടിരുന്നു പോയി.

"ഈ സത്യം തല്ക്കാലം സ്വാമിയിൽനിന്നും ചോരരുത്. അമ്മയ്ക്ക് ഞാൻ കൊടുത്ത വാക്ക് അച്ഛനെ കണ്ടെത്തി മുത്തമിടും എന്നതല്ല. ഇത്ര നാളും ഇല്ലാതിരുന്ന ഒരു അച്ഛൻ എനിക്കിനിയും വേണ്ട." സ്വാമിയുടെ കണ്ണുകളിലേക്കു നോക്കി വെങ്കിടി പറഞ്ഞു.

"ഞാൻ ഈ ഗ്രാമീണരുടെ ഒപ്പം നിന്നു പ്രവർത്തിക്കും. അവരുടെ ഇപ്പോഴത്തെ ദൈവത്തിന്റെ ഹൃദയം കീറിയെടുത്ത് അവർക്കുതന്നെ കളിക്കാനിട്ടുകൊടുക്കും. അതു കറുത്ത കരിങ്കല്ലാണെന്ന് അവർ തിരിച്ചറിയും."

നാരായണസ്വാമി എല്ലാം കേട്ടുകൊണ്ടിരുന്നു.

"ഇന്ന് എന്റെ അനിയത്തിയുടെ പേരിൽ എനിക്ക് അടികൊണ്ടപ്പോഴും ഞാനും ഗുണ്ടകളെ തിരിച്ചടിക്കാൻ അധികമൊന്നും ശ്രമിച്ചില്ല. രാമലിംഗം ചെട്ടിയാരെ നേരിടേണ്ടത് ഞാനൊറ്റയ്ക്കല്ല എന്ന് എനിക്കു പെട്ടെന്നു തോന്നി. ഞാനാര്, വെറും കൃമി, രാമലിംഗം ചെട്ടിയാർക്കു മുന്നിൽ ഒരു സാധാരണ കീടം. ഹും!" വെങ്കിടിയുടെ വാക്കുകളിൽ സർവ്വപുച്ഛവും രോഷവും നിറഞ്ഞു നിന്നു.

സീൻ - ഇരുപത്തിഒൻപത്

ഒരാഴ്ച നീണ്ടുനിന്ന സർവ്വേയ്ക്ക് ഒടുവിലും എഞ്ചിനീയർ ഭക്തവത്സലം സംസാരിച്ചത് ഗവൺമെന്റ് പക്ഷത്തുനിന്ന് ഇത്രവേഗം പൈപ്പ് ലൈനിനുവേണ്ടിയുള്ള നീക്കമുണ്ടായത് രാമലിംഗം ചെട്ടിയാരുടെ പരിശ്രമങ്ങൾകൊണ്ടാണെന്നാണ്. എന്നിട്ട് അയാൾ വെങ്കിടിയുടെ പുറത്തു തട്ടി അഭിനന്ദനമറിയിക്കുകയും ചെയ്തു: "പത്രം കാണാറുണ്ട് കേട്ടോ. ഈ ഉശിര് വെള്ളമിങ്ങ് ഒഴുകിവന്നാൽ അതിൽ നനഞ്ഞുകുതിരരുത്."

വലിയൊരു തമാശ പറഞ്ഞതുപോലെ അയാൾ പൊട്ടിച്ചിരിച്ചു. എഞ്ചിനീയർ മീരാറാണി തല കുമ്പിട്ടിരുന്നു. അപ്പോൾ അവരുടെ വലിയ കുടക്കീഴിലേക്ക് സർവ്വേസംഘത്തിലെ തൊഴിലാളികളും കുറേ നാട്ടുകാരും കടന്നുവന്നു. കുഞ്ഞുങ്ങളെ തോളിലേന്തിയ സ്ത്രീകളുടെ കണ്ണുകളിൽ തങ്ങളോടുള്ള സ്നേഹവും ആദരവും നിറഞ്ഞു നില്ക്കുന്നത് മീരയ്ക്ക് കാണാൻ കഴിഞ്ഞു.

മീരയുടെ മനസ്സ് പുകപടലങ്ങൾ നിറഞ്ഞതായി. ആ പുകയ്ക്കുള്ളിൽ കുരുങ്ങി അവൾക്കു ശ്വാസംമുട്ടി. തീവണ്ടിമുറിക്കുള്ളിൽ, മറ്റുള്ളവരുടെ തമാശകളിൽ പങ്കുചേരാതെ അവൾ ഒതുങ്ങിയിരുന്നു. പാവപ്പെട്ട ഗ്രാമീണരുടെ മുഖം അവളെ വേട്ടയാടിക്കൊണ്ടിരുന്നു. അദ്ധ്വാനിച്ച് പഠിച്ച് ബിരുദം നേടിയത് ചതിക്കും വഞ്ചനയ്ക്കും കൂട്ടുനില്ക്കാനാണോ എന്ന് അവൾ സ്വയം ചോദിച്ചു.

വണ്ടിയുടെ 'ഝക ഝക' താളം ക്രമേണ അവളുടെ ചെവികളിൽ ആരുടെയൊക്കെയോ അട്ടഹാസങ്ങളായി മാറി.

സീൻ - മുപ്പത്

എല്ലാം തീരുമാനിച്ചുറച്ചാണ് മീര വന്നിരിക്കുന്നതെന്ന് വെങ്കിടിക്കു തോന്നി. നഗരത്തിന്റെ തിന്മയിൽനിന്നു ഗ്രാമത്തിന്റെ നന്മയിലേക്കാണ് അവൾ വന്നിരിക്കുന്നത്. വസ്ത്രധാരണത്തിൽപ്പോലുമുള്ള ആ മാറ്റം വെങ്കിടിക്ക് ഹൃദ്യമായി.

"മീര പറഞ്ഞ ഈ സത്യം എന്നെ ഞെട്ടിക്കുന്നതാണെങ്കിലും ഇപ്പോഴെന്റെ മനസ്സ് ആത്മവിശ്വാസം നിറഞ്ഞതാണ്. മീരയെപ്പോലെ കുറച്ചാളുകൾ എന്നും ഈ ജനങ്ങൾക്കിടയിൽ വേണം. എനിക്കതൊരു ശക്തിയാണ്."

വെങ്കിടി പറഞ്ഞു. മീര പുഞ്ചിരിച്ചു.

"എനിക്ക് നിങ്ങൾ സർവ്വേ ആരംഭിച്ചപ്പോഴേ ചില സംശയങ്ങളുണ്ടായിരുന്നു." വെങ്കിടി പറഞ്ഞു. "പക്ഷേ, ഈ ഗ്രാമം മുഴുവൻ നശിപ്പിക്കപ്പെടുന്നവിധം ഒരു വൻപദ്ധതിക്കാണ് ചെട്ടിയാർ സർക്കാരുമായി കൂട്ടുകച്ചവടം നടത്തുന്നതെന്നത് ഇപ്പോൾ ബോദ്ധ്യമായി. താങ്ക്സ് മീര. എ ലോട്ട് ഓഫ് താങ്ക്സ്!"

"ഞാൻ തിരിച്ചുപോയി ഉടനെ വരും. നിങ്ങളുടെ കൂടെ പ്രവർത്തിക്കാൻ. ഇതുവരെ ചെയ്ത പാപങ്ങൾ മുഴുവനും കഴുകിക്കളയാൻ."

"വെൽക്കം" പുഞ്ചിരിയോടെ വെങ്കിടി പറഞ്ഞു. അവരിരുവരുടേയും കണ്ണുകൾ തമ്മിലിടഞ്ഞു. നാണം കൊണ്ടു തുടുത്ത മുഖത്തോടെ മീര എഴുന്നേറ്റു.

സീൻ - മുപ്പത്തിഒന്ന്

അന്നത്തെ പത്രം വായിച്ച് ജനങ്ങൾ അന്തംവിട്ടുപോയി. തങ്ങൾ പ്രതീക്ഷിച്ചവിധം ഒരു കാര്യമല്ല വരാൻപോകുന്നതെന്ന വസ്തുത അവരെ പ്രകോപിതരാക്കും വിധമായിരുന്നു വെങ്കിടി റിപ്പോർട്ടു ചെയ്തത്.

പ്രസിനു മുന്നിൽ തടിച്ചുകൂടിയ ജനങ്ങളുടെ ആവേശം തൊട്ടുണർത്തിക്കൊണ്ട് വെങ്കിടി സംസാരിച്ചു.

"ഗവൺമെന്റ് നമ്മളെ പറ്റിച്ചിരിക്കുകയാണ്. നമ്മുടെ ഉശിര് നമ്മൾ

പ്രവർത്തിച്ചു കാണിച്ചു കൊടുക്കണം. അതിർത്തിയിലെ കനാലിൽനിന്നു നമുക്കു കുടിവെള്ളം അദ്ധ്വാനം കൊണ്ടിവിടെയെത്തിക്കണം."

ആരവമുയർത്തി ജനങ്ങൾ വെങ്കിടിയുടെ വാക്കുകൾ സ്വീകരിച്ചു.

സീൻ - മുപ്പത്തിരണ്ട്

വെങ്കിടിക്കും ആ വാർത്ത വിശ്വസിക്കാനായില്ല. എഞ്ചിനീയർ മീരാ റാണിയുടെ ജഡം റെയിൽവേ ട്രാക്കിൽ കാണപ്പെട്ട കാര്യം ആരോ ഓടി വന്നു പറയുകയായിരുന്നു. അയാൾ മറ്റെല്ലാം മറന്ന് അങ്ങോട്ടോടി. വനിതാ എഞ്ചിനീയറുടെ ആത്മഹത്യയെക്കുറിച്ച് സാധാരണമട്ടിൽ ഒര ന്വേഷണം നടത്താൻ പൊലീസുകാരെത്തിയിട്ടുണ്ട്.... അപ്പോൾ തന്റെ കോണ്ടസ്സയിൽ ചെട്ടിയാർ വന്നിറങ്ങി. കഷ്ടം എന്നുപറഞ്ഞ് ആളുകൾ കാൺകെ അയാൾ കണ്ണുകൾ തുടച്ചു.

സീൻ - മുപ്പത്തിമൂന്ന്

പിന്നെ ആലോചിക്കാനൊന്നുമുണ്ടായിരുന്നില്ല. വെങ്കിടി എല്ലാ വർക്കും മുന്നിൽ കനാൽ ലക്ഷ്യമാക്കി നീങ്ങി. ഏതോ നാട്ടിൽനിന്നെ ത്തിയ ഒരു ചെറുപ്പക്കാരൻ, തങ്ങളുടെ ജീവിതസംരക്ഷണത്തിനായി അദ്ധ്വാനിക്കുന്നതിൽ നാട്ടുകാരതിശയിച്ചു. വെങ്കിടിയുടെ നേതൃത്വത്തിൽ ചെറുപ്പക്കാരുടെ ഒരു പടതന്നെ കനാൽ വെട്ടി വെള്ളം കൊണ്ടുവരാൻ അദ്ധ്വാനിച്ചു. തങ്ങളുടെ കൂടെ നിന്നതിന്റെ പേരിൽ മീരയ്ക്കു നേരിടേണ്ടി വന്ന ദുര്യോഗം അവരുടെ വാശി വർദ്ധിപ്പിച്ചു. വിൻഡ്മില്ലിന്റെ സഹായ ത്തിൽപ്പോലും ഗ്രാമത്തിൽ വെള്ളമെത്തരുതെന്ന ചെട്ടിയാരുടെ ശാഠ്യം അവരുടെ ആവേശം പതിന്മടങ്ങാക്കി...

മണ്ണ് അതിന്റെ മഹത്ത്വം ഉദ്ഘോഷിച്ചു നന്മകൾ പുറത്തുകാട്ടി.

നനഞ്ഞ മണ്ണിൽ ആദ്യത്തെ പുൽനാമ്പ് തലനീട്ടി. ജീവന്റെ ആദ്യത്തെ മഹൽസാന്നിദ്ധ്യം.

സീൻ - മുപ്പത്തിനാല്

രാമലിംഗം ചെട്ടിയാർ തന്റെ ശയനമുറിയിൽ ഒരു വെരുകിനെപ്പോലെ അങ്ങുമിങ്ങും നടന്നു. താൻ പടുത്തുയർത്തിയ കൊട്ടാരക്കെട്ടുകൾ അടർന്നു നിലംപതിക്കുന്നത് അയാൾക്കു സഹിക്കാനാവുന്നില്ല. എങ്ങു നിന്നോ വന്ന ഒരു ചെറുപ്പക്കാരൻ ജനങ്ങൾക്കിടയിൽ തനിക്കുള്ള സ്ഥാന ത്തേക്ക് അവരോധിക്കപ്പെടുന്നത് അയാളെങ്ങനെ കണ്ടുനില്ക്കും? അയാൾക്കെന്നല്ല, കടുംപിടുത്തക്കാരനും കഠോരഹൃദയനുമായ ഒരു മുത ലാളിക്കും അതിനാവുകയില്ല. അതിനാൽ ചെട്ടിയാർ കണക്കുകൾ കൂട്ടി ത്തുടങ്ങി. കരുനീക്കത്തിനായി തയ്യാറെടുത്തു.

അധികൃതർക്ക് ഈ നീക്കത്തിനെതിരെ ആഞ്ഞടിക്കണമെന്നുണ്ട്.

സർക്കാരിന്റെ കനാലിനാണ് ജനങ്ങൾ തുരങ്കംവെച്ചത്. പക്ഷേ, ജനപ്രതിനിധികൾക്ക് ആളുന്ന ജനരോഷത്തിനു മുന്നിൽ ഒരു മറുപടിയുമില്ല എന്നറിയാമായിരുന്നതുകൊണ്ട് അവർ ഉദ്യോഗസ്ഥരെ പറഞ്ഞൊതുക്കി. ജനങ്ങൾക്കു കൊടുത്ത വാഗ്ദാനമാണ് കുടിവെള്ളം. അത് ഇപ്പോൾ അവർ സ്വയം നേടിയെടുത്തിരിക്കുകയാണ്. അതു കുറ്റമായി കണ്ട് അവർക്കെതിരെ നീങ്ങുന്നതെങ്ങനെ?

ഇതൊക്കെ കളക്ടർ വിശദീകരിച്ചു പറഞ്ഞിട്ടും ചെട്ടിയാർക്ക് അടങ്ങിയിരിക്കാനായില്ല. അയാൾ എസ് പിയെ വിളിച്ചു.

"നാം സമചിത്തതയോടെ കാര്യങ്ങൾ നീക്കണം." പൊലീസ് സൂപ്രണ്ട് പതുക്കെ ഉപദേശിച്ചു. "ഇപ്പോൾ ഞങ്ങളവിടെ വന്നാൽ പ്രശ്നം വഷളാകും. അയാൾക്കു കൂട്ടുനില്ക്കുന്നു എന്നറിഞ്ഞാൽ നിങ്ങളുടെ ഇമേജും പോകും. ആ ചെറുപ്പക്കാരൻ... എന്താ അവന്റെ പേര്... അവനെ ഒതുക്കിയാൽ പ്രശ്നം തീരും. ഞങ്ങൾ തീർത്തോളാം അവന്റെ കഥ. ഒരു കാരണമുണ്ടാക്ക്. ആളുകൾക്കിടയിൽ അവന്റെ ഇപ്പോഴത്തെ ഇമേജ് തകർക്കാൻ പറ്റിയ ഒന്ന്."

ചെട്ടിയാർ ഫോൺ വെച്ചശേഷം മുറിയിലങ്ങോട്ടുമിങ്ങോട്ടും ചിന്തിച്ചുകൊണ്ടു നടന്നു.

സീൻ- മുപ്പത്തിഅഞ്ച്

കൂട്ടുകാരിയുടെ ഒട്ടും പ്രതീക്ഷിക്കാത്ത മരണം കാവേരിയെ തളർത്തിക്കളഞ്ഞു. രണ്ടുമൂന്നു വർഷമായി റൂംമേറ്റാണെന്നതു മാത്രമല്ല മീരയുമായുള്ള ബന്ധം. ഓരോ കാര്യവും തന്നോടാലോചിച്ചേ ചെയ്യാറുണ്ടായിരുന്നുള്ളൂ. ഈ നഗരം വിട്ട് ഗ്രാമത്തിൽച്ചെന്ന് ഗ്രാമീണരുടെ സ്വപ്നങ്ങളിൽ പങ്കാളിയാവണമെന്ന് അവൾ പറഞ്ഞപ്പോൾ, അതിനു പ്രോത്സാഹനം നല്കിയതും താനായിരുന്നു.

ഇപ്പോഴിതാ, അവളുടെ മരണത്തിനുത്തരവാദി ഗ്രാമത്തിലെ ഒരു കുട്ടിപ്പത്രത്തിന്റെ പത്രാധിപരാണെന്ന വിവരവുമായി ചെട്ടിയാരുടെ മകൾ തന്നെ കാണാൻ വന്നിരിക്കുന്നു. മീരയെ സ്നേഹം കാട്ടി വശീകരിച്ച് കാര്യം സാധിച്ചശേഷം റെയിൽവേ ട്രാക്കിൽ തള്ളിയ ആ ചെറുപ്പക്കാരനോടുള്ള ദേഷ്യം കാവേരിയിൽ ഇരച്ചുകയറി. പക്ഷേ, വലിയ ആൾബലവും ഉന്നതങ്ങളിൽ പിടിപാടുള്ള ആ ചെറുപ്പക്കാരൻ ഇപ്പോഴും സ്വതന്ത്രനായി വിലസുന്നു എന്ന് രാജേശ്വരി പറഞ്ഞു. അയാളെ പിടിച്ചു പൊലീസിലേല്പിക്കാൻ കാവേരി സഹായിക്കണം. കാവേരി അയാൾക്കെതിരായി മൊഴി നല്കിയാൽ മതി. മീരയുടെ ആത്മാവിനു മോക്ഷം കിട്ടാനെങ്കിലും അങ്ങനെ ചെയ്യൂ. രാജേശ്വരി കരഞ്ഞുകൊണ്ട് പറഞ്ഞു. എന്തു സഹായം വേണമെങ്കിലും ചെയ്യാമെന്ന് കാവേരി അവൾക്കു വാക്കുകൊടുത്തു. രാജേശ്വരിയുടെ മനസ്സിൽ വെങ്കിടിയോടുള്ള പ്രതികാരത്തിന്റെ

ജ്വാലകൾ ഒന്നുകൂടി ആളിക്കത്തി. എല്ലാം ഭംഗിയായി ചെയ്തിട്ടുണ്ടെന്നു വീട്ടിൽ തിരിച്ചെത്തി അവൾ അച്ഛനെ അറിയിച്ചു.

സീൻ - മുപ്പത്തിആറ്

ഗ്രാമഹൃദയത്തിൽവെച്ച് കാവേരി നല്കിയ ആ മൊഴി കേട്ട് ജനങ്ങൾ അസ്തപ്രജ്ഞരായി നിന്നു. രാമലിംഗം ചെട്ടിയാർ മനസ്സിൽ ഉറക്കെ പൊട്ടിച്ചിരിച്ചു. മീരയും കാവേരിയും റെയിൽവേ സ്റ്റേഷനിൽ നില്ക്കുമ്പോൾ സർവ്വേയെക്കുറിച്ച് എന്തോ പറഞ്ഞ്, സർക്കാരിനെ ചീത്ത പറഞ്ഞ്, മീരയെ കടന്നുപിടിച്ച് വെങ്കിടി പ്രശ്നമുണ്ടാക്കിയെന്നും ഉന്തും തള്ളും നടക്കുന്നതിനിടയിൽ മീരയെ അയാൾ വണ്ടിക്കു മുന്നിൽ തള്ളിയെന്നും തടുക്കാൻ ചെന്ന തന്നെ വലിച്ചിഴച്ച് ജീപ്പിലിട്ട് വെങ്കിടി ബലാത്സംഗം ചെയ്തുവെന്നും കാവേരി മൊഴി ആവർത്തിച്ചു. ജനങ്ങൾ അന്തംവിട്ടു നില്ക്കെ പൊലീസ് ജീപ്പ് വെങ്കിടിയുടെ പ്രസിനെ ലക്ഷ്യമാക്കി നീങ്ങി.

സീൻ- മുപ്പത്തിഏഴ്

വെങ്കിടിയെ ജാമ്യത്തിലെടുത്തു പുറത്തിറങ്ങുമ്പോൾ നാരായണ സ്വാമിയുടെ മുഖം ദൃഢമായിരുന്നു.

"ചെട്ടിയാർ കരുക്കൾ നീക്കിത്തുടങ്ങിയിരിക്കുന്നു. നീ തളരരുത്." സ്വാമി വെങ്കിടിയോടു പറഞ്ഞു.

"മറ്റെന്തും സഹിക്കാം. ഒരു യുവതിയെ അപമാനപ്പെടുത്തി എന്ന അപവാദം എന്റെ ജീവിതത്തിലങ്ങോളമിങ്ങോളം കറയായി നില്ക്കാൻ എനിക്കനുവദിക്കാൻ വയ്യ."

എന്തോ തീരുമാനിച്ചുറച്ചപോലെ വെങ്കിടി പറഞ്ഞു.

സീൻ - മുപ്പത്തിഎട്ട്

അതൊരു കത്തുന്ന പകലായിരുന്നു. ജീപ്പിൽനിന്നു ചാടിയിറങ്ങിയ വെങ്കിടി, പിറകിൽനിന്നു വലിച്ചിറക്കിയത് കാവേരിയെ.

ആളുകൾ പെട്ടെന്നു തടിച്ചുകൂടി. എന്താണ് സംഭവിക്കുന്നതെന്നറിയാതെ അവരന്യോന്യം നോക്കി.

"ഇതാ ഇവൾ!" വെങ്കിടി അലറി. "ഇവൾ പറഞ്ഞത് ഞാനിവളെ ബലാത്സംഗം ചെയ്തെന്നാണ്. സത്യമോ മിഥ്യയോ ഏതായാലും അതിനി നിങ്ങൾ തന്നെ തീരുമാനിക്കുക. ഞാനിനി അതു ചെയ്യാൻ തന്നെ പോവുകയാ."

കാവേരിയുടെ ഉറക്കെയുള്ള കരച്ചിലുകൾ വകവയ്ക്കാതെ അവളുടെ ഇരുകവിളുകളിലും കൈവീശിയടിച്ച്, വെങ്കിടി അവളെ പിടിച്ചുയർത്തി കൈകളിൽ എടുത്ത് കെട്ടിടത്തിനകത്തേക്കുകടന്നു. ആളുകൾ

"വെങ്കിടീ വെങ്കിടീ" എന്നു വിളിച്ചെങ്കിലും അയാൾ വകവച്ചില്ല. വാതിലുകളടഞ്ഞു. അകത്തുനിന്ന് കാവേരിയുടെ ഉറക്കെയുള്ള കരച്ചിലുകളും വെങ്കിടിയുടെ അട്ടഹാസങ്ങളും മാത്രം ഉയർന്നുവന്നു.

സീൻ - മുപ്പത്തിഒൻപത്

അകത്ത്-

വെങ്കിടി അവളെ മുടിക്കു പിടിച്ചുയർത്തി, "യെസ് നൗ യൂ ആർ റേപ്പ്ഡ്. ആളുകളുടെ മുന്നിൽ ഇപ്പോൾ നീ ശരിക്കും ബലാത്സംഗം ചെയ്യപ്പെട്ടവളായി. ഉം! നടക്ക്!"

വാതിൽ തുറന്ന്, കീറിയുലഞ്ഞ വസ്ത്രങ്ങളോടെ കാവേരിയെ വലിച്ചിഴച്ചു. പുറത്തേക്കു കൊണ്ടുവന്ന് വെങ്കിടി ജനക്കൂട്ടത്തെ നോക്കി അലറി:

"യെസ്, ഞാനതു ചെയ്തു... ഇപ്പോൾ, ഇപ്പോൾ മാത്രം. ചെയ്യാത്ത കുറ്റത്തിന്റെ ഭാരവും പേറി ഞാൻ നടക്കേണ്ടതില്ല എന്നു കരുതി. ഇത് നിങ്ങൾക്കിനി കുറ്റമായി കാണാം. അല്ലാതെയും കാണാം."

കാവേരി തളർന്ന്, അശരണയെപ്പോലെ നിലത്തേക്കമർന്നു. അവൾ തേങ്ങിക്കൊണ്ടിരുന്നു.

വെങ്കിടി, പതുക്കെ കാവേരിയെ കൈകളിൽ താങ്ങിയെടുത്തു. ശാന്തത പരമാവധി കൈവരിച്ച് അയാൾ അവളോടു പറഞ്ഞു: "ഒന്നും നിന്റെ കുറ്റമാണെന്നു ഞാൻ കരുതുന്നില്ല. നിന്നെക്കൊണ്ടിതു ചെയ്യിച്ചതാണ് എന്നെനിക്കറിയാം. ഈ ഗ്രാമീണരെ സ്നേഹിച്ചുപോയി എന്ന കുറ്റത്തിനു നിന്റെ കൂട്ടുകാരിയെ കൊന്നു റെയിലിന്മേൽ തള്ളിയവർ തന്നെ. പക്ഷേ, ഇപ്പോൾ നിനക്കു തെരഞ്ഞെടുക്കാൻ രണ്ടു വഴികൾ ഞാൻ തരുന്നു. ഒന്ന് നീ അന്നുകൊടുത്ത മൊഴിപ്രകാരം ശരിക്കും റേപ്പു ചെയ്യപ്പെട്ടവളായി കഴിയുക. അല്ലെങ്കിൽ... എന്റെ പെണ്ണായി ഇവിടെ കഴിയുക... ഇവിടെ ഈ ഗ്രാമത്തിൽ.. ഈ ഗ്രാമീണർക്കൊപ്പം... നിന്റെ കൂട്ടുകാരിയുടെ ആത്മാവിനു മോക്ഷം കിട്ടുക അങ്ങനെയായിരിക്കും. ദേ ആളുകളുടെ മുന്നിൽ റേപ്പു ചെയ്യപ്പെട്ടവളായ നിനക്ക് ഞാനല്ലെങ്കിൽ പിന്നെയാര് ജീവിതം തരാനാണ്?"

കാവേരി പതുക്കെ കണ്ണുകൾ തുടച്ച്, ഏങ്ങലൊതുക്കി, വെങ്കിടിയുടെ ഹൃദയമിടിപ്പുകൾ കാതോർത്തുകൊണ്ട് ആ മാറിടത്തിലേക്കു ചാഞ്ഞു.

"നിന്റെ ചങ്കൂറ്റം എനിക്കിഷ്ടമായി. ഈ ഗ്രാമത്തിനു നിന്നെ വേണം." മന്ത്രിക്കും മട്ടിൽ ഒരു പുഞ്ചിരിയോടെ വെങ്കിടി അവളോടു പറഞ്ഞു.

പകൽ അപ്പോഴും കത്തിനില്ക്കുക തന്നെയായിരുന്നു.

●

കഥയിലെ ടിസ്റ്റ് കൊള്ളാമല്ലോ എന്ന മട്ടിൽ എല്ലാവരും ഒന്നിളകിയിരുന്നു. വേൽമുരുകന്റെ മനസ്സിൽ അപ്പോഴേക്കും കാവേരിയായി ആരെ അഭിനയിപ്പിക്കും എന്നതിന്റെ ചില പദ്ധതികൾ രൂപപ്പെടുകയായി....

പക്ഷേ, കമൽഹാസൻ കഥ കേൾക്കുക മാത്രമായിരുന്നു... രാജീവ് കുമാർ കഥാകൃത്തിനോട് പറഞ്ഞു: "ഇവിടെ നമുക്ക് പ്രതീക്ഷാനിർഭരമായ ഒരു ഗാനത്തിന്റെ അവസരമുണ്ട്."

കമലിന് അത് നല്ല ഒരു ആശയമായി തോന്നി.... കിളരം കൂടിയ കഥാകൃത്ത് ഒന്നിളകിയിരുന്ന് തന്റെ കൈയിലെ ഫയലിൽ പേനയെടുത്ത് ആ നിർദ്ദേശം കുറിച്ചുകൊണ്ടു പറഞ്ഞു: "അതെ നാല്പതാം സീനിൽ, വെങ്കിടിയുടെ കഥാപാത്രത്തിന്റെ വിവിധങ്ങളായ ഡവലപ്മെന്റുകളാണ്. അതിന് ഒരു ഗാനത്തിന്റെ ബിൽഡപ്പ് സഹായകമാവും...."

സീൻ - നാല്പത്

എവിടെയും വെങ്കിടിയെക്കുറിച്ചു മാത്രമേ ആളുകൾക്കു സംസാരിക്കാനുള്ളൂ. അയാളുടെ നോട്ടവും നടപ്പും വർത്തമാനവും ഒക്കെ ആളുകൾ ആദരപൂർവ്വം നോക്കിക്കണ്ടു. വെള്ളം ഗ്രാമത്തിലെത്തിയതോടെ, അവർക്കിപ്പോൾ അടങ്ങിയിരിക്കാനാവുമായിരുന്നില്ല. പട്ടണത്തിൽനിന്നു മെച്ചപ്പെട്ട പച്ചക്കറിവിത്തുകളും രാസവളങ്ങളുമൊക്കെ വെങ്കിടി കൊണ്ടുവന്നെത്തിച്ചു കൊടുത്തു. ചെറുപ്പക്കാരുടെ ആ സംഘം വെങ്കിടിയുടെ ഏത് ആജ്ഞയും അനുസരിക്കാൻ തയ്യാറെടുത്ത മട്ടിൽ നിന്നു.

പത്രം ഗ്രാമത്തിന്റെ സന്തോഷവാർത്തകളുമായി മുറയ്ക്ക് പുറത്തിറങ്ങി. കാവേരി നിരക്ഷരരായ ഗ്രാമീണർക്ക് അക്ഷരത്തിന്റെ അമൃത് പകർന്നു കൊടുത്തുകൊണ്ട് വെങ്കിടിയുടെ ഒപ്പം നിന്നു. പത്രത്തിന്റെ കോപ്പി ഇപ്പോൾ പുറംനാടുകളിലേക്കും പോയിത്തുടങ്ങി.

ഗ്രാമീണരെ ഇപ്പോൾ തന്റെ കൃഷിയിടങ്ങളിലേക്കു തൊഴിലിനു കിട്ടുന്നില്ലെന്നത് ചെട്ടിയാർക്കു സഹിക്കാം. എന്നാൽ, അവർക്കിടയിൽ തനിക്കുണ്ടായിരുന്ന സ്ഥാനം അനുദിനം നഷ്ടപ്പെട്ടുവരുന്നത് എങ്ങനെ സഹിക്കും?

ആ വർഷത്തെ ഗ്രാമീണോത്സവത്തിൽത്തന്നെ അതു പ്രകടമായി. ഗ്രാമത്തിന്റെ ഉണർവ്വും ഉന്മേഷവും പ്രസരിപ്പുമൊക്കെ അത്തവണത്തെ ഉത്സവത്തിനു മാറ്റുകൂട്ടി. സമ്പദ്സമൃദ്ധിയുടെ മദ്ധ്യത്തിലായിരുന്നു അത്തവണത്തെ ഉത്സവം. ചെട്ടിയാരെക്കാളും പ്രാധാന്യം ഈ ഉത്സവത്തിനു വെങ്കിടിയിലേക്കു വന്നെത്തിയതിനു പ്രത്യക്ഷമായ ഉദാഹരണമായി ഈ ഉത്സവം എന്ന് നാരായണസ്വാമിക്ക് അനുഭവപ്പെട്ടു.

സീൻ - നാല്പത്തിഒന്ന്

ചെട്ടിയാരുടെ മൂത്തമകൻ കാന്തൻ ബോംബെയിൽനിന്നുതന്നെ വിവ

രങ്ങളൊക്കെ അറിഞ്ഞിരുന്നു. അച്ഛൻ ഇത്ര പെട്ടെന്നു തന്നെ വിളിപ്പിക്കണമെങ്കിൽ, തക്കതായ കാരണമുണ്ടാവുമെന്ന് അയാൾക്കു തോന്നി. ബോംബെയിലെ ബിസിനസ് സാമ്രാജ്യത്തിനു താൻ ഒഴിഞ്ഞുനില്ക്കുന്നത് ആപത്താണെന്നിരിക്കെ ഗ്രാമത്തിൽ തന്റെ സാന്നിദ്ധ്യം അച്ഛൻ ആവശ്യപ്പെട്ടത് എന്തിനാവുമെന്നു യാത്രയിലുടനീളം കാന്തൻ ചിന്തിച്ചു. പക്ഷേ, വണ്ടി ഗ്രാമത്തിൽ വന്നു നിന്നതുതൊട്ട് അയാൾക്ക് മാറ്റങ്ങൾ കാണാൻ കഴിഞ്ഞു. വരണ്ടുണങ്ങിക്കിടന്ന ഗ്രാമം ആകെ തളിർത്ത് പൂവിട്ടിരിക്കുന്നു. വെള്ളം എങ്ങും ചാലുകളായി കുതിച്ചൊഴുകുന്നു!... അപ്പോൾ തീർച്ചയായും വെപ്രാളപ്പെടേണ്ടതുതന്നെ. സർക്കാരിന് അയ്യായിരം ഏക്കർ തരിശുഭൂമി എങ്ങനെയാണ് ഇനി കൈമാറുക? രേഖകളൊക്കെ തങ്ങളുടെ കൈയിലാണെന്നു പറഞ്ഞാലും ജനങ്ങൾ വിടുമോ?

അണുവായുധശാലയ്ക്ക് തരിശായ സ്ഥലം സർക്കാരിനു താൻ വാഗ്ദാനം ചെയ്തതു വഴി തനിക്കു കിട്ടേണ്ട കോടിക്കണക്കിനു രൂപ നഷ്ടപ്പെടുമോ എന്ന ആശങ്ക ചെട്ടിയാർ മറച്ചുവെച്ചില്ല. സർക്കാരിനെ ധിക്കരിച്ചുകൊണ്ട് ഇവിടെ ജനങ്ങൾ ഗ്രാമത്തിൽ കൃഷി ചെയ്തു ജീവിതം കൊണ്ടാടുകയാണിപ്പോൾ. അതു തടയാൻ ഇപ്പോൾത്തന്നെ വൈകി. ജനങ്ങൾക്കിടയിൽ തന്റെ ഇമേജ് തകരണ്ട എന്നു കരുതിയാണ് ഇതുവരെ ക്ഷമിച്ചത്. എന്നാൽ അങ്ങനെയൊരു ഇമേജില്ല എന്ന് ഇപ്പോൾ തിരിച്ചറിയുന്നു. എല്ലാം തൂത്തുവാരിയേക്കണം. ഈ ഭൂമിയത്രയും എന്റേതാണ്. ചെട്ടിയാർ ഉറക്കെയലറി.

സർക്കാർ ഉദ്യോഗസ്ഥന്മാർക്കും ചെട്ടിയാർ ഉറപ്പുകൊടുത്തു. നിങ്ങൾക്ക് ആവശ്യമുള്ളത്ര ഭൂമി അക്വയർ ചെയ്യാം. എല്ലാം എന്റെ കൈവശാവകാശത്തിൽത്തന്നെയാണിപ്പോൾ. ചെട്ടിയാരുടെ ക്ഷണമനുസരിച്ച് അക്വയർ നടപടിക്കായി വന്ന ആദ്യസംഘത്തെ വെങ്കിടിയുടെ നേതൃത്വത്തിൽ ആളുകൾ എതിർത്തു. അപ്പോൾ ചെട്ടിയാർ ഒരു കെട്ടു രേഖകളുമായി പാഞ്ഞെത്തി. പലപ്പോഴായി സഹായം തേടിയപ്പോൾ, ജനങ്ങളോരോരുത്തരും ഒപ്പിട്ടുകൊടുത്ത കടലാസുകൾ സ്വത്ത് ചെട്ടിയാരുടെ കൈകളിലേക്ക് അടിയറവുവെക്കുന്നതിനായിരുന്നു എന്ന വാസ്തവം വെങ്കിടി ഞെട്ടലോടെ മനസ്സിലാക്കി.

ചെട്ടിയാർ വെങ്കിടിയുടെ നിസ്സഹായാവസ്ഥയിൽ ഒരു വില്ലൻ ചിരി ചിരിച്ചു.

സീൻ - നാല്പത്തിരണ്ട്

"നമ്മളീ ഭൂമി ഒരിക്കലും വിട്ടുകൊടുക്കുന്നില്ല." വെങ്കിടി എല്ലാവരോടുമായി പറഞ്ഞു. ഇതു വെറും മണ്ണല്ല. നമ്മുടെ അമ്മയാണ്. ഇതു ഭൂമിയല്ല. നമ്മുടെ ജന്മമാണ്. ഇവിടെ തോറ്റുകൊടുക്കുക എന്നുവന്നാൽ മരിക്കുക എന്നാണ് അർത്ഥം.

പത്രത്തിൽ അന്നത്തെ പ്രധാനവാർത്ത ജനങ്ങളുടെ കൂട്ടായ ചെറുത്തുനില്പിനെക്കുറിച്ചുള്ളതായിരുന്നു.

പത്രം ഗ്രാമത്തിലാകെ വിതരണം ചെയ്യപ്പെട്ടു. റെയിൽവേ സ്റ്റേഷനിലേക്കു പത്രക്കെട്ടുമായി പുറപ്പെട്ട പയ്യനെ ചെട്ടിയാരുടെ ഗുണ്ടകൾ അടിച്ചവശനാക്കി. അവന്റെ അലർച്ച കേട്ട് ഓടിയെത്തിയ ആളുകളെയാകെ ഗുണ്ടകൾ മർദ്ദിച്ചു. എങ്ങുനിന്നോ വീശിയ പൊടിക്കാറ്റിൽ എല്ലാം അവ്യക്തമായി. കാറ്റിന്റെ തേരിലേറി ഒരു നാടോടിപ്പാട്ടു വന്നു. അത് ഗ്രാമമാകെ ഒഴുകിപ്പരന്നു. ഭൂമിയുടെ ഹൃദയത്തിൽനിന്നുള്ള ഒരു നിശ്വാസമായിരുന്നുവോ ആ കാറ്റ്? അതു കനംവെച്ച് വീശിയടിച്ചു. പത്രക്കടലാസുകൾ കാറ്റിൽ പറന്നുനടന്നു. അതുവഴി കടന്നുപോയ തീവണ്ടിയുടെ മേലാണ് മൂന്നുനാലു കെട്ടുകൾ കാറ്റുകൊണ്ടു ചെന്നെത്തിച്ചത്. തീവണ്ടി അടുത്ത പട്ടണത്തിലും അതിനടുത്ത പട്ടണത്തിലും വാർത്തകൾ കൈമാറി. പ്രകൃതി ഗ്രാമീണർക്കുമേൽ കാരുണ്യം വീശുകയാണ്...

ഒരു ഗ്രാമത്തിന്റെ ഉണർവ്വിന്റെയും ഉപരോധത്തിന്റെയും കഥകൾ പഴംപാട്ടുകളിൽനിന്ന് ജീവൻവെച്ചുണരുകയാണ്. എങ്ങും പടരുകയാണ്.

സീൻ - നാല്പത്തിമൂന്ന്

പ്രസിനു നേരെയുള്ള ആക്രമണം പൊടുന്നനവേയായിരുന്നു. വെങ്കിടി ചെറുപ്പക്കാരുടെ സംഘത്തിന്റെ കൂടെ അടുത്ത പട്ടണത്തിൽ പോയ ദിവസമായിരുന്നു. രാത്രി ചെട്ടിയാരുടെ ഗുണ്ടകൾ തീപ്പന്തങ്ങളുമായി പാഞ്ഞെത്തി. അവർ കെട്ടിടത്തിനു തീവെച്ചു. അകത്തുള്ളതെല്ലാം അടിച്ചുനിരപ്പാക്കി. ഉറക്കെക്കരഞ്ഞ കാവേരിയെ വായടച്ചു പിടിച്ച് അവർ മുറ്റത്തേക്കു വലിച്ചെറിഞ്ഞു. ഇരുട്ടിൽ അവൾ ബോധം നഷ്ടപ്പെട്ടു കിടന്നു.

ബോധമുണരുമ്പോൾ ചുറ്റിലും തീയാളുകയാണ്. ആളുകൾ ഓടിക്കൂടുകയാണ്. നാരായണസ്വാമിയുടെ മുറിവേറ്റതും കരിഞ്ഞതുമായ ശരീരം ആരൊക്കെയോ ചേർന്നു താങ്ങിയെടുത്ത് മുറ്റത്തേക്കു കിടത്തി.

വെങ്കിടിക്ക് ഒരിക്കലും താങ്ങാനാവാത്ത ആഘാതമായിരുന്നു അത്. രോഷാകുലരായ ആളുകളെയൊക്കെ എന്നിട്ടും അയാൾ തടുത്തു നിർത്തി: "വരട്ടെ നമ്മൾ ഇനിയും കരുതിയിരുന്നാൽ മതി. ഈ നാട്ടിനു സ്വാതന്ത്ര്യം നേടിത്തന്ന ഒരു മനുഷ്യനാണ് ആ കിടക്കുന്നത്. അത് നമുക്കൊരു പാഠമാണ്. ഇവിടെ കരിഞ്ഞുതകർന്നത് മഹത്തായതെന്നു നാം വിശ്വസിച്ചു നടന്ന ഇന്ത്യൻ സ്വാതന്ത്ര്യമാണ്. അക്രമം ഒരു മുതലാളിയുടെ നേർക്കായതുകൊണ്ട് എന്തു കാര്യം? ആ ഒരു മുതലാളിക്ക് സംരക്ഷണം കൊടുക്കുന്ന ഒരുപാട് വേറെയും മുതലാളിമാരുണ്ടിവിടെ." വെങ്കി

ടിയുടെ വാക്കുകൾ അന്തരീക്ഷമാകെ നിറഞ്ഞു.

"ഈ പ്രസ് നമുക്ക് വീണ്ടും ശരിപ്പെടുത്തണം. ഒരാക്രമണം കൊണ്ട് ജനങ്ങളുടെ വായ അടച്ചുകെട്ടാമെന്നു കരുതുന്നത് മൂഢത്വമാണ് എന്നു നമുക്കു കാണിച്ചുകൊടുക്കണം."

ശാന്തരായി പ്രസ് കെട്ടിടനിർമ്മാണത്തിലേർപ്പെട്ടിരുന്ന ഗ്രാമീണരെ, കാന്തന്റെ നേതൃത്വത്തിൽ വന്ന വൻസംഘം മർദ്ദിച്ചു തുടങ്ങിയപ്പോൾ വെങ്കിടിക്ക് സഹിച്ചുനില്ക്കാനായില്ല. വേണ്ട എന്നു കരുതി ക്ഷമിച്ചിരിക്കുകയായിരുന്നു. ഇനിയും ഈ വിളയാട്ടം അനുവദിക്കുന്നതെങ്ങനെ? അയാൾ സ്വയം മറന്നു. വൻസംഘട്ടനത്തിലേക്കുള്ള ഒരു തുടക്കമായിരുന്നു അത്.

കാന്തന്റെ ദേഹം മർദ്ദനമേറ്റുലഞ്ഞു. വെങ്കിടി ആകാശത്തോളം വളർന്നു. അത് പുതിയൊരു വെങ്കിടിയായിരുന്നു. പതിനായിരം ചെറുപ്പക്കാരുടെ ശക്തിയും അനേകായിരം സൂര്യന്മാരുടെ തേജസ്സുമുള്ള ഒരു പുതിയ വെങ്കിടി. കാന്തൻ ആ കാൽക്കീഴിൽ കിടന്നു ഞരങ്ങി. അപ്പോഴയാൾ കണ്ടു. വെങ്കിടിയുടെ കീറിപ്പറിഞ്ഞ മേലുടുപ്പിനടിയിൽ പച്ചകുത്തിയ തന്റെ പാരമ്പര്യമുദ്ര...

●

പുറത്ത് തണുത്ത ഒരു കാറ്റ് വീശി. പടിഞ്ഞാറൻ ആകാശത്ത് സൂര്യൻ അന്നത്തെ ജോലി നിർത്താനുള്ള ഒരുക്കത്തിലായിരുന്നു. മറീനാബീച്ചിലെ സായാഹ്നം ആളൊഴിഞ്ഞതാവുമോ? ഒന്നു കടലിനെച്ചെന്നു വന്ദിച്ചാലോ? വേണ്ട. ലോക്ഡൗണിൽ നഗരമാകെ കർഫ്യൂവിന്റെ മുഖച്ഛായയിലാണ്. വ്യാധിയാവട്ടെ, അസഹ്യമാംവിധം പടരുകയും... താനായിട്ട് നിയന്ത്രണങ്ങൾ ഒന്നും തെറ്റിക്കണ്ട...

'രാത്രിപോലെ' എന്ന വൺലൈൻ ആ കിളരംകൂടിയ ചെറുപ്പക്കാരൻ തികഞ്ഞ ആത്മവിശ്വാസത്തോടെ അവതരിപ്പിച്ച ആ ദിവസവും ഇതേപോലെ, പുറത്ത് മങ്ങുന്ന പോക്കുവെയിലുണ്ടായിരുന്നു. ആ ഓർമ്മയിൽ കസേരയിലേക്കു ചാഞ്ഞ്, വർഷങ്ങൾക്കപ്പുറത്തെ കഥാവായന കമൽഹാസൻ ഓർത്തെടുത്തു, വെങ്കിടിയുടെ നെഞ്ചിൽ പച്ചകുത്തിയ ആ പാരമ്പര്യമുദ്ര... അത് കഥയിലെ നല്ല ഒരു ടേണിങ് പോയിന്റുതന്നെയായിരുന്നു...

സീൻ - നാല്പത്തിനാല്

"അവന്റെ നെഞ്ചിൽ അച്ഛന്റെയും എന്റെയും നെഞ്ചിലുള്ള മുദ്ര എങ്ങനെ വന്നു എന്നാണെനിക്കറിയേണ്ടത്!" കാന്തൻ, ചെട്ടിയാർക്കു നേരെ ഒച്ചയിട്ടു.

"ഞാനെങ്ങനെയറിയാനാ?" ചെട്ടിയാർ പെട്ടെന്ന് ഒഴിഞ്ഞുമാറി.

"അച്ഛനു മാത്രമേ അറിയാവൂ. ചിന്തിച്ചുനോക്ക്. ഉണ്ടാവും പഴയ ഏതെങ്കിലും കാര്യങ്ങള്."

ചെട്ടിയാർ ഏതെല്ലാമോ ഓർമ്മകളിലേക്കു വഴുതി. വളരെ വർഷങ്ങൾ പിറകോട്ട് അയാളുടെ മനസ്സോടിപ്പോയി. വിവാഹത്തിനു മുൻപ് തനിക്കുണ്ടായ ബന്ധത്തെക്കുറിച്ചും അയാളോർത്തു. അവളേയും കുട്ടിയെയും കൊല്ലാൻ കാശു കൊടുത്തു താൻ ചുമതലപ്പെടുത്തിയവർ തന്നെ ചതിച്ചതാണെന്നും രക്ഷപ്പെട്ട അവൾ കുട്ടിയെ വളർത്തി വലുതാക്കി അവകാശം ചോദിച്ചു വിട്ടിരിക്കയാണെന്നും അയാൾ ചിന്തിച്ചു.

കാന്തൻ അച്ഛനെ കുറ്റപ്പെടുത്തി:

"ഇനി ഇതാ അവൻ സ്വത്തിന്റെ അവകാശവാദവുമായി വരും. ആളുകളുടെ മുഖത്ത് ഇനിയെങ്ങനെ നോക്കും? എല്ലാ മാനവും പോവും ഉറപ്പാ!"

ചെട്ടിയാർ എന്തോ ചിന്തിച്ചുകൊണ്ട് അവന്റെ പുറത്തുതട്ടി: "അത്രയും കാക്കേണ്ടി വരില്ലെടാ. അതിനു മുൻപ് എല്ലാം ഞാൻ തീർക്കും. അവനെയും അവന്റെ കൂടെയുള്ള എല്ലാത്തിനെയും! സ്ഥലം അക്വയർ ചെയ്യാനുള്ള ആളുകളിപ്പോഴിങ്ങെത്തും. ഇവന്റെയൊക്കെ കാര്യം ഇനി പട്ടാളമേറ്റെടുത്തു കൊള്ളും."

സീൻ - നാല്പത്തിഅഞ്ച്

കളക്ടർ അശോക് കുമാറിന്റെ നേതൃത്വത്തിൽ വലിയൊരു സംഘം ആംഡ് പൊലീസുകാർ നിരവധി ട്രക്കുകളിലായി വന്നിറങ്ങി ഗ്രാമം വളഞ്ഞു. അക്വയർ ചെയ്യാനുള്ള ഉദ്യോഗസ്ഥർ നടന്നു മുന്നോട്ടു വന്നു.

എന്തു ചെയ്യണമെന്ന് വെങ്കിടിക്കും ആളുകൾക്കും നല്ല ബോധ്യമുണ്ടായിരുന്നു. ആബാലവൃദ്ധം ജനങ്ങളും വഴികളിൽ മലർന്നു കിടന്നു; മണ്ണിനെ ആശ്ലേഷിച്ചുകൊണ്ട്.

"ഈ മണ്ണിനെ മാത്രമല്ല, ഞങ്ങളേയും നിങ്ങൾക്കു തുടച്ചുനീക്കേണ്ടിവരും. ഇതു ഞങ്ങളുടെ അമ്മയാണ്. അമ്മയെ സ്പർശിക്കും മുൻപ് ഈ മക്കളുടെ ജീവനെടുക്കുക!" വെങ്കിടി അലറി.

കളക്ർ മെഗാഫോണിലൂടെ ഉറക്കെ വിളിച്ചു പറഞ്ഞു:

"മിസ്റ്റർ വെങ്കിടാചലപതി! നിങ്ങൾ ആളുകളെ പറഞ്ഞു മനസ്സിലാക്കുക. ഭരണകൂടത്തിന്റെ നിയമങ്ങളെ മറികടക്കാൻ ഒരു പൗരന് അധികാരമില്ല. നിങ്ങൾ ചെയ്യുന്നത് കോൺസ്റ്റിറ്റ്യൂഷനെ ധിക്കരിക്കുകയാണ്. മാറിപ്പോകൂ. ഇത് സർക്കാരിന്റെ ഭൂമിയാണിപ്പോൾ. ഈ ഭൂമിയുടെ ഉടമസ്ഥാവകാശം സംബന്ധിച്ച പേപ്പേഴ്സ് ഇപ്പോൾ ഞങ്ങളുടെ കൈയിലുണ്ട്. മാറിപ്പോകൂ."

വെങ്കിടിയുടെ വാക്കുകൾ അപ്പോൾ അന്തരീക്ഷത്തിൽ വെടിക്കെട്ടുയരുമ്പോലെ മുഴങ്ങി:

"മിസ്റ്റർ ഡിസ്ട്രിക്റ്റ് കളക്ടർ! നിങ്ങൾ പറയുന്നത് അധികാരത്തിന്റെ ഭാഷയിലായിരിക്കാം. പക്ഷേ, ഞാൻ സ്നേഹത്തിന്റെ ഭാഷയിൽ നിങ്ങളോടപേക്ഷിക്കുന്നു. മാറിപ്പോകൂ. ഇതു ഞങ്ങളുടെ അമ്മയാണ്. ഈ മണ്ണിൽ വസന്തം വിരിഞ്ഞുനില്ക്കുന്നത് നിങ്ങൾ കാണുന്നില്ലേ? ഇത് ഞങ്ങളുടെ മനസ്സാണ്. ഉല്ലാസമാണ്. അതു നശിപ്പിക്കാൻ നിങ്ങൾക്കെന്താണ് അവകാശം? ആളുകളുടെ ജീവിതം തട്ടിത്തകർക്കാനുള്ള അധികാരം ഇന്ത്യൻ കോൺസ്റ്റിറ്റ്യൂഷൻസിൽ ഏതു ഖണ്ഡത്തിലാണ് പറയുന്നത്? ഫലഭൂയിഷ്ഠമായ ഒരു ഭൂഭാഗത്തെ തരിശാക്കാൻ നിങ്ങൾക്ക് ആരാണ് അധികാരം തന്നത്? ഇത് ദൈവത്തിന്റെ ഭൂമിയാണ്. ദൈവം സൃഷ്ടിച്ച ഭൂമി. അതിൽ നിസ്സാരരായ നിങ്ങളുണ്ടാക്കുന്ന അതിരുകൾ ഇവിടെ ഞങ്ങൾക്ക് ഒരു പ്രശ്നമല്ല. ഞങ്ങളുടെ ശവത്തിൽ ചവുട്ടി നിങ്ങളുടെ നിയമം നടപ്പിൽ വരുത്താം. ഉം, ക്വിക്ക്."

വെങ്കിടിയുടെ വാക്കുകൾ ചെട്ടിയാരെ അരിശംകൊണ്ടു വിറപ്പിച്ചു. ചെട്ടിയാർ കളക്ടർക്കരികെ നില്ക്കയായിരുന്നു. അയാൾ കളക്ടറെ പ്രകോപിപ്പിച്ചുകൊണ്ടിരുന്നു: "ഒന്നു വിരട്ടിയാൽ ഇവറ്റകളൊക്കെ എഴുന്നേറ്റോടും. നിങ്ങളെന്തിനാണ് ഇങ്ങനെ മടിച്ചു നില്ക്കുന്നത്? ഉം ഓർഡർ കൊടുക്കൂ!!"

ചെട്ടിയാരുടെ വാക്കുകളിൽ ആത്മധൈര്യമുണ്ടെന്നു കണ്ടപ്പോൾ കളക്ടർ ഓർഡർ കൊടുത്തു:

"യെസ്, മൂവ്!"

കളക്ടറുടെ ഓർഡർ കിട്ടിയതും പൊലീസ്പട മുന്നേറ്റം നടത്തി. ജനങ്ങളെ അവർ ചവുട്ടിമെതിച്ചു. എന്നിട്ടും അരിശം തീരാതെ തോക്കുകൾ അവർക്കു നേരെ ചൂണ്ടി... തുരുതുരാ വെടിപൊട്ടി. ആളുകൾ ഛിന്നഭിന്നമായി. അവരിൽ പലരും പലവഴിക്കു ചിതറി. ആർത്തനാദങ്ങളും വെടിയൊച്ചകളും കരിഞ്ഞ മാംസത്തിന്റെയും വെടിമരുന്നിന്റെയും ഗന്ധവും മാത്രം എങ്ങും.

സീൻ – നാല്പത്തിആറ്

കുരുക്ഷേത്രയുദ്ധത്തിന്റെ നഷ്ടശിഷ്ടങ്ങൾ വിലയിരുത്തേണ്ടതില്ല.

അംഗഭംഗം വന്നവർ, ബന്ധുജനങ്ങൾ നഷ്ടപ്പെട്ടവർ.

ചവുട്ടിത്തകർക്കപ്പെട്ടതും വെന്തെരിക്കപ്പെട്ടതുമായ ജീവിതങ്ങൾ. ഒരു ശ്മശാനഭൂമിപോലെയായ ഗ്രാമഹൃദയത്തിലൂടെ ആലംബമറ്റവനെപ്പോലെ വെങ്കിടി നടന്നു. അയാളുടെ മുഖം പൊള്ളലേറ്റു ചീർത്തിരുന്നു.

പൊട്ടിക്കരച്ചിലുകൾ ഇനിയും ശമിച്ചിട്ടില്ല. നഷ്ടപ്പെട്ടുപോയ പ്രിയപ്പെട്ടവരെയോർത്ത് പലരും തേങ്ങിക്കൊണ്ടിരുന്നു. വിളവുകളും കൂരകളുമൊക്കെ നശിച്ചുകിടന്നു.

കാവേരിയുടെ ചവുട്ടിയരയ്ക്കപ്പെട്ട മൃതദേഹം അടക്കം ചെയ്ത

കുഴിമാടത്തിൽ വെങ്കിടിയുടെ രണ്ടിറ്റു കണ്ണീരു വീണു.

"കരയുകയാണോ കഷ്ടം!" എന്ന് കാവേരി മണ്ണിനടിയിൽനിന്നു പതുക്കെ മന്ത്രിക്കുന്നതായി വെങ്കിടിക്കു തോന്നി. അയാൾ കണ്ണുകളമർത്തിത്തുടച്ച് മനസ്സിനെ ദൃഢപ്പെടുത്തി എഴുന്നേറ്റു.

അത് ഗ്രാമത്തിന്റെ മുഴുവൻ ഉണർവ്വായിരുന്നു. അവരെ മണ്ണ് സാന്ത്വനപ്പെടുത്തിക്കൊണ്ടിരുന്നു. ഒപ്പം ഉണർന്നു പ്രവർത്തിക്കാൻ ഓർമ്മപ്പെടുത്തുകയും ചെയ്തു. അവരുണർന്നു.

സീൻ – നാല്പത്തിഏഴ്

കളക്ടറുടെ നേതൃത്വത്തിൽച്ചേർന്ന ഉന്നതോദ്യോഗസ്ഥരുടെ യോഗത്തിൽ ആശയക്കുഴപ്പങ്ങൾ തലപൊക്കുന്നുണ്ടായിരുന്നു. പലവിധ അഭിപ്രായങ്ങൾ ഉയർന്നുവന്നു. വെടിവെയ്പിനെപ്പറ്റി ജുഡീഷ്യൽ അന്വേഷണം വേണമെന്നു പറഞ്ഞ് നിയമസഭയിൽ ബഹളമുണ്ടാക്കിയ പ്രതിപക്ഷ എം എൽ എമാരുടെ മുൻപിൽ മുഖ്യമന്ത്രി പതറി. അയാൾ കളക്ടറെ വിളിച്ച് നല്ല തെറി പറഞ്ഞു. കളക്ടറാകെ വിരണ്ടു പോയി. അതിനാൽ യോഗത്തിലുടനീളം അയാൾ ഒന്നും മിണ്ടാതെ വിറച്ചുകൊണ്ടേയിരുന്നു... അയാൾ പേടിച്ചവശനായിരുന്നു...

ഒരു ഗ്രാമം അവരുടെ ചെറുത്തുനില്പിലൂടെ രാജ്യത്താകമാനം ശ്രദ്ധിക്കപ്പെടുകയാണ്. പത്രങ്ങളൊക്കെ വാർത്തകൾ എഴുതി. പൊലീസിന്റെ മുന്നേറ്റത്തിലും വെടിവെയ്പിലും പെട്ട് മുപ്പത്തിരണ്ടുപേരാണ് മരിച്ചുവീണിരിക്കുന്നത്. മനുഷ്യജീവനു തീരെ വില കല്പിക്കാത്ത ഭരണകൂടം ഞങ്ങൾക്കു വേണ്ട എന്നു പ്രതിപക്ഷം മുറവിളികൂട്ടിത്തുടങ്ങി.

സീൻ – നാല്പത്തിഎട്ട്

രാത്രി.

ചെട്ടിയാർ ഫോണിൽ പലതവണ ശ്രമം നടത്തിയപ്പോഴാണ് കളക്ടറെ കിട്ടിയത്.

"നിങ്ങൾ പേടിച്ചു പിന്മാറരുത്. കാര്യങ്ങളൊക്കെ ഇപ്പോൾ ശാന്തമാണ്. ആളുകൾ നന്നായി പേടിച്ചിട്ടുണ്ട്." എന്ന് ചെട്ടിയാർ ഉറക്കെയുറക്കെ പറഞ്ഞു. പക്ഷേ, അങ്ങേത്തലയ്ക്കൽ കളക്ടർ ഫോൺ വെച്ചു കഴിഞ്ഞിരുന്നു. കളക്ടർക്ക് തലപൊട്ടിപ്പോകുംവിധം അത്രയും കടുത്ത തലവേദനയായിരുന്നു ആ നേരത്ത്. അയാൾ ചെട്ടിയാരെ ഉറക്കെ പ്രാകി. ഫോൺ വെച്ച് ചെട്ടിയാർ നോക്കുമ്പോൾ ഗേറ്റ് കടന്നുവരുന്ന വെങ്കിടിയും പിന്നാലെ പതിനായിരക്കണക്കിനു ഗ്രാമീണരും. അവർ ഒരു സമുദ്രംപോലെ അലയടിച്ചു വരികയാണ്.

കാന്തൻ കൈത്തോക്കുമായി ഓടി വരാന്തയിലേക്കിറങ്ങുന്നത് ചെട്ടിയാർ കണ്ടു: "ചുട്ടുകളയും എല്ലാറ്റിനേയും ഞാൻ! ഇനി ഒരടി മുന്നോട്ടു വെക്കരുത്!" കാന്തൻ അലറി.

വെങ്കിടി എല്ലാവരേയും തടുത്തുനിർത്തിക്കൊണ്ട് മുന്നിൽ നിന്നു.

"അനിയാ, കളിത്തോക്കു കാട്ടി ഭീഷണിപ്പെടുത്താമെന്നു കരുതല്ലേ! അത് താഴെയിട്. എല്ലാം സഹിച്ചുകഴിഞ്ഞവരല്ലേ ഞങ്ങൾ. ഇനി നിന്റെ തോക്കിന്റെ നാലുണ്ടകൂടി കൊള്ളാൻ ഈ ഒരു നെഞ്ചിൽത്തന്നെ ധാരാളം സ്ഥലം. വെയ്ക്ക്. വെയ്ക്കെടാ. എന്താ പറ്റുന്നില്ലേ? വെയ്ക്കെടാ!"

വെങ്കിടി നടന്നു മുന്നോട്ടു വന്നുകൊണ്ടിരുന്നു.

കാന്തൻ വിരണ്ടു.

അയാൾ പിറകോട്ടു പിറകോട്ടു മാറി. ചെട്ടിയാർ പുറത്തേക്കു വന്നു. വെങ്കിടിക്ക് ഉത്സാഹം വർദ്ധിച്ചു.

"ഓ.... വന്നാട്ടെ... ഞങ്ങളെയെല്ലാരേം കൂടി കണ്ടപ്പോ നാലുവാചകം പ്രസംഗിക്കാൻ തോന്നുന്നുണ്ടോ മുതലാളിക്ക്? ഗ്രാമത്തിനു വേണ്ടി കാരുണ്യം ചൊരിയുന്നതിനെപ്പറ്റി, പ്രസംഗിച്ചോളൂ, മൈക്ക് വേണോ? വേണ്ട. ഉറക്കെപ്പറഞ്ഞാൽ മതി. എന്തു പറഞ്ഞു കളക്ടർ? വിളിക്കു ന്നില്ലേ പൊലീസിനെ? വിളിക്ക് വിളിക്ക്."

ചെട്ടിയാർ ഒച്ചയിട്ടു: "മാറിപ്പോ എന്റെ മുൻപീന്ന്! അനുഭവിച്ചതു കൊണ്ടൊന്നും മതിയായില്ലേ നിനക്ക്? നീ അവകാശം പറഞ്ഞ് വരാനാ ഭാവംന്ന് നേരത്തേ അറിയാമായിരുന്നു."

വെങ്കിടി ഉറക്കെ ഉറക്കെ പൊട്ടിച്ചിരിച്ചു. "അവകാശം പറയാൻ ഇത്ര നാളും ഈ ഗ്രാമത്തിൽ കഴിച്ചുകൂട്ടേണ്ട കാര്യമെനിക്കില്ലായിരുന്നു. അല്ലെങ്കിൽത്തന്നെ നിങ്ങളുടെ കള്ളപ്പണത്തിന്റെ വിഹിതം ആർക്കു വേണം?"

"എന്റെ മുൻപീന്ന് പോ! ഇനി മുന്നോട്ടു വന്നാ നീ അനുഭവിക്കും." ചെട്ടിയാർ അലറി.

വെങ്കിടി അപ്പോഴും ചിരിച്ചു: "പാവം മുതലാളി! എന്തൊക്കെയാ പറയുന്നേ? ഞങ്ങള് പോവാനോ? ഈ മണ്ണീന്നോ? ഞാൻ പോവാം. ഞാനെവിടുന്നോ വന്നവൻ. പക്ഷേ, ഇവര്, ഇവര് ഈ മണ്ണില് ജീവൻ വെടിയുവോളം നില്ക്കും. പോവേണ്ടത് നിങ്ങളാ. മുതലാളിമാർക്കുള്ള തല്ല ഈ മണ്ണ്. അദ്ധ്വാനിക്കുന്ന തൊഴിലാളിക്കുള്ളതാ. അകത്തൊരെണ്ണം കൂടിയില്ലേ? വിളിക്ക്. മോനും മോളും അച്ഛനും വേഗം ഇറങ്ങിത്തന്നാട്ടെ."

പന്തത്തിനു തീ ആദ്യം കൊളുത്തിയത് വെങ്കിടി തന്നെയായിരുന്നു പിന്നെ പല പല പന്തങ്ങൾ ആളിക്കത്തി. അത് രാത്രിയെ കീറിമുറി ക്കുന്ന വജ്രായുധങ്ങൾ പോലെ തിളങ്ങി.

"മോനേ!" ചെട്ടിയാർ പതുക്കെയാണെങ്കിലും വെങ്കിടിയെ അഭ്യർത്ഥ നയോടെ കടന്നുപിടിച്ചു. "അരുതെടാ നീ എന്റെ മൂത്ത മോനല്ലേ. ഈ അച്ഛന് ഒരു തെറ്റുപറ്റി. മോനത് ക്ഷമിച്ചുതാ."

വെങ്കിടി ഒരു നിമിഷം ചെട്ടിയാരുടെ മുഖത്തേക്കു നോക്കിനിന്നു. പിന്നെ ജനങ്ങളെ നോക്കി:

"അപ്പോ ഒന്നും ചെയ്യേണ്ട, അല്ലേ? എന്റെ അച്ഛനാ. ഇപ്പഴാ എനി

ക്കച്ഛനെ കിട്ടീത്. വെറുതെ വിട്ടേക്കാം, അല്ലേ?" വെങ്കിടിയുടെ കണ്ണുകൾ നിറഞ്ഞിരുന്നു. പക്ഷേ, മുഖത്തെ പേശികൾ ക്രമേണ വലിഞ്ഞു മുറുകിക്കൊണ്ടിരുന്നു.

ആളുകളന്യോന്യം നോക്കി. ഇവർ അച്ഛനും മോനും കളിക്കയായിരുന്നുവോ ഇതുവരെ? ഒടുവിൽ തങ്ങളൊറ്റയ്ക്കായോ എന്ന് അവർ സംശയിക്കേ...

വെങ്കിടി ഉറക്കെയുറക്കെ പൊട്ടിച്ചിരിച്ചു: "തീവെക്ക്!" അയാൾ അലറി.

നിമിഷങ്ങൾ വേണ്ടിവന്നില്ല. ആ വലിയ കെട്ടിടമാകെ തീ പടർന്നു. ചെട്ടിയാരുടെ അനുചരന്മാർ ഗ്രാമീണർക്കെതിരെ വന്നപ്പോൾ വെങ്കിടി അവരോടു പറഞ്ഞു: "വെറുതെ പ്രശ്നമുണ്ടാക്കല്ലേ! നാളേം ഈ നാട്ടിൽത്തന്നെ ജീവിക്കണോ അതോ ഇവരുടെ കൂടെ പരലോകത്തേക്കു ടിക്കറ്റ് വേണോ? ഉം?"

അവർ പരുങ്ങി പിൻവാങ്ങി.

"കൊടുക്ക് ഇവർക്കും പന്തം." വെങ്കിടി അലറി.

ആരോ ചെട്ടിയാരുടെ ആൾക്കാരുടെ കൈയിലും പന്തങ്ങൾ തിരുകി. "ഉം, തീവെക്ക്!" വെങ്കിടി അവരെ തീയാളുന്ന കെട്ടിടത്തിനു നേർക്ക് തള്ളി.

ചെട്ടിയാർ എന്തു ചെയ്യണമെന്നറിയാതെ സ്വയം ശപിച്ചുകൊണ്ടു നിന്നു. കാന്തനും രാജിയും അച്ഛന്റെ നിഴലായി പേടിച്ചരണ്ട് ഒതുങ്ങിക്കൂടി.

"തീ കത്തുകാ. ഇങ്ങിറങ്ങി നില്ക്ക്. പൊള്ളും!" വെങ്കിടി കളിയാക്കിക്കൊണ്ട് അവരോടു പറഞ്ഞു: "വല്ലാത്ത ചൂടുതന്നെ, അല്ലേ? കറൻസി കത്തുന്നുണ്ടാവും ചിലപ്പോ അകത്ത്."

ചെട്ടിയാർ പരവശനായി.

"വേണമെങ്കിൽ ഇതിനകത്തിട്ട് നിങ്ങളെ മൂന്നിനേം ശരിപ്പെടുത്താം. അതുകൊണ്ടും തീരുന്നതല്ല നിങ്ങള് ചെയ്ത പാപത്തിന്റെ ശിക്ഷ. പക്ഷേ, അറുകൊലയുടെ നിയമമല്ല ഞാൻ പഠിച്ചിട്ടുള്ളത്. പോ. എവിടേങ്കിലും പോയി തുലയ്! ഈ പാവപ്പെട്ട മനുഷ്യരുടെ ചോര ഇനീം ഊറ്റിക്കുടിക്കാതെ എങ്ങോട്ടെങ്കിലും പൊയ്ക്കോ!"

തീ കത്തിപ്പടർന്നുകൊണ്ടിരുന്നു.

"നിങ്ങളായിട്ട് സമ്പാദിച്ചതല്ലല്ലോ ഈ സ്വത്തുവകകളൊക്കെ? ഓരോരുത്തരെ പിഴിഞ്ഞുണ്ടാക്കിയ പാപത്തിന്റെ പണക്കൂനയല്ലേ? അത് നിങ്ങൾക്കനുഭവിക്കാൻ യോഗ്യതയില്ല. നിങ്ങൾക്കും വേണ്ട." വെങ്കിടി ചിരിച്ചു. "അഗ്നിഭഗവാൻ കൊണ്ടുപൊയ്ക്കോട്ടെ."

തീ കത്തിപ്പടർന്നുകൊണ്ടിരുന്നു.

പെട്ടെന്ന് വെങ്കിടി ചെട്ടിയാരെ നോക്കി അലറി: "ഇറങ്ങ്! പൊയ്ക്കോ... എങ്ങനെയെങ്കിലും ജീവിക്ക്... എവിടേങ്കിലും പോയി അദ്ധ്വാനിച്ച് ജീവിക്ക്. അല്ലെങ്കിൽ പിച്ചതെണ്ട്!"

ആളുകൾ ആരവം മുഴക്കി ചെട്ടിയാരെയും മകനേയും മകളേയും തെളിച്ചുകൊണ്ട് നടന്നു.

അവർ മൂവരും സർവ്വവും നഷ്ടപ്പെട്ടവരായി നടന്നു നീങ്ങുമ്പോൾ വെങ്കിടിയുടെ കണ്ണുകൾ നിറഞ്ഞു. ഓർമ്മകളിൽ, ചിറകു വിരിഞ്ഞിട്ടില്ലാത്ത കുഞ്ഞിനേയും കൊണ്ട് രാത്രിയിലൂടെ അലഞ്ഞുനടന്ന ഒരമ്മയായിരുന്നു. ആ അമ്മ അകലങ്ങളിലിരുന്ന് തന്നോടെന്തോ മന്ത്രിക്കുന്നതായി അയാൾക്കു തോന്നി.

സീൻ - നാല്പത്തിഒൻപത്

കണ്ണീരുവീണു നനഞ്ഞ ഭൂമിയിൽ ജീവിതങ്ങൾ തളിർത്തു. എല്ലാ പേയോർമ്മകളേയും മറവിയിലേക്കു തള്ളിക്കൊണ്ട് ഗ്രാമീണർ വീണ്ടും വീര്യമുൾക്കൊണ്ടു. ഇപ്പോഴവർക്കൊരു ലക്ഷ്യമുണ്ട്. തീരുമാനമുണ്ട്. ഇനി ഒരു ശക്തിക്കും തങ്ങളെ കീഴ്പ്പെടുത്താനാവില്ലായെന്ന് അവർ മനസ്സിൽ ശപഥം ചെയ്തു. സഹിക്കാവുന്നതിന്റെ പരമാവധി സഹിച്ചവരാണ് ഞങ്ങൾ. നഷ്ടപ്പെടാവുന്നതിന്റെ പരമാവധി നഷ്ടപ്പെടുകയും ചെയ്തു. ഇനിയും വയ്യ. ഇപ്പോൾ ഈ മണ്ണ് പൂർണ്ണമായും ഞങ്ങളുടേതാണ്.

ഫലഭൂയിഷ്ഠമായ മണ്ണിൽ സമ്പദ് സമൃദ്ധി വിരിഞ്ഞു പുഷ്പിച്ചു.

അതൊരു വലിയ വാർത്തയായിരുന്നു.

അണുവായുധ നിർമ്മാണശാലയ്ക്ക് ജനനിബിഡമല്ലാത്ത മറ്റൊരു പ്രദേശം കണ്ടെത്താൻ സർക്കാർ തീരുമാനമെടുത്തിരിക്കുന്നു. ജനരോഷം സർക്കാർ കണക്കിലെടുത്തിരിക്കുന്നു.

വെങ്കിടി ആ വിവരം അറിയിച്ചപ്പോൾ ഗ്രാമമാകെ ആഹ്ലാദംകൊണ്ടു തുള്ളിച്ചാടി. വെങ്കിടിയുടെ സഹായിയായി പ്രസ് കാര്യങ്ങൾ നോക്കിയിരുന്ന രാമനാഥൻ ചോദിച്ചു: "ഇന്ന് നമുക്ക് ലീഡ് ഇതു തന്നെയല്ലേ?"

"പിന്നെയെന്താ സംശയം? ഒരു മുഖപ്രസംഗവുമെഴുത്. നമ്മുടെ ആഹ്ലാദം പുറംലോകമറിയട്ടെ. രാമനാഥൻ തന്നെ എഴുതിയാൽ മതി. ഇനിയിപ്പോ കാര്യങ്ങളൊക്കെ കുറേശ്ശെയായി രാമനാഥൻ തന്നെ നടത്തണം, കേട്ടോ? എന്നെ എല്ലാറ്റിനും കിട്ടീന്ന് വരില്ല."

സീൻ - അൻപത്

ഉണർന്നുല്ലസിക്കുന്ന ഗ്രാമീണരുടെയിടയിലേക്ക് വെങ്കിടി നടന്നു ചെന്നു. ആകാശത്തിന്റെ അതിരുകളിലേക്ക് ആഹ്ലാദത്തിന്റെ ചിറകുകൾ നീണ്ടു.

"എനിക്കു പോണം."

വെങ്കിടി അവരോടായി പറഞ്ഞു.

"ഇവിടെയിപ്പോ... നിങ്ങൾക്ക്... നിങ്ങളുടേതായ ഒരു ജീവിതമുണ്ട്. എനിക്കു തൃപ്തിയായി. ഒരു ശക്തിക്കും ചുമ്മാ കീഴടങ്ങിക്കൊടുക്കുക

യില്ലെന്ന ആത്മവിശ്വാസവും നിങ്ങൾക്കുണ്ട്. ഇതുമതി ഇനി ഈ മണ്ണിനെ... ഈ അമ്മയെ... സ്നേഹിച്ചു സ്നേഹിച്ചു പതംവരുത്തണം. ഞാൻ വരും. എപ്പോഴെന്ന് എനിക്കുതന്നെ അറിയാത്ത ഒരു നേരത്ത്. ഏതോ ഒരു കാലത്ത്.... അന്നും എനിക്കായി നിങ്ങളുടെ ഹൃദയത്തിന്റെ വാതിലുകൾ തുറന്നു വെക്കണം."

"പോകരുത്.... പോകരുത്...."

അതൊരലമുറയായി പടർന്നു. ആൾക്കൂട്ടം വട്ടത്തിൽ നിന്ന് വെങ്കിടിയെ വഴിതടഞ്ഞു.

"ദയവുചെയ്ത് മാറൂ... എന്നോടു നിങ്ങൾക്കുള്ള സ്നേഹം ഞാൻ മനസ്സിലാക്കുന്നു. പക്ഷേ, പോകാതെ വയ്യ. ഇനിയും എവിടെയൊക്കെയോ എനിക്കു ചെന്നെത്തേണ്ടതുണ്ട്. സമയമോ തീരെ കുറവും. മനുഷ്യരുള്ളിടത്തൊക്കെ എനിക്കു ചെല്ലണം. ജീവന്റെ സാന്നിദ്ധ്യമറിയണം. തീർച്ചയായും എപ്പോൾ നിങ്ങളാഗ്രഹിക്കുന്നുവോ അന്നു ഞാൻ വീണ്ടും വരും."

വെങ്കിടി നടന്നുതുടങ്ങിയപ്പോൾ പലരും പൊട്ടിക്കരഞ്ഞു.

"കരയരുത്, കരയരുത്..."

പിന്നെ തിരിഞ്ഞു നോക്കാതെ അയാൾ നടന്നു.

ഏതോ നാടൻശീലുകൾ അലയടിക്കുന്നതായി വെങ്കിടിക്കു തോന്നി. തന്റെ ചുമലിൽ, വടിത്തുമ്പിൽ ഞാത്തിയ ഭാണ്ഡത്തിൽനിന്നു വിശ്വദർശനത്തിന്റെ ചാരുതയാർന്ന കളിക്കോപ്പുകൾ പുറത്തെടുത്ത് അയാൾ നൃത്തച്ചുവടുകൾ വെച്ചു. പ്രകൃതിയുടെ ഹൃദയത്തിലൂടെ, പ്രകാശത്തിന്റെ പതിനായിരം സ്ഫുലിംഗരേഖകളിലൂടെ അയാൾ അമ്മാനം കളിച്ചു. യാത്ര തുടർന്നു. ഒരുപാടു കുട്ടികൾ ആ യാത്രികന്റെ ചുറ്റിലുമുണ്ടായിരുന്നു. അവരുടെയൊക്കെ ചെഞ്ചുണ്ടുകളിൽ അമ്മിഞ്ഞപ്പാലിന്റെ സ്വാദുണ്ടായിരുന്നു. ഹൃദയത്തിൽ നന്മയുടെ വറ്റാത്ത ഉറവയും...

കാലം എല്ലാറ്റിനും സാക്ഷിനിന്നു.

●

സ്പൈറൽ ബൈന്റ് ചെയ്ത് മനോഹരമാക്കിയ ആ സിനോപ്സിസ് പേപ്പേഴ്സ് വീണ്ടും ഫയൽ പാഡിലേക്കു തന്നെ തിരിച്ചുവെക്കുമ്പോൾ, കമൽഹാസൻ ആയിരത്തിത്തൊള്ളായിരത്തി തൊണ്ണൂറ്റി ഒന്നിലെ ആ സായംസന്ധ്യ ഓർത്തു. ഇതേപോലെ ഒരു ചെഞ്ചായം പൂശിയ സായന്തനത്തിൽനിന്നു തുടുതുടുപ്പിലേക്കു നീങ്ങുന്ന സന്ധ്യ...

രാജീവ് കുമാർ ചോദിച്ചു: "കഥ ഇഷ്ടമായെങ്കിൽ നമുക്കിത് പ്രൊസീഡ് ചെയ്തുകൂടെ?"

രാജീവിൽ തികഞ്ഞ വിശ്വാസം അന്നുമുണ്ട്. ഇന്നുമുണ്ട്. ചുറുചുറുക്കുള്ള സംവിധായകൻ. നവോദയയുടെ കളരിയിൽ പയറ്റിത്തെളിഞ്ഞ

ചെറുപ്പക്കാരൻ. *ചാണക്യനി*ലൂടെ തന്റെ ഊർജ്ജം മുഴുവൻ പുറത്തു കാണിച്ചവൻ... പക്ഷേ, തൊണ്ണൂറ്റൊന്ന് വല്ലാത്ത ഒരു വർഷമായിരുന്നു എന്ന് കമൽ ഓർത്തു. എൺപത്തി ഒൻപതിൽ *അപൂർവ്വ സഹോദരങ്ങ*ളും *ചാണക്യ*നും ഒരുപോലെ ഹിറ്റായ വർഷത്തിൽ ചെയ്ത സിനിമയായിരുന്നു സിംഗിതം ശ്രീനിവാസറാവുവിന്റെ *മൈക്കിൾ മദനകാമരാജൻ.* ഗുണ ആ സമയത്തു തന്നെ തുടങ്ങിവെയ്ക്കുകയും ചെയ്തിരുന്നു. ഒരുപാട് ഇമോഷണൽ ഹോണ്ടിങ്ങിലൂടെയാണ് അക്കാലത്ത് കടന്നുപൊയ്ക്കൊണ്ടിരുന്നത്. സരിക അക്ഷരയെ ഗർഭം ധരിച്ച കാലമായിരുന്നു. ശ്രുതി സ്കൂളിൽ പോയിത്തുടങ്ങിയിരുന്നു... സ്കൂൾ രജിസ്റ്ററിൽ അച്ഛന്റെ പേര് ഒഴിച്ചിടണമോ എന്ന സരികയുടെ ചോദ്യത്തിന് ഓഫീഷ്യൽ മാര്യേജ് കഴിഞ്ഞിട്ടില്ലല്ലോ എന്ന ലാഘവത്തോടെയുള്ള മറുപടി മതിയാവുമായിരുന്നില്ല... ലിവിങ് ടുഗദറൊന്നും സ്കൂളുകാർക്ക് മനസ്സിലാക്കാനാവുമായിരുന്നില്ല; നാട്ടുകാർക്കും....

അതൊന്നുമല്ല ആ പ്രോജക്ട് മുടങ്ങാനുള്ള കാര്യമായി തോന്നുന്നത്. കഥ പറഞ്ഞ്, വളരെ കൂളായി തന്റെ കാര്യം കഴിഞ്ഞു എന്ന മട്ടിൽ ആ ചെറുപ്പക്കാരൻ കഥാകൃത്ത് പറഞ്ഞ കാര്യം കമൽഹാസൻ ഓർത്തു:

“ഞാനിറങ്ങുന്നു. രാത്രി മെയിലിന് എനിക്കു നാട്ടിലേക്കു മടങ്ങണം. കഥയിലെ വെങ്കിടിയെപ്പോലെ എനിക്കും യാത്ര തുടരണം...” അയാൾ ഉറച്ച ശബ്ദത്തിൽ നിലപാട് വ്യക്തമാക്കി....

രാജീവ് കുമാർ പറഞ്ഞു: “സിനോപ്സിസ് കമൽ സാറിന്റെ കൈയിൽ തന്നെയിരിക്കട്ടെ. ഞാനിയാളെ റെയിൽവേ സ്റ്റേഷനിൽ വിട്ടിട്ട് തിരിച്ചുവരാം.”

കമൽ പറഞ്ഞു: “എന്നാൽ ഞാനും വരാം.”

അന്ന് മാരുതി ഓമ്നിയിൽ റെയിൽവേ സ്റ്റേഷനിലേക്കുള്ള ആ യാത്രയിലുടനീളം ആ ചെറുപ്പക്കാരൻ തികഞ്ഞ മൗനത്തിലായിരുന്നു എന്ന് കമൽഹാസൻ ഓർത്തു... സെൻട്രൽ സ്റ്റേഷന്റെ ഒന്നാം പ്ലാറ്റ്ഫോമിനരികെ വാൻ നിർത്തി. താനും രാജീവുമിറങ്ങി. അയാളെ യാത്രയാക്കി... അയാൾ പോയി...

അപ്പോൾ മൊബൈലിൽ ഭരതേട്ടന്റെ വിളി വന്നത് ഓർക്കുന്നു. പുതിയ ചിത്രത്തിന്റെ ആലോചനകൾ കൊടുമ്പിരിക്കൊള്ളുന്ന നാളുകളായിരുന്നു. ഭരതേട്ടൻ ആവേശപൂർവ്വം ചോദിച്ചു: “*തേവർ മകൻ.* എപ്പടി, പേര് ഇഷ്ടമായോ?”

“റൊമ്പ പിടിച്ചിരിക്ക്.” അന്ന് അങ്ങനെ പറഞ്ഞാണ് ഫോൺ വെച്ചത്... *തേവർ മകനു* ശേഷം ഒന്നിനു പിറകേ ഒന്നായി പ്രോജക്ടുകൾ വന്നു. ശ്രുതിഹാസൻ ഒന്നാം ക്ലാസിലും പിന്നെ രണ്ടാം ക്ലാസിലും പഠിച്ചു. അക്ഷര ഹാസൻ പിച്ചവെക്കാൻ തുടങ്ങി. പിന്നെ സരിക പിണങ്ങിപ്പോയി. സിമ്രാനും ഗൗതമിയുമൊക്കെ കൂട്ടുകാരികളായി. അവരും

പോയി... കാലം താളുകൾ മറിച്ചുകൊണ്ടിരുന്നു. ഇപ്പോഴിതാ, തിരക്കുകളൊഴിഞ്ഞ ഒരു വിഷൂചികക്കാലം... ലോകം കീഴ്മേൽ മറിയുകയാണ്...

രാത്രിയാവുന്നു. കമൽഹാസൻ എഴുന്നേറ്റു. ഒന്നു മറീനയിൽ കറങ്ങാം. കടൽക്കാറ്റു കൊള്ളാം. കടലലകൾ ഒരുപക്ഷേ, പരിഭവിക്കും; ഞങ്ങളെ മറന്നു. ശരിക്കും മറന്നു...

വാതിലടച്ച് ഇറങ്ങാൻ നേരം, എന്തോ ഓർത്ത് കമൽഹാസൻ നിന്നു. പിന്നെ വീണ്ടും അകത്തേക്കു ചെന്ന്, 'രാത്രി പോലെ' എന്ന ആ സിനോപ്സിസ് ഫയൽ കൈയിലെടുത്ത് പതിയെ രാത്രിയിലേക്കിറങ്ങി...

സന

ജ്വല്ലറിയുടെ പടിക്കെട്ടുകൾ വരെ മാനേജർ സാംകുട്ടി വന്നു യാത്ര യാക്കി: "അപ്പോ പോൾസാറ് ഇനി നേരെ റെയിൽവേസ്റ്റേഷനിലേക്കാണല്ലോ അല്ലേ?"

സമയം നാലരയായിരുന്നു. അഞ്ചിനാണ് എക്സിക്യൂട്ടീവ് എക്സ്പ്രസ്. അതിനു പോയില്ലെങ്കിൽ എല്ലാം കുഴയും. നാളെ രാവിലെ മട്ടാഞ്ചേരിയിൽ മിനിസ്റ്റർ പങ്കെടുക്കുന്ന ഒരു മീറ്റിങ്ങുണ്ട്. പി ഡബ്ല്യു ഡി എക്സിക്യൂട്ടീവ് എഞ്ചിനീയർ പോൾ ആന്റണി മുൻ നിരയിൽത്തന്നെയുണ്ടാവണം.

"അടുത്താഴ്ച വീണ്ടും കാണാം." സാം കുട്ടിയോട് അങ്ങനെ മറുപടി പറഞ്ഞ് വിടവാങ്ങി. പടിക്കെട്ടുകളിറങ്ങി. റോഡിലെത്തിയപ്പോൾ പോൾ ആന്റണി സനയെ ചേർത്തു നിർത്തി: "ഇനി കൃത്യം ഇരുപത്തിമൂന്നു ദിവസമേയുള്ളൂ. അടുത്താഴ്ച പപ്പ വരുമ്പോഴേക്കും നേരിട്ട് ക്ഷണിക്കേണ്ടവരുടെയെല്ലാം അഡ്രസ് മോള് റെഡിയാക്കിവെക്കണം."

സന സമ്മതപൂർവ്വം തലകുലുക്കി: "ഈ പപ്പേടെ ടെൻഷൻ കണ്ടാൽതോന്നും ലോകത്തിതാദ്യമായി കല്യാണം കഴിക്കുന്ന ആളാ ഞാനെന്ന്..."

"അതല്ല." പോൾ ആന്റണി പോക്കറ്റിൽ നിന്ന് കുറച്ച് നോട്ടുകളെടുത്ത് സനയുടെ കൈയിൽ വെച്ചുകൊണ്ടു പറഞ്ഞു: "എല്ലാറ്റിനും ഈ പപ്പ തന്നെ വേണ്ടേ ഓടാൻ..."

"ഞാൻ ശ്രദ്ധിച്ചോളാം." കാശ് ഹാന്റ് ബാഗിൽ വെച്ചുകൊണ്ടു സന പറഞ്ഞു. "ഇപ്പോൾത്തന്നെ നേരെ ബാങ്കിലേക്കാ പോകുന്നേ. ഇത് ലോക്കറിൽ വെച്ചിട്ടേ ഹോസ്റ്റലിലേക്കു പോകുന്നുള്ളൂ."

"മൂന്നു മണിക്കെങ്കിലും പർച്ചേസ് തീർന്നെങ്കില് ഞാനും വരാരുന്നു

ബാങ്കിലേക്ക്. അവിടെ എല്ലാരേം നേരിട്ട് ക്ഷണിക്ക്യേം ചെയ്യാരുന്നു."

"ഞാൻ ഇൻവൈറ്റ് ചെയ്തോളാം എല്ലാരേം." സന ഒരു ഓട്ടോയ്ക്കു കൈ കാണിച്ചു കൊണ്ടു പറഞ്ഞു: "ഇനിയും ലേറ്റായാ പപ്പേടെ എക്സിക്യൂട്ടീവ് അതിന്റെ വഴിക്കു പോകും."

ഓട്ടോയിൽ റെയിൽവേ സ്റ്റേഷനിലേക്കു നീങ്ങുമ്പോൾ പോൾ ആന്റണി ഓർത്തു: ലീവില്ല തീരെ. ഇന്നുതന്നെ എറണാകുളത്തെത്തിയേ തീരൂ. മാത്രവുമല്ല ലിസിയെ നാളെ ഡോക്ടറെ കാണിക്കേണ്ടതുമാ.

പപ്പയുടെ ഓട്ടോ ഓവർബ്രിഡ്ജിന്റെ തിരിവു കഴിഞ്ഞപ്പോൾ, വേറെ ഒരു ഓട്ടോയ്ക്ക് കൈ കാണിച്ചുകൊണ്ട് സന ജ്വല്ലറിയിൽനിന്നു കിട്ടിയ രണ്ട് ബിഗ്ഷോപ്പർ ബാഗുകളും നെഞ്ചോടു ചേർത്തു.

ഓട്ടോയിൽ ഹെറാൾഡ് ന്യൂസിന്റെ ഓഫീസിനു നേർക്കു നീങ്ങവേ, സന മൊബൈലിൽ ആനന്ദ് മേനോനെ തേടി: "നീ അവിടന്നിറങ്ങീലേ?"

"ഇല്ല. നിന്റെ ഫോൺ കാത്തിരിക്കാരുന്നു. പപ്പ പോയോ?" ആനന്ദ് ചോദിച്ചു.

"ഉം." സന പറഞ്ഞു. "ഭംഗിയായി പാക്ക് ചെയ്തു വിട്ടു. വാങ്ങിച്ച സാധനങ്ങള് ബാങ്കിൽ ഇപ്പോത്തന്നെ കൊണ്ടുവച്ചേക്കണംന്ന് പറഞ്ഞാ മൂപ്പിലാൻ പോയത്. ഇനി നാളെയാവാം. നിനക്ക് കാണണ്ടേ? എല്ലാം ട്രഡീഷണൽ ഐറ്റംസാ.."

"ഞാൻ താഴേക്കിറങ്ങാം." ആനന്ദ് ഫോൺ വെച്ചു.

ഹെറാൾഡിന്റെ ചുവന്ന നാലുനില കെട്ടിടത്തിനു മുന്നിൽ ഓട്ടോ ഉപേക്ഷിച്ച് സന കാത്തുനിന്നു. നിമിഷങ്ങൾക്കകം പാന്റ്സിന്റെ വലതു പോക്കറ്റിൽ കൈതിരുകി, ഇടതുകൈയിൽ കാറിന്റെ കീ കറക്കി ആനന്ദ് മേനോൻ, പോർട്ടിക്കോയിലൂടെ നടന്നുവന്നു.

"ലെറ്റസ് മൂവ്." അടുത്തെത്തിയപാടേ, വലതുപോക്കറ്റിൽനിന്ന് കൈയെടുത്ത്, സനയ്ക്കു ഹസ്തദാനം നല്കി, പിന്നെ അവളുടെ മൃദുവായ കൈത്തലം ചുണ്ടോട് ചേർത്ത് ഒരു ചൂടുമ്മ നല്കി. ആനന്ദ് മേനോൻ ഗാരേജിൽ പാർക്ക് ചെയ്ത തന്റെ നീല ഹോണ്ടസിറ്റിക്കു നേരെ നടന്നു. ഒപ്പം നടക്കുമ്പോൾ സന പറഞ്ഞു: "ഇന്ന് നീ കുറേക്കൂടി സുന്ദരനായിരിക്കുന്നു... ആന്റ് ഓൾസോ ലിറ്റിൽ ബിറ്റ് റിലാക്സ്ഡ്."

"എന്റെ ചങ്കിടിപ്പ് എനിക്കു മാത്രല്ലേ അറിയൂ." കാർ സ്റ്റാർട്ട് ചെയ്തുകൊണ്ട് ആനന്ദ് മേനോൻ പറഞ്ഞു: "നീ പപ്പേം കൂട്ടി ഇങ്ങോട്ടു വരുമോന്നാ ഞാൻ പേടിച്ചത്."

"അതെന്തിന്?" ആനന്ദിന്റെ തോളിലേക്കു ചാഞ്ഞുകൊണ്ട് സന ചോദിച്ചു: "അത്രയ്ക്ക് പൊട്ടിയാണോ ഞാൻ!"

"പറയാൻ പറ്റില്ലല്ലോ നിന്റെ മൂഡെന്താണെന്ന്?" ആനന്ദ് വലത്തോട്ടു തിരിഞ്ഞ് ബീച്ച് റോഡിലേക്കിറങ്ങിക്കൊണ്ടു ചിരിച്ചു: "എത്ര പവൻ ഒപ്പിച്ചെടുത്തു?"

"പതിനഞ്ചു ലക്ഷമായിരുന്നു പപ്പേടെ ബജറ്റ്. അതു മുഴുവൻ

തീർത്തു. എട്ടുപവന്റെ നാഗപടത്തിന് ഓർഡറും കൊടുത്തു. എന്താ പോരേ?"

"ഗ്രേറ്റ്." ആനന്ദ് അഭിനന്ദിച്ചു: "പാലോം കലുങ്കും ഒക്കെയുണ്ടാക്കുമ്പോ ഇച്ചിരി കമ്പീം സിമന്റും കുറച്ച് പിടിച്ച് പോൾ സാറ് സ്വരുക്കൂട്ടിയ പൈസ മുഴുവൻ അങ്ങനെ ഒരേയൊരു പുന്നാരമോള് കല്യാണംന്ന് പറഞ്ഞ് അടിച്ചെടുത്തൂന്നർത്ഥം..."

ആ പ്രസ്താവം പക്ഷേ, സനയ്ക്കത്ര സുഖിച്ചില്ല. "ദേ ആനന്ദ് തോന്ന്യാസം പറയല്ലേ! എന്റെ പപ്പ അത്ര മോശക്കാരനായ ഒരു എഞ്ചിനീയറൊന്നുമല്ല. അദ്ധ്വാനിച്ചുണ്ടാക്കിയ കാശു മുടക്കിത്തന്നാ പുന്നാരമോൾക്ക് ഈ മാലേം വളേം ഒക്കെ വാങ്ങിത്തന്നത്.."

കടലിന്റെ ആരവം, കാറിലെ എ സി മുരൾച്ചയ്ക്കപ്പുറം കേൾക്കായി... സന ചില്ലു താഴ്ത്തി. കാറിൽ കടൽ ഗന്ധം നിറഞ്ഞുനിന്നു... ആനന്ദ് കാറൊതുക്കി. "കുറച്ചു നേരമിരുന്ന് ഡിന്നർ കഴിച്ചു മടങ്ങാം നമുക്ക്."

"അയ്യോ അതു വേണ്ടാ." സന ബിഗ്ഷോപ്പർ തുറന്നു: "എനിക്ക് ഏഴിന് ഹോസ്റ്റലിൽ കയറേണ്ടതാ. ഇതാ ഇതൊക്കെ ഇവിടെയിരുന്നു തന്നെ നീയൊന്ന് കാണ്..."

മാലകളും വളകളും ഒക്കെ, ചെറുപെട്ടികൾ ഓരോന്നായി തുറന്നുകൊണ്ട് സന ആനന്ദിന്റെ മടിയിലേക്ക് വെച്ചു...

"നാല് മണിക്കൂറെടുത്ത് നീ ഷോപ്പിങ് നടത്തിയതെന്താന്ന് ചിന്തിക്കാരുന്നു ഞാൻ." ആനന്ദ് ചിരിച്ചു. "ഇപ്പോഴല്ലേ അതിന്റെ ഗുട്ടൻസ് പിടി കിട്ടീത്."

"എല്ലാം പപ്പ തന്നെയാ തെരഞ്ഞെടുത്തത്. ഇത് കല്യാണത്തിന്, ഇത് റിസപ്ഷന് എന്നൊക്കെ പറഞ്ഞ് ഓരോന്നായി എടുത്തുവെക്കായിരുന്നു..." സനയുടെ ശബ്ദം ചെറുതായൊന്നിടറി. ആനന്ദ് അത് ശ്രദ്ധിച്ചു. അവൻ അവളുടെ കൺപീലികളിലെ ഈറൻമുത്തുകൾ വിരൽത്തുമ്പ് കൊണ്ടു തുടച്ചു: "ഏയ് ഇമോഷണലാവാതെ... പപ്പ പപ്പേടെ കടമ തീർത്തൂന്ന് കരുതിയാ മതി.."

"ഞാനും അങ്ങനെയാ ചിന്തിക്കുന്നേ." സന പതിയെ പറഞ്ഞു: "എന്നാലും ഓർക്കുമ്പോ മനസ്സിലൊരു കിടിലം.."

ആഭരണങ്ങളൊക്കെ വീണ്ടും പെട്ടികൾക്കകത്താക്കിക്കൊണ്ട് ആനന്ദ് ആശ്വസിപ്പിച്ചു: "ഇനിയതൊന്നും ഓർക്കണ്ട. വരാൻ പോകുന്ന എന്തിനെയും നേരിടാൻ നോക്കുക."

പൂഴിപ്പരപ്പിൽ അവരേറെ നേരമിരുന്നു...

കടൽ തീരെ ശാന്തമായിരുന്നില്ല. ചൂടുപിടിച്ച കാറ്റ് തിരമാലകൾക്കുമുകളിൽ വീശി നിന്നു. അങ്ങകലെ കടലിന്റെ അതിരുകളിൽ മിന്നാമിനുങ്ങുകൾ പോലെ മീൻവള്ളങ്ങൾ നുറുങ്ങു പ്രകാശം തൂവിയപ്പോൾ, മൗനം വെടിഞ്ഞ് സന എഴുന്നേറ്റു: "അലക്സിനോട് നാളെയെങ്കിലും കാര്യങ്ങൾ തുറന്നു പറയണം. നീ വരുമോ കൂടെ?"

ആനന്ദിനത് തീരെ ഉൾക്കൊള്ളാനായില്ല.

"ഞാനോ?" അവൻ എഴുന്നേറ്റു. "ഞാൻ വന്നിട്ട് എന്തു പറയാൻ?"

"നമ്മൾ തമ്മിൽ ഇഷ്ടത്തിലാണെന്നു പറയണം. ഈ വിവാഹത്തിൽ നിന്നു പിന്മാറാൻ പറയണം."

ആനന്ദ് മേനോൻ ഒരുനിമിഷം എന്തോ ചിന്തിച്ചു. പെട്ടെന്ന് ഒരു പ്രതിവിധി മനസ്സിൽ തെളിഞ്ഞില്ല.

"ഈ അവസാന നിമിഷം വരെ ഇത് വലിച്ചു നീട്ടേണ്ടാന്ന് ഞാൻ പലവട്ടം പറഞ്ഞതാ." ആനന്ദ് കടലിനെ നോക്കിപ്പറഞ്ഞു. പിന്നെ അവൻ, തല കുമ്പിട്ടു നില്ക്കുന്ന സനയുടെ തോളിൽ കൈവെച്ചുകൊണ്ടു പറഞ്ഞു: "നിനക്കപ്പനെ പിണക്കാനും വയ്യ, എന്നെ പിരിയാനും വയ്യ... ഇന്നു രാത്രി കൂടി പ്രാർത്ഥിക്ക്, ദൈവം നിനക്കൊരു വഴി പറഞ്ഞു തരും..."

ഇരമ്പുന്ന കടലിന് സമാന്തരമായി നീല ഹോണ്ടാ സിറ്റി നഗരത്തിരക്കുകളിലേക്കു നീങ്ങി.... അകത്ത് മൗനം കനത്തു നിന്നു

* *

മുറി തുറന്ന് അകത്തെ ഇരുട്ടിൽ, ഏകാന്തതയിൽ, അതേപടി കട്ടിലിലേക്കു വീണു സന... ആനന്ദിന്റെ കാറിൽ നിന്നിറങ്ങി, ഹോസ്റ്റലിനകത്തേക്കു കടക്കുമ്പോൾ, അനിതയോട് കാര്യങ്ങൾ വിശദീകരിച്ച് ഒരുത്തരം നേടാമെന്ന പ്രതീക്ഷയായിരുന്നു...

അടഞ്ഞ മുറി, താക്കോൽ പരതിയെടുത്ത് തുറക്കുമ്പോഴാണ് റൂംമേറ്റ് അനിതാ പണിക്കർ ടൂറിലായതിനാൽ, അവൾ ഇനി മൂന്നു നാലുനാൾ മുംബൈയിലാണല്ലോ എന്നോർത്തത്.....

ഇരുട്ട് വന്ന് കുത്തിനോവിച്ചപ്പോൾ, പതിയെ എഴുന്നേറ്റ് ലൈറ്റിട്ടു. ജ്വല്ലറിയുടെ ഭാരിച്ച കവറുകൾ അലമാരയിലെടുത്തുവെച്ചു...

മൊബൈലിൽ പ്രസ് ചെയ്തപ്പോൾ, സമയം മിന്നിത്തെളിഞ്ഞു; ഒൻപതര...

അപ്പന്റെ ഫോൺ ഇതുവരെ വന്നില്ലല്ലോ എന്ന് സന ഓർത്തു. തിരുവനന്തപുരത്തു നിന്ന് എക്സിക്യൂട്ടീവ് എക്സ്പ്രസിന് നാല് മണിക്കൂർ മതി എറണാകുളത്തെത്താൻ....

അപ്പോഴേക്കും മൊബൈലിന്റെ ചിലമ്പൊലി മുഴങ്ങി. "പപ്പ." എന്ന പേരു തെളിഞ്ഞു...

സന തിടുക്കത്തിൽ ഫോൺ ചെവിയോടു ചേർത്തു: "എത്തിയോ പപ്പാ?"

"ഇതാ ഇപ്പോ വണ്ടിയിറങ്ങീതേള്ളൂ. അര മണിക്കൂർ ഏറ്റുമാനൂര് പിടിച്ചിട്ടു." പോൾ ആന്റണി വിശദമാക്കി: "നീ ഓർണമെന്റ്സ് ലോക്കറിൽ വെച്ചല്ലോ അല്ലേ?"

"ഉവ്വ്." സന പറഞ്ഞു: "ബാങ്കിലെല്ലാരേം ഇൻവൈറ്റ് ചെയ്യേം ചെയ്തു."

ശബ്ദത്തിലെ നേരിയ ഇടർച്ച മറച്ചുവെച്ച് അവൾ തുടർന്നു: "മാനേജർ ഫിലിപ്പോസ് സാർ അപ്പനെ അന്വേഷിച്ചു. അടുത്താഴ്ച വരുന്നുണ്ടെന്ന് ഞാൻ പറഞ്ഞു."

"അതു നന്നായി." പോൾ ആന്റണി വ്യക്തമാക്കി: "അലക്സിനെ ട്രെയിനിൽ വെച്ച് ഞാൻ വിളിച്ചിരുന്നു. ഞാൻ ട്രിവാൻഡ്രത്ത് വന്ന കാര്യം അവൻ അറിഞ്ഞില്ലാന്ന് പറഞ്ഞു. നീ പറഞ്ഞിരുന്നില്ല അല്ലേ?"

"വിളിച്ചപ്പോ കിട്ടീല്ല." സന തിടുക്കത്തിലിടപെട്ടു. "പുള്ളിക്കാരൻ എപ്പഴും തിരക്കിലാ."

"കുറേ പരിഭവം പറഞ്ഞു കാണാതെ പോയതോണ്ട്. അടുത്താഴ്ച വരുമ്പോ കാണാംന്ന് ഞാനേറ്റിരിക്കാ. നീ ഒന്ന് നാളെ വിളിച്ചേക്ക്." പോൾ ആന്റണി നിർദ്ദേശിച്ചു.

"നാളെ ഞാൻ ചെന്നു കാണുന്നുണ്ട്." സന പറഞ്ഞു.

"ദാറ്റ്സ് ഗുഡ്." പോൾ ആന്റണി തന്റെ സന്തോഷം അറിയിച്ചു: "അവർടെ ഇൻവിറ്റേഷന്റെ മോഡൽ റെഡിയായിട്ടുണ്ടെന്നു പറഞ്ഞു. നീയുമതൊന്ന് നോക്ക്."

"ശരി പപ്പാ." സനയ്ക്ക് ആ സംഭാഷണം നീട്ടാൻ താല്പര്യമില്ലാതായി: "ഗുഡ് നൈറ്റ് പപ്പാ."

"ഗുഡ് നൈറ്റ്." പോൾ ആന്റണിയുടെ ശബ്ദം നിലച്ചു. മൊബൈൽ കിടക്കയിലേക്ക് വലിച്ചെറിഞ്ഞ്, സന ജാലകം തുറന്ന് പുറത്തെ നരച്ച ഇരുട്ടിലേക്ക് നോക്കി നിന്നു; ഏറെനേരം.

* *

ഏഷ്യാവിഷന്റെ ന്യൂസ് റൂമിനകത്ത് സി എമ്മുമായി ഉടനെ നടത്തേണ്ടുന്ന ഒരഭിമുഖത്തിനുള്ള ഒരുക്കത്തിലായിരുന്നു അലക്സ് തോമസ്. സീനിയർ ന്യൂസ് എഡിറ്റർ എന്ന നിലയിൽ അലക്സ് ചെയ്യുന്ന പ്രതിവാര അഭിമുഖ പരിപാടിയാണ് 'മുഖം തേടി.' പത്തരയ്ക്ക് സി എം എത്തുംമുമ്പ്, ചില പ്രത്യേക ക്ലിപ്പിങ്ങുകൾ ഇന്റർനെറ്റിൽ പരതുകയായിരുന്നു അലക്സ്. അപ്പോഴാണ് മൊബൈൽ ശബ്ദിച്ചത്. സനയാണ്. അതുകൊണ്ടുതന്നെ അലക്സ് പെട്ടെന്ന് ഫോണെടുത്ത് ചെവിയോടു ചേർത്തു: "ഹായ് സന."

"ഫ്രീ ടൈമാണോ?" സന ചോദിച്ചു.

"അല്ല സി എമ്മിന്റെ ഇന്റർവ്യൂവുണ്ട് പത്തരയ്ക്ക്." അലക്സ് അറിയിച്ചു: "പറഞ്ഞോളൂ. കുഴപ്പമില്ല."

"എനിക്കൊന്ന് കാണണമായിരുന്നു." സന പറഞ്ഞു: "ആഫ്റ്റർ നൂൺ ഫ്രീയാണോ?"

അലക്സ് മേശപ്പുറത്തിരിക്കുന്ന ഷെഡ്യൂൾ നോക്കി: "ഓക്കെ, ബൈ വൺ കാണാം. വീ കാൻ ഹാവ് ലഞ്ച് ടുഗതർ."

"ഓക്കെ. ഞാൻ ഒരു മണിക്ക് സ്റ്റുഡിയോയിലെത്താം." സന ഫോൺ വെച്ചു.

ആറുമാസം മുമ്പ് പ്രതിപക്ഷത്തായിരിക്കുമ്പോൾ, സി എം നടത്തിയ ഒരു സെക്രട്ടറിയേറ്റ് മാർച്ചിന്റെ വീഡിയോ ക്ലിപ്പുകൾ തപ്പിയെടുക്കുമ്പോഴും അലക്സിന്റെ ചുണ്ടിൽ ഒരു പുഞ്ചിരി തെളിഞ്ഞു നില്പുണ്ടായിരുന്നു. ടച്ചപ്പിനായി മുറിയിലേക്കെത്തിയ മേക്കപ്പ്മാൻ ഗുണശേഖർ ചോദിച്ചു: "സാറിന്ന് നല്ല മൂഡിലാണെന്നു തോന്നുന്നു."

"അതെ. റിയലി ഹാപ്പി." അലക്സ് പ്രതിവചിച്ചു: "ഉച്ചയ്ക്ക് എന്നെ കാണാൻ ഒരാൾ വരുന്നുണ്ട്."

* *

ടൂറിസം വകുപ്പിന്റെ ജലമേളയുടെ ഒരു ആഡ് ഡിസൈൻ മുന്നിൽ. വാചകങ്ങൾ ഒന്നുകൂടി ക്രമീകരിച്ചശേഷം, സന എഴുന്നേറ്റു. സെൻസേഷൻസിൽ കോപ്പി എഡിറ്ററുടെ ഈ ജോലി ആസ്വദിച്ചു തന്നെയാണ് ചെയ്യുന്നത്. കാര്യവട്ടത്ത് കമ്യൂണിക്കേറ്റീവ് ജേർണലിസത്തിന് പഠിക്കുമ്പോൾ തന്നെ പാർട്ട്ടൈമായി തുടങ്ങിയ ജോലിയാണ്. ഇപ്പോൾ രണ്ടു വർഷമായി സ്ഥിരമായിട്ട്. ആദ്യകാലത്ത് കൂടെ പഠിച്ച ആനന്ദ് മേനോനായിരുന്നു സഹായി, ഉപദേശകനും. കുറേക്കൂടി വിശാലമായ ഹെറാൾഡ് ടൈംസിലേക്ക് ആനന്ദ് കടന്നുപോയപ്പോൾ, സന സെൻസേഷൻസിൽ തനിച്ചായി. എങ്കിലെന്താ, വെറും കോപ്പി റൈറ്ററിൽനിന്ന് സീനിയർ കോപ്പി എഡിറ്ററായി, ചുരുങ്ങിയ കാലംകൊണ്ട്...

കഴിഞ്ഞമാസം മമ്മയ്ക്ക് അസുഖം കലശലായി. കിടപ്പിലായിട്ട് അഞ്ചു വർഷമായി. പ്രഷറും ഷുഗറുമൊക്കെ പെട്ടെന്നങ്ങ് കുറഞ്ഞു. പപ്പയുടെ ഫോൺ വിളിയിൽത്തന്നെ സന അപകടം തിരിച്ചറിഞ്ഞു. കിട്ടിയ വണ്ടിക്ക് ഹോസ്പിറ്റലിലേക്കോടിയെത്തിയപ്പോൾ, ഐ സി യുവിൽ നിന്നു മുറിയിലേക്കു മാറ്റിയിരുന്നു... മമ്മയുടെ കൈത്തലം നെഞ്ചോട് ചേർത്ത് ഒത്തിരിനേരം കട്ടിലിൽ ഇരുന്നു.... കണ്ണുതുറന്ന് മമ്മ നനഞ്ഞ ഒരു ചിരി ചിരിച്ചു. പിന്നെ കുറേക്കൂടി ചേർന്നിരിക്കാൻ ആംഗ്യം കാട്ടി.

കട്ടിലിൽ ചാരിയിരുന്ന് സനയുടെ തലമുടികളിലൂടെ തലോടിക്കൊണ്ട് മമ്മ പതിയെ പറഞ്ഞു: "ഇനി കുറച്ചു ദിവസം നീ എന്റെ കൂടെ നില്ക്ക്. എത്ര കാലായി ഈ പഠിത്തോം ജോലീം ഒക്കെയായിട്ട് നീയിങ്ങനെ ഒറ്റയ്ക്ക് അലയുന്നു..."

ഒന്നും പറയാതെ, മമ്മയുടെ കൈകൾ കൂട്ടിപ്പിടിച്ചിരുന്നു സന. മമ്മയുടെ കവിളിലൂടെ കണ്ണീർ ഒലിച്ചിറങ്ങിയപ്പോൾ അത് വലതു കൈത്തലം കൊണ്ടു തുടച്ചു.

രണ്ടുനാൾ കഴിഞ്ഞ് വീട്ടിലെത്തിയപ്പോൾ, മമ്മ പറഞ്ഞു: "നിനക്ക് നല്ലൊരാലോചന വന്നിട്ടുണ്ട്. നമ്മുടെ ഇടവകേലെ കീഴ്പ്പാടം ഫാദർ കൊണ്ടുവന്നതാ. ഫാദർക്കറിയാവുന്ന നല്ല ഒരു കുടുംബമാ കരിമണ്ണിലേത്."

കരിമണ്ണിൽ തോമസ് ചെറിയാൻ എന്ന പ്ലാന്ററുടെ മകൻ അലക്സ് തോമസിന്റെ ആലോചന ഏതാണ്ട് ഉറപ്പിച്ചുകഴിഞ്ഞായിരുന്നു ആ സംഭാഷണമെന്ന് ഉടനെ തന്നെ സനയ്ക്കു മനസ്സിലായി.

"എനിക്ക് പി എച്ച് ഡി കഴിയുന്നതുവരെ സാവകാശം വേണം." സന പെട്ടെന്നു പറഞ്ഞു.

"അതിനും മാത്രം സമയം എനിക്ക് കർത്താവ് തരുന്ന് തോന്നുന്നില്ല." മമ്മയുടെ തളർന്ന ആ വാക്കുകൾക്കു മുന്നിൽ സന പകച്ചിരുന്നു. എതിർവാക്കുകൾ ഒന്നും നാവിൽ നിറഞ്ഞില്ല. പപ്പ ദീനമായി സനയെ നോക്കി.

അടുത്താഴ്ച തന്നെ അലക്സ് തോമസ് വന്നു. മാന്യമായ പെരുമാറ്റം. അലക്സ് ചോദിച്ചു: "നമ്മൾ രണ്ടാളും മീഡിയാ റിലേറ്റഡ് ആകുമ്പോ ലൈഫ് കോംപ്ലിക്കേറ്റഡ് ആവില്ല. ശരിയല്ലേ സനാ?"

ഒന്നും പറയാതെ, വെറുതെ കേട്ടിരുന്നു. മറ്റു കസേരകളിൽ പപ്പ, അലക്സിന്റെ പപ്പ, മമ്മി, ഫാദർ സേവ്യർ കീഴ്പ്പാടം, പേരറിയാത്ത വേറെയും ചിലർ...

ആ ഞായറാഴ്ച കുർബ്ബാന കഴിഞ്ഞ നേരത്ത്, ആൾക്കൂട്ടത്തെ സാക്ഷി നിർത്തി, സേവ്യറച്ചൻ ചോദിച്ചു: "ഈ നില്ക്കുന്ന മറ്റത്തിൽ പോൾ ആന്റണി മകൾ സനയെ ജീവിത സഖിയാക്കുവാൻ നിനക്കു സമ്മതമാണോ അലക്സ്?"

അലക്സ് പറഞ്ഞു: "സമ്മതം."

ഫാദർ പിന്നെ ചോദ്യം സനയോടു ചോദിച്ചു. ആ ചുണ്ടുകളിൽ നിന്ന് അവ്യക്തമായി വന്ന ഉത്തരം ആൾക്കൂട്ട കൈയടികളിൽ അലിഞ്ഞുപോയി. സനയെ മമ്മ തന്റെ തളർന്ന കൈകളാൽ ചേർത്താശ്ലേഷിച്ചു...

* *

ഏറെ നേരം മിണ്ടാതിരുന്നു ആനന്ദ് മേനോൻ. സനയ്ക്കു മുന്നിലെ കോഫി തണുത്താറിയിരുന്നു.

"നീയത് കുടിക്ക്." ആനന്ദ് ഓർമ്മിപ്പിച്ചു.

തകർന്ന ഒരു ജീവിതത്തിന്റെ സർവ്വവിധ ഭാരക്കുറവുകളോടെയും സന കസേരയിലേക്കു ചാഞ്ഞു: "എനിക്കെന്താണ് സംഭവിക്കുന്നത് ആനന്ദ്?"

"ഒന്നുമില്ല." ആനന്ദ് സമാധാനിപ്പിച്ചു. "കാര്യങ്ങൾ ഇത്രയും കൂടിക്കുഴഞ്ഞ സ്ഥിതിക്ക് നിനക്കിനി കൂടുതലൊന്നും ചെയ്യാനില്ല... അലക്സിനെ സ്നേഹിക്കുകയല്ലാതെ."

സനയ്ക്ക് ആ വാക്കുകൾ സഹിക്കാവുന്നതിനുമപ്പുറമായിരുന്നു. വളരെ പെട്ടെന്ന് കസേരയിൽ നിന്ന് ചാടിയെഴുന്നേറ്റ് ആനന്ദിനടുത്തെത്തി അവൾ ചോദിച്ചു: "നീയെന്തായിപ്പോ പറഞ്ഞത്?"

അതൊരു വല്ലാത്ത ഭാവമാറ്റമായിരുന്നു. ആ രോഷാഗ്നിയേറ്റ് ആനന്ദിന് നന്നേ പൊള്ളി.

"ഇതിനായിരുന്നോ അഞ്ചെട്ടുവർഷങ്ങൾ നമ്മൾ സ്നേഹിച്ചു കാത്തിരുന്നത്? പറയ്. നിനക്കെന്താ നാവിറങ്ങിപ്പോയോ?" സന അലറി വിളിക്കും മട്ടിൽ ചോദിച്ചു. റസ്റ്റോറന്റിന്റെ മറ്റു ടേബിളുകളിൽനിന്ന് അവരിലേക്ക് നോട്ടങ്ങൾ നീണ്ടു. ആനന്ദ് പിടഞ്ഞെഴുന്നേറ്റ്, മേശപ്പുറത്തെ ബിൽപാഡിലേക്ക് നൂറു രൂപയുടെ നോട്ടുവെച്ച് സനയെ ചേർത്തുപിടിച്ച് തിടുക്കത്തിൽ പുറത്തേക്കു നടന്നു. "കൂൾ ഡൗൺ കൂൾ ഡൗൺ സന."

കാർ അലക്ഷ്യമായി നിരത്തിലേക്കിറങ്ങി. എങ്ങോട്ടു പോകണമെന്ന് ആനന്ദിന് ഒരു രൂപവുമില്ലായിരുന്നു. എന്തു പറഞ്ഞാണിനി സനയെ സാധാരണ ജീവിതത്തിലേക്കു മടക്കിക്കൊണ്ടുവരിക എന്നുമറിഞ്ഞുകൂട.

"പള്ളിയിൽ വെച്ച് നീ എല്ലാം സമ്മതിച്ചിട്ടില്ലേ." ആനന്ദ് പൊള്ളുന്ന നിരത്തിലേക്കു നോക്കിക്കൊണ്ട് പതിയെ പറഞ്ഞു.

"ആരു പറഞ്ഞു ഞാൻ സമ്മതിച്ചെന്ന്." സന ചോദിച്ചു: "ദെ ടുക്ക് ഇറ്റ് ഗ്രാന്റഡ് അത്ര തന്നെ." അവളുടെ വാക്കുകളിൽ അമർഷം ഇരമ്പി: "ഞാനെന്താ പറഞ്ഞതെന്ന് ആരും കേട്ടതു പോലുമില്ല."

ആനന്ദിന് ആ അമർഷ പ്രകടനത്തിൽ ചിരിയാണ് വന്നത്: "ഇതിപ്പൊ പണ്ടാരാണ്ട് പറഞ്ഞതുപോലെ ഉത്തരത്തിലുള്ളതെടുക്കേം വേണം, കക്ഷത്തിലുള്ളത് പോകാനും വയ്യ എന്നു പറഞ്ഞതു പോലായി നിന്റെ കാര്യം. ഈ പ്രതിഷേധം പള്ളീല് നീ കാണിച്ചില്ലല്ലോ."

"പഴഞ്ചൊല്ലു പറഞ്ഞു കളിക്കേണ്ട നേരമല്ലിത്." സന ഒച്ച വെച്ചു: "സംഭവിക്കേണ്ടത് സംഭവിച്ചു കഴിഞ്ഞു. ഗിവ് മീ എ സൊലൂഷൻ!" ആനന്ദ് മേനോൻ വണ്ടി ബൈപാസിലേക്കു തിരിച്ചു. "നമ്മുടെ സ്നേഹം യാഥാർത്ഥ്യമാണ്. നമ്മൾ പിരിയുന്നില്ല. അതു നമ്മൾ തുടരുന്നു. അതു തന്നെ സൊലൂഷൻ."

"അപ്പോ അലക്സിന്റെ കാര്യം."

"നീ അത് അവനോട് തുറന്നു സംസാരിക്ക്." ആനന്ദ് ഡ്രൈവിങ്ങിൽത്തന്നെ ശ്രദ്ധിച്ചാണ് പറഞ്ഞത്. അതിനാൽ സനയുടെ ഭാവം അറിഞ്ഞില്ല. ചെറിയ നിശ്ശബ്ദതയ്ക്കു ശേഷം അവൾ പറഞ്ഞു: "പപ്പ നാളെ ഓർണമെന്റ്സ് വാങ്ങിത്തരാൻ ഇങ്ങോട്ടു വരുന്നു." സന പറഞ്ഞു... "മിക്കവാറും അലക്സിനെയും വിളിക്കുമായിരിക്കും."

"ഓർണമെന്റ്സ് വാങ്ങിത്തരുന്നത് ഒരു നല്ല കാര്യം തന്നെ." ആനന്ദ് ചിരിച്ചു: "നമുക്കും ഭാവിയിൽ അതാവശ്യമാണല്ലോ."

"നീയെന്തൊക്കെയാണീ പറയുന്നത്?" സനയ്ക്ക് കാര്യങ്ങൾ അത്രയ്ക്കങ്ങ് പിടി കിട്ടിയില്ല.

"നാളെ പപ്പ വരുന്നു. ഓർണമെന്റ്സ് എടുക്കുന്നു. മറ്റന്നാൾ അലക്സുമായി നീ കാര്യങ്ങൾ സംസാരിക്കുന്നു. സോ സിംബിൾ." ആനന്ദ് വണ്ടി നിരത്തുവക്കിലെ വലിയ പൂമരത്തിനു ചുവടെ ഒതുക്കി നിർത്തി.

എന്നിട്ട് സനയുടെ നിറുകയിൽ ഒരു ചൂടുമ്മ നല്കിക്കൊണ്ടു പറഞ്ഞു: "ഇലയ്ക്കും മുള്ളിനും കേടുകൂടാതെ നമുക്ക് പ്രശ്നം സോൾവ് ചെയ്യാം, നമ്മൾ രണ്ടാളും വിചാരിച്ചാൽ."

"അപ്പോൾ അലക്സ്?" സന ചോദിച്ചു.

"അതെ, അവനും വിചാരിക്കണം."

പുറത്തെ നരച്ച ഇരുട്ടിന് പതുക്കെ കട്ടി കൂടി വന്നു. സന ജാലകമടച്ചു. മുറിയിൽ മൗനം തിങ്ങി നിറഞ്ഞ് അസഹനീയമായപ്പോൾ, ഏതെങ്കിലും ഒരു പാട്ട് കേൾക്കാമെന്നു കരുതി അവൾ കിടക്കയിൽ നിന്ന് മൊബൈൽ കണ്ടെടുത്തു. അപ്പോൾ അത് ശബ്ദിച്ചു: 'മമ്മ.'

സന ഫോൺ ചെവിയോടു ചേർത്തു.

"മോളേ," മമ്മയുടെ ശബ്ദത്തിലെ സ്നേഹാർദ്രത സനയെ പൊതിഞ്ഞു.

"മമ്മാ."

"പപ്പ ഇപ്പോ ഇങ്ങെത്തിയേ ഉള്ളൂ. മാലേം വളേം ഒക്കെ നിനക്കിഷ്ടായീന്ന് പറഞ്ഞു." മമ്മ സന്തോഷപൂർവ്വം സംസാരിച്ചതിന് സന മറുപടിയായി പറഞ്ഞു: "ഉവ്വ്. എല്ലാം നന്നായിട്ടുണ്ട്."

"നീ അതെല്ലാം അണിഞ്ഞ് അലക്സിന്റെയൊപ്പം നില്ക്കുന്ന ആ ദിവസം വരേം എന്റെ നെഞ്ചിൽ കൂടിനകത്ത് കാറ്റ് ഊതി നിർത്തിയാ മതിയായിരുന്നു കർത്താവ്." മമ്മയുടെ ശബ്ദം ഇടറുന്നതറിഞ്ഞ് സന പറഞ്ഞു: "മമ്മ സമാധാനമായി ഉറങ്ങാൻ നോക്ക്. ഇപ്പോത്തന്നെ നേരം ഒരുപാടായി."

"ഗുഡ് നൈറ്റ്." മമ്മ പറഞ്ഞു.

സന ലൈറ്റ് ഓഫ് ചെയ്തു. ഇരുട്ട് വന്ന് അവളെ പൊതിഞ്ഞു.

* *

സി എമ്മിന്റെ ഇന്റർവ്യൂ ഷൂട്ട് കഴിഞ്ഞപ്പോൾത്തന്നെ പന്ത്രണ്ടു മണിയായി. വൈകിട്ടത്തെ ന്യൂസ് ഷെഡ്യൂളൊക്കെ ഒന്നോടിച്ചു നോക്കിയ ശേഷം അലക്സ് വാഷ് റൂമിലേക്കു പോയി. മുഖം നന്നായി കഴുകി. ക്രീം തേച്ചു. പൗഡറിട്ടു മിനുക്കി. മുടി കോതിയൊതുക്കി....

കൃത്യം ഒരു മണിക്കു തന്നെ സനയുടെ ഫോൺ വന്നു. "ഓഫീസീന്നിറങ്ങിയോ?"

"ഇല്ല. ക്യാബിനിലുണ്ട്. എവിടെപ്പോകാം ലഞ്ചിന്." അലക്സ് ചോദിച്ചു.

"ലഞ്ചല്ല പ്രധാനം. കാണുക, സംസാരിക്കുക അത്രതന്നെ."

"എങ്കിൽ സിന്ദൂറിന്റെ റൂഫ് ടോപ്പിൽ കാണാം. ഈ നേരത്ത് അധികമാരുമുണ്ടാവില്ല അവിടെ." അലക്സ് പറഞ്ഞു. സന സമ്മതിച്ചു.

പത്തുമിനിറ്റിനുശേഷം അലക്സിന്റെ കാർ സിന്ദൂർ പാലസിന്റെ പോർട്ടിക്കോയിലേക്കു കടക്കുമ്പോൾ സന പുറത്തു കാത്തുനില്പുണ്ടാ

യിരുന്നു. ചുവന്ന ടോപ്പിലും നീല ജീൻസിലും അവൾ കൂടുതൽ സുന്ദരിയായിരിക്കുന്നതായി അലക്സിനു തോന്നി.

കാർ വാലറ്റ് പാർക്കിങ്ങിനേല്പിച്ച് അലക്സ് ഇറങ്ങി: "ഹലോ സന."

സന പ്രത്യഭിവാദ്യം ചെയ്തു: "ഹായ്."

അവരിരുവരും അകത്തു കടന്ന് ലിഫ്റ്റിനു നേരെ നടന്നു.

ലിഫ്റ്റിൽ മധുരതരമായ ഒരു സംഗീതം നിറഞ്ഞുനിന്നിരുന്നു. അലക്സ് പറഞ്ഞു: "ഈ ചുവപ്പു ടോപ്പിൽ, യു സീംസ് ബേർണിങ്. ജ്വലിക്കുന്നതുപോലെ..."

സന വെറുതെ പുഞ്ചിരി കാട്ടി. ശരിയാണ്. ഞാൻ ജ്വലിക്കുകയാണ്. എരിതീയിൽ നീറി ദഹിക്കുകയാണ്...

റൂഫ് ടോപ്പിൽ അധികമാരുമില്ലായിരുന്നു. ഒരറ്റത്തെ ടേബിളിനു നേർക്ക് അവർ നടന്നു.

മെനു കാർഡുമായി വെയിറ്റർ വന്നപ്പോൾ അലക്സ് സനയോട് ചോദിച്ചു: "ഇവിടത്തെ സെഷ്വാൻ ബിരിയാണി കഴിച്ചിട്ടുണ്ടോ? ഫെയ്മസ് ആണ്..."

"എന്താ പ്രത്യേകത?" സന ചോദിച്ചു.

"സ്പൈസി ആണ്. ഒരല്പം എരിവ് കൂടുതലായിരിക്കും."

"ഓക്കെ. ഓർഡർ ത്രീ. ഒരാൾ കൂടി ചിലപ്പോൾ വന്നേക്കും." സന പറഞ്ഞു. "എന്റെ ഒരു ഫ്രണ്ട്."

"അതാരാപ്പാ ആ കട്ടുറുമ്പ്." അലക്സ് തന്റെ സങ്കോചം മറച്ചുവെച്ചില്ല. "ഞാൻ കരുതി നമ്മൾ രണ്ടാളും മാത്രം കുറച്ചു നേരമിരുന്ന് സംസാരിക്കുമെന്ന്."

"നമ്മൾ സംസാരിച്ച ശേഷമേ ആ ആൾ വരൂ." സന പറഞ്ഞു.

"മൂന്ന് ചിക്കൻ സെഷ്വാൻ ബിരിയാണി." അലക്സ് വെയിറ്ററോടു പറഞ്ഞു.

"ഇന്നലെ പപ്പ വന്നപ്പോൾ ഞാൻ വിളിച്ചിരുന്നു. അലക്സിന്റെ ഫോൺ സ്വിച്ചോഫായിരുന്നു." സന വിഷയത്തിലേക്കു കടന്നു.

"എപ്പഴായിരുന്നു?" അലക്സ് ചോദിച്ചു.

"ഏതാണ്ടിതേ നേരത്ത്." സന വിശദീകരിച്ചു. "രണ്ടുമൂന്നു തവണ ട്രൈ ചെയ്തു... അഞ്ചു മണീടെ ട്രെയിനിന് തന്നെ പപ്പയ്ക്കു പോണമായിരുന്നു."

"ഞാനിന്നലെ ഫുൾടൈം ബിസിയായിരുന്നു. കുറേനേരം മൊബൈൽ സൈലന്റിലാക്കിയിട്ടിരുന്നു. അതോണ്ടാവും കിട്ടാഞ്ഞത്." അലക്സ് മൊബൈലിൽ തലേന്നത്തെ മിസ്ഡ് കോളുകൾ തിരയാൻ തുടങ്ങി: "രാത്രി പപ്പ എന്നെ വിളിച്ചിരുന്നു."

"വളരെ പ്രധാനപ്പെട്ട ചില കാര്യങ്ങൾ എനിക്ക് പറയാനുണ്ട്." സന മുന്നോട്ടാഞ്ഞിരുന്നു. "എന്നെ അലക്സ് കാര്യമായി സഹായിക്കണം."

"വാട്ട് ഹാപ്പെൻഡ്?" അലക്സും കസേരയിൽ ഇളകിയിരുന്നു.

"മമ്മയുടെ അസുഖത്തിന്റെ കാര്യം അലക്സിനറിയാലോ. ഷീ ഈസ് റിയലി എ ഡയിങ് പേഷ്യന്റ്. ഏതു നിമിഷവും അതു സംഭവിക്കാം. എന്നെയോർത്താ മമ്മേടെ ടെൻഷൻ മുഴുവൻ. അതോണ്ടാ, ഇപ്പോ വേണ്ടാന്ന് വിചാരിച്ചിട്ടും ഞാൻ ഉടനെ മാര്യേജിന് തയ്യാറായത്."

"അതൊരു നല്ല തീരുമാനമായി കരുതിയാ മതി." അലക്സ് കുസൃതിച്ചിരി ചിരിച്ചു: "മാര്യേജ് കഴിഞ്ഞൂന്ന് കരുതി, സനയുടെ സ്വാതന്ത്ര്യത്തിനോ സ്വന്തം കാര്യങ്ങൾക്കോ ഒരു കുറവും വരില്ല."

"ആർ യു ഷുവർ?" സന ചോദിച്ചു: "എനിക്ക് ചിന്തിക്കാനും പ്രവർത്തിക്കാനും എന്റേതായ ഒരു സ്പേസ്, എന്റേതായ ഒരു വഴി ഉണ്ടാവുമല്ലോ അല്ലേ?"

"ഇപ്പോ സന എന്തൊക്കെ ചെയ്യുന്നുവോ, എന്തൊക്കെ ചിന്തിക്കുന്നുവോ, അതൊക്കെ മാര്യേജിനു ശേഷവും തുടർന്നു കൊണ്ടുപോവാം." അലക്സ് തന്റെ നിലപാട് വ്യക്തമാക്കി; "വീ ആർ എഡ്യുക്കേറ്റഡ് ആന്റ് ന്യൂ ജനറേഷൻ പീപ്പിൾ... ഒരു മ്യൂച്വൽ അണ്ടർസ്റ്റാന്റിങ് ഉണ്ടായാൽ മതി."

"അതാണ് ഞാനും പറഞ്ഞുവരുന്നത്." എനിക്ക് വളരെ ഇന്റേർണൽ ആയ ഒരു ഫ്രണ്ട്ഷിപ്പുണ്ട്. എന്റെ കൂടെ പഠിച്ച, കുറച്ചുകാലം ഒന്നിച്ചു ജോലി ചെയ്ത, എന്നെ ഇഷ്ടപ്പെടുന്ന ആനന്ദ്. ആനന്ദ് മേനോൻ... വിവാഹശേഷവും ആനന്ദ് എന്റെ ജീവിതത്തിന്റെ ഭാഗമായിരിക്കണമെന്ന് എനിക്കാഗ്രഹമുണ്ട്." സന വളരെ എളുപ്പത്തിൽ വിശദീകരിച്ചു.

ഉള്ളൊന്ന് കാളിയെങ്കിലും സന്ദർഭം മയപ്പെടുത്തി ഒന്ന് ചിരി വരുത്തി അലക്സ് പറഞ്ഞു: "മാര്യേജ് എന്ന ഒരു ഇൻസ്റ്റിറ്റ്യൂഷനെ നിലവിലുള്ള ഫ്രണ്ട്ഷിപ്പ് ബാധിക്കേണ്ട കാര്യമില്ലല്ലോ."

"ഇത് വെറും ഫ്രണ്ട്ഷിപ്പിനപ്പുറം, ഞാനും ആനന്ദും എന്നെങ്കിലും വിവാഹിതരാവണമെന്ന് തീരുമാനിച്ചവരാണ്. മമ്മയുടെ അസുഖം, അവരുടെ ആഗ്രഹം, അവരുടെ ജീവിതം ഇതൊക്കെയാണ് എന്റെ മുന്നിലെ കടമ്പകൾ. അതിന് അലക്സ് എന്നെ സഹായിച്ചേ മതിയാവൂ."

അലക്സ് അങ്കലാപ്പിലായി: "ഞാനെന്ത് സഹായിക്കാൻ... എങ്ങനെ?"

സന പറഞ്ഞു: "ഇത് നമ്മൾ മൂന്നാളും മാത്രമറിയാവുന്ന കാര്യമായിരിക്കട്ടെ. ഞാൻ ആനന്ദിനെ ഇഷ്ടപ്പെടുന്നത്രയും സമൂഹത്തിനു മുന്നിൽ അലക്സിനെയും ഇഷ്ടപ്പെടും. ഞാനിന്നലെ രാത്രി മുഴുവൻ ആലോചിച്ചു... ആനന്ദിനെ പലതവണ ഫോണിൽ വിളിച്ച് ഒരു സൊല്യൂഷനു വേണ്ടി ശല്യം ചെയ്തു.... പുലരാൻ നേരത്ത് അവൻ ഹരേ കൃഷ്ണ ഹരേ കൃഷ്ണ ജപിച്ചു കൊണ്ടുറങ്ങാൻ പറഞ്ഞു."

"അതു കൊള്ളാം." അലക്സ് ചിരി വരുത്താൻ ശ്രമിച്ചു.

"കൃഷ്ണ ഭഗവാൻ എനിക്ക് പ്രഭാത സ്വപ്നത്തിൽ ദ്രൗപദിയുടെ കഥ പറഞ്ഞു തന്നു." സനയുടെ കണ്ണുകൾ തിളങ്ങി. "അന്നത്തെ സൊസൈറ്റിയിൽ അഞ്ചു പുരുഷന്മാർക്കു വേണ്ടി പാഞ്ചാലിയായി

തീർന്ന ദ്രൗപദി എത്രമാത്രം അഡ്ജസ്റ്റ് ചെയ്തു... അലക്സ് പറഞ്ഞില്ലേ, ന്യൂജെൻ ലൈഫിനെക്കുറിച്ച്. എന്റെ മമ്മയുടെ തലമുറയ്ക്കു വേണ്ടി, അവരുടെ സൊസൈറ്റി സ്റ്റാറ്റസിനു വേണ്ടി, അവരുടെ ആയുരാരോഗ്യസൗഖ്യത്തിനു വേണ്ടി, നമ്മുടെ ആഗ്രഹങ്ങൾ ബലി കൊടുക്കാതെ ഈ ഒരഡ്ജസ്റ്റ്മെന്റ്..."

സനയുടെ മൊബൈൽ മുഴങ്ങി. ആനന്ദ് മേനോൻ ചോദിക്കുന്നു: "ഞാൻ താഴെയുണ്ട്. നിങ്ങളെവിടെയാ?"

"റൂഫ് ടോപ്പ് റസ്റ്റാറണ്ടിൽ." സന പറഞ്ഞു: "ഇങ്ങു കയറി വരൂ. ബിരിയാണി തണുക്കുന്നു."

സന അലക്സിന്റെ കൈകൾ ചേർത്തുപിടിച്ചു: "അലക്സ്, നമുക്ക് ഒരുമിച്ച് ജീവിച്ചു കാണിച്ചു കൊടുക്കാം ഈ സമൂഹത്തിന്, എന്താണ് റിയൽ ആന്റ് ഹാപ്പി ലൈഫെന്ന്."

അലക്സിന് ഒരുത്തരം പറയാൻ സമയം കിട്ടുംമുമ്പ്, ലിഫ്റ്റിറങ്ങി ആനന്ദ് മേനോൻ അവർക്കരികിലേക്ക്, ഒരു ചെറുപുഞ്ചിരിയോടെ നടന്നുവന്നു.... അലക്സ് എഴുന്നേറ്റ് സൗഹൃദപൂർവ്വം കൈനീട്ടി.

ഉലഹന്നാനും ഞാനും

ഉലഹന്നാനെക്കുറിച്ച് ചിലതൊക്കെ ഈയിടെയായി ഞാനും കേൾക്കുന്നുണ്ട്. അവയെത്രമാത്രം ശരിയാണെന്ന് എനിക്കറിയില്ല. അന്വേഷിച്ചറിയണമെന്ന് എനിക്ക് ഒരിക്കലും തോന്നിയിട്ടുമില്ല. കാരണം നമ്മളൊക്കെ ഒരു തരത്തിലല്ലെങ്കിൽ മറ്റൊരുതരത്തിൽ കുറ്റവും കുറവുമുള്ളവരാണെന്നതുതന്നെ. ഒരാളുടെ നല്ല ഗുണം മറ്റൊരാളെ സംബന്ധിച്ചിടത്തോളം ചീത്ത ഗുണമായിരിക്കും. എന്നിട്ടയാളോ, വലിയ നീതിമാനാണെന്ന് നടിക്കുകയും ചെയ്യും. എനിക്കീ വസ്തുത നന്നായറിയാം. ഇന്നോ ഇന്നലെയോ ആയിട്ടല്ല. എന്റെ കുട്ടിക്കാലം തൊട്ടേ അറിയാം എന്ന് കരുതിക്കോളൂ... അതിനാൽ എന്റെ സുഹൃത്ത് ഉലഹന്നാൻ മദ്യപിച്ച്, തെരുവിൽ പേക്കൂത്ത് നടത്തുന്നു എന്ന വാർത്തയാകട്ടെ, ഉലഹന്നാൻ അവന്റെ മേലുദ്യോഗസ്ഥന്റെ വീട്ടിൽ ചെന്ന് പോക്രിത്തരം കാട്ടിയെന്ന വാർത്തയാകട്ടെ, ഞാൻ വെറുതെ കേട്ടിരുന്നതേയുള്ളൂ. ഞാൻ വിശേഷിച്ച് അത്ഭുതപ്പെട്ടില്ല. നിരാശപ്പെട്ടുമില്ല.

ഇന്നും അപ്പുക്കുട്ടൻനായർ കുറെ ഫയലുകൾക്കൊപ്പം ഒരു വാർത്ത കൊണ്ടുവന്നു. ഫയലുകൾക്കുപിന്നിലെ ആ ഇളിഭ്യച്ചിരികൊണ്ടുതന്നെ എനിക്ക് കാര്യം നന്നായി ഊഹിക്കാമായിരുന്നു. എന്റെ സുഹൃത്ത് ഉലഹന്നാൻ ഇത്തവണയും മുഖ്യ കഥാപാത്രമായിരുന്നു. ഞാൻ ഫയലുകളിലേക്കു കണ്ണുകൾ വിടർത്തുകയും സ്റ്റാന്റിൽനിന്ന് പേനയെടുക്കുകയും ചെയ്യുമ്പോഴും അപ്പുക്കുട്ടൻനായർ വല്ലാതെ അസഹ്യനായി ഞെളിപിരികൊള്ളുകയായിരുന്നു. എന്റെ ശ്രദ്ധ അയാളാവശ്യപ്പെടുന്നു എന്ന് എനിക്ക് മനസ്സിലായി. പക്ഷേ, ഞാൻ ഏറെനേരം മുഖമുയർത്തിയതേയില്ല. ഇനി എന്നിൽനിന്ന് അനുകൂലമായ ഒരവസ്ഥ അടുത്തൊന്നും ഉണ്ടാവില്ലെന്ന് കരുതിയാവണം അപ്പുക്കുട്ടൻ നായർ മുരടനക്കി. ഞാൻ മുഖമുയർത്തി.

"അപ്പുക്കുട്ടൻ നായർ പോയില്ലേ?"

അപ്പുക്കുട്ടൻ നായർ വലതുകൈകൊണ്ട് തല ചൊറിഞ്ഞ്, ഒരു പ്രത്യേക നില കൈക്കൊണ്ടു.

"അതേയ് നമ്മുടെ ഉലഹന്നാൻ സാറ്..."

ഞാൻ പൊടുന്നനെ മുഖംതാഴ്ത്തി; പക്ഷേ, ചോദിച്ചു: "ഉം? എന്തു പറ്റി?"

"ഞാനും ആദ്യം വിശ്വസിച്ചില്ല സാർ, പക്ഷേ, നേരിൽക്കണ്ടപ്പോ..."

എന്തോ അപ്പുക്കുട്ടൻനായരുടെ ഈ പമ്മിപ്പമ്മിയുള്ള രീതി എനിക്കു തീരെ രുചിച്ചില്ല. കുറേശ്ശെ ദേഷ്യവും എന്നിൽ മുളയെടുത്തു തുടങ്ങിയിരുന്നു. ഞാൻ അല്പം ഗൗരവംപൂണ്ടു.

"ദേ, അപ്പുക്കുട്ടൻനായരേ, നിങ്ങൾക്ക് പറയാനുള്ളതെന്താണ്ച്ചാ അതങ്ങ് വേഗം പറയ്വാ...."

അത് കുറിക്കുകൊണ്ടു. അപ്പുക്കുട്ടൻ നായർ, പിന്നെ കൂടുതൽ വൈകിക്കാതെ കാര്യം പറഞ്ഞു:

"ഉലഹന്നാൻസാറിന്റെ തലയിൽ വലിയൊരു മുൾക്കിരീടം. ഒരു വെള്ള അണ്ടർവെയർ മാത്രമേ ഉടുത്തിട്ടുണ്ടായിരുന്നുള്ളൂ. ദേഹം മുഴുവൻ കറുത്ത പുള്ളികൾ ചാർത്തി രണ്ട് തടിമാടന്മാർ റോഡിലൂടെ നടത്തിച്ചു കൊണ്ടുപോണൂ...."

പിന്നെയും അപ്പുക്കുട്ടൻനായർ എന്തോ ഒക്കെ പറയുമായിരുന്നു. പക്ഷേ, ഞാൻ ചെവികൾ രണ്ടും കൈചേർത്തടയ്ക്കുകയും മേശമേൽ തലകുമ്പിട്ടിരിക്കുകയും പൊടുന്നനെ ചാടിയെഴുന്നേറ്റ് അപ്പുക്കുട്ടൻനായരോട് പുറത്തുപോകാനാജ്ഞാപിക്കുകയും...

അപ്പുക്കുട്ടൻനായർ വിഭ്രമപ്പെട്ട് പുറത്തു ചാടി. മുകളിൽ ഫാൻ വളരെവളരെ സാവധാനത്തിൽ കറങ്ങുന്നുണ്ടായിരുന്നു. ഞാൻ റഗുലേറ്ററിൽ കൈവെച്ചു പലതവണ പരിശ്രമിച്ചിട്ടും അത് ആ രീതി കൈവെടിഞ്ഞില്ല. എന്തൊരു നിശ്ചലമായ കറക്കമാണിത്. ഇങ്ങനെ കനത്ത ചൂടുള്ള നേരങ്ങളിൽ സഹായത്തിനെത്തേണ്ട ഒരു സാമഗ്രി ഇത്രമാത്രം അലസത കൈക്കൊള്ളാൻ പാടുള്ളതേ അല്ല. പക്ഷേ, പറഞ്ഞിട്ടെന്താ?

ഉലഹന്നാനെക്കുറിച്ചുള്ള വാർത്തകൾ ഇതിനുമുൻപൊന്നും എന്നിലിത്രമാത്രം അത്ഭുതം വിതച്ചിട്ടില്ല. പക്ഷേ, എന്തോ ഇത്തവണ എനിക്ക് സമനില കൈവിട്ടുപോകുന്നു. രണ്ടു പെഗ്ഗടിച്ച് തലയ്ക്കു കിറുക്കുപിടിച്ച് അസഭ്യം പറയുന്ന ഉലഹന്നാനെ എനിക്ക് സഹിക്കാം. മേലുദ്യോഗസ്ഥന്റെ വീട്ടിൽ പോയി താന്തോന്നിത്തരം കാട്ടുന്ന ഉലഹന്നാനെയും എനിക്ക് സഹിക്കാം. പക്ഷേ, പക്ഷേ...

ഞാൻ ഫയലടച്ചു. പേന സ്റ്റാന്റിൽ തിരുകി. കസേരയിലേക്ക് മലർന്നു.

കേട്ട വാർത്തകൾ സ്ഥിരീകരിക്കാൻ ഞാനൊരിക്കലും ശ്രമിച്ചിരുന്നില്ല. ഇന്നലെയും ഉലഹന്നാനെ ഞാൻ കണ്ടിരുന്നു. ബസ്സ്റ്റാന്റിൽനിന്ന് മറൈൻ ഡ്രൈവിലേക്കിറങ്ങുന്ന നടപ്പാതയിലൂടെ, എനി

ക്കെതിരെ അവൻ നടന്നു വരികയായിരുന്നു. അടുത്തെത്തിയപ്പോൾ അവൻ വെളുക്കെ ചിരിച്ചു. ആ ചിരിയിൽ സ്നേഹത്തിന്റെയും സൗഹാർദ്ദത്തിന്റെയും ഒരു നൂറു മുല്ലപ്പൂക്കൾ വിടർന്നു നിന്നിരുന്നു.

"എന്താടാ ഇപ്പോ കാണുന്നേയില്ലല്ലോ?" അവൻ ചോദിച്ചു. അത് അത്രയേറെ വാസ്തവമായിരുന്നില്ല. അതിനും മൂന്നു നാൾ മുൻപ് ഞാൻ ഉലഹന്നാനെക്കണ്ടിരുന്നു. അന്നേരം അവന്റെ കൂടെ അന്നക്കുട്ടിയുമുണ്ടായിരുന്നു. അതൊരു തെളിഞ്ഞ വൈകുന്നേരമായിരുന്നു. അവർ ഷോപ്പിങ്ങിനിറങ്ങിയതായിരുന്നു. ഏറെ നേരം പലതും പറഞ്ഞ് - പ്രത്യേകിച്ച് അന്നക്കുട്ടിയുടെ അപ്പന്റെ അസുഖത്തെക്കുറിച്ച്- ശുഭരാത്രി നേർന്നാണ് ഞങ്ങൾ പാർക്ക് കഫേയിൽ നിന്നിറങ്ങിയത്.... അവനത് ഇത്രവേഗം മറന്നുവോ? അതോ, അതിനുശേഷം എന്നെ അറിയിക്കാൻ മാത്രം പ്രാധാന്യമുള്ള എന്തു കാര്യമാണിവൻ കരുതിക്കൊണ്ടു നടക്കുന്നത്?

"എന്തുണ്ട് വിശേഷം പ്രത്യേകിച്ച്?" ഞാൻ തിരക്കി. അപ്പോൾത്തന്നെ അങ്ങനെ ചോദിക്കേണ്ടിയിരുന്നില്ല. എന്നെനിക്കു തോന്നി. പക്ഷേ, അവൻ അത്യന്തം നിസ്സംഗതയോടെ, ഒരു ചെറുചിരി ചിരിച്ച് ഒന്നുമില്ലെന്ന് ചുമലുചുളുക്കി:

"ഇങ്ങനെയൊക്കെ സ്വസ്ഥമായി ജീവിച്ചുപോകുന്നു...."

ഉലഹന്നാന്റെ ആ മറുപടി എന്റെ മനസ്സിന്റെ ഏതോ ഒരു കോണിൽ ചെറുതായൊന്നുടക്കി. പെട്ടെന്നു തന്നെ ശ്രമപ്പെട്ട് ഞാനാ നൊമ്പരം അടക്കിവെച്ചു. തലേന്നാൾ വൈകുന്നേരം 'ക്ലിഫി'ലെ കാബറെ ഹാളിൽവെച്ച് ഉലഹന്നാൻ കുഴപ്പമുണ്ടാക്കിയ വാർത്ത എന്റെ ചെവിയിലെത്തിയിരുന്നു.... ഞാനത് അപ്പോൾത്തന്നെ മറക്കുവാൻ ശ്രമിച്ചതുമായിരുന്നു. എനിക്കാ വാർത്തയിൽ അത്ര വിശ്വാസം വന്നിരുന്നില്ല എന്നതുതന്നെ കാരണം. ഇതിന് മുമ്പ് ഉലഹന്നാനെ കരിതേച്ചുകാണിക്കുന്ന കാര്യങ്ങൾ ഇവിടങ്ങളിൽ പ്രചരിച്ചുകൊണ്ടേയിരിക്കുന്നു. പക്ഷേ, നേരിട്ടടുത്തറിയാവുന്ന ഒരു വ്യക്തിയായതുകൊണ്ടുതന്നെ, അവന്റെ സ്വഭാവത്തിൽ ഇത്രയും വലിയ കളങ്കങ്ങൾ ആരോപിക്കപ്പെടുന്നതിൽ തെല്ലും വാസ്തവമില്ല എന്ന് എനിക്ക് തോന്നിയിരുന്നു. ആദ്യമൊക്കെ വല്ലാതെ അരിശം വരികയും ചെയ്തു. പിന്നീട് ലോകസ്വഭാവം ഇങ്ങനെയൊക്കെത്തന്നെ എന്ന സാമാന്യതത്ത്വത്തിലേക്ക് ഞാനുൾവലിഞ്ഞു. ഇവിടെ ന്യായാന്യായങ്ങളുടെ മാനദണ്ഡം എന്നേ മുറിഞ്ഞുപോയിരിക്കുന്നുവെന്ന് ഞാൻ ചിന്തിച്ചു. അപ്പോൾ ഒന്നും അറിയാതെ, ആലോചിക്കാതെ, സ്വസ്ഥമായി ജീവിക്കുന്നതുതന്നെ നല്ലത് എന്ന് എനിക്കു തോന്നി... അതെ, ഉലഹന്നാൻ പറയുന്നതുപോലെ, ഇങ്ങനെയൊക്കെ സ്വസ്ഥമായി...

ഇനിയും കാണാമെന്നു പറഞ്ഞ് ഒടുവിൽ ഞങ്ങൾ പിരിഞ്ഞു. അവൻ കഴിഞ്ഞ കുറച്ചു ദിവസങ്ങളിലായി അവധിയിലായിരുന്നു. നാട്ടിൽനിന്ന് അന്നക്കുട്ടിയുടെ അപ്പൻ മെഡിക്കൽ ചെക്കപ്പിന് വന്നിട്ടുണ്ടത്രെ.

ഉലഹന്നാൻ എന്റെ ആപ്പീസിലായിരുന്നു കുറേക്കാലം. എന്റെ തൊട്ട

ടുത്ത കസേരയിൽ. പക്ഷേ, പ്രമോഷൻ വന്നപ്പോൾ അവനെ ടൗൺ ബ്രാഞ്ചിലേക്ക് മാറ്റി. എന്നെ ഈ മുറിയിലേക്കും... അവൻ ഓവർബ്രിഡ്ജിനുമപ്പുറത്തെ ജവഹർ നഗറിലായിരുന്നു താമസം. ഞാനാണെങ്കിൽ മൂന്നാം മൈലിലെ ഗാർഷ്യാ കോളനിയിലും അതുകൊണ്ടുതന്നെ ടൗണിൽ വെച്ചുള്ള ആകസ്മിക കൂടിക്കാഴ്ചകളേ ഈയിടെയായി ഞങ്ങൾക്ക് വിധിച്ചിരുന്നുള്ളൂ...

അല്ലെങ്കിൽത്തന്നെ ഇത്രയേറെ ആലോചിക്കാനും അലോസരപ്പെടുവാനും തക്കവണ്ണം ഉലഹന്നാൻ എനിക്കാരാണ്? അതേസമയം മറുചിന്തയും എന്നിലേക്കിരച്ചുവന്നു. കുറേക്കാലം സഹപ്രവർത്തകനായിരുന്ന ഒരാൾ മാത്രമായിരുന്നുവോ എനിക്ക് ഉലഹന്നാൻ? സമാന്തരങ്ങളായ ഈ ചിന്തകൾ എന്റെ മനസ്സിനെ രണ്ട് പാളികളാക്കി മാറ്റുകയും അന്യോന്യം ബലാബലം പരീക്ഷിച്ചു കൊണ്ടിരിക്കുകയും ചെയ്തു. അപ്പോഴാണ് പുതിയൊരു ചിന്ത കടന്നുവന്നത്. ഉലഹന്നാനെപ്പറ്റി ഞാൻ മാത്രമല്ലല്ലോ നൊമ്പരപ്പെടുന്നത്. അവനെപ്പറ്റി എന്നോട് പറയുന്ന ഓരോരുത്തരും- അപ്പുക്കുട്ടൻ നായരും ചെല്ലമണിയും സൂപ്രണ്ട് നമ്പ്യാരും ടൈപ്പിസ്റ്റ് സൗദാമിനിയും തൊട്ട് മുറുക്കാൻ കടക്കാരൻ ഗുണ്ടുരാമൻ വരെയുള്ളവർ ഉലഹന്നാനെക്കുറിച്ച് എപ്പോഴും എന്തെങ്കിലും പറഞ്ഞുകൊണ്ടേയിരിക്കുന്നു.

പക്ഷേ, അങ്ങനെയങ്ങ് കൈയൊഴിയുന്നതിലും വലിയ കാര്യമില്ല. അന്നക്കുട്ടിയെ എനിക്ക് വളരെ പണ്ടുമുതലേ അറിയാം. അവൾ മിസ്സിസ് ഉലഹന്നാനാകുന്നതിനും മുന്നേ അന്നക്കുട്ടിയും ഞാനും ഒരേ നാട്ടുകാരായിരുന്നു. ഒരേ സ്കൂളിൽ രണ്ടു കൊല്ലം ഞങ്ങൾ ഒരുമിച്ചു പഠിക്കുകയും ചെയ്തിരുന്നു. എന്നാണോർമ്മ. ഒരുമിച്ച് എന്നുവെച്ചാൽ ഒരേ കാലഘട്ടത്തിൽ എന്നേ അർത്ഥമാക്കേണ്ടതുള്ളൂ. അവൾ മൂന്നിലായിരുന്നപ്പോൾ ഞാൻ അഞ്ചിൽ... ആ വഴിക്കുള്ള ഒരു അടുപ്പം എനിക്ക് ഉലഹന്നാനോട് ഉണ്ട് എന്നു സമ്മതിച്ചേ തീരൂ...

എനിക്ക് ഭ്രാന്ത് പിടിക്കുകയാണ്. എന്തൊക്കെയാണ് ഞാൻ ചിന്തിച്ചുപോകുന്നത്? ഉലഹന്നാൻ ഇപ്പോൾ കൊടുംവെയിലിന്റെ ചാലുകളിൽ ദേഹം മുഴുവൻ കറുപ്പുപുള്ളികളുമായി ഏതോ അനുഷ്ഠാനത്തിന്റെ പരിവേഷത്തോടെ- എന്താണ്, എത്രമാത്രം വിശ്വാസ്യമാണ് ഞാനീ കേൾക്കുന്ന വാർത്ത? എന്തുകൊണ്ട് വളരെ മുന്നേത്തന്നെ ഞാൻ ഉലഹന്നാനെ നന്നായി മനസ്സിലാക്കിയില്ലേ? ഉലഹന്നാനിൽ എന്ത് അസാധാരണത്വമാണ് കുടിയിരിക്കുന്നതെന്ന് ഞാനെന്തുകൊണ്ട് അന്വേഷിച്ചറിഞ്ഞില്ല?

ഛെ! ലോകനിയമമെന്ന് കരുതി എനിക്കീ അപവാദവും തള്ളിക്കളയാവുന്നതല്ലേ ഉള്ളൂ. ഞാൻ പിന്നെയെന്തിന് ഇത്രമാത്രം അലോസരപ്പെടണം? ഇതിനു മുമ്പുവന്ന വാർത്തകൾക്ക് ശേഷം ഞാൻ കണ്ടറിഞ്ഞ ഉലഹന്നാൻ! എത്രമാത്രം നിഷ്കളങ്കനും നിർമ്മലനുമായിരുന്നു.

അപ്പുക്കുട്ടൻ നായരെ കോളിങ് ബെല്ലടിച്ച് വിളിച്ചപ്പോൾ, വന്നത്

പ്യൂൺ കിട്ടുണ്ണിയായിരുന്നു

"അപ്പുക്കുട്ടൻനായരെവിടെ?"

"പോസ്റ്റിന് പോയി..."

ഇനിയിപ്പോൾ അപ്പുക്കുട്ടൻനായരെ ഉച്ചയോടെയേ പ്രതീക്ഷിക്കേണ്ടതുള്ളൂ. അയാളിൽനിന്ന് വിലപ്പെട്ട കൂടുതൽ വിവരങ്ങൾ അറിയാമായിരുന്നു. നേരത്തേതന്നെ അതാവാമായിരുന്നു. അല്ലെങ്കിലും ഒരു മരമണ്ടൻതന്നെ ഞാൻ. വേണ്ടത് വേണ്ട സമയത്ത് ചെയ്യാതെ, പിന്നീട് വേവലാതിപ്പെടുന്നു....

കിട്ടുണ്ണി പോവാതെ, എന്നിൽനിന്നുള്ള ഏതെങ്കിലുമൊരു കല്പന പ്രതീക്ഷിച്ച് നില്ക്കുകയായിരുന്നു.... "ങ്ഹാ... കിട്ടുണ്ണി ഇപ്പോ പൊയ്ക്കോളൂ."

പിന്നെ ഏറെ നേരം ഞാൻ വെറുതെ ഇരുന്നു. ഏതൊക്കെയോ ചിന്തകൾ മനസ്സിൽ കറങ്ങിക്കറങ്ങിക്കടന്നുവന്നുകൊണ്ടിരുന്നു, ഏതോ ഒരു നിമിഷത്തിൽ വല്ലാതെ തിടുക്കപ്പെട്ട് മേശയോട് അല്പം കൂടി ചേർന്നിരുന്ന് ഞാൻ ഫോൺ കൈയിലെടുത്തു. ടൗൺബ്രാഞ്ചിൽ ഇപ്പോൾ മണി മുഴങ്ങുന്നുണ്ടാവണം....

അസിസ്റ്റന്റ് മാനേജരായിരുന്നു സംസാരിച്ചിരുന്നത്. ഉലഹന്നാൻ ലീവുകഴിഞ്ഞ് തിരിച്ചെത്തിയിട്ടില്ലത്രെ. "എന്തോ വിശേഷമുണ്ടെന്ന് തോന്നുന്നു അല്ലേ?" മുകുന്ദൻ നായർ ചിരി കലർത്തി ചോദിക്കയാണ്. എനിക്ക് മനസ്സ് വല്ലാതെ കനത്തുവന്നു. "ഓ ഒന്നുമില്ല." ഞാൻ പറഞ്ഞു. പിന്നെ അങ്ങേത്തലയ്ക്കൽനിന്നും അസിസ്റ്റന്റ് മാനേജർ മുകുന്ദൻ നായരുടെ ശബ്ദമുയരുംമുമ്പ് ഞാൻ ഫോൺ വെച്ചു. കൈമുട്ടുകളിൽ മുഖം താങ്ങി അങ്ങനെയിരുന്നു. ഇപ്പോൾ സമയമെത്രയായിക്കാണും? ഞാൻ ചുമരിലെ ക്ലോക്കിലേക്ക് നോക്കി. സൂചികൾ കാണാനില്ലായിരുന്നു. എവിടെയും കറുപ്പ് മാത്രം.

രണ്ട്

പരസ്പര പൂരകങ്ങളല്ലാത്ത വാർത്തകളാണ് ലഭിച്ചുകൊണ്ടിരിക്കുന്നത്. ചിലർക്ക് ഉലഹന്നാനെപ്പറ്റി ഒന്നുമറിയില്ല. ചിലർക്ക് അവനെപ്പറ്റി, അവന്റെ ദുർന്നടപ്പുകളെയും ഒടുവിൽ വന്നുപെട്ട ദുരന്തത്തെയും പറ്റി മാത്രമേ പറയാനുള്ളൂ. ചിലർ പറയുന്നു ഉലഹന്നാൻ ഇപ്പോൾ ജയിലിലാണെന്ന്. ഭാര്യയുടെ അപ്പൻ പെട്ടെന്ന് മരിച്ചെന്നും അതിനാൽ നാട്ടിലേക്ക് പോയെന്നും ചിലർ...

അപ്പുക്കുട്ടൻ നായർ ഇനിയും തിരിച്ചെത്തിയില്ല. ഇന്ന് തിങ്കളാഴ്ചയായതിനാൽ തപാലുരുപ്പടികൾ കൂടുതൽ കാണും, അതും വഹിച്ച് തളർന്നവശനായി ഒന്നൊന്നരയാവുമ്പോഴേ അയാളിങ്ങെത്തൂ. അതുവരെ കാത്തിരിക്കുക വയ്യ... ഞാൻ പുറത്തേക്കിറങ്ങി. ഇറങ്ങുമ്പോൾ ടൈപ്പിസ്റ്റ് സൗദാമിനി കണ്ണുകൾ കൊണ്ട് വിളിച്ചു. സൗദാമിനിയുടെ കണ്ണുകൾ

എന്നുമെപ്പോഴുമെന്റെ ദൗർബല്യമായിരുന്നു. അവ എന്നോട് വാചാലമായി എന്തൊക്കെയെന്തൊക്കെ കഥകൾ ഇതിനകം സംസാരിച്ചു കഴിഞ്ഞിരുന്നുവെന്നോ... സൗദാമിനി കൈവിരലുകൾ നിശ്ചലമാക്കി. മോണിറ്ററിൽ അക്ഷരങ്ങൾ നിലച്ചു. അവളുടെ കണ്ണുകളിലേക്ക് നോക്കി നിന്നപ്പോൾ എനിക്ക് തോന്നി, അവളിപ്പോൾ കരയുമെന്ന്. കൃഷ്ണമണികൾ അത്രമാത്രം നനഞ്ഞു കുതിർന്നിരുന്നു.

"ബാലുവേട്ടന് വല്യ വിഷമമായി, ല്ലേ?"

സൗദാമിനി കരഞ്ഞു തുടങ്ങി. ഞാനാകെ വല്ലാതായി. അസ്വസ്ഥത മറച്ചുപിടിക്കാനും ഒരു ചിരി ക്ഷണിച്ചു വരുത്താനും ഞാൻ പാടുപെട്ടു. പക്ഷേ, ചുണ്ടുകൾ കോട്ടി, ഒരു വല്ലാത്ത ആംഗ്യം കൈവരുത്താനേ എനിക്ക് സാധിച്ചുള്ളൂ.

"എന്താ എന്തുപറ്റി സൗദാമിനി?"

"ഉലഹന്നാൻ സാറിന്റെ കാര്യം അറിഞ്ഞപ്പോ, വാസ്തവത്തിൽ എനിക്കും വല്യ സങ്കടം വന്നൂട്ടോ.... എന്തു ചെയ്യാനാ, ഓരോരാള്ടെ വിധി എന്നു സമാധാനിച്ചാ മതി...."

ഞാൻ അസ്തപ്രജ്ഞനായി സൗദാമിനിയെത്തന്നെ നോക്കിനിന്നു.

"ബാലുവേട്ടന്റെ വിഷമം എനിക്കു മനസ്സിലാവ്ണ്ണ്ണ്ട്... വരാനുള്ളത് വന്നു. ഇനിയിപ്പോ വിഷമിച്ചെട്ടെന്താ? എന്നാലും ആ ഉലഹന്നാൻ സാറ്....."

കൂടുതൽ അവിടെയങ്ങനെ നില്ക്കുവാൻ എനിക്ക് സാധിക്കുമായിരുന്നില്ല. ഞാൻ തിളയ്ക്കുന്ന വെയിലിലേക്കിറങ്ങി.

കുറേ നടന്നപ്പോഴാണ് ഓർത്തത് മാനേജരോടൊന്ന് വിവരം പറഞ്ഞിറങ്ങിയാൽ മതിയായിരുന്നുവെന്ന്. ആൾ വലിയ കർക്കശക്കാരനാണ്. കുറേക്കഴിയുമ്പോൾ വല്ല ഫയലിനുമായി അന്വേഷിക്കുമ്പോൾ സ്ഥലത്തുണ്ടായില്ലെങ്കിൽ ആകെ വിറളിയെടുക്കും. അല്ലെങ്കിലെന്തിന് മാനേജരോടൊക്കെ പറയണം. ഇവിടെ ഉലഹന്നാന്റെ പ്രശ്നത്തിനിടയിൽ മാനേജർക്ക് സ്ഥാനമെവിടെ? ഈ ആപ്പീസിന് തന്നെ സ്ഥാനമെവിടെ? ഈ പ്രപഞ്ചത്തിന് തന്നെ...

അതെ, ഉലഹന്നാന് മാത്രമാണിപ്പോൾ പ്രസക്തി. എവിടെയും ഇപ്പോൾ ഉലഹന്നാനെക്കുറിച്ചു ചിന്തിക്കുന്നു. അവന്റെ കാര്യങ്ങൾ വലിയ വിശേഷങ്ങളായി കാതുകളിൽ നിന്ന് കാതുകളിലേക്കൊഴുകുന്നു....

സൗദാമിനി എന്താണ് പറഞ്ഞുവന്നത്? അവളും ഉലഹന്നാനെക്കുറിച്ച് സങ്കടപ്പെടുന്നുവെന്നോ, അവളും എന്റെ ദുഃഖത്തിൽ പങ്കുചേരുന്നുവെന്നോ- എന്താണവൾ ആ കണ്ണീരുകൊണ്ടർത്ഥമാക്കുന്നത്? എന്റെ നൊമ്പരങ്ങളിൽ ഇത്രമാത്രം ആത്മാർത്ഥതയോടെ ഇഴുകിച്ചേരാൻ ഇതിനു മുമ്പും പലപ്പോഴും അവൾ അതീവതാല്പര്യം പ്രകടിപ്പിച്ചിട്ടുണ്ട്. പക്ഷേ, എനിക്കവളെ ഒരു കീഴ്ജീവനക്കാരിയായ ടൈപ്പിസ്റ്റ് എന്നതിലുപരി പരിഗണിക്കാനാകുന്നുമില്ല. ചിലർക്കങ്ങനെയാണ്. അവസര

ങ്ങൾ പൊൻനാണയങ്ങൾപോലെ കൺമുമ്പിൽ വീണുകിട്ടിയാലും ഹൃദയം തരളിതമാവില്ല. ഞാനാ വിഭാഗത്തിലെ വിനീതനായ ഒരംഗമായിപ്പോയി. എന്തുചെയ്യാം? ഈ കുറ്റത്തിനൊരു പക്ഷേ, ഉത്തരവാദി എന്നെ പരുവപ്പെടുത്തി വളർത്തിയ... ങ്ഹാ... ഇനി ഞാനവരെക്കൂടി എന്തിന് കുരിശിലേറ്റണം? എന്നാലെല്ലാം ശരിയായെന്നു വരുമോ? എന്റെ ചിന്തകൾ, ദൈവമേ, ഏതൊക്കെ വഴികളിലൂടെയാണ് കയറിപ്പോകുന്നത്? സത്യമായും ഞാൻ എന്റെ ഈ അവസ്ഥയെക്കുറിച്ച് എന്നും ആലോചിക്കാറുള്ളതാണ്. ഒരു മേലുദ്യോഗസ്ഥനും ഇത്തരം സൗജന്യങ്ങൾ നിർദ്ദാക്ഷിണ്യം തള്ളിക്കളയുകയില്ല എന്ന് ഞാൻ എന്നെത്തന്നെ എത്രതവണ പറഞ്ഞു ബോദ്ധ്യപ്പെടുത്താൻ ശ്രമിച്ചിരിക്കുന്നു. പക്ഷേ, ഒരു കാര്യവുമില്ല. സൗദാമിനിയുടെ ചിരി ചുണ്ടിലും സ്നേഹം അവളുടെ ഹൃദയത്തിന്റെ കോണിലും തന്നെ ഒതുങ്ങിയൊടുങ്ങുന്നു.

കഴിഞ്ഞ ദിവസങ്ങളിലൊക്കെ മറ്റു പലരുമെന്നപോലെ സൗദാമിനിയും ഉലഹന്നാന്റെ ദുർന്നടപ്പുകളെക്കുറിച്ച് എന്നോട് പറഞ്ഞു. ഒടുവിൽ "ബാലുവേട്ടന്റെ ദുഃഖത്തിൽ ഞാനും..." എന്നു പറഞ്ഞു തേങ്ങുവാൻ തുടങ്ങി. അവൾക്ക് ഉലഹന്നാന്റെ കാര്യത്തിൽ ഇത്രയേറെ താല്പര്യം വരുവാനുണ്ടായ കാരണം ഞാൻ തന്നെയാണ്...

പതിമൂന്നാം നമ്പർ ബസ് സ്റ്റോപ്പിലെ ഒരു പഴയ പ്രഭാതം. ബൈക്കിന്റെ കീ കളഞ്ഞുപോയ ഞാൻ ഒരു ബസ് സവാരിക്കായി എത്തുമ്പോൾ അവിടെ ആപ്പീസിലേക്കായി സൗദാമിനിയും. വീണുകിട്ടുന്ന അവസരം എന്നും പൂർണ്ണമായി വിനിയോഗിക്കുന്ന അവൾ "ബാലുവേട്ടാ, ഇന്നെന്തുപറ്റി, ബൈക്കു കേടായോ?" എന്ന ചോദ്യമായി അരികിൽ. എനിക്ക് തോന്നുന്നു ആ ഒരു പ്രഭാതത്തിൽ ഒരമ്പതുതവണ അവൾ എന്നെ 'ബാലുവേട്ടാ' എന്ന് സംബോധന ചെയ്തിട്ടുണ്ടെന്ന്. അവൾ പറയുന്നത്, എന്റെ അകന്ന ബന്ധത്തിലുള്ള ഏതോ കാരണവർ അവളുടെ അമ്മായിയച്ഛനാണെന്നാണ്. അമ്മ അടുത്തുണ്ടായിരുന്നെങ്കിൽ അത് അന്വേഷിച്ചു സ്ഥിരപ്പെടുത്താമായിരുന്നു. പക്ഷേ, നാട്ടിൽ ചെല്ലുമ്പോഴൊക്കെ ഞാനക്കഥ മറക്കും. അതിനാൽ സൗദാമിനിക്ക് ഞാനുമായുള്ള ചാർച്ചയെപ്പറ്റി അവൾ പറയുന്നതിലുപരി എനിക്കൊന്നുമറിയില്ലായിരുന്നു. അതുകൊണ്ടുതന്നെ എന്നോട് ഒരു മേലുദ്യോഗസ്ഥനെന്ന രീതിയിൽ മാത്രമേ പെരുമാറാവൂ എന്ന് എനിക്കവളെ നിഷ്കർഷിക്കുക സാദ്ധ്യവുമല്ലായിരുന്നു. വിഡ്ഢി ഞാൻ തന്നെ. തങ്കം പോലുള്ളൊരു പെണ്ണിനെ...

ങ്ഹാ... ആ പ്രഭാതം. ഉലഹന്നാൻ തിടുക്കപ്പെട്ട് നടക്കുകയായിരുന്നു. അവന്റെ കൈയിൽ വലിയൊരു തുകൽസഞ്ചി നിറയെ അടുക്കള സാമാനങ്ങൾ. അവൻ മാർക്കറ്റിൽനിന്നുവരികയായിരുന്നു. സാധനങ്ങൾ വീട്ടിലെത്തിച്ചിട്ടുവേണം അവന് ആപ്പീസിലേക്കോടുവാൻ. അതിനാൽ ഞങ്ങളുടെ അഭിമുഖം തീരെ ഹ്രസ്വമായിരുന്നു. പക്ഷേ, അതിനിടയിൽത്തന്നെ അവൻ സൗദാമിനിയുടെ സാന്നിദ്ധ്യം മണത്തറിയുകയും

എന്റെ നേരെ സന്ദേഹത്തിന്റെ ഒരു തുണ്ട് നോട്ടമെറിയുകയും ചെയ്തു. ഞാൻ വിവശനായി പല്ലിളിച്ചു. "ഇത് സൗദാമിനി... ആപ്പീസിലെ...." അപ്പോഴേക്കും അവൾ, സൗദാമിനി ഇടയ്ക്കുകയറി: "ബാലുവേട്ടാ.. ഇതാരാ?" അവളുടെ ആ സംബോധന വീണ്ടും സംഗതി കുഴക്കി. തിരക്കുണ്ടായിരുന്നെങ്കിലും ഉലഹന്നാന് എല്ലാറ്റിലും പന്തികേട് തോന്നിയതിനാലാവാം അവൻ അനേകം അർത്ഥങ്ങൾ നിറച്ച് ഒരു ചുഴിഞ്ഞു നോട്ടം എന്നിലേക്കു തറപ്പിച്ച് അങ്ങനെ നിന്നത്. ഞാൻ ഉരുകുകയായിരുന്നു.

"ങ്ഹാ... മനസ്സിലാവുന്നുണ്ടെടാ... എന്നാലും നീയെന്നോടിത് ഇത്രേം നാളും..." ഉലഹന്നാൻ അതും പറഞ്ഞ് സൗദാമിനിയുടെ നേരെ തിരിഞ്ഞു: "ഞാൻ ഉലഹന്നാൻ. ഇവന്റെ വലിയൊരു ചങ്ങാതിയായിരുന്നു. എന്തു ചെയ്യാം. ഇപ്പോൾ ഇങ്ങനെയാ.... ഇവനൊക്കെ വല്യ ആളായിപ്പോയില്ലേ... നല്ല കാര്യങ്ങൾ നടക്കുമ്പോ അറിയിക്കാൻ മാത്രം ഞാനൊക്കെ ആര്?" സൗദാമിനി എന്തോ പറയാൻ തുടങ്ങുകയും പക്ഷേ, നാണത്താൽ മുഖം കുനിക്കുകയും...

അന്ന് മുഴുവൻ ഞാൻ മുഖം വീർപ്പിച്ചു നടന്നു. സൗദാമിനി ഇടയ്ക്കിടെ എന്നെ പാളിനോക്കി ചിരി പൊഴിക്കും. അവളുടെ നുണക്കുഴികൾ കൂടുതൽ ചുവക്കുകയും കണ്ണുകളിൽ അറിയാതെ ഭാവങ്ങൾ ചേക്കേറുകയും ചെയ്തിരുന്നു... പിറ്റേന്നോ, അതിന് പിറ്റേന്നോ അവൾ ഉലഹന്നാനെക്കുറിച്ച് എന്തോ ചോദിച്ചു. ഞാനെന്തോ മറുപടിയും പറഞ്ഞു... ഉലഹന്നാൻ വിട്ടുപോയതിനു ശേഷം രണ്ടുമാസം കഴിഞ്ഞപ്പോഴായിരുന്നു സൗദാമിനി വന്നു കയറിയത്. പക്ഷേ, ഇപ്പോൾ അവൾ എന്നേക്കാളും ഭംഗിയായി അവന്റെ കാര്യങ്ങൾ മനസ്സിലാക്കിയിരിക്കുന്നു. ഉലഹന്നാൻ എന്റെ ജീവന്റെ ഭാഗമായിരുന്നെന്ന് അവളറിഞ്ഞിരിക്കുന്നു.... പിന്നെപ്പിന്നെ, ഉലഹന്നാനെക്കുറിച്ച് വാർത്തകൾ വരുവാൻ തുടങ്ങിയപ്പോൾ സൗദാമിനിയും അവയൊക്കെ എന്നോട് പറയുകയായിരുന്നു. എന്റെ ദുഃഖങ്ങളിൽ പങ്കുചേരുകയായിരുന്നു.

സത്യമായും ഉലഹന്നാനെക്കുറിച്ച് ഇത്തരം വാർത്തകൾ പുറത്തുവരാൻ യാതൊരു പഴുതുമില്ല. അഞ്ചു വർഷത്തെ വളരെയടുത്ത പരിചയമുണ്ട് ഞങ്ങൾ തമ്മിൽ, ഞങ്ങളന്യോന്യം പറയാത്ത കാര്യങ്ങൾ ഒന്നുമില്ലായിരുന്നു. എന്റെ സ്വകാര്യ ദുഃഖങ്ങൾ ഒപ്പിയെടുക്കാൻ പതുപതുത്ത ഒരു കൈ എന്നും നീളുമായിരുന്നു. അത് എന്റെ തോഴൻ ഉലഹന്നാന്റേതായിരുന്നു. അവൻ സമാധാനിപ്പിക്കും: "നീയിങ്ങനെ വിവശനായാലോ... ലോകത്ത് എന്തെല്ലാം അരുതായ്കകൾ നടക്കുന്നു. അവയ്ക്കിടയിൽ നിന്റെ പ്രശ്നങ്ങൾ എത്രമാത്രം നിസ്സാരമാണെടാ.." ഉവ്വ്, നന്നായോർമ്മയുണ്ട്. എന്റെ പേരിൽ ആൾമാറാട്ടം നടത്തി ഏതോ വരട്ടുകിഴവൻ സകലരേയും കബളിപ്പിച്ച് പണം പിടുങ്ങി നടന്നപ്പോൾ– ഓ! എന്റെ അസ്തിത്വംപോലും പരീക്ഷിക്കപ്പെട്ട ആ നാളുകൾ.... എന്നെ സ്നേഹത്താൽ തലോടാനും ഭൂമിയിലേക്ക് വീണ്ടുമെടുത്തുയർത്തുവാനും ഉലഹന്നാനായിരുന്നു അരികിൽ... അവനെ ഏത് പ്രതിസന്ധിയിലും ചുണ്ടിൽ മങ്ങാത്ത

പുഞ്ചിരിയോടെയേ ഞാൻ കണ്ടിട്ടുള്ളൂ. അവന്റെ ശീലങ്ങളൊക്കെ എന്നും എനിക്ക് ഒരത്ഭുതമായിരുന്നു. വല്ലപ്പോഴുമൊരിക്കൽ ഒരു സിഗരറ്റ് പുകയ്ക്കാൻ ഞാനവനിൽനിന്ന് ഒളിച്ചു നടക്കുമായിരുന്നു. എന്നാൽ അവനത് കൈയോടെ കണ്ടുപിടിക്കും. എന്നിട്ട് ഒട്ടുവളരെ ഉപദേശിക്കും... ആ ഉലഹന്നാൻ കള്ളുംമോന്തി തെരുവുകളിൽ പേക്കൂത്തു നടത്തുന്നു എന്ന് കേൾക്കുന്നു. ഞാനിതെങ്ങനെ വിശ്വസിക്കും? അല്ലെങ്കിൽത്തന്നെ ഉള്ള നല്ല ശീലങ്ങൾ അംഗീകരിക്കുവാൻ സഹജമായ സ്വാർത്ഥതയും കുനിഷ്ഠും നമ്മെ അനുവദിക്കുന്നില്ല. മറിച്ചോ, ഇല്ലാത്ത ദുശ്ശീലങ്ങൾ വെച്ചുകെട്ടുവാൻ നമുക്ക് വലിയ ഉത്സാഹമാണ് താനും. തീർച്ചയായും എന്റെ ഉലഹന്നാന്റെ കാര്യത്തിലും സംഭവിച്ചത് മറിച്ചാകാൻ വഴിയില്ല.

അന്നക്കുട്ടിയെ നോക്കൂ- ഭർത്താവിനു ചേരുന്ന ഒരു നല്ല ഭാര്യയാണ് അവൾ. എന്റെ ചെറുപ്പംനാളിൽത്തന്നെ അവളെ ഞാനടുത്തറിഞ്ഞിരിക്കുന്നു. സത്യത്തിൽ അവൾ ഉലഹന്നാന് വേണ്ടി മാത്രം സൃഷ്ടിക്കപ്പെട്ടവളാണ്. അവർക്കു രണ്ടുപേർക്കും ഏറെ സാദ്ധ്യതകളുള്ള ജീവിതം തന്നെയാണ്. ഇവിടെ നല്കപ്പെട്ടിരിക്കുന്നത്. എന്തൊക്കെ മാതൃകാപരമായ മാറ്റങ്ങൾ അവർക്കിവിടെ ചെയ്യുവാൻ സാധിക്കുമെന്നോ. അവർ അത് നന്നായി നിർവ്വഹിക്കുന്നുമുണ്ട്. ഉലഹന്നാൻ എങ്ങനെ നല്ലൊരു സുഹൃത്തും വഴികാട്ടിയുമായിത്തീരുന്നുവോ അതേപടി ഒരു നല്ല വീട്ടമ്മയും ജവഹർനഗറിലെ പെണ്ണുങ്ങൾക്ക് നല്ലൊരു ഉപദേശകയുമായിത്തീരുന്നു അന്നക്കുട്ടി. ആ വീട്ടിൽച്ചെന്നാലറിയാം പരിചരണത്തിന്റെ മട്ടുകൾ. എന്തിനേറെ, വഴിക്കെവിടെയെങ്കിലും വെച്ച് അന്നക്കുട്ടിയെയും ഉലഹന്നാനെയും കാണുന്നുവെന്നിരിക്കട്ടെ. ആരും അമ്പരന്നുപോകും - ഇവർ സ്വർഗ്ഗരാജ്യത്തിൽനിന്ന് നിയോഗിക്കപ്പെട്ടവർ തന്നെയാണ് എന്ന് നമ്മുടെ ചുണ്ടുകൾ മന്ത്രിക്കും...

ഉലഹന്നാന്റെ മനസ്സിൽ നിറയെ പോറലുകൾ വീഴ്ത്തിയിട്ടുണ്ടാവുമോ ഇവ്വിധമായ കുറ്റാരോപണങ്ങൾ? അതോ, അവൻ സ്വതസ്സിദ്ധമായ നിസ്സംഗതയോടെ എല്ലാം അവഗണിച്ചിരിക്കുമോ? പണ്ടേതന്നെ അവനേതും സഹിക്കാനുള്ള കരുത്തുണ്ട്. അറിയാത്തതുപോലെ, ഒന്നും സംഭവിക്കാത്തതുപോലെയുള്ള ആ ഭാവം ഏറ്റവും ഒടുവിലത്തെ കൂടിക്കാഴ്ചകളിലെല്ലാം എന്നെ അമ്പരപ്പിച്ചിരുന്നു, അസൂയപ്പെടുത്തിയിരുന്നു. സാധാരണ മനുഷ്യർക്കൊന്നും നേടിയെടുക്കുവാനാവുന്നതല്ല ഉലഹന്നാന്റെ ആ പ്രകൃതം. അത് അവന് മാത്രം കനിഞ്ഞു ലഭിച്ച ഒരു സിദ്ധിയാണ്. ഇല്ല, ഉലഹന്നാന്റെ മനസ്സ് ഒരിക്കലും പതറില്ല. അവൻ ഏതു കൊടുങ്കാറ്റിനെയും ഒരു ചെറു ചിരിയോടെ തന്റെ ഉള്ളംകൈയിലൊതുക്കിയെടുക്കും. പ്രളയം അവനു മുമ്പിൽ വഴിമാറിപ്പോകും. അഗ്നിവർഷമാകട്ടെ, അവന്റെ മനസ്സിലേക്കു വീഴുമ്പോൾ തണുത്തുറഞ്ഞുപോകും.....

പക്ഷേ, എന്താണ്, എന്താണ് അപ്പുക്കുട്ടൻ നായർ കുറേമുമ്പു പറഞ്ഞുവെച്ചത്? ഉലഹന്നാനെ അർദ്ധനഗ്നനാക്കി, ശരീരം നിറയെ പുള്ളികൾ ചാർത്തി, മുൾക്കിരീടവുമണിഞ്ഞ്... ഓ, അത് ഒരിക്കലും സത്യമാ

യിരിക്കരുതേ.

അപ്പുക്കുട്ടൻനായർ ആ കാഴ്ച നേരിൽക്കണ്ടുവെന്നു പറയുന്നല്ലോ.... മറ്റാരും ഒന്നും വ്യക്തമായി പറയുന്നുമില്ല. സത്യം ഏത് ഇരുട്ടുഗുഹയിലാണ് പതുങ്ങിയിരിക്കുന്നത്? ഉലഹന്നാന്റെ ജീവിതം കൊണ്ട് ഈ ലോകം എന്തിനിങ്ങനെ ക്രൂരമായി പന്താടുന്നു?

നഗരം മരിച്ചുകിടക്കുകയായിരുന്നു. എങ്ങും കടുത്ത മൂകത. ഷട്ടറുകൾ താഴ്ത്തിയിട്ട കടകൾ. വാഹനങ്ങൾ ഓടുന്നില്ല. ആപ്പീസുകൾക്കു മുന്നിൽ ആവലാതികളുമായി ജനമില്ല. അവയുടെ വാതിലുകൾ അടഞ്ഞുകിടക്കുന്നു. തെരുവുകൾ വിജനം. വീഥികളിൽ ഒരൊറ്റ യാചകൻപോലും അരിച്ചു നീങ്ങുന്നില്ല. ഇന്നെന്താണ്, ബന്ദോ, ഹർത്താലോ, പൊതു അവധിയോ? എന്താണ് സംഭവിച്ചത്?

ഡേവിസൺ ജങ്ഷനിൽ പൂക്കച്ചവടം നടത്തുന്ന കിഴവൻ വലവീണ കണ്ണുകളുമായി കൂനിക്കുത്തിയിരിക്കുന്നു. അയാൾക്കുമേൽ അയാളുടെ വലിയ കൂന് പ്രകടമായിരുന്നു. അയാൾക്ക് അനങ്ങാനുള്ള ശേഷി എത്രയോ വർഷങ്ങൾ മുന്നേ നഷ്ടപ്പെട്ടിരിക്കുന്നു. എനിക്കയാളെ എങ്ങനെയാണ് പരിചയമെന്ന് ഓർക്കുക വയ്യ. അത് അവിചാരിതമായി. അവ്യക്തമായി, സംഭവിച്ചുപോകുന്ന പലതുകളിൽ ഒന്നാണെന്നേ കരുതേണ്ടൂ. കിഴവൻ പറഞ്ഞു: “സാററിഞ്ഞോ, നമ്മുടെ മാളിയേക്കലെ ഉലഹന്നാനുണ്ടല്ലോ....”

ഞാൻ ചെവി വട്ടം പിടിച്ചു. കിഴവൻ എനിക്ക് ഇതാ കാര്യമായ ഒരു നുറുങ്ങുവിവരം തരുന്നു. കിഴവൻ പലതവണ നാവുഴച്ച് ഉമിനീരിറക്കി, ചുണ്ടുകോട്ടി തുടർന്നു; “ഓനുണ്ടല്ലോ, ആ കേഡി ഉലഹന്നാൻ. ആ തന്തയ്ക്കു പിറക്കാത്തോൻ, ഓനിന്നലെ രാത്രി നമ്മ്ടെ മേയറുടെ വീട്ടിക്കേറി അവിട്ത്തെ പെങ്കൊച്ചിനെ കടിച്ചുകൊടഞ്ഞു. നല്ല തങ്കംപോലത്തെ മോളാരുന്നു. അവള്ടെ കല്യാണം മറ്റന്നാൾ നടക്കാനിരുന്നതാ അറ്യോ?”

കിഴവന്റെ ശബ്ദത്തിൽ വെറുപ്പും വിദ്വേഷവും സന്താപവും ഒക്കെ നിഴലിച്ചു നിന്നു. ആ വാക്കുകൾ ഓരോ ഘട്ടം ഘട്ടമായി, ശക്തിയേറി, എന്റെ ചെവികളിൽ ഇരമ്പുകയും കൊടുങ്കാറ്റായി അലച്ചുവന്നു കൊണ്ടുമിരുന്നു. എനിക്ക് അനങ്ങാനുള്ള കെല്പില്ലായിരുന്നു. എന്നിട്ടും എന്റെ കാലുകൾ എങ്ങോട്ടോ ചലിക്കുന്നുണ്ടായിരുന്നു. ഒന്നു രണ്ടിടത്ത് ചിലർ കൂട്ടം ചേർന്ന് പിറുപിറുക്കുന്നു. ചിലയിടങ്ങളിൽവെച്ച് എനിക്കുനേരെ വിരലുകൾ ചൂണ്ടപ്പെടുന്നത് ഞാനറിഞ്ഞു. ഹ... ഹ... എന്നുള്ള ഉയർന്ന പൊട്ടിച്ചിരികൾ ചിലേടത്ത് നിശ്ശബ്ദതയെ കീറിമുറിച്ചു.

ബീച്ച് റോഡിലേക്കിറങ്ങിയപ്പോൾ വാഹനങ്ങളുടെ പ്രളയം. അവ നീങ്ങുകയല്ല, ചത്തു കിടക്കുകയായിരുന്നു. ഇരമ്പമില്ല, ശ്വാസോച്ഛ്വാസമില്ല. പരിപൂർണ്ണ നിശ്ശബ്ദത. ഈ നിശ്ശബ്ദതയിൽ ഇതാ സ്വത്വം നഷ്ടപ്പെട്ട ഞാൻ. എന്നിലെ ഒരു തുള്ളി ജീവനും ഇതാ പറന്നുപോയിരിക്കുന്നു.

അടക്കിപ്പിടിച്ച ഒരു തേങ്ങലിനായി ഞാൻ ചെവിയോർത്തു. ചെവി

യോർത്തുകൊണ്ടു ഞാൻ എങ്ങോട്ടെന്നില്ലാതെ നടന്നു. നടന്നുകൊണ്ടേയിരുന്നു....

മൂന്ന്

ഉലഹന്നാനേ, നിനക്കെന്താണ് സംഭവിച്ചത്? ഈ കൂരിരുളിലേക്ക് മൂക്കുകുത്തി വീഴാൻതക്കവണ്ണം ഏത് ചെകുത്താന്മാരാണ് നിനക്കു വഴി കാട്ടിയത്?

–എന്റെ മനസ്സ് ഭ്രാന്തമായി തുടിച്ചുകൊണ്ടിരുന്നു. എല്ലാം വിശ്വസിക്കേണ്ടിവരികയാണിപ്പോൾ. ഇതാ കെട്ടുകഥകൾക്ക് ജീവൻ വെച്ചിരിക്കുന്നു. അവ കൈകാലുകളിളക്കി ക്രൂരമായി പല്ലിളിക്കുന്നു. ഈ തെരുവുകൾ ഇന്ന് നിർജ്ജീവമായത് ഉലഹന്നാനെച്ചൊല്ലിയാണ്. കടകൾ അടഞ്ഞുകിടക്കുന്നതും ആളുകൾ വലിയൊരു ഞെട്ടലിലേക്ക് വഴുതിവീണിരിക്കുന്നതും ഉലഹന്നാനെച്ചൊല്ലിയാണ് ഉലഹന്നാൻ സർവ്വയിടത്തും ഭീതി വിതച്ചിരിക്കുന്നു. ഇനി അമ്മമാർ തങ്ങളുടെ പെൺമക്കളോട് കരുതിയിരിക്കാൻ താക്കീതുചെയ്യും. വെളിച്ചം പൊലിയുംമുമ്പ് കൂടണയാൻ അവരോട് ആവശ്യപ്പെടും. ഭർത്താക്കന്മാർക്ക് ഉച്ചയൂണ് നിറച്ച പാത്രങ്ങൾ നല്കി യാത്രയാകുമ്പോൾ ഭാര്യമാർ അവരോടടക്കം പറയും: “ആ ഉലഹന്നാനെക്കണ്ടാ മാറി നടന്നോളണം. ട്ടോ....” വാട്ടർ ബോട്ടിൽ പമ്പരം പോലെ കറക്കി ആഹ്ലാദാരവത്തോടെ നീങ്ങുന്ന സ്കൂൾ കുട്ടികൾ ദൂരെയെങ്ങാൻ ഒരാൺവെട്ടം കണ്ടാൽ ഉൽക്കണ്ഠയോടെ അത് ഉലഹന്നാനാണോ എന്ന് പമ്മിപ്പതുങ്ങിയിരുന്ന് നിരീക്ഷിക്കും....

എന്റെ തൊണ്ടയിൽ ഗദ്ഗദത്തിന്റെ ചീളുകൾ വീണു പിടയുന്നു. കൃഷ്ണമണികൾ നനഞ്ഞുതുടങ്ങുന്നു. സമനില കൈവിട്ടു പോകുന്നു, ഉലഹന്നാന്റെ ജീവിതമെന്ന സ്ഫടികപാത്രം ‘ഠപ്പോ’ന്ന് വീണു തകർന്നിരിക്കയും ആ ചില്ലുകൂമ്പാരത്തിലേക്ക് ഞാൻ കാലെടുത്തു വെക്കുകയും ചെയ്യുന്നതുപോലെ.

പുറത്ത് ആരുമില്ലായിരുന്നു, ഞാൻ ഏറെ നേരം ആ ശൂന്യതയിൽ നിന്നു. എനിക്ക് ഒന്നിനും ഒരു വ്യക്തമായ രൂപമില്ലായിരുന്നു. മുറ്റത്ത് വരിവരിയായി നട്ട പൂച്ചെടികൾ. അവയിലധികവും മല്ലികപ്പൂക്കളായിരുന്നു അവ വാടി നിറം കെട്ടിരുന്നു. ഞാൻ അടഞ്ഞുകിടക്കുന്ന വാതിലിനു നേരെ കണ്ണയച്ചു. അത് അകത്തുനിന്നും അടച്ചിരുന്നു. ഞാൻ വരാന്തയിലേക്കു കയറി. വരാന്തയിൽ ഒരു ചാരുകസേരയിൽ– ഇല്ല, ആരുമില്ലായിരുന്നു. ഉലഹന്നാനുണ്ട് എന്ന് ഞാൻ വെറുതെ സങ്കല്പിച്ചുനോക്കിയതാണ്. ഈ കസേരയിൽ ആ വിസ്തരിച്ചുള്ള കിടപ്പ് ഇപ്പോഴും എന്റെ മനസ്സിൽ നിറഞ്ഞുനില്പുണ്ട്.

വാതില്ക്കൽ ഏറെ നേരം തട്ടിയപ്പോഴായിരുന്നു, അകത്ത് കാല്പെരുമാറ്റം കേട്ടത്. അതിനു മുമ്പ് എപ്പോഴോ അടക്കിപ്പിടിച്ച തേങ്ങലിന്റെ ശബ്ദം കേട്ടു എന്നത് എന്റെ വിഭ്രാന്തി മാത്രമായിരുന്നോ ആവോ. ഏതാ

യാലും വാതിൽ തുറന്ന അന്നക്കുട്ടിയുടെ മുഖം നിറയെ കണ്ണീരിന്റെ ചാലുകളായിരുന്നു. എന്നെ കണ്ടതും അന്നക്കുട്ടിയുടെ മുഖം വീണ്ടും കനത്തു. കാർമേഘത്തുണ്ടുകൾ ഉരുണ്ടുകൂടി. കടുത്ത കാറ്റ് ഇതാ ഇടി മുഴക്കങ്ങളോടെ വീശിത്തുടങ്ങുന്നു.

"അന്നക്കുട്ടീ, കരയാതെ സംഭവം പറയൂ....."

ഞാൻ വാക്കുകൾ പുറത്തെടുത്തു. ഏതുതരം ആശ്വാസ വാക്കുകളാണിവിടെ ചൊരിയേണ്ടത് എന്ന് എനിക്കറിയില്ലായിരുന്നു. ഏറെനേരത്തെ തത്രപ്പാടിനുശേഷം അന്നക്കുട്ടി കവിളുകൾ കൂട്ടിത്തുടച്ച്, തേങ്ങൽ ഉള്ളിലൊതുക്കിയെടുത്ത്, എന്നോടിരിക്കാൻ പറഞ്ഞു. ഞാൻ പറഞ്ഞു:

"ഇങ്ങനെ കരഞ്ഞതുകൊണ്ടെന്തുകിട്ടാനാ. നീ എന്നോട് കാര്യമെന്തെന്ന് പറയൂ..." എന്തോ, എന്റെ വാക്കുകളിൽ ഉലഹന്നാനെ രക്ഷിക്കാനാണ് ഞാനെത്തിയതെന്ന ധ്വനിയും അത്രയേറെ ആത്മാർത്ഥതയും വിശ്വസ്തതയും കലർന്നിരിക്കണം. അന്നക്കുട്ടി എനിക്കെതിരെയിരുന്ന് എല്ലാം പറഞ്ഞുതുടങ്ങി.

"ബാലാനന്ദനെങ്കിലും ഞങ്ങളെ വിശ്വസിക്കണം, വാസ്തവത്തിൽ എന്റെ ചേട്ടൻ ഇതൊന്നും ചെയ്തതല്ല. നിങ്ങൾ വലിയ കൂട്ടായിരുന്നല്ലോ. ആലോചിച്ചു നോക്കൂ. എന്നെങ്കിലും ചേട്ടൻ ഇങ്ങനെയൊരു കാര്യം ചെയ്യുമെന്ന് ബാലാനന്ദന് തോന്നുന്നുണ്ടോ?"

വെയിലിന്റെ ശക്തി കടുത്തിരുന്നു. ഉഷ്ണം വരാന്തയിലേക്ക് കയറിവന്ന് അന്നക്കുട്ടിയെയും എന്നെയും പിടികൂടിത്തുടങ്ങിയിരുന്നു.

"അന്നക്കുട്ടീ എന്നെ വിശ്വസിക്കൂ, ഞാൻ ഉലഹന്നാനെ ഈ നിമിഷവും പൂർണ്ണമായി അറിയുന്നു... ഇന്നലെവരെ അവനെക്കുറിച്ചുള്ള വാർത്തകൾ കാതിലെത്തുമ്പോൾ ഞാനവ നിസ്സാരമായി തള്ളിക്കളയുകയായിരുന്നു. പക്ഷേ, ഇന്ന് - ഇന്നെനിക്ക് സഹിച്ചിരിക്കാനായില്ല...."

"പറയാം...." അന്നക്കുട്ടി അല്പനേരം ഒന്നുംമിണ്ടാതിരുന്നു. പിന്നെ ഈറൻ വാക്കുകൾ പുറത്തുവന്നു. പതിയെപ്പതിയെ ആ വാക്കുകളിൽ അരിശത്തിന്റെ നിറം കലർന്നു: "ബാലാനന്ദനറിയ്യോ, കഴിഞ്ഞവർഷം തന്നെ ഈ അപവാദങ്ങൾ തുടങ്ങിക്കഴിഞ്ഞിരുന്നു. ഞങ്ങളീ കോളനിയിലേക്ക് മാറിയതു മുതൽ. പുറത്ത് സ്നേഹവും സന്തോഷവും കാണിച്ചവരെല്ലാം മനസ്സിൽ ഞങ്ങൾക്കെതിരെ വിദ്വേഷം നിറച്ചുവെച്ചിരിക്കുകയായിരുന്നു. ഓരോ പുകഴ്ത്തലിലും ഞങ്ങളുടെ പേരിൽ മുറിവുവീഴുകയായിരുന്നു...... പതിനഞ്ചാം നമ്പറിലെ അനുരാധ ഒരുനാൾ എങ്ങോ പുറപ്പെട്ടു പോയപ്പോൾ - ഇവിടത്തുകാർ പറയുകയായിരുന്നു, അവളുടെ ലോഹ്യക്കാരനായ പീതാംബരന് എല്ലാറ്റിനും വളംവച്ചു കൊടുത്തത് ചേട്ടനായിരുന്നുവെന്ന്. ഏതാണീ പീതാംബരൻ എന്നുപോലും എന്റെ ചേട്ടനറിയില്ലായിരുന്നു... എന്നിട്ടും അനുരാധയെ പൊലീസിന്റെ സഹായത്തോടെ അന്വേഷിച്ച് വീട്ടിൽ തിരിച്ചെത്തിച്ചത് ആരാന്ന് ബാലാനന്ദനറ്യോ, എന്റെ ചേട്ടൻ തന്നെയായിരുന്നു... ഓരോ നിമിഷവും, ഞങ്ങളെ തോല്പിച്ചേ അടങ്ങൂ എന്ന മട്ടിൽ, കൂർത്ത നോട്ടങ്ങളും പൊള്ളുന്ന

വാക്കുകളും ഞങ്ങളിലേക്കെറിയുകയായിരുന്നു എല്ലാവരും... ഞാൻ ചേട്ടനോട് എത്രതവണ പറഞ്ഞുനോക്കിയെന്നോ, നമുക്കിവിടെനിന്ന് മാറിത്താമസിക്കാമെന്ന്... പക്ഷേ, ഒന്നും കാര്യമായെടുക്കാതെ തള്ളിക്കളഞ്ഞാൽ, എല്ലാവരുമടങ്ങിക്കോളുമെന്നായിരുന്നു ചേട്ടന്റെ സിദ്ധാന്തം... എന്നിട്ടോ, കോളനിയിലെ വാർത്തകൾക്കു പുറമേ, പതിയെപ്പതിയെ പുറത്തുനിന്നും വാർത്തകൾ."

അന്നക്കുട്ടിയിൽനിന്ന് ഞാനെപ്പോഴോ നോട്ടം പിൻവലിച്ചിരുന്നു. എന്റെ മനസ്സിൽ വിവേചനശേഷി നഷ്ടപ്പെട്ടു കഴിഞ്ഞിരുന്നു. അന്നക്കുട്ടി പറയുന്ന സംഭവങ്ങൾ അടുക്കും ചിട്ടയോടെയും ഉൾക്കൊള്ളുവാൻ എനിക്കു കഴിയുന്നില്ല. അല്ലെങ്കിലും എന്തൊക്കെയാണ് കേൾക്കുന്നത്? കെട്ടുകഥയിൽപ്പോലും ഇത്രയേറെ അവിശ്വസനീയതയ്ക്കു സ്ഥാനമില്ല– ഈ കോളനിയെന്താ ഈ ലോകമെന്താ, ദുർമന്ത്രവാദത്തിന്റെ കൂത്തരങ്ങോ?

"ബാലാനന്ദൻ കേൾക്കുന്നുണ്ടല്ലോ..." അന്നക്കുട്ടിയുടെ കണ്ണുകളിലേക്ക് ഞാൻ മുഖമുയർത്തി. "പുറത്തു പ്രചരിച്ച വാർത്തകൾ ബാലാനന്ദനും കേട്ടവയായിരിക്കുമല്ലോ...." ഇതാ ഇന്നും ഈ നിമിഷവും എനിക്കുറപ്പിച്ചുപറയാൻ കഴിയും എന്റെ ചേട്ടൻ ഒരു തുള്ളി മദ്യം സ്വാദറിയാൻ പോലും രുചിച്ചിട്ടുണ്ടാവില്ലെന്ന്. എന്നിട്ടും..... അന്നക്കുട്ടി കരഞ്ഞുതുടങ്ങി. അവൾ കരയാൻ മാത്രം വിധിക്കപ്പെട്ടവളാണോ എന്നെനിക്കു തോന്നി. എന്നും ആദർശവല്ക്കരണത്തിന്റെ ഉച്ചിയിൽ ഞാൻ സങ്കല്പിച്ചു പ്രതിഷ്ഠിക്കാറുള്ള ഈ പെൺകുട്ടി ഇതാ, നിരാശയുടെയും കൂരിരുട്ടിന്റെയും കടുംകയത്തിലേക്ക് വീണുപോയിരിക്കുന്നു. നന്മയുടെ നൂറുനൂറു ഇളം പൂക്കൾ വിരിയിച്ച് ലോകത്തിൽ സന്തോഷത്തിന്റെ നറുമണം പരത്താനുള്ള ഇവളുടെ ശ്രമം വിഫലമായിപ്പോയിരിക്കുന്നു. ഒരു ചെറുപുഞ്ചിരിയിൽ ലോകത്തിലെ എല്ലാ ദുഃഖങ്ങളും ഒപ്പിയെടുക്കാമെന്നുള്ള ഇവളുടെ കണക്കുകൂട്ടലുകൾ, ഇതാ കുത്തഴിഞ്ഞു പോയിരിക്കുന്നു.

"ഇന്നലെ രാത്രീല് അപ്പന് അല്പം അധികമായി. ശ്വാസം തീരെ കിട്ടുന്നില്ല എന്ന നിലപോലുമായി... വാസ്തവത്തിൽ ചെക്കപ്പൊക്കെ കഴിഞ്ഞ് ഇന്ന് കാലത്തെ വണ്ടിക്ക് നാട്ടിലേക്ക് മടങ്ങാനിരുന്നതായിരുന്നു അപ്പൻ... പക്ഷേ, ഇന്നലെത്തന്നെ ആശുപത്രിയിലേക്ക് മാറ്റേണ്ടിവന്നു. വൈകുന്നേരം ഞാനിങ്ങോട്ടുമടങ്ങി; കുറച്ചു ഭേദമുണ്ടായിരുന്നു. അപ്പന് അത്താഴമെത്തിച്ചു കൊടുത്ത് മടങ്ങിക്കോളാമെന്ന് പറഞ്ഞ് ചേട്ടൻ അവിടെത്തന്നെ നിന്നു. ഞാൻ രാത്രി മുഴുവൻ ചേട്ടനെ കാത്തിരുന്നു... അപ്പനുവല്ലതും അധികമായിരിക്കുമോ എന്നായിരുന്നു ശങ്കയത്രയും... അപ്പുറത്തെ വീട്ടുകാരോടൊക്കെ ഒന്നുപോയന്വേഷിക്കാൻ ഞാൻ കരഞ്ഞു പറഞ്ഞു... ആരും കേട്ടെന്ന് നടിച്ചതുപോലുമില്ല.... എല്ലാ വാതിലുകളും എന്റെ മുന്നിൽ കൊട്ടിയടയ്ക്കപ്പെട്ടു... ഒടുവിൽ രാവിലെ ഏതോ ഒരു കുട്ടി വന്നു പറഞ്ഞു. "ചേട്ടനെ തെരുവിലൂടെ..."

അന്നക്കുട്ടി എന്റെ മുന്നിൽ കുഴഞ്ഞു വീഴുമെന്ന പരുവമായി. അവ

ളുടെ ശരീരം അത്രയേറെ ദുർബ്ബലമായിക്കഴിഞ്ഞിരുന്നു: "ഞങ്ങളാരേം ദ്രോഹിക്കാതെ, കഴിയുന്നത്ര സഹായിച്ചും സ്നേഹിച്ചും ജീവിച്ചതിന്....."

ഇനിയും അന്നക്കുട്ടിയെ ഇങ്ങനെ പരിക്ഷീണയാക്കരുത് എന്ന് ഞാൻ മനസ്സിലുറപ്പിച്ചു. ഇത് എനിക്കുതന്നെ താങ്ങാവുന്നതിന്റെ പരമാവധിയായിരിക്കുന്നു. പിന്നെയോ ഇവൾ, ഈ പാവം പെൺകുട്ടി? ഞാനെന്ത് ചെയ്യേണ്ടു എന്ന് ചില നിമിഷങ്ങൾ ആലോചിച്ചിരുന്നു... ഏത് വഴിയേ നീങ്ങണം, എന്തൊക്കെ ചെയ്യണം എന്നതിനൊന്നും ഒരു രൂപവുമില്ല മനസ്സിൽ. മനസ്സിലുണ്ടായിരുന്നത്, നിറയെ കിനിയുന്ന കണ്ണീരായിരുന്നു...

എനിക്ക് അത്ഭുതം തോന്നി. അന്നക്കുട്ടിയുടെ പരമാവധി പിടിച്ചു നില്ക്കാൻ ശ്രമിക്കുന്ന ആ മനസ്സ്. ഇതല്ല, ഇതിനപ്പുറത്തെ സംഭവങ്ങളെയും സധൈര്യം നേരിടാനാവുമെന്ന ഒരു ആത്മവിശ്വാസം ഈ പെൺകുട്ടി വളർത്തിയെടുത്തിട്ടുണ്ട് എന്ന് എനിക്കുതോന്നി. അതെ, ഉലഹന്നാന്റെ ഉത്തമയായ സഹധർമ്മിണിയാണിവൾ. പക്ഷേ, ഏതിനും ഒരതിരുണ്ടല്ലോ. ഇവളുടെ മനസ്സ് പൂക്കൾപോലെ മൃദുലമാണ്. എന്നാലോ, മുള്ളുകൾകൊണ്ട് തുരുതുരെ കോറി വരയുകയും...

ഇവൾ, അന്നക്കുട്ടി മറിച്ചൊന്നാലോചിക്കാതെ, ഉലഹന്നാന് ഒന്നും സംഭവിച്ചിട്ടില്ലെന്നുള്ള വിശ്വാസത്തിൽ മുറുകെ പിടിച്ച് കാത്തിരിക്കുന്നു എന്നാണോ കരുതേണ്ടത്? അപ്പനെന്തുപറ്റിയെന്ന് ഇവൾ അന്വേഷിക്കുന്നില്ല എന്നോ? ഓ, അങ്ങനെയായിരിക്കുമോ? ഇവളുടെ മനസ്സിലും നൊമ്പരങ്ങൾ കിടന്ന് പിടയുന്നുണ്ടാവില്ലേ? അവളതൊക്കെ ശ്രമപ്പെട്ട് മറച്ചുവെച്ച് ചിരി വിടർത്തുന്നു എന്നാണോ കരുതേണ്ടത്? എന്തോ എനിക്കൊന്നും തന്നെ പിടികിട്ടുന്നില്ല. ഞാനൊന്നും അറിയുന്നില്ല. ഇനിയെന്റെ നിയോഗമെന്തെന്നുപോലും അറിയുന്നില്ല...

പോകാനായി ഞാനെഴുന്നേറ്റു. നോക്കിയപ്പോൾ വേലിപ്പടർപ്പുകൾക്ക് പിറകിൽ, കാഴ്ച കാണുന്ന അനേകം മുഖങ്ങൾ. അടുത്ത വീടുകളിലെ സ്ത്രീകളും പുരുഷന്മാരും കുട്ടികളും ഒക്കെ പമ്മിപ്പതുങ്ങിയിരുന്ന് രംഗം നിരീക്ഷിക്കയായിരുന്നു. നിരത്തിൽ വഴിയാത്രക്കാരുടെ വലിയൊരു കൂട്ടം... അവരെല്ലാം എന്തൊക്കെയോ അടക്കം പറഞ്ഞ് ചിരിക്കുന്നു. പൊടുന്നനെ, അന്നക്കുട്ടി നീണ്ടൊരു പൊട്ടിക്കരച്ചിലിലേക്ക് വഴുതിവീണു. ഹൃദയം വലതുകൈപ്പത്തിയാൽ താങ്ങി ഞാൻ മുറ്റത്തേക്കിറങ്ങി. ശരീരം ഉലയുന്നുണ്ടായിരുന്നു.

നാല്

ഏറെ നേരത്തെ നിയമനടപടികൾക്ക് ശേഷം ഉലഹന്നാനെ എനിക്ക് വിട്ടുതരുമ്പോൾ, ബഹുമാനപ്പെട്ട കോടതി വീണ്ടുമോർമ്മിപ്പിച്ചു: "ഞങ്ങളാവശ്യപ്പെടുന്ന നിമിഷം പ്രതിയെ ഇവിടെ ഹാജരാക്കിക്കൊള്ളണം..."

ഉലഹന്നാൻ വെറും ശവമായിക്കഴിഞ്ഞിരുന്നു. ആ കണ്ണുകളിൽ രണ്ട്

ഇരുൾക്കുന്നുകൾ മുഴച്ചുനിന്നിരുന്നു. അവന്റെ ശരീരം എന്റെ ശരീരത്തോട് ചാഞ്ഞു കിടന്നു. ഒരു നേരിയ ശബ്ദം ഉലഹന്നാനിൽനിന്ന് കുറുകിക്കുറുകി പുറത്തുവന്നു: "എന്നെ വെറുതെ വിട്ടേക്ക് ബാലു, ഞാൻ നശിക്കേണ്ടവനാ...."

ഞാനാവാക്കുകൾ ശ്രമപ്പെട്ട് തള്ളിക്കളഞ്ഞു. ഉലഹന്നാനെത്താങ്ങി നിരത്തിലേക്കിറങ്ങി, ആരൊക്കെയോ ഞങ്ങൾക്കുപിറകേ നടക്കുന്നുണ്ടായിരുന്നു. വെയിലിന്റെ വരണ്ട തടങ്ങൾ ചുറ്റിലും...

ഉലഹന്നാൻ ചെയ്ത കുറ്റത്തിന്റെ വിശദരൂപം ബഹുമാനപ്പെട്ട കോടതി എന്നെ ധരിപ്പിച്ചിട്ടുണ്ടായിരുന്നു. കഴിഞ്ഞ ദിവസം രാത്രി ക്രൂരമായി ബലാൽസംഗം ചെയ്യപ്പെട്ട പെൺകുട്ടി നല്കിയ തെളിവുകൾ ഉലഹന്നാൻ തന്നെയാണ് പ്രതിയെന്ന് ഉറപ്പിക്കുന്നവയായിരുന്നുവത്രെ. പോരെങ്കിൽ വളരെ മുമ്പേത്തന്നെ നോട്ടപ്പുള്ളിയായിത്തീർന്നിരിക്കുന്നുപോൽ ഈ ഉലഹന്നാൻ. അവൻ മദ്യപിച്ച് തെരുവുകളിൽ ബഹളമുണ്ടാക്കുന്നു.... തേടിവിശ്ശിപ്പെണ്ണുങ്ങളുടെ ഇടയിൽ കടിപിടികൂടുന്നു... ബസ് സ്റ്റാന്റുകളിൽ പിടിച്ചുപറി നടത്തുന്നു. എല്ലാറ്റിനും വേണ്ടതായ തെളിവുകൾ ലഭിച്ചിട്ടുണ്ടത്രെ. അതെ, ഈ ഉലഹന്നാൻ തൂക്കുമരത്തിന് അർഹനാണെന്ന് ബന്ധപ്പെട്ട നിയമങ്ങൾ വീറോടെ ചൂണ്ടിക്കാട്ടുന്നു... കേവലം സാഹചര്യത്തെളിവുകൾ, ഇതാ എന്റെ സുഹൃത്തിനെ വരിഞ്ഞുമുറുക്കിയിരിക്കുന്നു....

"കുറച്ചു വെള്ളം..." എന്നോ മറ്റോ ഉലഹന്നാൻ പറഞ്ഞു എന്നെനിക്കു തോന്നി. ഞാൻ വഴിയരികിൽ വല്ല പെട്ടിക്കടകളും കാണുമോ എന്നുനോക്കി. ഇല്ല, ഒന്നുമില്ല... ഒരിറ്റുതണലെങ്കിലും? ഇല്ല, ഒട്ടുമില്ല... വല്ല വാഹനങ്ങളും കിട്ടിയിരുന്നെങ്കിൽ ഒന്നിവിടന്ന് വേഗം രക്ഷപ്പെടാമായിരുന്നു... പക്ഷേ, വാഹനങ്ങൾ നിർത്താതെ ഓടിച്ചുപോയി. ഡ്രൈവർമാർ തല പുറത്തേക്കിട്ട് പല്ലിളിച്ചു കാട്ടി. ഞാൻ ഉലഹന്നാനെയും താങ്ങി പിന്നെയും നടന്നു.

കാവ് കഴിഞ്ഞു തിരിയുമ്പോഴുള്ള വലിയ ആൽമരച്ചുവട്ടിൽ ഞാൻ ഉലഹന്നാനെ മടിയിലേക്ക് ചായ്ച്ച് ഏറെ നേരമിരുന്നു. പതിയെപ്പതിയെ ആ കണ്ണുകൾ തുറന്നു.... ആ മുഖം എന്റെ മനസ്സിനെ ഈറനാക്കുന്നു. ഞാൻ ആ കുഴിഞ്ഞ കവിളുകളിൽ പതിയെ തലോടി...

കുറേക്കൂടി കഴിഞ്ഞപ്പോൾ ഉലഹന്നാന് ഒന്നനങ്ങാമെന്നായി. അവൻ കൈകൾ എന്റെ മടിയിലൂന്നി നിവർന്നു. അകലെ എവിടെയോ 'കുടുകുടു' കളിച്ചിരുന്ന കുട്ടികൾ കളി നിർത്തി ഞങ്ങൾക്കു ചുറ്റും കൂടിയിരുന്നു. ഞാൻ കടുത്ത ഒരു നോട്ടമെറിഞ്ഞപ്പോൾ, കൂവിയാർത്ത് അവർ ചിതറിയോടി...

"ഇന്നലെ രാത്രീല്...." ഉലഹന്നാൻ വാക്കുകൾ ശ്രമപ്പെട്ട് തപ്പിയെടുത്തു. "സത്യം പറഞ്ഞാ ഞാനവനെ ഉപദേശിച്ച് വിടണമെന്നേ കരുതിയിരുന്നുള്ളൂ.... മേയറ്ടെ മോളെ പ്രേമിച്ചോണ്ട് നടന്നോനാ... അവള്ടെ കല്യാണം നിശ്ചയിച്ചപ്പോ അവന് ലക്കുകെട്ടുകാണും... ഞാനാസ്പത്രീന്ന് തിടുക്കത്തിൽ വരികയായിരുന്നു. തെരുവിലേക്ക് ചാടി അവനോടുകയാ

യിരുന്നു..... ഞാൻ പിടിച്ചുവെച്ചു... മേയറുടെ വീട്ടിൽ വിളക്കുകൾ തുരു തുരാ തെളിയുന്നത് എനിക്ക് കാണാമായിരുന്നു... ആളുകൾ വെപ്രാള ങ്ങളോടെ പാഞ്ഞുവന്നു. അവൻ എന്നെ മുറുകെപ്പിടിച്ച് കിതയ്ക്കുക യായിരുന്നു. എന്നെ ആൾക്കൂട്ടത്തിലേക്ക് തള്ളുകയായിരുന്നു..... മുട്ടൻ വടികൾ, ഇരുമ്പുപാരകൾ... മുൾക്കിരീടം... പൊലീസ്... കോടതി....."

ഉലഹന്നാന്റെ വാക്കുകൾ മുറിഞ്ഞു മുറിഞ്ഞുപോയി. ആ പെൺകുട്ടി എന്തൊക്കെ തെളിവുകളാവും ഉലഹന്നാനു നേരെ നിരത്തി യിരിക്കുക എന്ന് ചിന്തിക്കുകയായിരുന്നു അപ്പോൾ ഞാൻ...

"നിനക്കറിയാമോ, മദ്യപിച്ച് തെരുവിൽ വീണുകിടന്ന മാനേജർ രുദ്രാ ക്ഷനെ താങ്ങി അങ്ങേർടെ വീട്ടിലെത്തിച്ചപ്പഴാ, ഞാൻ കുടിയനായി മാറ്യേ... അങ്ങേരംകൂടി കുടിപ്പിച്ച് വഷളാക്കിയത് ഞാനാത്രെ....."

ഉലഹന്നാന്റെ കണ്ണുകളിൽനിന്ന് പുഴയൊഴുകുന്നു. വരണ്ട കവിളു കളിലൂടെ ചാലുകളായി, കൈത്തോടുകളായി കണ്ണീർ അവന്റെ മുറിഞ്ഞ ഹൃദയത്തിലേക്ക് ഒഴുകി നിറയുന്നു... ഉലഹന്നാൻ കരയുകയോ? ഏതി നെയും ഒരു ചെറുചിരിയോടെ നേരിടുന്ന എന്റെ ആത്മമിത്രം പതറു കയോ? ഞാൻ ഉലഹന്നാന്റെ മൂർദ്ധാവിൽ ചുണ്ടുകളമർത്തി....

അഞ്ച്

"നിങ്ങൾ ഇപ്പോൾ ആരുടെ ഭാഗത്താണ്! പ്രതിയുടെയോ, സാക്ഷി യുടെയോ?" കോടതി ചോദിച്ചു.

"ഉലഹന്നാന്റെ" ഞാൻ പറഞ്ഞു. ശബ്ദത്തിൽ വിറയലുണ്ടായിരുന്നു. "അവൻ പ്രതിയല്ല നിരപരാധിയാണ്."

"അതു കോടതി തീരുമാനിച്ചോളാം." കർക്കശക്കാരന്റെ കറുത്ത കോട്ടിനുള്ളിൽ തടിച്ച ശരീരം മലച്ചു. നീതിദേവതയുടെ തുരുമ്പിച്ച തുലാ സിലേക്ക് ചിലമ്പൽ പടർന്നു.

"എനിക്കറിയാവുന്ന ഉലഹന്നാൻ പാവമാണ്. അവൻ നിരപരാധി യാണ്" ഞാൻ ആവർത്തിച്ചു. ശബ്ദം തളർന്നു.

"അപ്പോൾ നിങ്ങളാണോ അയാൾക്കു വേണ്ടി ഈ തെമ്മാടിത്തര ങ്ങളെല്ലാം ചെയ്തത്?" കോടതി മുരണ്ടു. ചുറ്റിലും കറുത്തവേതാളങ്ങ ളിൽ അട്ടഹാസമുയർന്നു.

പിന്നെ എല്ലാം പെട്ടെന്നായിരുന്നു. നിയന്ത്രിക്കാനാവാത്ത വികാര വിക്ഷുബ്ധതയിൽ എന്നിലെ പച്ചമനുഷ്യൻ ഉണർന്നെണീക്കുകയും നീതിപീഠത്തിലേക്കു കുതിക്കുകയും ഒറ്റത്തള്ളിന് മേശയടക്കം എല്ലാം മലരുകയും..

ഇപ്പോൾ മുന്നിൽ തൂങ്ങിയാടുന്ന കയർക്കുരുക്കുകൾ... ഭൂമിയും സർവ്വചരാചരങ്ങളും നിശ്ചലം. ക്ലോക്കിന്റെ ടിക്ക് ടിക്ക്... സമയമടുക്കു ന്നു. കറുത്ത മുഖംമൂടി വന്ന് ഞങ്ങളുടെ കണ്ണുകളെ മറച്ചു. അന്ധകാ രം. ഞാൻ ഉലഹന്നാന്റെ കരം ഗ്രഹിച്ചു നിവർന്നു നിന്നു...

ഭൂതലം നിശ്ശബ്ദമായി.

ഏതേതോ പുളിനങ്ങളിൽ

ഓട്ടോയിൽ ജല റെയിൽവേ സ്റ്റേഷനിലേക്കു പുറപ്പെടുമ്പോൾ അരികെയിരുന്ന എമ്മയുടെ മുഖം, വിങ്ങിപ്പൊട്ടാൻ പോകുന്ന ആകാശം പോലെ കനത്തു നിന്നിരുന്നു. അതു കാണാതിരിക്കാൻ ജല നഗരത്തിരക്കുകളിലേക്കു കണ്ണു തിരിച്ചു.

സ്റ്റേഷൻ കോമ്പൗണ്ടിലേക്ക് ഓട്ടോ പ്രവേശിച്ചു.

"ഏതു ട്രെയിനിനാ?" ഡ്രൈവർ വണ്ടി ഒതുക്കി പല്ലിളിച്ചു. അയാളെ രൂക്ഷമായൊന്നു നോക്കി ജല ബാഗുകളെടുത്തിറങ്ങി. എമ്മ ഹാൻഡ് ബാഗിൽ നിന്ന് നൂറു രൂപ നോട്ടെടുത്ത് ഡ്രൈവർക്കു നീട്ടിയപ്പോൾ ജല തടഞ്ഞു. അപ്പോഴേക്കും അയാൾ അത് വാങ്ങിക്കഴിഞ്ഞിരുന്നു.... ജല മുന്നോട്ടു നീങ്ങി. ഡ്രൈവർ ബാക്കി തരാൻ സമയമെടുത്തപ്പോൾ അക്ഷമയോടെ എമ്മ പറഞ്ഞു: "ബാക്കി വെച്ചോ....."

എമ്മ നോക്കുമ്പോൾ ജല ടിക്കറ്റ് കൗണ്ടറിലെ ചെറിയ ക്യൂവിലാണ്. എമ്മ ഓടി അടുത്തെത്തി.

"നീയിങ്ങനെ ഇപ്പോ തിടുക്കത്തിൽ ജനറൽ കമ്പാർട്ടുമെന്റിലൊക്കെ കയറി പോണ്ട മോളേ." കരയുംമട്ടിൽ എമ്മ പതിയെ പറഞ്ഞു: "നിനക്ക് വീട്ടിലൊന്ന് പോയിവരണങ്കില് നാളത്തേക്ക് ബർത്ത് റിസർവ്വ് ചെയ്തു പോകാലോ." ജല അതു ശ്രദ്ധിച്ചില്ല. അപ്പോഴേക്കും അവൾ കൗണ്ടറിനു മുന്നിലെത്തുകയും കോഴിക്കോട് എന്നു പറഞ്ഞ് പേഴ്സിൽ നിന്ന് രൂപയെടുക്കുകയും ചെയ്തു....

ഫസ്റ്റ് പ്ലാറ്റ്ഫോമിൽത്തന്നെയായിരുന്നു മലബാർ എക്സ്പ്രസ്. ലേഡീസ് കമ്പാർട്ട്മെന്റ് നോക്കി ജല നടന്നു...

കമ്പാർട്ട്മെന്റിൽ തിരക്കധികമില്ലായിരുന്നു. സൈഡ് സീറ്റാണ് ജലയ്

ക്കു കിട്ടിയത്..... എമ്മ പ്ലാറ്റ്ഫോമിൽ ജലയുടെ ജാലകോരത്തുവന്ന് വീണ്ടും പറഞ്ഞു: "ഞാൻ തെറ്റൊന്നും ചെയ്തില്ല. അങ്ങനെ നിനക്കു തോന്നുന്നുവെങ്കിൽ മാപ്പ്. എന്നോട് ക്ഷമിക്കെടാ.. നീ വീട്ടിൽ പോയി അപ്പച്ചനേയും മമ്മിയേയും കണ്ട് ഒന്ന് കൂൾ ആയി ഉടനെ തിരിച്ചു വാ... അല്ലെങ്കീ ഞാനിവിടെ ശ്വാസം മുട്ടിച്ചത്തുപോവും....."

"എങ്കിലതാ ഭേദം....." ജല എമ്മയെ നോക്കാതെ, ആരോടെന്നില്ലാതെ പിറുപിറുത്തു.....

"ഞാനിന്ന് ശാന്തിപുരത്തു പോയീന്നത് നേരാ. അതവിടത്തെ ഒരു ചാരിറ്റി മീറ്റിൽ പങ്കെടുക്കാനാന്ന് ഞാൻ സമ്മതിച്ചല്ലോ. രാവിലെയാ മൊബൈലിൽ ആശ്രമത്തീന്ന് മെസേജ് വന്നത്. അപ്പോ നീ ഓഫീസിൽ പോയിരിക്കുകയായിരുന്നു പിന്നീട് പറയാന്നാ കരുതീത്." എമ്മ ജലയെ അനുനയിപ്പിക്കാൻ ശ്രമിച്ചുകൊണ്ടിരുന്നു.

ദൂരെ പച്ചവെളിച്ചം തെളിഞ്ഞു. നീണ്ട ഹോൺ മുഴങ്ങി. വണ്ടി പതിയെ അനങ്ങിത്തുടങ്ങി.

"എനിക്കിനി ഒന്നും കേൾക്കണ്ട. നിനക്കെന്നേക്കാൾ ഇപ്പോൾ വലുത് ആ സ്വാമിയാണെങ്കി അങ്ങനെത്തന്നെയാവട്ടെ. നമ്മളിനി കാണില്ല....." ജല അന്ത്യവാക്കു പറയുമ്പോൾത്തന്നെ വണ്ടി പതിയെ നീങ്ങി. വണ്ടിക്കൊപ്പം, ജലയുടെ ജാലകക്കാഴ്ചയ്ക്കൊപ്പം എമ്മ യാചിക്കും മട്ടിൽ "ജല പ്ലീസ്, പ്ലീസ്" എന്നു പറഞ്ഞ് തിടുക്കത്തിൽ നടന്നു. പിന്നെ വേഗം വെച്ച കമ്പാർട്ട്മെന്റിനൊപ്പം കിതച്ചുകൊണ്ടും ജലയെ വിളിച്ചുകൊണ്ടും ഓടി. എമ്മയെ തോല്പിച്ച് ആ ലേഡീസ് കമ്പാർട്ട്മെന്റ് ജലയെയും കൊണ്ട് അകന്നുപോയി..... ഒടുവിൽ തീവണ്ടിയുടെ പിന്നറ്റവും മാഞ്ഞു പോയി...

ജല മുഖം തന്റെ കൈത്തലങ്ങളിൽ അടച്ചുപിടിച്ച്, നിറഞ്ഞ കണ്ണുകൾ സഹയാത്രികരിൽനിന്നു മറച്ചു... അപ്പോഴവളുടെ മനസ്സു നിറയെ താൻ കുറച്ചു മുമ്പ് വിട്ടിറങ്ങിയ ഹോസ്റ്റൽ മുറിയായിരുന്നു. എമ്മയൊത്ത് ആ മുറിയിൽ സന്തോഷത്തോടെ ജീവിച്ച രണ്ടു വർഷങ്ങൾ ഓടുന്ന തീവണ്ടിയിലെ പുറംകാഴ്ചകൾ പോലെ അതിദ്രുതം മനസ്സിലൂടെ ഓടി കടന്നുപോയി.....

വിമൻസ് കോളേജിൽനിന്ന് എം എസ് സി സൈക്കോളജി ഒന്നാം റാങ്കിൽ പഠിച്ചിറങ്ങിയയുടനെ ഇൻസൈറ്റ് എന്ന പ്രശസ്ത സ്ഥാപനത്തിൽ ക്ലിനിക്കൽ സൈക്കോളജിസ്റ്റായി ജോലിയിൽ ചേർന്നപ്പോൾ ജല തോമസിന് ഒരുകണ്ടീഷനേ ഉണ്ടായിരുന്നുള്ളൂ, വൈകിട്ട് മൂന്നുവരെ മാത്രമേ ഓഫീസിലുണ്ടാവൂ. ഇതിനിടയിൽ കൗൺസലിങ് ക്രമീകരിച്ചു തരണം. വൈകുന്നേരങ്ങൾ എനിക്കെന്റെ ആക്ടീവയിൽ ടൗണിലും കടപ്പുറത്തും മൾട്ടിപ്ലക്സുകളിലുമൊക്കെ കറങ്ങി നടക്കണം. പുത്തൻ ഫാഷൻ തിരഞ്ഞ് ഡിസൈനർ ഷോപ്പുകളിലും ഫാബ്രിക്സുകളിലും

കയറിയിറങ്ങണം. ഐസ് ക്രീം കഴിക്കുകയോ, ദം ബിരിയാണിയുടെ മണമാസ്വദിക്കുകയോ ചിലപ്പോഴെങ്കിലും ഒരു ബിയർ പാർലറിൽ കയറുകയോ ചെയ്യണം...

ജലയുടെ ഡിമാന്റ് കേട്ട് ഇൻസൈറ്റ് നടത്തുന്ന പ്രശസ്ത സൈക്കോളജിസ്റ്റ് അനസൂയ വാര്യർ ആദ്യം അന്തം വിട്ടു. പിന്നെ ചെറുചിരിയോടെ പറഞ്ഞു: “മനോനില തെറ്റിയവരെ നേരായ വഴിക്ക് പറഞ്ഞു കൊണ്ടുവരേണ്ട ആൾക്കു തന്നെ ഭ്രാന്തുപിടിച്ചോ?”

“എനിക്കിതുപോലുള്ള ഇത്തിരി വട്ടുകളുണ്ട് മാഡം. അതു പഠിക്കുമ്പഴേയുള്ളതാ. അതുകൊണ്ടാവും ഈ ജല തോമസിന് കേരള യൂണിവേഴ്സിറ്റി ഒന്നാം റാങ്കുതന്നെ തന്ന് പറഞ്ഞുവിട്ടത്... ഞാൻ പലപ്പോഴും ക്ലാസിൽ കയറിയിട്ടേയില്ല...”

ഒന്നു രണ്ടുമാസത്തെ സായാഹ്ന കറക്കത്തിനിടയിലാണ് വുമൈന ബുട്ടീക്കിൽ കുറേക്കാലമായല്ലോ പോയിട്ട് എന്ന് ജല ഓർത്തത്. അന്നവൾ പേയിങ് ഗസ്റ്റായി താമസിക്കുന്ന തമ്പുരാൻ മുക്കിലെ സരോജിനി നായരുടെ വീട്ടിൽ, സരോജിനിച്ചേച്ചി വലിയൊരു നിലക്കണ്ണാടി വാങ്ങിയ ദിവസമായിരുന്നു. അതിൽ വെറുതെയൊന്നു നോക്കിയപ്പോൾ, ഒന്നുകൂടി കൊള്ളാമല്ലോ ഞാൻ എന്ന ഒരാഹ്ലാദം അവളിൽ വന്നുനിറഞ്ഞു. സ്വതവേ കുർത്തയും ജീൻസും ലഗിൻസും ഡിസൈനർ ടോപ്പുകളും മനോഹരമായ കൺപുരികങ്ങളും നേരിയ വിയർപ്പു പൊടിയുന്ന കുഞ്ഞുനാസികയും കുമാരപുരത്തു ഫേർ ബ്യൂട്ടി സെന്ററിലെ ഹെയറിസ്റ്റ് വിജി മനോഹരമായി സ്ട്രൈറ്റൻ ചെയ്തു കൊടുക്കുന്ന കാർകൂന്തലും അഴകുടലിന്റെ വമ്പൻ സ്നിഗ്ദ്ധതയുമൊക്കെയായി ജല ഒരു സുന്ദരിക്കുട്ടിതന്നെയായിരുന്നു. അതവൾക്കുമറിയാം. എന്നാൽ ആ നിലക്കണ്ണാടിയിൽ ഇപ്പോൾ പ്രതിഫലിച്ചത് താനോ താരറാണിയോ എന്നവൾ അത്ഭുതം കൂറി. കുറേക്കൂടി നല്ല ഡിസൈനർ കലക്ഷനുകളുള്ള വുമൈനയെക്കുറിച്ചോർത്തത് അപ്പോഴാണ്... ശമ്പളം കിട്ടിയ ദിവസമായിരുന്നു. എന്നാൽ പുറപ്പെട്ടുകളയാം എന്നോർത്ത് അവൾ ആക്ടീവ സ്റ്റാർട്ടാക്കി...

വുമൈനയിൽ തിരക്കൊഴിഞ്ഞ സായാഹ്നമായിരുന്നു. അതു പതിവുള്ളതല്ല. പുതിയ ഒരു മുഖമായിരുന്നു കൗണ്ടറിൽ...

“വെൽക്കം മാം” കൗണ്ടറിലെ വട്ടക്കണ്ണടക്കാരി ജലയെ സ്വാഗതം ചെയ്തു.....

“ഇന്നെന്തുപറ്റി, കസ്റ്റമേഴ്സൊന്നുമില്ലേ.” ജല അത്ഭുതം മറച്ചുവെച്ചില്ല.....

“രണ്ടു ദിവസം പുതിയ സ്റ്റോക്കെടുപ്പു കാരണം കട തുറക്കില്ലെന്ന് സ്ഥിരം കസ്റ്റമേഴ്സിനെ അറിയിച്ചിരുന്നു. പത്രത്തിലും ആഡ് കൊടുത്തിരുന്നു.”

“അപ്പോ ഇന്ന് സെയിൽസില്ലേ? തുറന്നു കണ്ടതോണ്ടാ ഞാൻ കയ

റീത്." ജല ഖേദിച്ചു.

"ഉച്ചയോടെ സ്റ്റോക്കെടുപ്പു ജോലി തീർന്നു. അതോണ്ട് തുറന്നേക്കാൻ മാഡം പറഞ്ഞു."

"അപ്പോ പുതിയ സ്റ്റോക്കു നോക്കാൻ വരുന്ന ആദ്യത്തെ കസ്റ്റമറാ ഞാൻ, അല്ലേ!" ജലയുടെ മുഖത്ത് കുസൃതിപ്പുഞ്ചിരി തെളിഞ്ഞു.

"തീർച്ചയായും... മാമിന്റെ ഈ ഗുഡ് ലുക്കിനും മനോഹരമായ സൗന്ദര്യത്തിനും യോജിച്ച കുറേ നല്ല കളക്ഷൻസ് വന്നിട്ടുണ്ട്." തന്നെക്കുറിച്ചുള്ള ആ വിശേഷങ്ങളിൽ ജല വീണു.

"എന്നെ മാം എന്നൊന്നും വിളിക്കണ്ട. തന്റെയത്രേം പ്രായം എനിക്കുണ്ടാവാൻ വഴിയില്ല. ഞാൻ ജല തോമസ്. ജല എന്നു വിളിച്ചോളൂ..."

"ഞാൻ എമ്മ." ചിരിച്ചുകൊണ്ട് വട്ടക്കണ്ണടക്കാരി പറഞ്ഞു. "ഈ കട നടത്തുന്ന സുജാത മേനോന്റെ നാട്ടുകാരിയാണ്. പത്തനംതിട്ടേല്. അടുത്തിടെയാണ് ഇവിടെയെത്തിയത്."

"ഓ, അതാ നാലഞ്ചുമാസം മുമ്പ് വന്നപ്പോ ഞാൻ കാണാഞ്ഞത്." ജല തുണികളടുക്കിയ ചില്ലലമാരകൾ നോക്കി നടന്നുകൊണ്ടു പറഞ്ഞു: "എന്നാലും വല്ലാത്ത ഒരു പേരുതന്നെ, എമ്മ."

"അച്ഛന്റേം അമ്മേടേം പേരിന്റെ ആദ്യാക്ഷരങ്ങൾകൊണ്ട് അവർ തീർത്ത ഒരു വികൃതി" എമ്മ ചിരിച്ചു: "എടത്തിൽ മണികണ്ഠനും മാധവിയും ഒപ്പിച്ച പണിയാണ് ഞാനും എന്റെ പേരും..."

അന്ന് എമ്മ തെരഞ്ഞെടുത്തു കൊടുത്ത മൂന്ന് ടോപ്പും ഒരു കുർത്തയും ജലയ്ക്കും ഇഷ്ടമായി... ഈ ഇഷ്ടം പ്രകടിപ്പിച്ചുകൊണ്ട് തന്നെ അവൾ എമ്മയോട് പറഞ്ഞു: "നല്ല കളർ സെൻസുണ്ട് എമ്മയ്ക്ക്. ഈ ഡിസൈനർ വേൾഡിന്റെ ഇടയിലെ ജോലി ശരിക്കും എൻജോയ് ചെയ്യുന്നുണ്ട്. അല്ലേ?"

എമ്മ ചിരിച്ചു: "പെണ്ണിന്റെ ബോഡി ലാംഗ്വേജ് അറിഞ്ഞ് തുണി തെരഞ്ഞെടുത്തു കൊടുക്കാൻ എനിക്ക് പണ്ടേ ഇഷ്ടാ. നോക്കൂ, പുറത്തുള്ള ആ രണ്ട് മാനികിൻസിനെ രാവിലെ വന്നാൽ തലേന്നത്തെ തുണി ഉരിഞ്ഞെറിഞ്ഞ്, അവരുടെ ശരീരത്തെ ഞാൻ കുറേനേരം നോക്കി നില്ക്കും. എന്നിട്ട് പുതിയത് അണിയിക്കും. ശരിക്കും ഈ രണ്ടാളുടേയും ശരീരത്തിന്റെ അളവുകൾ എനിക്കിപ്പോ ബൈഹാർട്ടാ."

"നീ കൊള്ളാലോ." ജല ചിരിച്ചു. ഇറങ്ങുമ്പോൾ, കടയുടെ മുന്നിലെ കണ്ണാടിക്കൂടിലിരിക്കുന്ന രണ്ട് സുന്ദരികളേയും അവൾ സാകൂതം നോക്കി. ജല ആക്ടീവ സ്റ്റാർട്ട് ചെയ്യുമ്പോൾ വാതില്ക്കലോളം വന്ന് എമ്മ കൈ വീശി...

അതായിരുന്നു തുടക്കം. വളരെ പെട്ടെന്നുതന്നെ അവർ വല്ലാതെയടുത്തു. വുമൈനയിലെ നിത്യസന്ദർശകയായി ജല. ജലയെ ഒരു നാൾ കാണാൻ വൈകിയാൽ എമ്മയുടെ ഫോൺ വരും. "എടാ നീ എവി

ടെയാ?"

കല്ക്കണ്ടത്തുണ്ടു പോലെയോ കരിമ്പിൻ ചാറുപോലെയോ സുന്ദര ജീവിതദിനങ്ങൾ മുന്നോട്ടു പോകവേ, ഒരു നാൾ എമ്മ ചോദിച്ചു: "നീ എന്തിനാ ഇങ്ങനെ പേയിങ് ഗസ്റ്റായി നിന്റെ സ്വാതന്ത്ര്യം ആ അന്യവീട്ടിൽ ഒതുക്കി വെക്കുന്നത്. ഞാനിപ്പോ താമസിക്കുന്ന സാന്ദ്ര വിമൻസ് ഹോസ്റ്റലിൽ ഒരു ഡബിൾ റൂം ഇന്നലെ ഒഴിഞ്ഞിട്ടുണ്ട്. നീ കൂടിയുണ്ടെങ്കിൽ നമുക്കാ റൂമെടുക്കാമായിരുന്നു...."

അതൊരു നല്ല ആശയമാണെന്ന് ജലയ്ക്കു തോന്നി. ഈയിടെയായി ഏഴുമണി കഴിഞ്ഞ് ഇത്തിരി വൈകിയാൽ സരോജിനിച്ചേച്ചിയുടെ കണ്ണുരുട്ടൽ കൂടുന്നുണ്ട്. മുഖം കനപ്പിച്ച് പിന്നെ ഒന്നും മിണ്ടാതിരിക്കും....

ജല ഉടനെ സമ്മതിച്ചു: "നീ അതങ്ങ് ബുക്ക് ചെയ്യ്. ഈയാഴ്ച തന്നെ നമുക്കങ്ങോട്ട് മാറാം..."

എമ്മയുടെ മുഖം തുടുത്തു. "നീ സമ്മതിക്കുമെന്ന് എനിക്കുറപ്പുണ്ടായിരുന്നു." കടയിൽ ഒന്നുരണ്ട് കസ്റ്റമേഴ്സുണ്ടായിരുന്നിട്ടും എമ്മ ജലയെ കെട്ടിപ്പിടിച്ചൊരുമ്മ കൊടുത്തു.

അങ്ങനെ അവർ സാന്ദ്രാ ഹോസ്റ്റലിലെ രണ്ടാം നിലയിൽ പതിനെട്ടാം നമ്പർ മുറിയിൽ പാർപ്പു തുടങ്ങി. സന്തോഷവും ഉല്ലാസവും നിറഞ്ഞ ദിനങ്ങളിലേക്കുള്ള തുടക്കമായിരുന്നു അത്. ജാലകം തുറന്നിട്ടാൽ പുറത്തെ രാത്രിയിൽ ഇളകുന്ന മൂവാണ്ടൻ മാവിന്റെ തലപ്പിൽ നിലാവ് ഒളിച്ചു കളിക്കുന്നതു കാണാം. ഒരുമിച്ച് താമസം തുടങ്ങിയ അന്ന് രാത്രിയിൽത്തന്നെ പൗർണ്ണമിച്ചന്ദ്രനെ ഇലത്തലപ്പുകൾക്കിടയിലൂടെ കാണാമായിരുന്നു. രാത്രി വല്ലാതെ വൈകിയിരുന്നു. എന്നിട്ടും മുറിയുടെ രണ്ടുവശങ്ങളിലായുള്ള കട്ടിലുകളിൽ ജലയും എമ്മയും ഉറക്കം വരാതെ അന്യോന്യം നോക്കിക്കിടന്നു....

"നീ ഉറങ്ങിയില്ലേ?" എമ്മ ചോദിച്ചു.

"ഇല്ല, ഉറക്കം വരുന്നില്ല. ഒരുപക്ഷേ, സ്ഥലം മാറിക്കിടക്കുന്നതോണ്ടാവും. എന്തോ ഒരു പേടി."

"എനിക്കുമതെ, മറ്റേ മുറിയിൽ നിന്ന് ഇങ്ങോട്ടു മാറിയതു കൊണ്ടാവും."

"ഉം." ജല പുറത്തെ നിലാവിലേക്കു നോക്കി.

അപ്പോൾ എമ്മ എഴുന്നേറ്റ് ലൈറ്റിട്ടു.

"നീ ഒരു കാര്യം ചെയ്യ്. ആ കട്ടിൽ ഇങ്ങോട്ട് ചേർത്തിട്. അടുത്തടുത്താവുമ്പോ നമുക്ക് മിണ്ടിയും പറഞ്ഞും കിടക്കാം. വേഗം ഉറക്കോം വരും."

ജല എഴുന്നേറ്റു. അവളും എമ്മയും ചേർന്ന് ജലയുടെ കട്ടിൽ എമ്മയുടേതിനോട് ചേർത്തിട്ടു. ഇപ്പോൾ ആ കട്ടിലുകൾ ഒന്നായി, പതുപതുത്ത മെത്തകൾ ഒന്നായി... അവർ മിണ്ടീം പറഞ്ഞും രാവ് വെളുപ്പിച്ചു.

ഇടയ്ക്ക് ജാലകോരത്തു വന്ന് പൗർണ്ണമിച്ചന്ദ്രൻ എത്തി നോക്കി... മാമ്പൂ വിരിഞ്ഞ കാലമായിരുന്നു... വല്ലാത്തൊരു സുഗന്ധം അവിടമാകെ പ്രസരിച്ചു...

എത്രയോ തുടുത്ത സന്ധ്യകൾ. നിലാവുദിക്കുകയും സുഗന്ധം പരത്തുകയും ചെയ്ത എത്രയോ രാവുകൾ... ഉല്ലാസത്തിന്റെ വേളയിൽ ശംഖുമുഖം കടപ്പുറത്തെ പഞ്ചാരമണലിൽ കടൽക്കാറ്റിന്റെ തണുപ്പേറ്റ് എമ്മയുടെ മടിയിൽ ജല തലചായ്ച്ചു കിടന്ന എത്രയോ സായാഹ്നങ്ങൾ... തിരമാലകൾ ആഹ്ലാദാരവമുയർത്തി അവരിലേക്ക് പാഞ്ഞു വന്ന് മുത്തമിട്ടു...

മലബാർ എക്സ്പ്രസ് കൊല്ലം ജങ്ഷനിലെത്തി. ചായ, കാപ്പി, പൊറോട്ട വിളികളുടെ ആരവം പ്ലാറ്റ്ഫോമിലൂടെ കടന്നുപോയി.... ഉച്ചയ്ക്കുമൊന്നും കഴിച്ചില്ല എന്ന് ജല ഓർത്തു. ഇല്ല, വിശപ്പില്ല. വണ്ടി നീങ്ങി... കമ്പാർട്ടുമെന്റുകൾ പോലെ ഓർമ്മകൾ നീങ്ങുന്നു...

●

വണ്ടിവിടാൻ നേരത്ത് പുറത്തു പോയി ചപ്പാത്തിയും മുട്ടക്കറിയും മിനറൽ വാട്ടറും വാങ്ങി എമ്മ ഓടിക്കിതച്ച് നീങ്ങി തുടങ്ങിയ വണ്ടിയിലേക്ക് ചാടിക്കയറി. അവൾ മുടി ബോയ്ക്കട്ട് നടത്തിയത് അന്നായിരുന്നു. ടീഷർട്ടിലും ജീൻസിലും വട്ടക്കണ്ണടയിലും അവൾ ശരിക്കും ഒരു ഉത്തരേന്ത്യൻ നവ യുവാവു തന്നെ...

ജലയുടെ എമ്മയൊത്തുള്ള ആദ്യ മംഗലാപുരം യാത്രയായിരുന്നു അത്.

എമ്മയാണ് നിർദ്ദേശം വെച്ചത്: "നമുക്കൊന്ന് കൊല്ലൂരു വരെ പോയി തൊഴുതാലോ... മൂകാംബികാ ദേവീടെ അനുഗ്രഹം നമ്മുടെ ജീവിതത്തിന് ഒരു ബലം നല്കും."

ജല സന്ദേഹിയായി: "എടാ ഞാൻ നല്ല അച്ചായത്തിക്കുട്ടിയാ. കല്ലൂക്കാരൻ തോമസിന്റെയും ആൻസിയമ്മേടേം മോള്... നിന്റെ ദേവീം ഞങ്ങളുടെ ഈശോയും യോജിക്കുകേലാ..."

എമ്മ പൊട്ടിച്ചിരിച്ചു: "എടീ മണ്ടീ..... നിനക്ക് മൂകാംബികാമ്മയെക്കുറിച്ചെന്തറിയാം. ആ സന്നിധിയിൽ മതവുമില്ല, ജാതിയുമില്ല. മനുഷ്യർ മാത്രമേയുള്ളൂ. ഞങ്ങൾ കുടുംബക്കാരൊക്കെച്ചേർന്ന് എല്ലാ വർഷവും പോകും. അടുത്ത വീട്ടിലെ റാവുത്തരങ്കിളിന്റെയും ജിമ്മിയങ്കിളിന്റെയും വീട്ടുകാരും പലപ്പോഴും ഒപ്പം കൂടും. സൗപർണ്ണികയിൽ കുളിച്ച്, സന്ധ്യാദർശനത്തിന് ക്യൂനിന്ന്, അകത്തു കയറി ദേവിയുടെ ദിവ്യപ്രഭ നിറഞ്ഞ രൂപം കാണുമ്പോഴുണ്ടല്ലോ മോളേ, നമ്മളിലേക്ക് ഒരു ഊർജ്ജം വന്നു നിറയും. നമ്മുടെ രണ്ടുപേരുടെയും ജീവിതത്തിന് ഒരർത്ഥം വേണമെങ്കില് മൂകാംബികാമ്മേടെ അനുഗ്രഹം കൂടി ഉണ്ടാവണം."

"നമുക്ക് പോകാം." ജല സമ്മതിച്ചു.

"പക്ഷേ, ഒരു കാര്യമുണ്ട്. കൂടെക്കൂടെ പോണതോണ്ട് ചിലർക്കൊക്കെ അവിടെ എന്നെ തിരിച്ചറിയാം. അതോണ്ട് ഞാനെന്റെ അപ്പിയറൻസ് മാറ്റാൻ പോകുന്നു. ഞാൻ ഒരാൺകുട്ടിയാവാൻ പോകുന്നു. സ്ഥിരമായി....."

ജലയ്ക്കു ചിരി വന്നു: "അതിനി പ്രത്യേകം പറയാനെന്തിരിക്കുന്നു. നീ ശരിക്കും ഒരാൺകുട്ടി തന്നെയാന്ന് എനിക്കറിഞ്ഞുകൂടെ!"

"പോടീ." എമ്മ കെറുവിച്ചു: "ഞാൻ ഉദ്ദേശിച്ചത് ട്രെയിനിൽ പോകുമ്പോഴും അമ്പലത്തിൽ കയറുമ്പോഴുമൊക്കെ ഒരു കപ്പിൾ ലുക്ക് ഉണ്ടായിക്കോട്ടെന്നാ. രണ്ട് പെണ്ണുങ്ങൾ തനിയെ യാത്ര ചെയ്യുമ്പോ മറ്റുള്ളവർക്കൊക്കെയത് വല്ലാത്ത സൈ്വരക്കേടാ."

അങ്ങനെ ഗൊരൈത്തി ബ്യൂട്ടി പാർലറിൽച്ചെന്ന് എമ്മ ബോയ്ക്കട്ട് ചെയ്തു. പാർത്ഥാസിൽച്ചെന്ന് നാലഞ്ച് ഷർട്ടും ടീഷർട്ടും ജീൻസും വാങ്ങി. തെരഞ്ഞെടുപ്പിന് ജലയും കൂടെപ്പോയി. ഡ്രസ്സിങ് റൂമിൽച്ചെന്ന് ഓരോന്നും അണിഞ്ഞ് ഒരു ഫാഷൻ പരേഡിലെന്ന പോലെ എമ്മ പുറത്തുവരുമ്പോഴും പുറത്തു കാത്തുനിന്ന ജല തലകുലുക്കി ചിരിച്ച് പ്രോത്സാഹിപ്പിച്ചു: "ശരിക്കും ഒരു ജന്റിൽമാൻ ലുക്ക്..."

മലബാർ എക്സ്പ്രസിലെ ആ സെക്കന്റ് ക്ലാസ് സ്ലീപ്പർ ഫുള്ളായിരുന്നു. താഴത്തെ ബർത്ത് ജലയ്ക്ക് കൊടുത്ത് എമ്മ മിഡിൽ ബർത്തിലേക്കു കയറി. എങ്കിലും എതിരെയുള്ള ലോവറിലെ പയ്യൻ ഇത്തിരി പിശകാണെന്ന് തോന്നിയതിനാൽ, എമ്മ പെട്ടെന്ന് താഴേക്കിറങ്ങി ജലയോട് മിഡിലിലേക്കു മാറാൻ പറഞ്ഞു. എമ്മയുടെ രൂക്ഷമായ നോട്ടത്തിനു മുന്നിൽ പയ്യൻ ചൂളി. അവൻ പിന്നെ മംഗലാപുരത്തെത്തുവോളം ചമ്മലോടെ തിരിഞ്ഞു കിടന്നു....

മംഗലാപുരത്തുനിന്ന് ബസിലായിരുന്നു യാത്ര. ജലയ്ക്ക് എല്ലാം പുതുമയായിരുന്നു. അവൾ കേട്ടിട്ടുമാത്രമുള്ള ഉഡുപ്പിയും കുന്താപുരവുമൊക്കെത്താണ്ടി, ബസ് കൊല്ലൂരിന്റെ കാനനച്ഛായകളിലേക്കു പ്രവേശിച്ചു...

നാലര മണിക്കൂർ ഇഴഞ്ഞു നീങ്ങി ബസ് കൊല്ലൂർ ബസ് സ്റ്റാന്റിലെത്തുമ്പോൾ സമയം രണ്ടു മണി. ക്ഷേത്രത്തിനു പിറകിലെ ഒരു ചെറിയ ലോഡ്ജിൽ മുറിയെടുത്തു.

"കഴിഞ്ഞ വർഷം വന്നപ്പോ മുമ്പിലെ ചാമുണ്ഡേശ്വരിയിലാ ഞങ്ങളുടെ വീട്ടുകാർ തങ്ങിയത്. അതു വേണ്ടടാ." എമ്മ പറഞ്ഞു. മുൻപിലെ പഴയ ഒരു കേരളാ ഹോട്ടലിൽ നിന്ന് പച്ചരിച്ചോറുണ്ട് കിടക്കയിലേക്കു മറിഞ്ഞു. ജലയ്ക്ക് നല്ല യാത്രാക്ഷീണമുണ്ടായിരുന്നു. എമ്മ അവളെ ചേർത്തു പിടിച്ചു. "ന്റെ ദേവീ..."

അവരുറങ്ങി.

ജല ഉണർന്നപ്പോൾ അരികെ എമ്മയില്ല. എവിടെപ്പോയെന്ന് ആശങ്കപ്പെടുമ്പോഴേക്കും പാതിചാരിയ വാതിൽ തള്ളിത്തുറന്ന് കിതച്ചുകൊണ്ട് എമ്മ അകത്തേക്കു ഓടിക്കയറി: "ഞാനൊരു ചായ കിട്ടുമോന്ന് നോക്കി പുറത്തേക്കിറങ്ങിയതാ... പക്ഷേ, തൊട്ടുമുന്നിലെ ആശ്രമത്തിൽ നിന്ന് വിവേകാനന്ദ സ്വാമിയെപ്പോലെ തേജസ്സാർന്ന ഒരാൾ പുറത്തേക്കു വന്നു. എന്നെ കണ്ടതും എവിടെയോ പരിചയമുണ്ടല്ലോ എന്ന മട്ടിൽ പുഞ്ചിരിച്ചുകൊണ്ട് നടന്നുപോയി.... ഞാൻ വല്ലാതങ്ങു വിരണ്ടുപോയെടീ..."

ജല ചിരിച്ചു: "അങ്ങേർക്കു പരിചയമുള്ള ഏതെങ്കിലും സദാനന്ദനോ, അരവിന്ദാക്ഷനോ ആണെന്ന് കരുതിക്കാണും....."

എമ്മ കട്ടിലിലിരുന്ന് സമനില വരുത്താൻ ശ്രമിച്ചു: "ഓ..... എന്നാലും ഇത്രയും തേജസ്സാർന്ന ഒരു പുരുഷമുഖം ഞാനിന്നേവരെ കണ്ടിട്ടില്ല. ശരിക്കും സ്വാമി വിവേകാനന്ദന്റെ, തലേകെട്ടും കെട്ടി കാവിയണിഞ്ഞു നില്ക്കുന്ന, ഫോട്ടോയിലൊക്കെ കണ്ടിട്ടില്ലേ? അതേ മുഖം, അതേ കണ്ണുകൾ, അതേ രൂപം..."

സൗപർണ്ണികയിൽ പിന്നീട് പോയി കാൽ കഴുകാമെന്ന് എമ്മ പറഞ്ഞു: "നീ വേഗം കുളിച്ചൊരുങ്ങ്. എന്നിട്ട് ആ സെറ്റ് സാരിയെടുത്തുടുക്ക്..."

കോളേജിൽ ഏതോ വർഷം കൂട്ടുകാരികളോടൊത്ത് കാരാൾക്കടയിൽ പോയി വാങ്ങിയ സെറ്റ് സാരി എമ്മയുടെ നിർദ്ദേശപ്രകാരം കരുതിയിരുന്നു ജല. ഒരു വിധമാണ് അത് ഉടുത്തൊപ്പിച്ചത്. എമ്മയും സഹായിച്ചു. എമ്മ പുതിയൊരു ഷർട്ടും ജീൻസുമെടുത്തിട്ടു. വട്ടക്കണ്ണടയുമണിഞ്ഞു. നവദമ്പതികളെപ്പോലെ അവർ മുറി വിട്ട് ക്ഷേത്രത്തിനു നേർക്കു നീങ്ങി....

അധികം തിരക്കില്ലായിരുന്നു. അകത്തേക്കുള്ള ചെറിയൊരു ക്യൂ. അതിലവർ ഇടംപിടിച്ചു. കവാടത്തിലേക്കെത്തിയതും മുന്നിൽ നടന്ന എമ്മയെ കാവല്ക്കാരൻ തടഞ്ഞു: "പ്ലീസ് ഷർട്ടൂരണം."

അപ്പോഴാണ്, ഒരു ഞെട്ടലോടെ എമ്മയും അക്കാര്യം ഓർത്തത്. ക്ഷേത്രത്തിനകത്തേക്ക് മേൽ വസ്ത്രമണിഞ്ഞ് പുരുഷന്മാർക്കു കയറാൻ പാടില്ല! അച്ഛനും റാവുത്തരങ്കിളുമൊക്കെ ഷർട്ടൂരി തോളിലിട്ടാണ് കടക്കാറുള്ളത്. എമ്മ പെട്ടെന്നു തന്നെ ക്യൂവിൽനിന്ന് കുതറി മാറി. പരിഭ്രമിച്ചു നിന്ന ജലയോട് പതിയെ പറഞ്ഞു: "നീ അകത്തു ചെന്ന് നന്നായി പ്രാർത്ഥിക്ക്, ഞാനിവിടെ പുറത്തുനിന്ന് പ്രാർത്ഥിക്കാം."

അപ്പോഴേക്കും ക്യൂവിൽ പിറകിലുള്ളവർ അക്ഷമരായിക്കഴിഞ്ഞിരുന്നു. ആരാലോ തള്ളപ്പെട്ടതുപോലെ ജല അകത്തേക്കും കമ്പിവേലി നൂഴ്ന്ന് എമ്മ പുറത്തേക്കും...

ദിവ്യപ്രഭയാൽ തിളങ്ങി നില്ക്കുന്ന മൂകാംബികാദേവിയുടെ വിശ്വ

രൂപം ദർശിച്ച്, ജല പുറത്തിറങ്ങുമ്പോൾ എമ്മയെ കാണാനില്ല. എവിടെ, എവിടെ?

ദൂരെ വിളക്കുകാലിനുമപ്പുറം സരസ്വതീ മണ്ഡപത്തിനടുത്തായി കാവി വസ്ത്രമണിഞ്ഞ ഒരാളുമായി സംസാരിച്ചു നില്ക്കുന്ന എമ്മയെ, ഒരുചെറിയ തിരച്ചിലിനൊടുവിലാണ് ജല കണ്ടത്.... അവൾ നടന്നടുത്തപ്പോൾ "ഏയ്, ജല" എന്നു വിളിച്ച് എമ്മ സ്വാമിയിൽ നിന്നടർന്ന് അടുത്തേക്കോടി വന്നു... ജലയുടെ കണ്ണുകൾ അപ്പോഴും, തന്നിലേക്കു തിടുക്കപ്പെടുന്ന എമ്മയിലായിരുന്നില്ല, ഒരു ചെറുചിരിയോടെ പിന്തിരിഞ്ഞു നടക്കുന്ന സ്വാമിയിലായിരുന്നു. ക്ലീൻഷേവ് ചെയ്ത മുഖം. കരിയെഴുതിയ പുരികങ്ങൾക്കു താഴെ വിടർന്ന കണ്ണുകൾ, വിജിഗീഷുവിന്റെ പുഞ്ചിരി നിറഞ്ഞ തടിച്ച ചുണ്ടുകൾ... ഒന്നേ കണ്ടുള്ളൂ. അപ്പോഴേക്കും എമ്മ അടുത്തെത്തി. "നന്നായി തൊഴുതോ?"

"ഉം" ജല മൂളി. "അതാണോ നീ പറഞ്ഞ സ്വാമി? നിന്നോടെന്താ അയാള് പറഞ്ഞത്?"

"ഓ ചുമ്മാ." എമ്മ നിസ്സാരമട്ടിൽ പ്രതികരിച്ചു: "അയാളെന്നെ എവിടെയോ കണ്ടിട്ടുണ്ടത്രെ, പത്മനാഭസ്വാമിക്ഷേത്രത്തിനടുത്താ സ്വാമീടെ ആശ്രമം. ശാന്തിപുരം... ഇവിടേയും അടുത്തു തുടങ്ങീട്ടുണ്ടെന്നും ഇനി നാട്ടിലും പലേടത്തും തുടങ്ങാൻ പ്ലാനുണ്ടെന്നുമൊക്കെയാ പറയുന്നത്."

"അതിനു നിനക്കെന്താ?" ജലയുടെ അസ്വസ്ഥത വിട്ടുമാറിയില്ല. "നീ ആ സ്വാമിയുടെ മന്ത്രത്തിൽ വീണു പോയോ?"

"ഓ... ഇവളുടെ ഒരു കാര്യം" എമ്മ ജലയുടെ കൈയിൽ നിന്ന് കുങ്കുമമെടുത്ത് അവളുടെ സിന്ദൂര രേഖയിൽ തൊടുവിച്ച് ബാക്കി വന്നത് തന്റെ നെറ്റിയിൽ തൊട്ടശേഷം പറഞ്ഞു: "സ്വാമിയെന്നോട് പേരു ചോദിച്ചു. ഞാൻ പേരു പറഞ്ഞു. സിമ്പിൾ. അതിനെന്താ?"

ജല വല്ലാത്ത ഒരു വീർപ്പുമുട്ടലിലകപ്പെട്ടു. അപ്പോൾ എമ്മ ചിരിച്ച് കൊണ്ടു പറഞ്ഞു: "ആ സ്വാമി പറയുകയാ, എന്റെ മുഖത്ത് എന്തോ ഒരു ഡിവൈൻ ലുക്ക് ഉണ്ടെന്ന്...."

ജല ഒന്നും പറഞ്ഞില്ല. പിന്നീട് തിരുവനന്തപുരത്തേക്കുള്ള മലബാർ എക്സ്പ്രസിൽ കയറുവോളവും ഒന്നും പറഞ്ഞില്ല. കോഴിക്കോട് സ്റ്റേഷനിൽ വണ്ടി നിന്നപ്പോൾ, ഇവിടെയിറങ്ങി വീട്ടിലേക്കോടിപ്പോയാലോ എന്ന് അവൾക്ക് തോന്നി...

●

തിരുവനന്തപുരത്തുനിന്നുള്ള മലബാർ എക്സ്പ്രസ് കോഴിക്കോടെത്തുമ്പോൾ നേരം പുലർന്നിരുന്നില്ല. ജല ബാഗുകളെല്ലാമെടുത്തിറങ്ങി. പ്ലാറ്റ്ഫോമിനു പുറത്ത് അഞ്ചുമണിയുടെ ഇരുട്ട്... ഒരു ടാക്സി പിടിച്ച് അവൾ നേരെ മുക്കത്തേക്കു പോയി. ഇരുവഴിഞ്ഞിപ്പുഴയുടെ കരയിലെ

അവളുടെ വീട്ടിലെത്തിയപ്പോൾ എങ്ങും നിശ്ശബ്ദം. അപ്പച്ചനും മമ്മിയും വല്യമ്മച്ചിയുമൊക്കെ നല്ല ഉറക്കം തന്നെ. ബെല്ലടി കേട്ട് കോട്ടുവായുമായി വന്ന് വാതിൽ തുറന്ന മമ്മി നന്നായൊന്ന് ഞെട്ടി: "നീയെന്നാ ഈ കൊച്ചുവെളുപ്പാൻ കാലത്ത് പെട്ടീം പ്രമാണോക്കെയായിട്ട്..."

ബാഗുകൾ അകത്തേക്കിട്ട് മമ്മിക്ക് ഒരുമ്മയും കൊടുത്ത് ജല പറഞ്ഞു: "ഇനി ഞാനിവിടാ... നിങ്ങടെയൊക്കെക്കൂടെ.... നിങ്ങടെ പുന്നാര മോളായിട്ട്..."

ബ്രേക്ക് ഫാസ്റ്റിന് അപ്പവും താറാവ് മപ്പാസുമായിരുന്നു. രുചിയോടെ ജല കഴിക്കുന്നതും നോക്കി കല്ലൂക്കാരൻ തോമസും ആൻസിയമ്മയും അന്തംവിട്ടിരുന്നു. എപ്പോഴും ചട്ടയും മുണ്ടിലും മാത്രം കാണാവുന്ന വല്യമ്മച്ചി ത്രേസ്യാമ്മ ജപമാലയുമായി അകത്തുനിന്ന് വന്ന് ആ അത്ഭുത ക്കാഴ്ച കണ്ട് ഈശോയേ എന്നു വിളിച്ചു... മൂന്നു വർഷത്തിനു ശേഷമായിരുന്നു ജലയുടെ ആ ഗൃഹപ്രവേശം! തിരുവനന്തപുരത്ത് മനഃശാസ്ത്രം പഠിക്കാൻ പോയി മനസ്സു നഷ്ടപ്പെട്ട മകൾ, മനസ്സറിഞ്ഞ് തിരിച്ചു വന്നിരിക്കുന്നു എന്ന് കല്ലൂക്കാരൻ തോമസ് മനസ്സിൽ സന്തോഷം കൂറി...

ഭക്ഷണം കഴിഞ്ഞ് കൈ കഴുകുവോളം, ജല ഒന്നും പറഞ്ഞില്ല. ആരും ഒന്നും ചോദിച്ചതുമില്ല. കൈകഴുകി മുഖം തുടച്ച് ജല പറഞ്ഞു: "ഇനിയൊന്ന് നന്നായി കുളിക്കണം. പള്ളീപ്പോണം. ഒന്നു കുമ്പസാരിക്കണം. ഇപ്പഴാരാ അവിടെ ഫാദർ?"

"ഈശോയേ" വല്യമ്മച്ചി കുരിശു വരച്ചു: "പള്ളീം പട്ടക്കാരേം ഒക്കെ പുച്ഛിച്ചു നടന്ന ഈ പെണ്ണിനെന്നാ പറ്റിയെടാ തോമസേ...."

അതിന് ജല, എന്റെ പൊന്നുവല്യമ്മച്ചീ, മുടിച്ചിയായ പുത്രി മടങ്ങി വന്നിരിക്കുന്നു എന്ന് മാത്രം കേൾപ്പിച്ച്, അവരെ കെട്ടിപ്പിടിച്ച് നെറുകയിലൊരുമ്മ കൊടുത്തു....

●

പള്ളിയിൽ പോകും വഴി ഇരുവഴിഞ്ഞിപ്പുഴക്കരയിൽ, മരത്തണലിൽ പുഴയിലെ കുഞ്ഞോളങ്ങളെ നോക്കി ജല ഇത്തിരി നേരമിരുന്നു. കുട്ടിക്കാലത്ത് സ്വപ്നങ്ങൾ കാണാൻ പഠിപ്പിച്ച പുഴ. എത്രയോ കാലം ഈ പുഴക്കരയിൽ അന്തിചോക്കുവോളം ഇങ്ങനെയിരുന്നിട്ടുണ്ട്... അപ്പോഴൊക്കെ മൊയ്തീനേയും, മൊയ്തീനായി കാത്തിരുന്ന കാഞ്ചനമാലയേയും ഓർക്കും. ബി പി മൊയ്തീൻ കുട്ടിക്കാലത്തെ കേട്ടറിവുകളിലെ ഇതിഹാസ പുരുഷനായിരുന്നു. കാഞ്ചനയമ്മ കൺമുന്നിലെ നേരറിവും...

"ഒരിക്കൽ നമുക്കൊന്നിച്ച് നിന്റെ നാട്ടിൽ പോണം" എമ്മ പറഞ്ഞു: "നിന്റെ വീട്ടുകാരെ കാണാനൊന്നുമല്ല. കാഞ്ചനമാലയെക്കാണാൻ."

പൃഥ്വിയുടെ ആ സിനിമ ഒന്നിച്ചിരുന്നാണ് കണ്ടത്. ഇരുവഴിഞ്ഞി

പ്പുഴ കണ്ടപ്പോ കരയുമെന്ന മട്ടിലായി. അപ്പോൾ എമ്മ വലതുകൈ ചുമലിലൂടെയിട്ട് ചേർത്തു പിടിച്ച് ആശ്വസിപ്പിച്ചു. "വെറുതെ നൊസ്റ്റാൾജിക്കാവാതെടാ..."

പുഴ നോക്കിയിരുന്നപ്പോൾ, ഇപ്പോൾ വീണ്ടും കരച്ചിൽ വരുന്നു. നഷ്ടങ്ങളുടെ കണക്കുകളാണ് എന്നും ഈ പുഴ ഓർമ്മിപ്പിക്കുന്നത്. തന്നിൽ നിന്ന് ഊർന്നിറങ്ങിയ വർഷങ്ങൾ, ജീവിതം...

പള്ളിമേട ശൂന്യമായിരുന്നു. അവറാൻ ചേട്ടൻ ഓടി വന്നു. ഒരു മാറ്റവുമില്ല.

"ജലക്കൊച്ചല്ലേ? എപ്പോ വന്നു?"

"ഇന്ന് കാലത്ത്" ജല പറഞ്ഞു.

"ഫാദറില്ലേ ഇപ്പോ?"

"ഇല്ല. ബിഷപ്പ് ഹൗസുവരെ പോയതാ. പ്രാർത്ഥിക്കണമെങ്കില് അൾത്താര ഞാൻ തുറന്നു തരാം" അവറാൻ ചേട്ടൻ മുന്നിൽ നടന്നു.

ജല മുട്ടുകുത്തി.

എത്രയോ വർഷങ്ങൾക്കു ശേഷം. മിശിഹായേ ഞാൻ താങ്കളെത്തേടി വന്നിരിക്കുന്നു... നേർവഴി കാട്ടിത്തരിക....

തിരികെ നടക്കുമ്പോൾ മൊബൈൽ ചിലച്ചു. എമ്മ എന്ന പേര് തെളിഞ്ഞു. ആ കോൾ കട്ട് ചെയ്തു. വീട്ടിൽ എത്തുംമുമ്പ് മെസേജ് വന്നു: "നീ വീട്ടിലെത്തിയോ? യാത്ര സുഖമായിരുന്നോ?"

മറുപടി കൊടുത്തില്ല. ഇനി മറുപടികളില്ല. ജലയുടെ മുന്നിൽ ഇനി എമ്മയെന്ന ഒരാളില്ല. ആവശ്യമില്ലാത്ത നമ്പറുകളുടെ കൂട്ടിലേക്ക് അത് മാറ്റി....

അന്നു രാത്രി ഭക്ഷണത്തിന് മുമ്പ്, എല്ലാവരും പ്രാർത്ഥിക്കാൻ ആരംഭിച്ചപ്പോൾ, മുകൾ നിലയിലെ തന്റെ മുറിയിൽ നിന്ന് പടികളിറങ്ങി വന്ന് ജലയും കുരിശുരൂപത്തിനു മുന്നിൽ മുട്ടുകുത്തി...

തീൻമേശമേൽ, അന്ന് പതിവിലധികം വിഭവങ്ങളായിരുന്നു. ചിക്കൻ പിരട്ട്, താറാവ് റോസ്റ്റ്, കൊഞ്ച് ഫ്രൈ, ചപ്പാത്തി, അപ്പം, നെയ്ച്ചോറ്...

"ഇതെന്നാ ഇന്നിവിടെ ആര്ടെങ്കിലും പിറന്നാളാന്നോ?" ജല അത്ഭുതം കൂറി.

"അതെ നിന്റെ തന്നെ" മമ്മി പറഞ്ഞു: "നീ വീണ്ടും പിറവിയെടുത്തു വന്നിരിക്കുകയല്ലേ?"

എല്ലാവരും ചിരിച്ചു. ജല ഒരല്പം നാണത്തോടെയാണെങ്കിലും ആ ചിരിയിൽ പങ്കുചേർന്നു.

"നീ ജോലി കളഞ്ഞേച്ചും വന്നിരിക്കയാണോ?" മമ്മി ചോദിച്ചു.

ജല മമ്മിയെ നോക്കി. എന്താണ് പറയേണ്ടതെന്നാലോചിച്ചു.

"അല്ല, അങ്ങനെയാണേലും കുഴപ്പമില്ല. നീ ഞങ്ങടെ കൂടെ ഇവിടെത്തന്നെയുണ്ടാവുന്നതാ ഞങ്ങൾക്കു സന്തോഷം" അപ്പച്ചൻ സാന്ത്വനപ്പെടുത്തും മട്ടിൽ പറഞ്ഞു.

ജല പറഞ്ഞു "അവിടത്തെ ജീവിതം ബോറടിച്ചു. ഇനി കുറച്ചു കാലം ഇവിടെ വന്ന് നില്ക്കാമെന്നു കരുതി."

അതുവരെ താറാവ് കാലിൽ പരീക്ഷണം നടത്തിക്കൊണ്ടിരുന്ന വല്യമ്മച്ചി, ആധികാരികമായി അപ്പോൾ ഇടപെട്ടു: "അങ്ങനെ ചുമ്മാ ഇവിടെയിരിക്കണ്ട. ജോലി തരാം...."

എന്താണ് വല്യമ്മച്ചി പറയാൻ പോകുന്ന ജോലി എന്നറിയാൻ എല്ലാവരും അവരുടെ മുഖത്തേക്കു നോക്കി. വായിലുള്ള വലിയൊരു താറാവു കഷണം ചവച്ചിറക്കിയശേഷം വല്യമ്മച്ചി പ്രഖ്യാപിച്ചു: "നമ്മുക്കിവളെ എത്രയും വേഗം കെട്ടിക്കണം. ഇനിയും വൈകിയാ തോമസേ, പിന്നെ നല്ല ആൺപിള്ളാരെ കിട്ടത്തില്ല. ഇപ്പോത്തന്നെ പത്തിരുപത്താറായി പെണ്ണിനെന്നോർമ്മ വേണം....."

ഒരു സമ്പൂർണ്ണ നിശ്ശബ്ദത അവിടെ പരന്നു. മമ്മിയും അപ്പച്ചനും അന്യോന്യം നോക്കി. അവരിരുവരും ജലയെ നോക്കി. ജല താടിക്കു കൈയും കൊടുത്ത് എന്തോ ചിന്തിച്ചിരുന്നു. എന്നിട്ട് പതിയെ പറഞ്ഞു: "എനിക്കു കൂടി പിടിക്കുന്ന ഒരാളെ കണ്ടെത്ത്. നോക്കിക്കളയാം. എന്തായാലും ഒരു ജോലി വേണല്ലോ...."

ആദ്യം വല്യമ്മച്ചിയുടെ ചിരിയുതിർന്നു. പിന്നെ പളുങ്കു ഗോലികൾ നിലത്തു വീണു ചിതറും പോലെ എല്ലാവരുടേയും കൂട്ടച്ചിരി ആ ഹാളിൽ പ്രതിദ്ധ്വനിച്ചു.

●

അപ്പച്ചന്റെ അനിയൻ കുഞ്ഞപ്പാപ്പൻ എന്നു വിളിക്കുന്ന ജോണിക്കുട്ടി ദേശാടനം കഴിഞ്ഞെത്തിയത് ആ വൈകുന്നേരമാണ്. ആളൊരു സഞ്ചാരപ്രേമിയാണ്. കോയമ്പത്തൂരും ചെന്നൈയിലും ഹൈദരാബാദിലും ഡൽഹിയിലുമൊക്കെയായി ഒട്ടേറെ സുഹൃത്തുക്കൾ... അവരുമൊത്തുള്ള പലവിധ ബിസിനസുകൾ....

"അല്ല, ഇതെന്നാ ജലക്കൊച്ചേ ഈ അത്ഭുതം?" ഉമ്മറത്തു തന്നെ ജലയെ കണ്ടപ്പോൾ ജോണിക്കുട്ടിക്ക് അത്ഭുതം. "മിനഞ്ഞാന്നല്ലേ നിന്നെ ഞാൻ തിരുവനന്തോരത്ത് കണ്ടേ... ഇപ്പോ ഇതെന്നാ ഇവിടെ?"

കറക്കത്തിനിടയിൽ സെക്രട്ടറിയേറ്റിൽ ഏതോ ഫയലും തപ്പി വന്ന വഴി കുഞ്ഞപ്പാപ്പൻ തിരുവനന്തപുരത്തുവന്നതും തന്നെ ഫോൺ ചെയ്തതും ആര്യാസിൽ നിന്ന് മസാലദോശ വാങ്ങിത്തന്നതും ജല ഓർത്തു. അപ്പോൾ ചോദിച്ചതാണ് നീ നാട്ടിലേക്കൊന്നും ഇല്ലേ എന്ന്... ഉടനെയൊന്നും പരിപാടിയില്ല എന്നാണ് മറുപടി പറഞ്ഞത്. ഇതിപ്പോ...

"പെട്ടെന്ന് തോന്നി അപ്പച്ചനേം മമ്മിയേം വല്യമ്മച്ചിയേം ഒക്കെ കണ്ടുകളയാമെന്ന്" ജല ചിരിച്ചു.

"അതൊരത്ഭുതം തന്നെ" ജോണിക്കുട്ടി പ്രതിവചിച്ചു.

"ഇനിയുമുണ്ട് അത്ഭുതം" ജല പറഞ്ഞു. "ഞാൻ ഒരു കെട്ട് കെട്ടിയേക്കാമെന്നങ്ങ് തീരുമാനിച്ചു."

"യീശോയേ..." ജോണിക്കുട്ടി കുരിശു വരച്ചു. "ഞാനിതെന്നാ കേൾക്കുന്നേ.." അയാളെ ഏറെനേരം ആ വിറയൽ വിട്ടൊഴിഞ്ഞില്ല.

തൊടിയിൽ നിറയെ മാവും പ്ലാവും നെല്ലിയും പുളിയും കുരുമുളകും ഏലവും... അവയ്ക്കിടയിലൂടെ നടക്കുമ്പോൾ, നഷ്ടപ്പെട്ട ജീവിതം തിരിച്ചു കിട്ടിയതുപോലെ ജലയ്ക്കു തോന്നി. കുട്ടിക്കാല കൗതുകങ്ങളിൽപ്പോലും ഈ കൃഷിയിടങ്ങൾ മനസ്സിലേക്കു കയറിയിരുന്നില്ല. ഓർമ്മ വെച്ച നാൾ മുതൽ അപ്പച്ചൻ എന്നും ഈ തൊടിയിലാണ്. വീട്ടിലെ ചർച്ചാവിഷയവും കവുങ്ങിന്റെ കൂമ്പുചീയലും കുരുമുളകിന്റെ മാർക്കറ്റ് വിലയുമൊക്കെയായിരുന്നു.... അന്നതിനൊന്നും പ്രാധാന്യം കല്പിച്ചില്ല. എന്നും ഏതോ സ്വപ്നലോകത്തായിരുന്നു. കണ്ണാടിക്കു മുന്നിലായിരുന്നു ഏതു നേരവും...

അമ്മച്ചി കെറുവിക്കും: "ഈ പെണ്ണ് എന്നാഭാവിച്ചാ? സിനിമേലോട്ട് കേറാനാ ഭാവംന്നാ തോന്ന്ന്നേ...."

ഒരു ചെറുകാറ്റ് വന്ന് ജലയുടെ മുടിയിഴകളെ തഴുകിക്കടന്നു പോയി.... അവൾക്ക് വല്ലാത്ത കുളിരു തോന്നി. വീട്ടിനു പിറകിലെ വിശാലമായ ആ കൃഷിയിടത്ത് ഒരു കൊച്ചുകുടിലു കെട്ടിക്കഴിയാൻ മനസ്സ് തുടിച്ചു....

തൊടിയുടെ വടക്കേക്കരയിൽ, കൈത്തോടിനരികിൽ പമ്പ് ഹൗസിന്റെ പണി നടക്കുന്നുണ്ട്. അപ്പച്ചനും കുഞ്ഞപ്പാപ്പനും മറ്റും രാവിലെതൊട്ടേ അവിടെയാണ്. ഏതൊക്കെയോ കൃഷി ഉദ്യോഗസ്ഥരും വന്നിട്ടുണ്ട്. കഴിഞ്ഞ വർഷം മികച്ച കർഷകനുള്ള സംസ്ഥാന അവാർഡ് അപ്പച്ചനായിരുന്നു എന്നത് ഇവിടെ വന്നപ്പോഴറിഞ്ഞ വിശേഷം. അതറിഞ്ഞപ്പോൾ സന്തോഷം തോന്നി. അല്ലെങ്കിൽത്തന്നെ ജീവിതത്തിന്റെ സന്തോഷമെന്താണ്? അർത്ഥമെന്താണ്? ഈ പച്ചപ്പുകൾക്കിടയിലെ തലയാട്ടിച്ചിരി തൂകുന്ന ഈ കുരുമുളക് വള്ളികൾക്കിടയിൽ നില്ക്കുമ്പോൾ, സുഖദമായ ഈ ഇളം കാറ്റിന്റെ തലോടലേല്ക്കുമ്പോഴറിയുന്നു, ഇതാണ് ജീവിതമെന്ന്, ഇതാണ് സന്തോഷമെന്ന്...

അപ്പച്ചൻ മുന്നിൽ നടന്നു വന്നു. പിറകെ സംസാരിച്ചുകൊണ്ട് കുഞ്ഞപ്പാപ്പനും വേറെ രണ്ടുപേരും. ഒതുങ്ങി നിന്ന് വഴിയൊഴിഞ്ഞു കൊടുത്തപ്പോൾ, അപ്പച്ചൻ പരിചയപ്പെടുത്തി: "മോളാ, തിരുവനന്തപുരത്ത് ക്ലിനിക്കൽ സൈക്കോളജിസ്റ്റാ." അപരിചിതർ ചിരി തൂകി.

"ഹലോ" ചെറുപ്പക്കാരൻ അഭിവാദ്യം ചെയ്തു: "ഞാൻ കിഷോർ. കിഷോർ ജോർജ്. ഇവിടെ അഗ്രിക്കൾച്ചർ അസിസ്റ്റന്റ് ഡയറക്ടറാ."

"ഹലോ" കൈനീട്ടിയാണ് വിഷ് ചെയ്തത്. ഒട്ടും പ്രതീക്ഷിക്കാത്തതിനാൽ, പെട്ടെന്നൊന്ന് പകച്ച്, പിന്നെ സമനില വീണ്ടെടുത്ത്

കിഷോർ ജോർജ്ജും കൈ നീട്ടി.

സ്നേഹോഷ്മളതയോടെ അവർ ഹസ്തദാനം ചെയ്തു.

വീണ്ടും ചെറുകാറ്റ് തഴുകിക്കടന്നു പോയി....

●

പിന്നീടെല്ലാം പെട്ടെന്നായിരുന്നു. കിഷോറിന്റെ വീട് ഷൊർണ്ണൂരിലാണ്. മണ്ണാർക്കാടും മറ്റും കിഷോറിന്റെ അപ്പച്ചന് തോട്ടങ്ങളുണ്ട്. തിരുവിതാംകൂറിൽ നിന്നുള്ള ആദ്യകാല കുടിയേറ്റ കുടുംബങ്ങളിലൊന്നായിരുന്നു അയാളുടേത്. അപ്പച്ചനും അതങ്ങ് ബോധിച്ചു... കൃഷിയോടുള്ള ആസക്തിയാണ് കിഷോറിനെ എം എസ് സി അഗ്രിക്കൾച്ചർ വരെ പഠിക്കാൻ പ്രേരിപ്പിച്ചത്. പഠനത്തിനിടയിൽത്തന്നെ അഗ്രിക്കൾച്ചർ ഓഫീസറായി. നാലു കൊല്ലം കൊണ്ട് പ്രൊമോഷനും...

സംസാരപ്രിയൻ, സുമുഖൻ. ജല ശ്രദ്ധിച്ചത് അതു മാത്രമായിരുന്നു. എന്തും തുറന്നു പറയാവുന്ന പ്രകൃതം. സൗമ്യൻ.

ആദ്യരാത്രിയിൽ, ചേർത്തു നിർത്തിയപ്പോൾ ജലയ്ക്ക് പക്ഷേ, എന്തോ ഒരു വിഷമം തോന്നി. അരുതാത്തതെന്തോ സംഭവിച്ചതുപോലെ... തൊലിപ്പുറത്ത് ഒരു നീറ്റൽ പോലെ...

“എന്താ എന്തുപറ്റി” ജല ഒഴിഞ്ഞു മാറിയപ്പോൾ കിഷോർ പരിഭ്രമിച്ചു.

“എന്തോ, എനിക്കറിയില്ല.” ജല ഓർമ്മകളിൽ തളർന്നു.....

“എടീ, നിന്റെ സ്കിൻ എന്ത് സോഫ്ടാണ്?” എമ്മ ചോദിക്കുന്നു: “നിന്റെ ചുണ്ടുകൾക്കുമതെ, നല്ല മധുരം.”

കിഷോറിന്റെ ചുണ്ടുകൾ തന്നിലേക്കു നീണ്ടപ്പോഴും ജല കൈത്തലം കൊണ്ട് മുഖം മറച്ചു.

“വാട്ട് ഹാപ്പൻഡ്?” കിഷോർ കട്ടിലിൽ എഴുന്നേറ്റിരുന്നു.

“ഒന്നുമില്ല. എന്തൊക്കെയോ ഓർത്തുപോയി.” ജല പതിയെ പറഞ്ഞു.

“ഈ രാത്രി വേറെന്തോർക്കാൻ?” കിഷോർ പൊട്ടിച്ചിരിച്ചു. “ഇതിനു മുമ്പ് വല്ല അഫയറും ഉണ്ടായിക്കാണും അല്ലേ? ഐ ഡോണ്ട് ബോതർ.”

“ഉവ്വ്” ജല പറഞ്ഞു: “ഒരു അഫയറുണ്ടായിരുന്നു. എ ബ്രോക്കൺ വൺ.”

കിഷോർ വീണ്ടും പൊട്ടിച്ചിരിച്ചു.

ലൈറ്റണഞ്ഞു.

●

തൊടി കുറേക്കൂടി വിസ്തൃതമായി. ഏലത്തിനും കുരുമുളകിനും പുറമേ പയറും വെണ്ടയും കാബേജുമൊക്കെ പുഞ്ചിരി പൊഴിച്ചു. അപ്പ

ച്ചന് രണ്ടു തവണ കൂടി കർഷകശ്രീ അവാർഡു ലഭിച്ചു. അതേറ്റുവാങ്ങാൻ ഇത്തവണ തിരുവനന്തപുരത്തേക്ക് ജലയും കിഷോറും കൂടെപ്പോയി. കുഞ്ഞുമോൾ അടങ്ങി നില്ക്കുമോ എന്നായിരുന്നു പേടി. കഴിഞ്ഞ തവണ അവൾ തീരെ കുഞ്ഞായതുകൊണ്ട് പോയില്ല.... ഇപ്പോൾ അവൾക്ക് മൂന്നുവയസ്സായി. യാത്ര ഇഷ്ടപ്പെട്ടു തുടങ്ങിയിട്ടുണ്ട്.. കാറിൽ കാഴ്ചകൾ കണ്ടുകൊണ്ട് അവളടങ്ങിയിരുന്നു. കിഷോറാണ് കാറോടിച്ചത്. ഡ്രൈവിങ് അയാൾക്കൊരു ഹരമാണ്. കോഴിക്കോട്ടു നിന്ന് ട്രെയിനിൽ പോകാമെന്ന് അപ്പച്ചൻ പറഞ്ഞതാണ്. കിഷോർ സമ്മതിച്ചില്ല. "ഈ പുതുപുത്തൻ ഇന്നോവ ഇവിടെ വെറുതെ കിടക്കുമ്പോ, എന്ത് ട്രെയിൻ? നമുക്ക് നിർത്തി നിർത്തി അങ്ങനെ ചോദിച്ചു ചോദിച്ചു പോകാം..." അയാൾ ചിരിച്ചു.

തിരുവനന്തപുരം വീണ്ടും ജലയുടെ ഓർമ്മകളിൽ നിറഞ്ഞു. ആഹ്ലാദം പതഞ്ഞൊഴുകിയ ഒരു കാലം. വിമൻസ് കോളേജിനു മുന്നിലൂടെയാണ് ഗസ്റ്റ് ഹൗസിലേക്കു പോയത്. കുഞ്ഞുമോൾക്ക് ചൂണ്ടിക്കാണിച്ചു കൊടുത്തു. "ഇവിടെയാ അമ്മ ജനിച്ചത്...."

കിഷോർ ചിരിച്ചു: "ഒരു ദിവ്യ ജന്മം തന്നെ."

അപ്പച്ചനും കൂടെച്ചിരിച്ചു.

തിരികെ മടങ്ങുമ്പോൾ, കിഷോർ പറഞ്ഞു: "നമുക്ക് വീട്ടിലൊന്നു കയറിപ്പോകാം. അപ്പനെയൊന്ന് കാണുകേം ചെയ്യാം."

കിഷോറിന്റെ അപ്പച്ചന് കഴിഞ്ഞ മാസം ഹെർണിയയുടെ ഓപ്പറേഷനുണ്ടായിരുന്നു. അന്ന് കിഷോർ മാത്രമാണ് പോയത്.

"അതു നല്ല കാര്യം തന്നെ." അപ്പച്ചൻ പറഞ്ഞു: "ഞാനങ്ങോട്ട് പറയാനിരിക്കുവായിരുന്നു."

ഷൊർണ്ണൂരേക്കുള്ള യാത്ര എന്നും തനിക്ക് ഹരമായിരുന്നുവെന്ന് ജല ഓർത്തു... പൂഴിപ്പരപ്പാണെങ്കിലും ഭാരതപ്പുഴയുടെ കരയിലൂടെ കടന്നു പോകുമ്പോൾ...

"നമുക്ക് തിരുവില്വാമല വഴി പോകാം" തൃശ്ശൂരുനിന്ന് ഉച്ചയൂണു കഴിഞ്ഞിറങ്ങുമ്പോൾ കിഷോർ പറഞ്ഞു: "എനിക്കവിടെ ഒരു ഫ്രണ്ടിനെ കാണാനുണ്ട്. അവൻ കഴിഞ്ഞാഴ്ചയാ യു എസിന്ന് വന്നത്..."

കാറിൽ മൃദുവായ ഒരു ഗസൽ അവരെ തഴുകിക്കൊണ്ടിരുന്നു. അനൂപ് ജലോട്ട തന്റെ സാന്ദ്രമായ ശബ്ദത്തിൽ പാടിക്കൊണ്ടിരുന്നു...

ഒരു ചെറിയ ട്രാഫിക് ജാമിനു മുന്നിൽ കാറിന്റെ വേഗം കുറഞ്ഞു. മുന്നിൽ എന്തോ ജാഥയോ മറ്റോ...

"ഇവിടെയേതോ ആശ്രമം തുടങ്ങീട്ടുണ്ടിപ്പോ.... ഇന്നവരുടെ കുംഭമേളയോ എന്തോ ആണ്," കിഷോർ പറഞ്ഞു. കാവി വസ്ത്രമണിഞ്ഞ സന്ന്യാസിമാർ വഴിയരികിലൂടെ നടന്നു പൊയ്ക്കൊണ്ടിരുന്നു.

പെട്ടെന്ന് ജല ആ ബോർഡ് കണ്ടു: 'ശാന്തിപുരം.'

മനസ്സിലൂടെ ഒരു ഉഷ്ണ ജലപ്രവാഹം കടന്നുപോയി.

അപ്പോൾ ഗെയ്റ്റിൽ വന്നുനിന്ന ഒരു ടെമ്പോ വാനിൽ നിന്ന് കുറേ സന്ന്യാസിമാരിറങ്ങി... ജല നോക്കുമ്പോൾ, യുവ കോമളനായ, കണ്ണുകളിൽ തിളക്കമുള്ള ആ യുവ സന്ന്യാസി, ഒപ്പം ഒപ്പം... തലവഴി കാവി സാരിത്തലപ്പുമൂടി.... അത് എമ്മ തന്നെ എന്ന് ജലയ്ക്കുറപ്പായി.

“കാർ നിർത്തൂ.” ജല പിടഞ്ഞു.

“എന്താ, എന്തുപറ്റി?” കിഷോർ ഒട്ടൊരു പരിഭ്രമത്തോടെ കാർ ഒതുക്കി നിർത്തി.

ഡോർ തുറന്ന് തിടുക്കത്തിൽ ജല ഇറങ്ങി. അവൾ ആശ്രമത്തിന്റെ ഗേയ്റ്റിനു നേർക്ക് ഓടുകയായിരുന്നു.

“എമ്മാ....” അവൾ വിളിച്ചു.

യുവ സന്ന്യാസിനി തിരിഞ്ഞു നോക്കി. എന്നാൽ തന്നെയല്ല എന്ന മട്ടിൽ പെട്ടെന്ന് മുന്നോട്ടു തന്നെ നടന്നു. യുവ സന്ന്യാസിയും സന്ന്യാസിമാരും കവാടം കടക്കുമ്പോഴേക്കും ജല മുന്നിലെത്തി.

“എമ്മയല്ലേ ഇത്? ഞാൻ ജല.”

അപരിചിത ഭാവത്തിൽ, സന്ന്യാസിനി കാവിസാരിത്തലപ്പ് മുണ്ഡനം ചെയ്ത തലയിലേക്ക് ഒന്നുകൂടി വലിച്ചിട്ട് പതിയെ പറഞ്ഞു: “കുട്ടിക്ക് ആള് മാറീന്നാ തോന്നുന്നേ...”

മാന്ത്രികക്കണ്ണുകളുള്ള യുവസന്ന്യാസിനി വിജയിയുടേതായ ഒരു ചിരി ചിരിച്ചു.

ജല കരയുമെന്ന മട്ടിലായി. നടന്നു നീങ്ങിത്തുടങ്ങിയ സന്ന്യാസിനിയോട് അവൾ കൈകൂപ്പി: “ക്ഷമിക്കണം. ആളുമാറിപ്പോയി.”

തേങ്ങൽ പോലെ കാറിന്റെ ഹോൺ മുഴങ്ങി.

കിഷോർ വിളിക്കുന്നു.

മനസ്സിന്റെ വിങ്ങലടക്കി ജല തിടുക്കത്തിൽ കാറിനു നേർക്കു നടന്നു.

നിളയുടെ പുളിനങ്ങളിൽ നിന്ന് ഒരു ചെറുകാറ്റ് വീശി വന്നു.....

നാടകം

ഹാളിൽ നേർത്ത വെളിച്ചമേ ഉണ്ടായിരുന്നുള്ളൂ. സർവ്വത്ര നിശ്ശബ്ദതയും. എല്ലാവരും സ്റ്റേജിലെ ദൃശ്യത്തിലേക്ക് കണ്ണുകൾ കൂർപ്പിച്ച് ഇനിയെന്തു സംഭവിക്കും എന്ന ആകുലതയോടെ മുന്നോട്ടാഞ്ഞിരിക്കയായിരുന്നു. പൊടുന്നനവേ രംഗം മാറി. കഥാപാത്രങ്ങൾക്ക് അസാധാരണമായ ചലനശേഷി കൈവന്നു. ചടുലമായ നീക്കങ്ങൾ ഭീകരമായ ശബ്ദഘോഷത്തോടെയായപ്പോൾ പരിപൂർണ്ണാന്ധകാരത്തിലേക്ക് ഹാൾ വഴുതിവീണു. ഏതോ ദുർവ്വിധിപോലെ അത് നീണ്ടു നീണ്ടുപോയി. സ്റ്റേജിൽ ശബ്ദവും നിലച്ചുപോയിരിക്കുന്നു.

എന്റെ തൊട്ടുവലത്തിരിക്കുന്നയാൾ ഒരു ബീഡിക്കു തീകൊളുത്തി. അയാൾക്ക് സ്റ്റേജിൽ എന്തു നടക്കുന്നു എന്നതിനെപ്പറ്റി യാതൊരു താല്പര്യവുമില്ല. ഞാനതു നേരത്തേ മനസ്സിലാക്കിയിരുന്നു. അയാൾ ഇടയ്ക്കിടെ കസേരയിലേക്ക് ചാഞ്ഞുകിടന്ന് മുകളിലേക്ക് കണ്ണയയ്ക്കുന്നു. ചിലപ്പോൾ ഉറങ്ങുകയുമാവാം. കുറെമുമ്പ് കുനിഞ്ഞിരുന്ന് എന്തൊക്കെയോ പിറുപിറുക്കുകയായിരുന്നു. ഇപ്പോഴിതാ തീപ്പെട്ടിയുരച്ച് പ്രകാശം പരത്തി, പുകയുതിർത്ത്...

കറന്റുപോയത് ഹാളിലാകെ വലിയൊരു ആശയക്കുഴപ്പമുണ്ടാക്കിയിരിക്കുന്നു. ചൂളംവിളികളും കുട്ടികളുടെ കരച്ചിലും ഒക്കെച്ചേർന്ന് നല്ലൊരു ആരവംതന്നെ. തൊട്ടുമുന്നിലെ കസേരകളിലിരിക്കുന്നവർ കൈകൊട്ടുകയും ഉറക്കെയലറുകയും ചെയ്യുന്നു.

ഞാൻ ഭാമിനിയോട് പേടിക്കേണ്ട എന്നു പറഞ്ഞു. അവൾ എന്നോട് ഒന്നു കൂടെ ചേർന്നിരുന്ന് ഓ, എന്നൊരു പതിഞ്ഞ ശബ്ദം പുറപ്പെടുവിച്ചു. ഈ ഇരുട്ടിലും അവളുടെ മുഖത്തെ 'എനിക്കു പേടിയൊന്നുമില്ല' എന്നു വരുത്തിത്തീർക്കുവാനുള്ള ഭാവം എനിക്കു നന്നായിക്കാണാം. ഒരു പൊലീസ് ഓഫീസറുടെ ഭാര്യ ആരെ എന്തിനു പേടിക്കണം എന്നാവാം

അവളുടെ മനസ്സിലിരിപ്പ്. അവൾ തെല്ലുറക്കെ, ഇലക്ട്രിസിറ്റിക്കാരെപ്പറ്റി എന്തോ പിറുപിറുത്തു. ഞാനത് തലയാട്ടി ശരിവച്ചു. എന്നിട്ട് കൂട്ടിച്ചേർത്തു, അവളുടെ ചെവിയിൽ: “എന്നാലും ഈ നാടകക്കാർക്ക് ഒരു ജനറേറ്റർ കരുതാമായിരുന്നു..”

വലത്തിരിക്കുന്നയാൾ എന്റെ ചുമലിൽ നന്നായൊന്നു തട്ടി. നല്ല ഊക്കിലുള്ള തള്ളൽതന്നെയായിരുന്നു അത്. മുൻപും ഇടയ്ക്കിടെ ഇതു സംഭവിച്ചതാണ്. നോക്കുമ്പോൾ അയാൾ ഇടംവലം തിരിഞ്ഞുകളിക്കയാവും. ആരോ അയാളെ ബലമായി ആ കസേരയിലിരുത്തിയതുപോലുണ്ട് അയാളുടെ ചേഷ്ടകൾ... കുറേ നേരമായി ഇതു സഹിക്കുന്നു. എനിക്ക് അയാളോട് എന്തെങ്കിലും ചോദിക്കണമെന്നും ഈ രീതി ഒന്നവസാനിപ്പിക്കാൻ പറയണമെന്നുമൊക്കെ തോന്നി. അയാൾ തന്നിഷ്ടംപോലെ എന്തോ ചെയ്തുകൊള്ളട്ടെ; പക്ഷേ, അത് അടുത്തിരിക്കുന്നവരെ ഉപദ്രവിച്ചുകൊണ്ടാവരുത്... എന്നാൽ, ഇപ്പോൾ ഒന്നും സംഭവിക്കാത്തതുപോലെ മുറിബീഡി ആഞ്ഞുവലിക്കുകയാണയാൾ. ഇരുട്ടിൽ അയാളുടെ ചുണ്ടിൽ ഒരു തുണ്ട് കനലിന്റെ തിളക്കം.

രംഗം വല്ലാതെ ചൂടാവുകയായിരുന്നു. സംഘാടകർ എന്തു തീരുമാനിച്ചോ ആവോ? ഇനിയേതായാലും ഇന്ന് കറന്റ് വരുമെന്നു തോന്നുന്നില്ല. ചിലരൊക്കെ എഴുന്നേറ്റ് സ്ഥലം വിടുകയാണ്. ആകെ അലങ്കോലപ്പെട്ട ഒരു സദസ്സിൽ എങ്ങനെയാണ് ഇനി...

ഭാമിനിക്ക് നാടകം പകുതിവച്ച് തീരുന്നതിൽ കടുത്ത ദുഃഖമുണ്ടെന്നു തോന്നുന്നു. പാവം ആ ഉമാദേവിക്ക് എന്തു സംഭവിക്കുമോ ആവോ? രാമനാഥൻ തിരിച്ചുവരുന്നു എന്ന് കമ്പിസന്ദേശം കിട്ടിയ നിമിഷമായിരുന്നല്ലോ കറന്റു പോയത്. ഭാമിനി എന്നോട് അവളുടെ ഉൽക്കണ്ഠ വെളിപ്പെടുത്തി. ഞാൻ ചിരിച്ചുകൊണ്ട് അവളെ സമാധാനിപ്പിച്ചു. ഒരു പൂച്ചക്കുട്ടിയെപ്പോലെ അവൾ എന്നിലേക്ക് ഒന്നുകൂടെ ഒതുങ്ങി.

ഏതാണ്ട് ആ നിമിഷം തന്നെ ലൈറ്റു വന്നു. സീല്ക്കാരശബ്ദത്തോടെ തലയ്ക്കുമുകളിൽ ഫാൻ കറങ്ങിത്തുടങ്ങി. നാടകം ഉടൻ ആരംഭിക്കുമെന്നുള്ള അറിയിപ്പുണ്ടായി... പുറത്തേക്കു പോയവരും എഴുന്നേറ്റ് അങ്ങുമിങ്ങും ചിതറിക്കിടന്നവരും എല്ലാം ചടപടാ തങ്ങളുടെ ഇരിപ്പിടങ്ങളിലേക്ക് കുതിച്ചുവന്നു... ഞാനയാളുടെ മുഖത്തേക്ക് നോക്കി.

അയാളിപ്പോൾ സീറ്റിൽ പതുങ്ങിയിരുന്ന് ഇടയ്ക്കിടെ വാതില്ക്കലേക്ക് ആശങ്കയോടെ നോട്ടമെറിയുകയാണ്. എനിക്കതിലെന്തോ വലിയ തമാശ തോന്നി... ഇത്രയും നാളത്തെ ജീവിതത്തിനിടയിൽ പലതരം ഭ്രാന്തന്മാരെ ഞാൻ കണ്ടുകഴിഞ്ഞിരിക്കുന്നു. ഔദ്യോഗിക ജീവിതത്തിനിടയിൽ എത്രയോ കള്ളന്മാരേയും. പക്ഷേ, ഇങ്ങനെയൊരാളെ–

ഭാമിനി എന്നെ ശ്രദ്ധിക്കയായിരുന്നു. “എന്താ, എന്തുപറ്റി?” അവൾ ചോദിച്ചു. അവളും ഇപ്പോൾ അയാളെ കണ്ടുകഴിഞ്ഞിരിക്കുന്നു. അവൾ വീണ്ടും എന്റെ ചുമലിലേക്കു ചാഞ്ഞ് ചോദ്യമാവർത്തിച്ചു. “ഒന്നുമില്ല.” ഞാൻ മുന്നോട്ടു നോക്കിയിരുന്നു. “ഒരു ഭ്രാന്തൻ. അത്രതന്നെ.”

തൊട്ടുമുന്നിലെ വരിയിലുള്ള സ്ത്രീയുടെ തോളിൽ ഒരു കൊച്ചു പെൺകുട്ടി കൈകളിളക്കി പല്ലില്ലാത്ത മോണകാട്ടി ചിരിപൊഴിക്കുന്നുണ്ടായിരുന്നു. സ്ത്രീയാകട്ടെ, അടുത്തിരിക്കുന്ന കൂട്ടുകാരികളോടുള്ള വർത്തമാനത്തിൽ മുഴുകിയിരിക്കയും... ഭാമിനിക്ക് ആ കുട്ടിയെ വലിയ കാര്യമായെന്നു തോന്നുന്നു. അവൾ കുട്ടിയോട് കണ്ണുകൾകൊണ്ടും ചുണ്ടുകൾകൊണ്ടും പ്രതികരിച്ചു തുടങ്ങി.

ഞാൻ പൊടുന്നനവേ മുഖം വെട്ടിച്ചുനോക്കിയപ്പോൾ, അയാളുടെ കണ്ണുകൾ എന്റെ കണ്ണുകളുമായി ഏറ്റുമുട്ടി. ഉടൻ തന്നെ അയാളുടെ മുഖം കുനിഞ്ഞു. ആ കുഴിഞ്ഞ കണ്ണുകളിൽ പരിഭ്രാന്തി കൂടുകൂട്ടിയിരുന്നത് ഞാനറിഞ്ഞു. മുഖം നിറയെ ചറപറാ വളർന്ന താടിയും അലസമായ അയാളുടെ വസ്ത്രധാരണവും ഒക്കെ ഇപ്പോഴാണ് എന്റെ ശ്രദ്ധയിൽ പെടുന്നത്... ഇയാൾ നല്ലൊരു ഭ്രാന്തൻ തന്നെ. പിന്നെയൊരു തവണ, മടിയിൽനിന്ന് വലതുകൈ തൊട്ടുമുന്നിലെ കസേരയിൽ പിടിച്ച്, അയാൾ ചെരിഞ്ഞ് വാതിൽക്കലേക്ക് നോക്കിയപ്പോഴായിരുന്നു, ഞാനാകെ നടുങ്ങിപ്പോയത്. വലതുകൈയിലാകെ ഉണങ്ങിപ്പിടിച്ചിരിക്കുന്ന ചോര... നോക്കുമ്പോൾ. അയാളുടെ മുഷിഞ്ഞ വസ്ത്രത്തിലവിടവിടെ ചോരപ്പാടുകൾ... അപ്പോൾ-

വല്ലതും ചിന്തിച്ചെടുക്കുംമുമ്പ് എല്ലാ ലൈറ്റുകളുമണഞ്ഞു. കർട്ടൻ ഉയർന്നു. സ്റ്റേജിൽനിന്ന് ചലനങ്ങളും ശബ്ദങ്ങളും വ്യക്തമായി... ഉമാദേവിയുടെ മെന്റൽ ഷോക്കിൽ ഫ്രീസ് ചെയ്തു നിർത്തിയ രംഗം... അച്ഛൻ മകളെ ആശ്വസിപ്പിക്കയാണ്. “രാമനാഥൻ ഇങ്ങോട്ടോ മറ്റോ വന്നാൽ ഞാനവനെ കൊത്തിനുറുക്കും. നീ പേടിക്കാതെ മോളേ.....” ഉമാദേവി കവിളുകൾ കൂട്ടിത്തിരുമ്മുകയും സമനില കൈവരുത്തുകയും-

എനിക്ക് സ്റ്റേജിലേക്ക് ശ്രദ്ധ തിരിക്കാനാവുമായിരുന്നില്ല. ഞാനൊരുത്തരവാദപ്പെട്ട പൊലീസ് ഓഫീസറാണ്. എന്റെ തൊട്ടടുത്തിരിക്കുന്നയാൾ വിചാരിച്ചതുപോലെയൊന്നുമല്ല. പക്ഷേ, ഇരുട്ട്.....

സ്റ്റേജിൽനിന്നരിച്ചിറങ്ങുന്ന നേരിയ വെളിച്ചത്തിൽ, അയാളിപ്പോഴെന്തു ചെയ്യുന്നു എന്ന് ഞാൻ ശ്രദ്ധിച്ചു. ങ്ഹേ! ആ കസേര ശൂന്യമായിരിക്കുന്നു. എന്തൊരു മറിമായം! അയാളെപ്പോഴാണ് എഴുന്നേറ്റു പോയത്? അയാൾക്കെന്താണ് സംഭവിച്ചത്?

ഞാൻ ഭാമിനിയോട് പറഞ്ഞു: “ഒന്നു പുറത്തുപോയി പെട്ടെന്നുവരാം...” അവളുടെ ശ്രദ്ധ മുഴുവൻ സ്റ്റേജിലായിരുന്നു. ഞാൻ എഴുന്നേറ്റ് എളുപ്പം കാണികൾക്കിടയിലൂടെ നടന്നു. ഒരു നിയമപാലകന്റെ ഗൗരവബോധം പതിന്മടങ്ങു ശക്തിയിൽ എന്നിലേക്കിരച്ചുവന്നു. വാതില്ക്കൽ നില്ക്കുകയായിരുന്ന ബാഡ്ജുകുത്തിയ ചെറുപ്പക്കാരനോട് ഞാൻ, ഇപ്പോഴൊരാൾ പുറത്തേക്ക് പോയോ എന്നു ചോദിച്ചു. കുറേപ്പേർ പോയി, അതിലാരെയാണ് നിങ്ങൾ ഉദ്ദേശിക്കുന്നത് എന്ന മറുചോദ്യമാണ് മറുപടിയായി കിട്ടിയത്. ഞാൻ ധൃതിയിൽ പുറത്തുകടന്നു...

ഇടനാഴി. അരണ്ട നീലവെളിച്ചം. താഴേക്കു നീളുന്ന പടികൾ... അയാ

ളെവിടെ?

ഞാൻ തിടുക്കപ്പെട്ട് കുറേ പടികൾ ചാടിയിറങ്ങി. അപ്പോഴേക്കും ഭാമിനിയെ ഓർമ്മവന്നു. കൈവരിയിൽ മുറുകെപ്പിടിച്ച്, ഒന്നും ചെയ്യാനാവാതെ, എത്രയോ നേരം ഞാനങ്ങനെ നിന്നുപോയി.

●

ഭാമിനി ചോദിച്ചു "എൻഡിങ് അത്ര പോരായിരുന്നു, അല്ലേ?"

ഞാനയാളെക്കുറിച്ചുതന്നെ ചിന്തിക്കുകയായിരുന്നു. ഛെ! എന്തൊരു വിധിയാണിത്. കൈനീട്ടിയാൽ പിടിക്കാമായിരുന്ന അകലത്ത് ഒരു കൊലപ്പുള്ളിയെ കിട്ടിയ ഞാൻ എന്തൊരു നിരുത്തരവാദിത്വമാണ് കാണിച്ചത്.

"എങ്കിലും ഉമാദേവി രക്ഷപ്പെട്ടല്ലോ. അതുതന്നെ വല്യ ആശ്വാസം അല്ലേ?"

ഞാൻ കുറച്ചൊന്നു ശ്രദ്ധിക്കണമായിരുന്നു. ലൈറ്റുകൾ മങ്ങി നാടകം തുടങ്ങിയതാണ് ആകെ കുഴപ്പത്തിലാക്കിയത്. മനസ്സ് പെട്ടെന്നൊന്ന് പാളിപ്പോയി. പിന്നെ നോക്കുമ്പോൾ...

ഭാമിനി എന്നെ തട്ടിവിളിച്ചു:

"ഏയ് ഈ ലോകത്തൊന്നുമല്ലേ? എന്തു പറ്റി?"

നിർജ്ജീവമായ മുഖത്തോടെ ഞാൻ ഭാമിനിയെ നോക്കി. പതിയെ പറഞ്ഞു:

"അയാൾ ഭ്രാന്തനല്ലായിരുന്നു കേട്ടോ."

"ആര്?" ഭാമിനി ചോദിച്ചു: "ആരെപ്പറ്റിയാണ് പറയുന്നത്? നാടകത്തിലെ കാര്യം തന്നെയാണോ?"

ഞാൻ ഭൂമിയിലേക്കുണർന്നു. ഭാമിനിയെ ചേർത്തുപിടിച്ചു. അവളുടെ ശരീരം ഹിമം പോലെ തണുത്തതായിരുന്നു. എന്റെ ഉള്ളിലേക്ക് വിറയൽ പടരുന്നു.

"ഭാമിനി!" ഞാൻ വിളിച്ചു. അവൾ എന്റെ കണ്ണുകളിലേക്കു നോക്കി.

"എവിടെയോ ആരോ മരിച്ചിരിക്കുന്നു, അല്ലാ കൊല ചെയ്യപ്പെട്ടിരിക്കുന്നു."

"നോക്കൂ, ഇങ്ങനെയൊക്കെ ചിന്തിക്കുന്നത് തനി വിഡ്ഢിത്തമാണ്. അയാളുടെ വസ്ത്രങ്ങളിൽ ചോര പുരണ്ടിരിക്കാം. ദേഹം മുഴുവൻ ചോരക്കറയുണ്ടായിരിക്കാം. പക്ഷേ, അതുകൊണ്ട് അയാളൊരു കൊലപാതകിയാണെന്ന് വിധിയെഴുതുന്നതെങ്ങനെ? എന്തുകൊണ്ട് അയാൾക്ക് വല്ല മുറിവും പറ്റിയതാണ് എന്ന് ചിന്തിച്ചുകൂടാ?"

ഭാമിനിയുടെ വാദമുഖങ്ങളായിരുന്നു ഇവ. എനിക്ക് അവളുടെ വാക്കുകളെ മുഖവിലയ്ക്കെടുക്കാനാവുമായിരുന്നില്ല. കാരണം എത്രയോ കൊലപാതകികളെ- അവരുടെ പ്രകൃതത്തെ- അടുത്തറിഞ്ഞുകഴിഞ്ഞ ഒരു പൊലീസ് ഓഫീസർക്ക് ഇക്കാര്യത്തിലും മറ്റൊന്നാലോചിക്കേണ്ടതില്ല. തീർച്ചയായും അയാളുടെ ഭ്രാന്തമായ ആ ചേഷ്ടകൾ ഒരു കൊലപാത

കിക്ക് ചേരുന്നവ തന്നെയാണ്. പമ്മിപ്പമ്മിയുള്ള ആ നോട്ടവും, വെപ്രാളപ്പെട്ടും പരവശപ്പെട്ടുമുള്ള ആ പിടിച്ചിലുകളും ഒക്കെ അയാളിലെ കുറ്റബോധം വെളിപ്പെടുത്തുന്നു. എനിക്ക് ആദ്യമേ നേരിയ സംശയമുണ്ടായിരുന്നു. പിന്നീട് അതു ബലപ്പെട്ടു. പക്ഷേ....

"സമയമെത്രയായെന്നറ്യോ?" ഭാമിനി എന്റെ ചിന്തകളിൽ തൊട്ടു. രാത്രി വളരെയേറെയായിരിക്കുന്നു. പക്ഷേ, മനസ്സ് ആകെ ഉലഞ്ഞുപോയിരിക്കയാണ്. വാസ്തവത്തിൽ, ചുമലു ചുളുക്കി നിസ്സാരമായി തള്ളിക്കളയാവുന്നതേയുള്ളൂ ഈ സംഭവം. പക്ഷേ, വയ്യ. ഏറ്റവും വലുത് മനസ്സാക്ഷിയോട് നീതിപുലർത്തുകയാണ്.

"നീ കിടന്നോളൂ. ഞാനല്പം സ്വസ്ഥമായിരിക്കട്ടെ."

ഭാമിനി പിന്നെ മറ്റൊന്നും പറയാൻ നില്ക്കാതെ അകത്തേക്കു പോയി. കഴിഞ്ഞ മൂന്നു നാലു മാസത്തെ സഹവർത്തിത്വം കൊണ്ടു തന്നെ അവൾ എന്നെ നന്നായി മനസ്സിലാക്കിക്കഴിഞ്ഞിരിക്കുന്നു. എന്തിനേറെ നനുത്ത സങ്കല്പങ്ങളോടെയുള്ള ആദ്യരാത്രിപോലും പൂർണ്ണമായിരുന്നില്ലല്ലോ... അന്നായിരുന്നു ശ്രീകുമാർ ജൂവലേഴ്സിന്റെ ഷോകെയ്സുകൾ ഒന്നടങ്കം തൂത്തുവാരപ്പെട്ടത്... അവധിയിലായിരുന്നു. എങ്കിലും രാത്രി, വളരെ വൈകിയപ്പോൾ, ഫോൺ കോളുകൾ ഇരച്ചുവന്നു.

ഉവ്വ്, സത്യസന്ധനും കൃത്യനിഷ്ഠക്കാരനുമായ ഒരു നിയമപാലകന്റെ പരിമിതികൾ- അയാളുടെ ഉത്തമയായ ഭാര്യയുടെ പരാധീനതകൾ- എന്തെന്ന് എന്റെ ഭാമിനി നന്നായി മനസ്സിലാക്കിക്കഴിഞ്ഞിരിക്കുന്നു.

ചുറ്റിലും രാത്രിയുടെ കടുത്ത ഗന്ധം നിറഞ്ഞു നിന്നിരുന്നു. ജാലകത്തിനു പുറത്തെ ഇരുട്ടിൽ എന്തൊക്കെയോ ചലനങ്ങൾ വ്യക്തമാവുന്നുണ്ട്. ഉറപ്പാണ്, എവിടെയോ ആരോ കൊലചെയ്യപ്പെട്ടിരിക്കുന്നു. ഒരു പക്ഷേ,. ഒന്നു പോരാ, രണ്ടോ നാലോ ഏഴോ കൊലപാതകങ്ങൾ നടന്നിട്ടുണ്ട്... കണ്ണുകൾ അടച്ചു തുറന്നപ്പോൾ മുന്നിലാകെ ചോര. ഞാൻ ഒരു ചോരപ്പുഴയിലൂടെ എങ്ങോട്ടോ ഒഴുകിപ്പോവുകയാണ്...

മുറിയുടെ കോണിലെ മുക്കാലിയിൽ നിർജ്ജീവമായി കിടപ്പാണ് എന്റെ ഫോൺ. ഇപ്പോൾ അതിനു ജീവൻ വയ്ക്കും എന്ന് ഞാൻ കാര്യമായും വിചാരിച്ചു. ഇതാ തുരുതുരാ ദുരന്തസന്ദേശങ്ങളുടെ കാലമായി... അതല്ലെങ്കിൽ - ഇപ്പോഴല്ലെങ്കിൽ, നാളെ രാവിലെ സ്റ്റേഷനിൽ ചെല്ലുമ്പോൾ കാത്തിരിക്കുന്നത് തീർച്ചയായും ശവങ്ങൾ തന്നെയായിരിക്കും. അതുറപ്പാണ്. ശവങ്ങൾ എനിക്കു പ്രഭാതവന്ദനവും ഒരു നല്ല പ്രവൃത്തിദിവസവും നേരും... ഞാൻ അവയ്ക്കുനടുവിൽ അകപ്പെട്ടു വലഞ്ഞു പോവും.

വളരെ സെൻസിറ്റീവ് ആണ് ഞാൻ എന്നും, എന്നെപ്പോലൊരാൾക്ക് യോജിച്ചതല്ല ഈ ജോലി എന്നും ആദ്യം പറഞ്ഞത് ട്രെയിനിങ് ക്യാമ്പിൽവച്ച് അരുൺഘോഷായിരുന്നു. വർഷങ്ങൾക്കുമുൻപ്... ഒടുവിൽ ഭാമിനിയും അതുതന്നെ പറയുന്നു. അപ്പോഴൊക്കെ എനിക്ക് ഉള്ളിൽ ചിരി വന്നു. പിള്ളാരേ, നിങ്ങൾ കരുതുന്നതുപോലെ ഇൻസ്പെക്ടർ

മിത്രാനന്ദ് ഒരുപാവം പിടിച്ച ചെരുപ്പക്കാരനല്ല. ഡിപ്പാർട്ടുമെന്റിലെ ഏറ്റവും കരുത്തനും പ്രഗത്ഭനുമായ ഓഫീസറാണ്. ഏതിനെയും അതിന്റേതായ പശ്ചാത്തലത്തിൽ ഉൾക്കൊണ്ട്, അറിഞ്ഞ് അന്വേഷിക്കുന്നതാണ് എന്റെ പോളിസി. അതിനെ സെൻസിറ്റീവ് എന്നു നിങ്ങൾ വിളിക്കുന്നുവോ, എങ്കിൽ പിള്ളാരേ, എനിക്ക് നിങ്ങളോട് ഒന്നും പറയുവാനില്ല, ഒന്നും.....

നാളെകാലത്ത് സ്റ്റേഷനിലെത്തുമ്പോൾ കമ്മീഷണർ ബാലേന്ദ്ര വിളിപ്പിക്കും. "മിത്രാനന്ദ് നിങ്ങൾക്ക് ഞാൻ നല്ലൊരു ജോലി ഏല്പിച്ചു തരികയാണ്. ലുക്ക്, ഇറ്റീസ് എ സീരിയസ് വൺ - ഇന്നലെ രാത്രി നമ്മുടെ ചിന്നക്കടമുക്കിൽ ഒരുകൊലപാതകം നടന്നിരിക്കുന്നു."

അകത്ത്, ബെഡ്റൂമിലെ അരണ്ടനീലവെളിച്ചത്തിൽ ഭാമിനി സുഖ സുഷുപ്തിയിലാണ്ടു കിടക്കുന്നത് എനിക്കു നന്നായി കാണാം. അവളുടെ അരികിൽ എത്രയോ സ്ഥലം വെറുതെ ഒഴിഞ്ഞുകിടക്കുന്നു എന്നതും ഒരു വല്ലായ്മയോടെ ഞാനറിയുന്നു. പാവം ഭാമിനി... എഴുന്നേറ്റ് ബെഡ്റൂമിലേക്കു പോകാനൊരുങ്ങുമ്പോഴാണ് ഫോൺ പിടഞ്ഞുണർന്നത്. വല്ലാത്തൊരുൾപ്പിടച്ചിലോടെ ഞാൻ ഫോണിനെയും നോക്കി അങ്ങനെനിന്നുപോയി. ഫോണിന് നന്നേ കിറുക്കു പിടിച്ചുതുടങ്ങിയിരുന്നു. അതിന്റെ ശബ്ദം ക്രമേണ ക്രമേണ ദേഷ്യപ്പെടുംവിധം ഉച്ചത്തിലായി. പിന്നെ മറ്റൊന്നാലോചിക്കാതെ, ഒറ്റക്കുതിപ്പിന് ഞാൻ ഫോണെടുത്തു. പക്ഷേ, അതൊരു റോങ് നമ്പരായിരുന്നു.

ഉറക്കം വന്നതേയില്ല. കിടക്കയിൽ തിരിഞ്ഞും മറിഞ്ഞും കിടന്നു. ഒന്നു കണ്ണടയ്ക്കുമ്പോഴേക്കും കറുത്ത മേലങ്കിയണിഞ്ഞ കൂറ്റൻ രൂപങ്ങൾ വട്ടത്തിൽനിന്ന് കൂവിയാർക്കുന്ന ദൃശ്യം. ഞെട്ടിയുണരുമ്പോൾ, പല്ലിളിക്കുന്ന ഇരുട്ട്.

ഗെയ്റ്റിനപ്പുറം നിരത്തിൽ നിന്ന് ഒരു തെരുവുപട്ടിയുടെ നീട്ടിയുള്ള മോങ്ങലാണ് ആദ്യം കേട്ടത്. തുടർന്ന് മനുഷ്യ ശബ്ദത്തിലുള്ള ആക്രോശങ്ങൾ. ഓടുന്നതിന്റെയും എവിടെയൊക്കെയോ ചാടിമറിയുന്നതിന്റെയും ശബ്ദങ്ങൾ. ഞാൻ ധൃതിയിലെഴുന്നേറ്റു. കൺപോളകൾ കനത്തിരിക്കുന്നു. എത്രയോ നേരം ശ്രമിച്ചശേഷമാണ് അവ ഒന്നു തുറന്നുകിട്ടിയത്. മിഴിച്ച കണ്ണുകൾക്കു മുന്നിൽ വരണ്ട ഇരുട്ട്. ബെഡ്റൂം ലാമ്പിന്റെ നേരിയ നീലനിറം പതിയെ കണ്ണിൽ നിറഞ്ഞു. ഒരുതരത്തിൽ ഇരുട്ടും വെളിച്ചവും ഒന്നുതന്നെ എന്ന് ഇങ്ങനെ ചില സന്ദർഭങ്ങൾ തെളിയിക്കുന്നു...

എഴുന്നേറ്റു. കാലുകൾക്ക് വിറയൽ... അത് സത്യമായും ഭീതികൊണ്ടല്ല. അല്ല, അല്ല, എന്ന് നൂറുവട്ടം മനസ്സിൽ പറഞ്ഞപ്പോൾ തെല്ല് ധൈര്യം കൈവന്നു. മനസ്സ് അല്പമൊന്ന് കടുത്തു. ഇനി ഏതു സാഹചര്യത്തെയും എനിക്കു നേരിടാം...

ടെറസിലേക്കുള്ള വാതിൽ ഒച്ചയുണ്ടാക്കാതെ തുറന്നു. ടെറസിലും പുറത്ത് മുറ്റത്തും ഗെയ്റ്റിനപ്പുറത്ത് നിരത്തിലുമൊക്കെ നിലാവു വീണു വെളുത്തിരിക്കുന്നു. കാലുകൾ ടെറസിലേക്കെടുത്തുവച്ചു. കണ്ണുകൾ പരമാവധി തുറന്നു പിടിച്ചു. എവിടെയാണ് പട്ടികൾ മോങ്ങുന്നത്? എന്താണ്

സംഭവിക്കുന്നത്? ഗെയ്റ്റിനുമുമ്പിലെ നിരത്തിൽ ആരോ കൂനിപ്പിടിച്ചിരിക്കുന്നു. പിന്നെ നോക്കുമ്പോൾ മൂന്നുപേർ - എവിടെ നിന്നോ നാലഞ്ചു പേർകൂടെ വന്നു ചേരുകയായി. അവരിൽ രണ്ടുപേർ കൈയിൽ ചങ്ങലകളിൽ പൂട്ടിയിട്ട കൂറ്റൻ നായ്ക്കളുമായാണ് വരവ്. ടെറസിന്റെ അരഭിത്തിവരെ പതുങ്ങിച്ചെന്ന് ഞാൻ നിരത്തിലേക്ക് കണ്ണയച്ചു. പെട്ടെന്നതാ ഒരു പെട്രോമാക്സുമായി ഒരു ഞൊണ്ടൻ കടന്നുവരുന്നു. നിയോൺ വെളിച്ചത്തിലെന്നതുപോലെ പരിസരം പ്രഭാപൂരിതമായി. ഇരുന്നിരുന്നവർ ചാടിയെഴുന്നേറ്റു. അവർ എന്തോ കൂടിയാലോചനയ്ക്കുശേഷം, അന്യോന്യം ക്രമീകരിച്ച് ഒരു നിരയുണ്ടാക്കി. പെട്രോമാക്സേന്തിയ ഞൊണ്ടൻ മുന്നിൽ നിന്നു... പ്രകാശത്തിൽ അവരുടെ കൈയിലെ കൊടുവാളുകളും കഠാരകളും തിളങ്ങി... ഹോ! എന്റെ കണ്ണുകളിലേക്ക് ഇരുട്ടു കയറുകയാണ്. കൈവരിയിലെ എന്റെ പിടിത്തം അയയുന്നു. കാലുകൾക്കിടയിലെ ഭൂമി നഷ്ടപ്പെടുന്നു. അവർ ഒരനുഷ്ഠാനം പോലെ ക്രമത്തിൽ ഗെയ്റ്റ് ചാടിക്കടന്നു. എന്നിട്ട് വരിതെറ്റാതെ വീട്ടിനുനേരെ നടന്നുവന്നു. എന്റെ ഉള്ളിൽ തീയാളുന്നു. ഞാനിതാ പിറകോട്ട് മറിയുന്നു...

ഛെ! ഉത്തരവാദിത്വപ്പെട്ട ഒരു പൊലീസ് ഓഫീസറാണ് ഞാൻ. എന്റെ കൺമുന്നിൽവെച്ച് ഇതാ ദുരന്തങ്ങളും ദുഷ്കർമ്മങ്ങളും അരങ്ങേറുന്നു. അവയെ അതീവസാമർത്ഥ്യത്തോടെ നേരിടുകയാണ് ഞാൻ വേണ്ടത്. ഇതാ കൊള്ളക്കാരുടേയും അസാന്മാർഗ്ഗികളുടെയും കൊലപാതകികളുടെയും ഒരു പട ഇവിടെ വിലസുന്നു. പക്ഷേ, ഞാനോ, ഇങ്ങനെ പരവേശപ്പെടുകയും! പാടില്ല. ഞാൻ കർമ്മോന്മുഖനാവേണ്ടിയിരിക്കുന്നു. ഇവരുടെ ലക്ഷ്യം എന്താണ്, എന്താണ്?

ചിന്തിച്ചുനില്ക്കാൻ സമയം തരാതെ, താഴെ വാതിലിൽ തുരുതുരാ മുട്ടലുകളുയർന്നു.

ആരാണത് എന്നു നാലഞ്ചുതവണ ഞാൻ വിളിച്ചു ചോദിച്ചു. ഭാമിനി പേടിച്ചുവിറച്ച് ഒരു മൂലയിലൊതുങ്ങി നില്പായിരുന്നു..... ഒരു വിധം സമനില കൈവരുത്തി ബെഡ്റൂമിലേക്കു ചെന്ന്, കുറേയാലോചിച്ചു നിന്ന ശേഷമാണ്, ഭാമിനിയെ വിളിച്ചുണർത്താമെന്ന തീരുമാനത്തിൽ ഞാനെത്തിച്ചേർന്നത്. താഴേക്കു പോകാനും കാര്യമന്വേഷിക്കാനും ഞാൻ ഇതിനകം തീരുമാനിച്ചുകഴിഞ്ഞിരുന്നു. വേണ്ടിവന്നാൽ ഒരേറ്റുമുട്ടലിനുതന്നെ തയ്യാറാവണമെന്നും അഥവാ എനിക്കാണതിൽ ജീവഹാനിയെങ്കിൽ- എങ്കിൽ എന്റെ എല്ലാമായ പ്രിയപത്നി അതറിഞ്ഞിരിക്കേണ്ടതാണെന്നും എനിക്കു തോന്നി. ഭാമിനിയെ തട്ടിയുണർത്തി കാര്യം പറഞ്ഞപ്പോൾ, പെണ്ണ് ഞെട്ടിത്തളർന്നുപോയി. പക്ഷേ, അപ്പോൾ താഴെ തട്ടലും മുട്ടലുമൊന്നുമില്ലായിരുന്നു. പരിപൂർണ്ണ നിശ്ശബ്ദത! അത് ഒരടവാണ്. ഇപ്പോൾ ആ കഴുവേറികൾ പതുങ്ങിയിരിക്കയാവും... താഴേക്കു പോകാനും വാതിൽ തുറന്ന് രംഗനിരീക്ഷണം നടത്താനുമുള്ള എന്റെ ശ്രമത്തെ ഭാമിനി കരഞ്ഞുകൊണ്ടെതിർത്തു. താഴെ ശബ്ദങ്ങൾ നിലച്ചുപോയതിനാൽ കാര്യങ്ങൾ ഒന്നു കൂടി അവലോകനം ചെയ്തെടുക്കേണ്ടതുണ്ടെന്ന്

എനിക്കു തോന്നുകയും ചെയ്തു. അതിനാൽ ഞാൻ ഭാമിനിയുടെ കണ്ണീരിനെ മനം കൊണ്ടംഗീകരിച്ചു. അവൾ എന്നിലേക്ക് പേടിച്ചരണ്ട ഒരു മുയൽക്കുഞ്ഞിനെപ്പോലെ ഒതുങ്ങിനിന്നു... അപ്പോഴും അവൾ ദുരന്തങ്ങൾക്കായി കാതോർക്കയായിരുന്നു...

ഒടുവിലൊരു നിമിഷം ക്ഷമ നശിച്ച് ഞാൻ ടെറസിലേക്ക് നടന്നു. ഭാമിനിയും ഒരു നിഴലുപോലെ പിറകേ വന്നു. നിലാവിൽ ഞങ്ങൾ പതുങ്ങിനിന്ന് രംഗം നിരീക്ഷിച്ചു. എങ്ങും ആരുമില്ലായിരുന്നു. താഴെ മുറ്റത്ത് പെട്രോമാക്സിന്റെ വെളിച്ചമേയില്ല. നേർത്ത കാൽപ്പെരുമാറ്റവുമില്ല. ഒരു ചാവാലിപ്പട്ടിപോലും അടുത്തെങ്ങും മുരളുന്നില്ല... ഭാമിനി സംശയത്തോടെ എന്നെ നോക്കി. ഞാൻ ഒന്നും മനസ്സിലാവാത്തവനെപ്പോലെ തലതാഴ്ത്തി തിരിഞ്ഞു നടക്കുമ്പോൾ, ഒക്കെ എന്റെ വിഭ്രാന്തി മാത്രമാണെന്ന്, ഭാമിനി പിറുപിറുത്തു.

എന്താണെനിക്കു സംഭവിച്ചുപോകുന്നത്? കഴിഞ്ഞ വൈകുന്നേരം മുതൽ ഇത് തുടങ്ങിയതാണ്. അതു ശരിയല്ല, ഈ വെപ്രാളങ്ങൾ ഇന്നോ ഇന്നലെയോ ആയിട്ടല്ല. വർഷങ്ങളോളമായി ആരംഭിച്ചിട്ട്. അങ്ങനെ പറയുന്നതാണ് ശരി. കാക്കിയുടുപ്പിനകത്തേക്ക് കയറിയതു മുതൽ എന്റെ കണ്ണുകൾ എപ്പോഴും പരിസരങ്ങളിലായിരുന്നു. സാഹചര്യവും സന്ദർഭവും എന്റെ മനസ്സിന്റെ മേച്ചിൽപ്പുറങ്ങളായിരുന്നു. അവിടെയൊക്കെ തെളിവുകൾതേടി, വാദമുഖങ്ങൾതേടി ഞാനലഞ്ഞു. ഒരു കൃത്യനിഷ്ഠക്കാരനായ പൊലീസ് ഓഫീസർക്ക് ഇതൊക്കെ വിധി കല്പിതമാണ് എന്നാണെന്റെ സമാധാനം. എങ്കിലും ഇതൊരു വല്ലാത്ത ദുർവിധിതന്നെയാണ്.

നേരിൽ കണ്ടറിഞ്ഞ സംഭവങ്ങൾ വാസ്തവത്തിലുള്ളതല്ല എന്ന് വിശ്വസിച്ചു മടങ്ങുക എന്നത് സർവ്വതിലുമുപരിയായ ദുർവിധിയാണ്. എന്തു ചെയ്യാം, ഭൂമിയുടെ ഭ്രമണപഥത്തിൽ എവിടെയോ കരടുകൾ നിറഞ്ഞിരിക്കുന്നു. അയനങ്ങൾ പാളിപ്പോകുന്നു... അച്ചുതണ്ട് വളരെയേറെ ചെരിഞ്ഞോ വളഞ്ഞോ കിടക്കുന്നു.

“ഉറങ്ങൂ, ശാന്തമായുറങ്ങൂ.”

ഭാമിനി എന്നെ ചേർത്തുകിടത്തി. അവളുടെ പതുപതുത്ത കൈത്തലം എന്നെ തഴുകിമയക്കി. അവളുടെ നേർത്ത താരാട്ടിലേക്ക് ഒരു കൊച്ചുകുഞ്ഞായി ഞാനൊതുങ്ങി. രണ്ടരവയസ്സുള്ള ഒരു കുട്ടിയായിമാറി ഞാൻ. അമ്മയുടെ മാറിലെ ചൂടിലേക്ക് ഞാൻ ഗാഢം ചേർന്നു കിടന്നു.

* *

ഭാമിനി കുലുക്കി വിളിച്ചപ്പോഴാണ് ഉറക്കമുണർന്നത്.

“ദേ കമ്മീഷണർ പുറത്തുകാത്തുനില്ക്കുന്നു”

ഞാൻ കണ്ണുകൾ തിരുമ്മിത്തുറന്നു. കേൾക്കുന്ന വാർത്ത അത്ര

മാത്രം അവിശ്വസനീയമായതിനാൽ ഞാൻ ഭാമിനിയുടെ മുഖത്തേക്കു തന്നെ കണ്ണുകൾ തറപ്പിച്ചു.

"ഉറങ്ങ്വാന്നു പറഞ്ഞപ്പോ, വിളിച്ചുണർത്തണമെന്നും വളരെ ധൃതിയുണ്ടെന്നും പറഞ്ഞു."

വാഷ്ബേസിനിൽച്ചെന്ന് കണ്ണും മുഖവും കഴുകി. മുന്നിലെ കണ്ണാടിയിൽ നോക്കി മുടിയൊതുക്കി. ഉറക്കച്ചടവ് മുഖത്ത് വ്യക്തമാണ്. എന്തിനാണ് കമ്മീഷണർ വന്നിരിക്കുന്നത്? അത്രയും അത്യാവശ്യമായ വല്ല കാര്യവുമാണെങ്കിൽത്തന്നെ ഫോണിൽ വിളിക്കുകയല്ലേ പതിവ്?

"കമ്മീഷണറൊറ്റയ്ക്കാണോ?"

ഞാൻ തിരിഞ്ഞു ഭാമിനിയോടു ചോദിച്ചു.

"അല്ല, മൂന്നു നാലു പൊലീസുകാരുമുണ്ട്. ജീപ്പ് നിരത്തിൽ നിർത്തിയിട്ടിരിക്കയാണെന്നു തോന്നുന്നു."

കമ്മീഷണർ അക്ഷമനായി വരാന്തയിൽ അങ്ങുമിങ്ങും നടക്കുകയായിരുന്നു. പൊലീസുകാർ മുറ്റത്ത് അവിടവിടെയായി സ്ഥാനം പിടിച്ചിരിക്കയാണ്. വാതില്ക്കൽ എന്നെ കണ്ടതും അവരിലൊരാൾ, വർദ്ധിച്ച വെപ്രാളത്തോടെ "അതാ സാർ, അതാ!" എന്ന് കമ്മീഷണർക്ക് എന്നെ ചൂണ്ടിക്കാണിച്ചു..... അവരൊക്കെ മുറ്റത്തേക്ക് ഓടിവന്നു കൂട്ടം ചേർന്നു. എന്തോ എനിക്കൊന്നും പിടികിട്ടിയില്ല. കമ്മീഷണർ ബാലേന്ദ്ര എന്റെ സമീപത്തേക്കു വന്നു. ഞാൻ പുറത്തെത്തി അദ്ദേഹത്തിന് സൗഹൃദത്തിന്റെ പുഞ്ചിരി നല്കി.

"മിസ്റ്റർ മിത്രാനന്ദ്, യു ആർ അണ്ടർ അറസ്റ്റ്."

എനിക്കു വല്ലതും പറയാൻ കഴിയുംമുമ്പ്, എന്താണ് കാര്യമെന്ന് അറിയാൻ പോലുമാവാതെ, എന്റെ കൈകളിൽ ആമം വന്നുവീണു. ഭാമിനി എല്ലാം കണ്ടു നില്ക്കുകയായിരുന്നു. അവൾ ആർത്തലച്ച് വരാന്തയിലേക്കു വീണു. പൊലീസുകാർ എന്നെ ഇരുവശത്തുനിന്നും കീഴടക്കി, ഞാൻ അവരിലേക്കു ചാഞ്ഞു.

●

"നിങ്ങൾ ഇന്നലെ രാത്രി നഗരത്തിലൂടെ ഒരു ചെകുത്താനെപ്പോലെ അലഞ്ഞുനടക്കുകയായിരുന്നു. ഒരു കാര്യവുമില്ലാതെ നിങ്ങൾ പലയാളുകളെയും തടഞ്ഞുനിർത്തി പുലഭ്യം പറഞ്ഞുവിട്ടു. വഴിവക്കിൽ ഉറങ്ങിക്കിടന്നവരെ ചവുട്ടിയുരുട്ടി. അവരുടെ അലമുറയ്ക്കുമേൽ നിങ്ങൾ അട്ടഹാസം മുഴക്കി... ഒടുവിൽ പാവപ്പെട്ട ഒരു തൊഴിലാളി യുവാവിനെ നിങ്ങൾ കുത്തിമലർത്തി... മിസ്റ്റർ മിത്രാനന്ദ്, നിങ്ങൾ കൊലപാതകിയാണെന്ന് കോടതിക്ക് നിസ്സംശയം ബോദ്ധ്യമായിക്കഴിഞ്ഞിരിക്കുന്നു... ഇനി നിങ്ങൾക്കുവല്ലതും ബോധിപ്പിക്കാനുണ്ടെങ്കിൽ ഇതാ കോടതി അതിനവസരം നല്കിയിരിക്കുന്നു"

പ്രതിക്കൂട്ടിന്റെ അഴികളിൽ ഞാൻ മുറുകെപ്പിടിച്ചു. എന്റെ ഹൃദയം

രണ്ടായിനുറുങ്ങുകയും ഒരെണ്ണം പാതാളത്തിലേക്കും മറ്റൊന്ന് എന്നിൽ ത്തന്നെയും വീണുടയുകയും ചെയ്തിരുന്നു. മനസ്സോ, നിറയെ പോറ ലുകളും രക്തവും നിറഞ്ഞതും. എനിക്ക് എന്തൊക്കെയോ ചോദിക്കണ മെന്നുണ്ടായിരുന്നു. പക്ഷേ, നാവ് ചലനമറ്റുപോയിരിക്കുന്നു. ഒടുവിൽ വളരെ ശ്രമപ്പെട്ട് ശബ്ദം പുറത്തുവന്നു.

"സത്യമായും കൊലപാതകി എന്ന് സംശയിക്കപ്പെടുന്ന ഒരാളെ കണ്ടെന്നതൊഴിച്ച് ഇന്നലെ രാത്രിയിൽ എന്തെങ്കിലും കൊലപാതകവു മായി ഒരു തരത്തിലും..."

ഞാൻ പൂർത്തിയാക്കും മുമ്പ് കോടതി ഇടയിൽച്ചാടി.

"എന്നിട്ട് നിങ്ങൾ അയാളെ എന്തു ചെയ്തു?"

"അന്വേഷിക്കാനൊരുങ്ങും മുമ്പ് അയാൾ മറഞ്ഞു കഴിഞ്ഞിരുന്നു... പോരെങ്കിൽ ഞാനപ്പോൾ ഡ്യൂട്ടിയിലുമല്ലായിരുന്നു."

"അയാൾ കൊലപാതകിയാണെന്ന് നിങ്ങളെങ്ങനെയുറപ്പിച്ചു!"

ഞാൻ ഉത്തരത്തിനായി ഏറെനേരം ആലോചിച്ചു. എന്നിട്ട്, പതിയെ സൂക്ഷിച്ച് ചെറിയൊരുൾക്കിടിലത്തോടെ പറഞ്ഞു: "സാഹചര്യത്തെളി വുകൾ അനുസരിച്ച്.... അയാളുടെ വസ്ത്രത്തിലും കൈകളിലും ചോര ക്കറയുണ്ടായിരുന്നു... പിന്നെ അയാളുടെ മട്ടുകളും മാതിരികളും...."

"മിസ്റ്റർ മിത്രാനന്ദ്, നിങ്ങൾ പരസ്പര വിരുദ്ധങ്ങളായ എന്തൊ ക്കെയോ സംസാരിക്കുന്നു. ഇത് നിങ്ങളുടെ കുറ്റം മറച്ചുപിടിക്കുവാനുള്ള ഒരു വിദ്യയായി കോടതിക്കു കരുതാമോ?"

ഞാൻ തളർന്നുകഴിഞ്ഞു. എന്നിൽ വികസിച്ചു വന്നിരുന്ന പ്രത്യാ ശയുടെ നേരിയ കിരണവും കെട്ടുതുടങ്ങി.

"സത്യമായും... സത്യമായും... ഞാനാരേയും ഇന്നേവരെ...." ഞാൻ വിതുമ്പി.

"പക്ഷേ, തെളിവുകളുണ്ട് മിസ്റ്റർ മിത്രാനന്ദ്."

"തെളിവുകളോ?"

"അതെ. സാക്ഷിയുടെ മൊഴി. പിന്നെ സാഹചര്യത്തെളിവുകൾ."

"ഇല്ല, അങ്ങനെ സംഭവിക്കുകയില്ല. കൺമുന്നിൽ വച്ചു നഷ്ടപ്പെട്ട പുള്ളിയെച്ചൊല്ലി ഖേദിച്ചും വെപ്രാളപ്പെട്ടും, ഒരു സത്യസന്ധനായ പൊലീസുദ്യോഗസ്ഥന്റെ കർമ്മഗതിപോലെ, രാത്രി മുഴുവൻ ഞാൻ ശരി ക്കുറങ്ങിയതേയില്ല...."

"മിസ്റ്റർ മിത്രാനന്ദ്, വികാരഭരിതനാകാതിരിക്കൂ. ചോദിച്ചതിനു മാത്രം വിശദീകരണം തന്നാൽമതി കേട്ടോ."

സാക്ഷിക്കൂട്ടിൽ അയാൾ! അയാൾ പറഞ്ഞു:

"ഉവ്വ്, ഈ മനുഷ്യൻ തന്നെയായിരുന്നു ഇന്നലെ രാത്രി പൂക്കാരൻ തെരുവിലെ പീടികത്തിണ്ണയിൽ ഉറങ്ങിക്കിടക്കുകയായിരുന്ന ആ പാവം പയ്യനെ കുത്തി മലർത്തിയത്... അവന്റെ മാറാപ്പിലുണ്ടായിരുന്ന പണ ക്കുടുക്ക ഇയാൾ തപ്പിയെടുക്കുന്നതും തച്ചുടച്ച് അതിലുള്ളതെല്ലാം സഞ്ചിയിലാക്കുന്നതും ഞാൻ കണ്ടതാണ്. സെക്കന്റ് ഷോ ഡ്രാമ

കഴിഞ്ഞ് ഞാൻ ധൃതിയിൽ വരികയായിരുന്നു. ഇയാളോടൊപ്പം ഇയാളുടെ ഭാര്യയുമുണ്ടായിരുന്നു. അവരെ കുറെ ദൂരെ നിർത്തിയ ശേഷമായിരുന്നു ഇയാൾ..."

കോടതി ചോദിച്ചു:

"എന്നിട്ട് നിങ്ങളാദൃശ്യം വെറുതെ നോക്കി നിന്നു. അങ്ങനെയല്ലേ.....?"

"എനിക്കതു വയ്യായിരുന്നു. എന്റെ കാലനക്കം കേട്ടതും ഇയാൾ ഓടിമറഞ്ഞു... ഞാൻ ആ പയ്യനെ താങ്ങിയെടുത്ത് നടന്നു... പക്ഷേ, അവൻ മരിച്ചുകഴിഞ്ഞിരുന്നു. പിന്നെ ഞാൻ സ്റ്റേഷനിലേക്ക് ചെന്ന് വിവരമറിയിച്ചു."

കോടതി എന്നെ നോക്കി. ഞാൻ വിറയാർന്ന ദേഹം വിസ്താരക്കൂട്ടിന്റെ പടിയിൽ താങ്ങി...

കോടതി അയാളെ നോക്കി. അയാൾ കോടതിയെ തൊഴുത് വിനയാന്വിതനായി.

കോടതിയിൽ തിരശ്ശീല പതിയെ താഴ്ന്നു.

ശുഭം.

ഇടനാഴിയുടെ ഇങ്ങേയറ്റത്ത്

സ്വപ്നങ്ങളില്ലാത്ത ഒരു പകലുറക്കത്തിൽനിന്ന് ഞെട്ടിയുണരുകയായിരുന്നു ഞാൻ. ആരോ എന്നെ പതിയെ വിളിക്കുന്നതുപോലെ...

ചുവരുകൾ സംഗീതമുതിർക്കുകയാണ്. അരുണാഗുപ്തയുടേതാണ് സ്വരം. തംബുരുവിന്റെ പശ്ചാത്തലം. അരുണ പാട്ടു ശീലിച്ചു കൊണ്ടിരിക്കെ ഞാൻ കണ്ണുകൾ തിരുമ്മിത്തുറന്നു...

എന്നെ നോക്കിനില്ക്കുകയാണ് ഇരുളമർന്ന ചുവരുകൾ. കിടക്കയോട് ചേർന്ന ചുവർ എന്നോട് അപ്പോഴും പതിഞ്ഞ ശബ്ദത്തിൽ എന്തോ മന്ത്രിച്ചു കൊണ്ടിരുന്നു. എന്തോ, എന്തോ... രാഗവും താളവുമല്ല. കാര്യമായെന്തോ...

ഞാൻ മുന്നിലെ ജാലകം തുറന്നു. വെയിലാറിത്തുടങ്ങി. സമയമെന്തായിക്കാണും? നാലുമണി, അല്ലെങ്കിൽ നാലര. ഗുപ്തയുടെ കവാടത്തിനു മുന്നിൽ, അരുണയുടെ അനിയത്തിമാർ റിങ്ങെറിഞ്ഞു പിടിക്കുന്നു. റിങ് കൈകളിൽനിന്ന് കൈകളിലേക്ക് പാഞ്ഞുകൊണ്ടേയിരുന്നു. ഇടയ്ക്ക് ഏറ്റവും ചെറിയ നീതുവിന്റെ കൈയിൽനിന്ന് അത് പിടഞ്ഞു വീണു. മറ്റുള്ളവർ ആർത്തുവിളിച്ച് അവൾക്കു ചുറ്റും തുള്ളിച്ചാടി... സ്കേർട്ടുകൾ ഉലഞ്ഞുയർന്നു... കൂടുതൽ നോക്കിനില്ക്കാതെ പിന്മാറി. ഗുപ്ത ഇന്ന് അവിടെത്തന്നെയുണ്ട്!

"ഫസ്റ്റ് ക്ലാസ് ഓഫീസേഴ്സിന്റെ റസിഡൻഷ്യൽ ഏരിയയാണെടാ ഇത്. യു ബ്ലഡി ബാച്ചിലേഴ്സ് തേഡ് ക്ലാസ് കൂലീസ്." ഇന്നലെ അയാൾ മുറ്റത്തുവന്നു നിന്ന് എന്തെല്ലാമോ കുരച്ചുചാടി. മദ്യമായിരുന്നു തലയ്ക്കകത്ത്. വാക്കുകൾ അവ്യക്തമായിത്തുടങ്ങുകയും ആട്ടം കൂടിവരികയും ചെയ്തപ്പോൾ, മിസ്സിസ് ഗുപ്ത ഇറങ്ങിവന്ന് അയാളെ താങ്ങി. പിന്നെ അവരും ഞങ്ങളുടെ കവാടം നോക്കി എന്തൊക്കെയോ തെറിപറഞ്ഞ്,

ഹസ്സിനെ സഹായിച്ചു. ശബ്ദം നേർത്തതായതിനാൽ ഒന്നും മനസ്സിലായില്ല. തെറിയാണെന്നു മാത്രം മനസ്സിലായി. കുറേക്കഴിഞ്ഞപ്പോൾ അവർ കയറിപ്പോവുകയും ചെയ്തു. സെക്കന്റ്ഷോ സിനിമകഴിഞ്ഞു മടങ്ങുന്നവർ വേലിക്കപ്പുറം റോഡിൽനിന്ന് കാഴ്ച കാണുന്നുണ്ടായിരുന്നു. റോബർട്ടിന് തീരെ സഹിക്കാനായില്ല. "ആ മുതുക്കന്റെ തോന്ന്യാസം ഞാനിന്ന്" അവൻ എന്റെ പിടിവിടുവിക്കാൻ കുതറി. ഞാൻ മുറുകെ കൂടുതൽ ശക്തിയിൽ പിടിച്ചു നിർത്തി. "നീയടങ്ങ്, അങ്ങേര് കുടിച്ചു പൂസായി പറയുന്നതിന്" ഞാൻ പറയുന്നതൊന്നും, പക്ഷേ, റോബർട്ടിന്റെ ചെവികളിലേക്കെത്തിയില്ല. അബ്ദുവും മുനീറും ഉറക്കം നടിച്ചു കിടന്നതേയുള്ളൂ.

സൈക്കിൾ സവാരി പഠിക്കണമെന്ന ഉദ്ദേശ്യത്തോടെ പ്രസിലെ പഴയൊരു സൈക്കിൾ അബ്ദുവും മുനീറും വൈകിട്ട് ജോലി കഴിഞ്ഞു മടങ്ങുമ്പോൾ ഉന്തിക്കൊണ്ടുവന്നു. രാത്രി തെളിഞ്ഞ നിലാവിലൂടെ എല്ലാ ജാലകക്കള്ളികളിലും ഇരുട്ട് പരന്നപ്പോൾ ഡോറുകളുടെ മുമ്പിൽ മുറ്റത്ത് അവർ വട്ടം കറങ്ങി. റോബർട്ട് ഉറക്കം പിടിച്ചുകഴിഞ്ഞിരുന്നു. ഞാൻ വായിച്ചുകൊണ്ട് കിടക്കുകയായിരുന്നു. പയ്യന്മാർ വന്നു കിടന്നതെപ്പോഴെന്നൊന്നും അറിഞ്ഞില്ല. ഒരലർച്ച കേട്ട് ഞെട്ടുമ്പോൾ, മുറ്റത്തുനിന്ന് ഗുപ്ത തെറി വിളിക്കുകയായിരുന്നു. അയാളുടെ ബെഡ്റൂമിലേക്ക്, ഞങ്ങൾ ബ്ലഡി ബാച്ചിലേഴ്സ്, പീപ്പ് ചെയ്തിരിക്കുന്നു. അയാൾ അസന്ദിഗ്ദ്ധമായി പ്രഖ്യാപിച്ചുകൊണ്ടിരുന്നു, നാണമില്ലാതെ.

പേടിച്ചരണ്ട കോഴിക്കുഞ്ഞുങ്ങളായി അബ്ദുവും മുനീറും പുതപ്പുകൾക്കടിയിൽ ചുരുണ്ടുകൂടി. "ഞങ്ങളൊന്നുമറിഞ്ഞില്ല. സൈക്കിളോടിച്ച് തളർന്നപ്പോൾ, ഇതാ വന്നു കിടന്നതേയുള്ളൂ." അവർ തങ്ങളുടെ നിരപരാധിത്വം വെളിപ്പെടുത്താൻ ശ്രമിച്ചു. റോബർട്ട് കുറേനേരം സഹിച്ചിരുന്നു. ഗുപ്തയുടെ പുലയാട്ടുകൾക്ക് എന്നിട്ടും അറ്റമില്ല. ഞാൻ റോബർട്ടിനെ മുറുകെ പിടിച്ചു.

ഒരു നീണ്ട രാത്രിക്കുശേഷം ഇന്ന് പുലരുമ്പോൾ എനിക്ക് ഒന്നിനും ഉന്മേഷം തോന്നിയില്ല. റോബർട്ടും അബ്ദുവും മുനീറും പ്രസിലേക്കു പോയപ്പോൾ ഞാൻ വാതിലടച്ച് വന്നുകിടന്നു; ഉച്ചയ്ക്കുശേഷം വരാമെന്ന് റോബർട്ടിനെ കേൾപ്പിച്ചശേഷം.

ഈ ക്വാർട്ടറിൽ ആദ്യം കുറേ മാസം ഞാൻ തനിച്ചായിരുന്നു. വാരികയുടെ ആലോചനകൾ നടക്കുമ്പോൾ. പിന്നെ ആരംഭിച്ചപ്പോൾ മറ്റുള്ളവരും വന്നുചേക്കേറി. തൊട്ടയലത്തുള്ളവരൊന്നുമായി ഞങ്ങൾ ബന്ധം സ്ഥാപിച്ചിരുന്നില്ല, അശോക് ഗുപ്തയും നാരായണറാവുവും അബ്ദുള്ളാഖാനും ഒക്കെ ഞങ്ങൾക്കാരുമല്ല. അവർക്കു ഞങ്ങളും. ഒരേ നിരയിലുള്ള ഈ വാടകക്കെട്ടിടങ്ങൾക്കു പൊതുവെ ഒരു നീണ്ട മുറ്റവും ഒരു പൊതുവഴിയും എല്ലാമാണെങ്കിലും, പുലർച്ചയോടെ കൂടൊഴിഞ്ഞ് രാത്രിയിൽ തിരിച്ചെത്തുന്ന ഞങ്ങൾക്ക് മറ്റൊന്നും ശ്രദ്ധിക്കാനുമാവില്ല. പക്ഷേ, ഞാൻ ഗുപ്തയുടെ കവാടത്തിലേക്ക് കണ്ണുകൾ തുറന്നുവെക്കാറുണ്ടാ

യിരുന്നു, ഇടയ്ക്കെങ്കിലും. എന്റെ കിടക്കയോടു ചേർന്നുള്ള ചുവരിനപ്പുറം പളുങ്കുവളകൾ ചിരിപൊഴിക്കുന്നത് ഒരു സ്വകാര്യ സ്വപ്നം പോലെ ഞാൻ കാത്തുവെച്ചു. ആരോടും പറഞ്ഞില്ല. ഒന്നും. ഒടുവിൽ ഇതാ, ഗുപ്തയുടെ ശരവർഷം- യു ബ്ലഡി ബാച്ചിലേഴ്സ്, തേഡ് ക്ലാസ് കൂലീസ്...

അരുണയുടെ സാന്ദ്രസംഗീതം കേട്ടുണർന്ന ഞാൻ ജാലകത്തിനരികിൽനിന്നും പിന്മാറിയശേഷം ഇനി എന്തു ചെയ്യണമെന്നോർത്ത് തെല്ലു നേരം നിന്നു. പ്രസിലേക്കു ചെന്നു കളയാം എന്ന് ഒടുവിൽ ഒരു തീരുമാനത്തിലെത്തി. ചീഫ് എഡിറ്ററുടെ മുഖം ഇനിയും വഷളാക്കുന്നതെന്തിന്?

ഒരുങ്ങിപ്പുറത്തിറങ്ങി, വാതിലടച്ച് പൂട്ടി പിന്തിരിയുമ്പോൾ, മുറ്റത്ത് കുട്ടികളാരുമില്ലായിരുന്നു. ഗുപ്തയുടെ കവാടത്തിൽ ഒരു വെളുത്ത മുഖം- അരുണാഗുപ്ത നീലക്കണ്ണുകൾ കാട്ടി എന്നെ തടഞ്ഞുനിർത്തുന്നു. എന്റെ ഡാഡിയോട് ക്ഷമിക്കൂ. അവൾ പറയുന്നു. ഓ ഞാനപ്പോഴേ അത് മറന്നു, ഞാൻ പറയുന്നു.

രണ്ട്

ഓഫീസിൽ കയറാതെ നേരെ കമ്പോസിങ് സെക്ഷനിലേക്ക് ഒരു ചൂളമടിച്ചു ചെന്നെത്തിയ ഞാൻ, യന്ത്രങ്ങളുടെ മുരൾച്ചയ്ക്കിടയിൽ, അബ്ദു വിളിച്ചു പറഞ്ഞതെന്തെന്ന് കേൾക്കുകയുണ്ടായില്ല. എന്ത് എന്ന് ആംഗ്യം കാട്ടി ചോദിച്ചു. അവൻ തിരിച്ചും എന്തെല്ലാമോ ആംഗ്യങ്ങൾ കാട്ടി. പോടാ എന്ന് മുഖം കൊണ്ട് ഒരു ഗോഷ്ഠിയെറിഞ്ഞ് ഞാൻ തിരിഞ്ഞു നടന്നു... ഇടനാഴിയിൽ വച്ചു റോബർട്ട് എതിരെ വരുന്നു.... "ആ ഗുപ്തയെ ഇന്നു രാത്രി ഞാൻ കൊല്ലാൻ പോകുന്നു." അവൻ വിട്ടുവീഴ്ചയില്ലാതെ പ്രഖ്യാപിച്ചു. ഞാൻ സ്തംഭിച്ചു നിന്നു. "ആ റാസ്കൽ, നമ്മുടെ ചീഫ് എഡിറ്റർക്ക് ഫോൺ ചെയ്തിരിക്കുന്നു. നമ്മളെ നിലയ്ക്കു നിർത്താൻ പറയണമെന്ന്. അവർ കുടുംബക്കാർക്ക് അവിടെ നമ്മുടെ ശല്യം സഹിക്കാനാവുന്നില്ലെന്ന്."

ഞാൻ, ചീഫ് എഡിറ്ററെ കാണാതെ, റോഡിലേക്കിറങ്ങി. റോബർട്ട് അറിഞ്ഞതിലധികവും എന്തെല്ലാമോ സംഭവിച്ചിരിക്കും എന്ന് എനിക്കുറപ്പുണ്ടായിരുന്നു. ഗുപ്ത എല്ലാം വളരെ കാര്യമായെടുത്തിരിക്കുന്നു. അങ്ങനെയാണെങ്കിൽ അയാൾ ആളല്പം പിശകുതന്നെ. റോബർട്ട് ഇന്നു രാത്രി അയാളെ വധിച്ചു കൊള്ളട്ടെ. ഞാൻ തടയുകയൊന്നുമില്ല.

ഫ്ളവർ കോർണറിൽച്ചെന്ന് ഞാൻ ഒരു മുഴം ജമന്തിമാല വാങ്ങി, അനന്ത്പൈ റോഡിലൂടെ നടന്നു. മല്ലീനാഥ ക്ഷേത്രത്തിലൊന്നു കയറണം. മനംനൊന്ത് എനിക്ക് പ്രാർത്ഥിക്കണം. എന്റെ സ്വപ്നങ്ങൾ, ആഗ്രഹങ്ങൾ, അഭിലാഷങ്ങൾ... മല്ലീനാഥന് എല്ലാം അറിയാം. ഞാൻ പല വട്ടം കേൾപ്പിച്ചിട്ടുള്ളതാണ്...

പടവുകൾ കയറിച്ചെല്ലുമ്പോൾ എതിരെ വരുന്നു അവൾ, ആരതി

ഗുപ്ത. ഗുപ്തഫാമിലിയിലെ രണ്ടാമത്തവൾ. അവളെ മുറ്റത്ത് റിങ് കളിക്കുന്ന നിലയിലും, റോഡരുകിൽ വന്നു ഹോണടിക്കുന്ന സ്കൂൾ ബസിലേക്ക് ഓടിപ്പോകുന്ന നിലയിലും ഞാൻ പലവട്ടം കണ്ടിട്ടുണ്ട്, ജാലകത്തിലൂടെ... എന്തൊക്കെയോ ചോദിക്കണമെന്ന് എനിക്കുതോന്നി. ഒന്നും ചോദിച്ചില്ല. അവൾ കടന്നുപോയി. ഞാൻ തിരിഞ്ഞുനിന്നു നോക്കുമ്പോൾ, അവൾ പടവുകളിറങ്ങുകയാണ്. ചടപടാ...

മല്ലിനാഥന്റെ തിരുമുമ്പിൽ പൂക്കൾ വെച്ച് ഞാൻ കരഞ്ഞു.

മൂന്ന്

“പ്രാർത്ഥിച്ചു അല്ലേ?” അവൾ ചോദിച്ചു.” “ഉം.” ഞാൻ മൂളി. “എന്താ പ്രാർത്ഥിച്ചത്?” “എല്ലാം ശരിയാക്കിത്തരണേ എന്ന്...” “എനിക്കുവേണ്ടി പ്രാർത്ഥിച്ചോ?” “ഉം, നമുക്കുവേണ്ടി നമ്മുടെ ജീവിതത്തിനുവേണ്ടി.”

വാതില്ക്കൽ കണ്ട അരുണയുടെ നീലക്കണ്ണുകളിലേക്കുതന്നെ നോക്കി ഞാൻ പൂട്ടുതുറന്നു. മുൻവശത്തെ വിളക്കു തെളിഞ്ഞു. മുറ്റത്ത് പാൽപ്പുഴ. പതിവില്ലാത്തവിധം, അകത്തുനിന്ന് ഒരു ചൂരൽക്കസേര എടുത്ത് മുറ്റത്തിട്ട് അതിലിരുന്ന് മാസിക മറിച്ചു. താളുകളിൽ തിളങ്ങുന്ന ഒരു ജോടി നീലക്കണ്ണുകളായിരുന്നു. ഗുപ്തയുടെ ഡോർ അടഞ്ഞുകിടപ്പായിരുന്നു. എങ്കിലും ജാലകക്കള്ളികളിൽ പ്രകാശം. ഇപ്പോൾ ഗുപ്ത വന്ന് തെറി തുടങ്ങിയെങ്കിലോ എന്ന് ഞാൻ ചിന്തിച്ചു.

അപ്പോൾ റോബർട്ട് വന്നു. “ഞാനൊരുങ്ങിയാണ് വന്നിട്ടുള്ളത്.” അവൻ അറിയിച്ചു. ജീൻസിന്റെ പോക്കറ്റിൽനിന്ന് കുറിയ ഒരു പിച്ചാത്തി വലിച്ചെടുത്ത് എന്നെ കാണിച്ചു. “മോശമില്ല” ഞാൻ അവനെ അഭിനന്ദിച്ചു. അപ്പോൾ പക്ഷേ, ഉള്ളം നടുങ്ങി. പിന്നെ അബ്ദുവും മുനീറും വന്നു. അവരുടെ വരവ് ആ പഴഞ്ചൻ സൈക്കിളുമായിത്തന്നെ.

സൈക്കിൾ മുറ്റത്തൂടെ ഉന്തിനീക്കാൻ തുടങ്ങി അവർ. ഓടിക്കാൻ അത്രയൊന്നും വശമില്ലായിരുന്നു. അതിനാൽ റോബർട്ടും അവരുടെ കൂടെ കൂടി. ബെല്ലടിച്ചും അട്ടഹസിച്ചും അവർ ബഹളമുണ്ടാക്കി. തെറിപ്പാട്ടുകൾ പാടി. ഒരു ഡോറും തുറന്നില്ല. ജാലകക്കള്ളികളിലെ പ്രകാശം മാത്രം. ഗുപ്തയും റാവുവും ഖാനും ഒക്കെ പേടിത്തൊണ്ടന്മാർതന്നെ. ആരും പുറത്തേക്കുവരുന്നില്ലല്ലോ. പിള്ളേരോട് കളിച്ചാൽ രക്ഷയില്ലെന്ന് അവർക്കു മനസ്സിലായിരിക്കുന്നു..... വേലിക്കപ്പുറം ഇടയ്ക്കിടെ പാഞ്ഞകലുന്ന വാഹനങ്ങൾ. റോഡിൽ ആളുകളധികം ഇല്ലായിരുന്നു. കടന്നുപോകുന്നവരാകട്ടെ, അസാധാരണമായ ഒരു കാഴ്ചയായി ഒന്നുമെടുക്കുന്നില്ലതാനും. ഞാൻ എല്ലാം കണ്ടുകൊണ്ടിരുന്നു.

കുറെ ചവുട്ടിത്തളർന്നപ്പോൾ, അവർ എനിക്കുചുറ്റും മടങ്ങിയെത്തി. നിലത്തിരുന്ന്, എന്നോട് ഒരു കവിത ചൊല്ലാൻ പറഞ്ഞു. ഒരു മലയിടിച്ചു തകർത്ത്, അകത്തെ ഗുഹയിൽ നിന്ന് കാമുകിയെ വീണ്ടെടുത്ത

യുവരാജന്റെ സാഹസികതയെക്കുറിച്ചുള്ള കവിത ഞാൻ ചൊല്ലി. പതിയെപ്പതിയെ എന്റെ ശബ്ദം ഉച്ചത്തിലായി. റോബർട്ട് കൈയടിച്ചു താളം നല്കി. അബ്ദുവും മുനീറും താളത്തിൽ നൃത്തമാടി. അപ്പോൾ ഗുപ്തയുടെ ജാലകക്കള്ളികളിൽ ഇരുട്ട് ചേക്കേറി. അതിനു മുൻപേ എപ്പോഴോ, മറ്റു ഡോറുകളും ഇരുളിലാണ്ടു കഴിഞ്ഞിരുന്നു. ഞാൻ കവിത നിർത്തി. നിരാശരായി, എന്നാൽ സന്തോഷത്തോടെയും ഞങ്ങൾ മുറിയിലേക്ക് കയറി. "ആ മുതുക്കൻ പേടിച്ചെന്നാ തോന്നുന്നത്." ഷർട്ടഴിച്ചു അയയിലേക്കെറിഞ്ഞ് വിസ്തൃതമായ നെഞ്ചും കൊഴുത്ത മസിലുകളും പ്രദർശിപ്പിച്ചുകൊണ്ട് റോബർട്ട് പറഞ്ഞു.

നാല്

പൂർവ്വചരിത്രം ഇങ്ങനെ-

പാത്തുമ്മയുടെ ഭർത്താവ് ബഷീർ സാഹിബ് ഒരിടത്തരം അമീർ ആയിരുന്നു, ഷാർജയിൽ. പെട്ടെന്നൊരു ദിവസം നെഞ്ചുദീനം പിടിപെടുകയും ചരമമടയുകയും ചെയ്തു. മയ്യത്ത് ഇങ്ങോട്ട് കൊണ്ടുവരികയുണ്ടായില്ല. അവിടെത്തന്നെ കാക്കയ്ക്കോ പൂച്ചയ്ക്കോ കൊടുത്തു... പാത്തുമ്മയും (38 വയസ്സ്) മകൾ സെമി എന്ന സെമീറയും (16 വയസ്സ്) അൻവർ എന്ന കൊച്ചുമകനും (12 വയസ്സ്) കുറേ ആടുകളും (വയസ്സ് വ്യക്തമല്ല) കരഞ്ഞു. മൂന്നുനാലു ദിവസം കഴിഞ്ഞപ്പോൾ ബഷീർ സാഹിബ് വിസ്തൃതിയുടെ ചളിക്കൂമ്പാരത്തിനടിയിലായി. പാത്തുമ്മ പതിവുപോലെ ഊർജ്ജസ്വലതയോടെ വായിട്ടലയ്ക്കാനും ആടുകൾക്ക് സ്നേഹത്തോടെ പ്ലാവിലയൊടിച്ചുകൊടുക്കാനും തുടങ്ങി. പാത്തുമ്മയുടെ മൂത്തമകൻ അഷ്റഫ് (22 വയസ്) ജിദ്ദയിൽ വ്യാപാരം നടത്തുകയും, കനത്ത പണം നാട്ടിലേക്ക് അയച്ചുകൊണ്ടിരിക്കുകയും ചെയ്യുന്നു.....

വാടകവീടുകൾക്കു പിറകിലാണ് വീട്ടുടമസ്ഥ പാത്തുമ്മയുടെ കൊട്ടാരം. ഒരു കൊട്ടാരം തന്നെയായിരുന്നു അത്. കൊട്ടാരത്തിനു മുന്നിൽ നിറയെ ആടുകളും. അകത്ത് മൂന്നു ജീവിതങ്ങൾ- പാത്തുമ്മയുടേത്, സെമിയുടേത്, അൻവറിന്റേത്.....

സെമി തീരെ കൊച്ചുപെണ്ണൊന്നുമായിരുന്നില്ല. മാറിടമൊക്കെ കൂമ്പിത്തുടങ്ങി. കണ്ണുകൾക്ക് കുറേക്കൂടി അഴകും വന്നു. അവളുടെയും കൂട്ടുകാർ ആടുകൾതന്നെ. പിന്നെ ഗുപ്തയുടെ പെൺകിടാങ്ങളും. അരുണയുടെ അനിയത്തി ആരതിയാണ് അവളുടെ ആത്മമിത്രം. അവരെ അധികനേരവും ഒന്നിച്ചേ കാണൂ. ആരതി മലയാളം പറയാൻ ശ്രമിക്കുന്ന- ശീലിക്കുന്ന- അവസരങ്ങളാകുന്നു അത്. ആരതി മാത്രമല്ല ഗുപ്ത ഫാമിലിയിലെ എല്ലാവരും. അയലത്തുള്ള റാവു ഫാമിലിയും ഖാൻഫാമിലിയും ഒക്കെ പാത്തുമ്മയുടെയും മക്കളുടെയും ആടുകളുടെയും കൂടെച്ചേർന്ന് മലയാളം പരിശീലിച്ചുപോന്നു. ഇതൊക്കെ വളരെ പിന്നീട് അറിഞ്ഞ കാര്യങ്ങളാണ്....

വാരിക തുടങ്ങാൻ ആലോചന നടക്കുമ്പോൾ ഈ ക്വാർട്ടർ ഒഴിഞ്ഞുകിടപ്പായിരുന്നു. ഉണ്ടായിരുന്നത് പുതു ദമ്പതികളായ ഒരു ഡോക്ടറും ഭാര്യയുമായിരുന്നു. ഡോക്ടർ ഒരു കിറുക്കനായിരുന്നു. അതിനാൽ ഭാര്യ എളുപ്പം കയറിൽ തൂങ്ങി. അതൊരു കറുത്ത നക്ഷത്രങ്ങൾ മിഴിയടച്ച രാത്രിയായിരുന്നെന്ന് അൻവർ പിന്നൊരിക്കൽ പറഞ്ഞു. ഡോക്ടറുടെ ഭാര്യയുടെ പ്രേതത്തെ ഭയന്ന് ആരും അവിടേക്കു പിന്നെ വന്നില്ല. അറിഞ്ഞിരുന്നെങ്കിൽ ഞാനും വരുമായിരുന്നോ? ആവോ, അറിയില്ല. ആരും എന്നെ അറിയിച്ചില്ല. നല്ലൊരു ക്വാർട്ടർ. വിശാലമായ മുറികൾ. ജാലകം തുറന്നാൽ മുന്നിൽ പരന്നുകിടക്കുന്ന മുറ്റം. അതിനപ്പുറം നാഷണൽ ഹൈവേ- അങ്ങനെയൊക്കെയാണു ഞാൻ കരുതിയതും ആഹ്ലാദിച്ചതും. എനിക്കിവിടം അത്രയ്ക്കിഷ്ടമായി. അൻവർ, വീണ്ടുവിചാരമില്ലാതെ ഒരിക്കൽ എന്നോടതു പറഞ്ഞു. ഡോക്ടറുടെ ഭാര്യയുടെ പ്രേതത്തെക്കുറിച്ച് ചില സൂചനകൾ ആരോ തന്നപ്പോൾ ഞാനന്വേഷിക്കയായിരുന്നു. അവന് ഒഴിഞ്ഞുമാറാൻ അറിഞ്ഞുകൂടായിരുന്നു (അവൻ അത്രയ്ക്കു മണ്ടനായ ഒരു കുട്ടിയായിരുന്നു...) എങ്കിലും എന്തുകൊണ്ടോ എനിക്കു ഭയമൊന്നും തോന്നിയില്ല. ചുവരുകൾക്കപ്പുറം വേറെയും താമസക്കാരുണ്ടല്ലോ എന്നായിരുന്നു എന്റെ ചിന്ത- അവരെയൊന്നും എനിക്കറിയില്ലെങ്കിൽക്കൂടി പരിചയപ്പെടാൻ ഞാനൊരു ശ്രമം നടത്തിയിരുന്നു ആദ്യകാലങ്ങളിൽ. അപ്പുറം സമുദ്രഗവേഷണശാലയിലെ അശോക് ഗുപ്തയാണെന്നു ഡോറിലെ നേംപ്ലേറ്റിൽ നിന്നറിഞ്ഞു. അവിടെ നിറയെ പെൺകുട്ടികളാണെന്നുമറിഞ്ഞു. പിന്നെ മറ്റുള്ള ഡോറുകളിലെ താമസക്കാരെക്കുറിച്ച് അന്വേഷിച്ചു മനസ്സിലാക്കി. പക്ഷേ, ആരും എന്റെ പരിചയമേഖലയിലേക്കു സധൈര്യം കടന്നുവന്നില്ല. എന്തുകൊണ്ടോ, ഒരു പക്ഷേ, ഞാനൊരു ബാച്ചിലർ ആയതുകൊണ്ടാവാം! ഒരു ബാച്ചിലർ!

സെമി ഒരിക്കൽ കറുത്ത ഒരു കുഞ്ഞാടുമായി എന്റെ വാതില്ക്കൽ വന്നു കൊഞ്ചിക്കുഴഞ്ഞു. സാറേ എന്നു വിളിച്ചുകൊണ്ട് അവൾ ചോദിച്ചു. എന്റെ ഭാര്യയെ എപ്പോഴാണു കൊണ്ടുവരിക എന്ന്. ഞാൻ പറഞ്ഞു. “താമസിയാതെ എന്താ, സെമിക്ക് തിടുക്കമായോ കാണാൻ?” “ഉം” എന്ന് മൂളിക്കൊണ്ട്, നാണത്താൽ ചുവന്ന് അവളോടിപ്പോയി; അവളുടെ കുഞ്ഞാടും.

ഞാൻ വെറുതെ സ്വപ്നങ്ങൾ നെയ്തു. എന്റെ ഭാര്യ. വെളുത്തുമെലിഞ്ഞ സുന്ദരി. അവൾ ഈ മുറികളിലാകെ ഐശ്വര്യമായി പറന്നലയും; ഒരു കൊച്ചു പൂമ്പാറ്റയെപ്പോലെ പിന്നെ ഞങ്ങൾക്കു കുഞ്ഞുങ്ങളുണ്ടാവും. അവർ ഈ മുറ്റത്ത് റിങ്ങെറിഞ്ഞു കളിക്കും. ആരുടെ മുഖമാണെന്റെ ഭാര്യക്ക്?... അതു ചിന്തിച്ചിരിക്കെ നാഷണൽ ഹൈവേയിൽ നിന്ന് ഗെയ്റ്റു കടന്നു മുറ്റത്തെത്തി, പൂക്കൾ പോലെ, കാലടികൾ വർഷിച്ചുകൊണ്ട്, അവൾ നടന്നുവരുന്നു. അരുണാഗുപ്ത.... അവൾ സെന്റ് ആൻസിൽ സെക്കന്റ് ബി എയ്ക്ക് പഠിക്കയാണെന്നു സെമി പറഞ്ഞുതന്നു പിന്നീട്. അരുണ പിന്നെയും ഇടയ്ക്കിടെ എന്റെ സ്വപ്നങ്ങളിൽ തൊട്ടു.....

എനിക്കൊരു ഭാര്യയോ കുറേ കുട്ടികളോ ഉണ്ടാവുകയും അവരീ മുറികളിലേക്കു കടന്നുവരികയും ചെയ്യുന്നതിനു മുമ്പ് വാരികയ്ക്കു ആരംഭമായി- പ്രൂഫ് റീഡറായി റോബർട്ടു വന്നു. കമ്പോസിറ്റർമാരായി അബ്ദുവും മുനീറും വന്നു. അവർ ഓരോരോ മുറികളായി കൈയടക്കി. രാവിലെ എഴുന്നേറ്റു പോകുന്നവരും രാത്രികളിൽ വന്ന് തളർന്നുറങ്ങുന്നവരുമായി മാറി ഞങ്ങൾ. പുറത്തെ കാര്യങ്ങളൊന്നുമറിഞ്ഞില്ല.

അഞ്ച്

ആ രാത്രി ഉറങ്ങിയതേയില്ല ഞാൻ. എന്നോട് മന്ത്രിക്കുകയാണ് കിടക്കയോടു ചേർന്ന ചുവർ. "ഉറങ്ങിയോ?" "ഇല്ല അരുണേ, വെറുതെ കിടക്കുകയാണ് നിന്നെയോർത്ത്." അപ്പോൾ ഒരു ക്ഷണം; "വരൂ, ധൈര്യമായി ഇങ്ങോട്ടു വരൂ...."

"ഈ ചുവരിൽ ഞാനൊരു ദ്വാരമുണ്ടാക്കട്ടെ?"

"വേണ്ട, ഡാഡിയറിഞ്ഞാൽ....."

"ഓ, നിന്റെയൊരു ഡാഡി- റോബർട്ട് ഇന്നയാളെ കൊന്നേനെ, അയാൾ പുറത്തിറങ്ങിയിരുന്നെങ്കിൽ....."

വരൂ, വരൂ- അവൾ വീണ്ടും ക്ഷണിക്കുന്നു. പുലർച്ചെ കുഞ്ഞാടുമായി സെമി വന്നു. അവളുടെ തട്ടത്തിനു കീഴെ കവിളുകൾക്കെന്തൊരു തുടുപ്പ്. ഞാൻ കണ്ണുമിഴിച്ച് നോക്കി നിന്നുപോയി. "ഉമ്മ ബിളിക്കീന്ന്"- അങ്ങനെ അറിയിച്ചശേഷം ഓടിയകന്നു അവൾ. അവളുടെ കുഞ്ഞാടും.

പാത്തുമ്മ ഒരു ന്യായാധിപയുടെ റോളിലായിരുന്നു.

ചോദ്യം ഇങ്ങനെ: "ഇന്നലെ രാത്രിയെന്തായിരുന്നു അവിടെയൊരു ബഹളം?"

"ബഹളമോ?" ഞാൻ അജ്ഞത നടിച്ചു. "ഞങ്ങൾ ചുമ്മാ സൈക്കിൾ സവാരി പഠിക്കയായിരുന്നു..."

"മര്യാദയ്ക്കു താമസിക്കാൻ വയ്യെങ്കിൽ..." പാത്തുമ്മ കാര്യമായിത്തന്നെ പറയുകയായിരുന്നു. ബാക്കി കേൾക്കാൻ നിന്നില്ല.

റോബർട്ട് തീർപ്പു കല്പിച്ചു. "രാവിലെതന്നെ മിസ്സിസ് ഗുപ്ത പരാതിയുമായി ചെന്നിരിക്കും അവിടെ. അതിനാൽ എനിക്ക് വധിക്കേണ്ടവരുടെ ലിസ്റ്റിൽ ഇതാ ഒരാൾ കൂടി..."

"നീയൊന്നടങ്ങ്-" ഞാൻ അവനെ തടുത്തു. "പാത്തുമ്മ ചുമ്മാ നമ്മെ വിരട്ടുവാൻ നോക്കിയതല്ലേ? നിനക്കു തോന്നുന്നുണ്ടോ അവർ നമ്മെ ഇറക്കിവിടുമെന്ന് ഇപ്പോൾത്തന്നെ മറ്റുള്ളോരേക്കാൾ ഒന്നുരണ്ടായിരം കൂടുതലാ നമ്മൾ വാടക കൊടുക്കുന്നത്. പോരെങ്കിൽ ഡോക്ടറുടെ ഭാര്യയ്ക്കു കൂട്ടായിരിക്കാൻ നമ്മളല്ലാതെ മറ്റാരാ ഇനി ഇവിടേക്കു വരിക?"

"ഇറക്കി വിട്ടാൽ ഞാൻ പാത്തുമ്മേനേം കൊല്ലും." റോബർട്ട് അലറിത്തുള്ളി.

"ശരി. ശരി." ഞാൻ സമ്മതിച്ചു.

അപ്പോൾ അവർ വാതില്ക്കലെത്തി. ഗുപ്തയും മറ്റു രണ്ട് അയൽക്കാരും റാവുവും ഖാനും. അവർ ഏറെനേരത്തെ ആലോചനയ്ക്കു ശേഷം വന്നെത്തിയവരായിരുന്നു. എന്നെ അവർ പേരെടുത്തുവിളിച്ച്, പുറത്തേക്കു ക്ഷണിച്ചു. സ്നേഹമായിരുന്നു വാക്കുകളിൽ.

"നിങ്ങളാണിവിടത്തെ ആദ്യത്തെ അന്തേവാസി. അങ്ങനെയല്ലേ?" ഗുപ്ത ചോദിച്ചു. "അതെ." ഞാൻ തലയാട്ടി. "ഞങ്ങൾ കരുതിയത് നിങ്ങൾ മാത്രമേ എന്നുമുണ്ടാവൂ എന്നാണ്. നിങ്ങൾ ഒരു സൽസ്വഭാവിയുമാണ്. നിങ്ങളുടെ മുഖം അത് വ്യക്തമാക്കുന്നുണ്ട്...." അയാൾ പുന്നാരം പറഞ്ഞ് എന്നെ വീർപ്പുമുട്ടിച്ചു. "പക്ഷേ, ഇപ്പോൾ ഇവിടെ ഞങ്ങൾക്ക് മാനം മര്യാദയായി താമസിക്കാൻ സാധിക്കാത്ത നിലയാണ്. നിങ്ങളുടെ ഫ്രണ്ട്സ്–"

അതുംകേട്ട് സഹിച്ചു നില്ക്കാൻ റോബർട്ടിനാവുമായിരുന്നില്ല. "ഇന്നലേയും നിങ്ങളുടെ ബെഡ്റൂമിലേക്ക് ഞങ്ങൾ ഒളിഞ്ഞുനോക്കിയിരിക്കും. അല്ലേ?" അവൻ ഭ്രാന്തമായ ആംഗ്യങ്ങളുമായി പുറത്തേക്കു ചാടി.

"അതെ—അതുതന്നെ." ഗുപ്തയും വിട്ടു കൊടുത്തില്ല. ഞാൻ ഭയന്നു. "റോബർട്ട് നീയടങ്ങ്." ഞാൻ റോബർട്ടിനെ പിന്തിരിപ്പിക്കാൻ ശ്രമിച്ചു. ഇവിടെ ഇപ്പോൾ ഒരു യുദ്ധം നടന്നേക്കുമോ? ദൈവമേ...

"ഇന്നലെ രാത്രി നിങ്ങളൊക്കെച്ചേർന്ന് മുറ്റത്ത് ബഹളമുണ്ടാക്കി. അതു ഞങ്ങൾ പോട്ടെന്നുവെച്ചു. പിന്നെ രാത്രിയോടടുത്ത്, കിടക്കറയ്ക്കരുകിൽ"– ഗുപ്ത കിതച്ചുകൊണ്ടിരുന്നു..... അയാളുടെ മുഖം കോപം കൊണ്ട് ജ്വലിക്കുകയാണ്–

ഖാനും റാവുവും ഗുപ്തയ്ക്ക് പിറകിൽ, അംഗരക്ഷകരെപ്പോലെ നില്ക്കുകയാണ്, എന്തിനും തയ്യാറായി. അബ്ദുവും മുനീറും എവിടെ? അവർ കൂടി ഇറങ്ങിവന്നിരുന്നെങ്കിൽ... ഞാൻ എന്തൊക്കെയോ ചിന്തിച്ചു. ഇവിടെ ഇപ്പോൾ ഒരു കൂട്ടത്തല്ലുണ്ടായെങ്കിൽ... ദൈവമേ... എനിക്കുവയ്യ.... റോബർട്ടിന്റെ ശക്തി മാത്രമേയുള്ളൂ രക്ഷ...

ഗുപ്തയുടെ ഡോറിൽനിന്ന് മിസ്സിസ് ഗുപ്ത ഇറങ്ങിവന്ന് റോബർട്ടിനു നേരെ വിരൽ ചൂണ്ടി. "ഇയാളു തന്ന്യാ ഇന്നലെ രാത്രി - ഒച്ച കേട്ട് ഞാൻ ഞെട്ടിയെഴുന്നേറ്റ് വാതിൽ തുറന്നപ്പോ- ഇതാ ഈ ചുരുളൻ തലമുടിതന്നെ - ഈ കറുത്ത മുഖവും -ഇയാളുതന്നെ."

മിസ്സിസ് ഗുപ്തയെ റോബർട്ട് ഇപ്പോൾ കൊന്നുകളഞ്ഞേക്കുമെന്ന് ഞാൻ ചിന്തിച്ചു. എനിക്കവനെ തടഞ്ഞുനിർത്താനാവുന്നില്ല. നിരത്തിലൂടെ പാൽ സൊസൈറ്റിയിലേക്ക് പോയി മടങ്ങുന്നവരും കോൺക്രീറ്റ് പണിക്കു പോകുന്ന സ്ത്രീകളും ഒക്കെ വേലിക്കരികിൽ കൂടി നില്പുണ്ടായിരുന്നു. എന്താണ്, എന്താണ് എന്നു ചോദിച്ചുകൊണ്ട് ഒരാൾ അവർക്കിടയിൽ നിന്ന് ഇറങ്ങിവന്നു. അയാൾ ഒരു കരപ്രമാണിയാവുമെന്ന് എനിക്കു തോന്നി. പക്ഷേ, ആരും ബഹളത്തിനിടയിൽ അയാളെ ശ്രദ്ധിച്ചില്ല–

ഇന്നലെ രാത്രി - ഇന്നലെ രാത്രി - എല്ലാവരും അങ്ങനെ പറഞ്ഞു കൊണ്ടേയിരുന്നു. കരപ്രമാണി ഒടുവിൽ, എല്ലാം വിസ്തരിച്ചറിഞ്ഞ്, വിധി പറഞ്ഞു. "മി. ഗുപ്ത, നിങ്ങൾ തെളിവുകളില്ലാതെയാണ് കുറ്റം നിര ത്തുന്നത്. വ്യക്തമായ തെളിവുകളില്ലാതെ എങ്ങനെ ഈ ചെറുപ്പക്കാരെ നിങ്ങൾക്ക് കുറ്റക്കാരാക്കാനാവും?"

"തെളിവോ?" മിസ്സിസ് ഗുപ്ത വല്ലാത്ത ശബ്ദത്തിൽ കരഞ്ഞു കൊണ്ട് മുന്നോട്ടു വന്നു: "കിടപ്പുമുറിയുടെ വാതിൽക്കൽവന്ന് എത്തി വലിഞ്ഞു നോക്കിയതിന് എന്തു തെളിവു തരണമെന്നാണ് മിസ്റ്റർ."

"ഹ ഹ..." ആളുകൾക്ക് അത് നല്ലൊരു വിനോദത്തിനുള്ള ഉപാധി യായി. "അതു ശരിയാ. അതു ശരിയാ." അവർ തലയിളക്കി ചിരിച്ചു. "കിടപ്പുമുറിയിലെ കാഴ്ചയ്ക്ക് എന്ത് തെളിവ്?"

തീരെ നാണമില്ലാതെ ഗുപ്തയും മിസ്സിസ് ഗുപ്തയും പിന്നെയും എന്തൊക്കെയോ പുലമ്പിക്കൊണ്ടിരുന്നു. ഞാൻ അരുണയെക്കുറി ച്ചോർത്തു. പാവം അവൾക്ക് ലജ്ജ തോന്നുന്നുണ്ടാവില്ലേ, സ്വന്തം പാരന്റ്സിനെയോർത്ത്.

ഗുപ്ത വിശദീകരിക്കുവാനുള്ള ശ്രമമാണ്. "വരൂ വരൂ സംഭവസ്ഥലം ഞാൻ കാണിച്ചുതരാം. അയാൾ സംസാരിക്കുന്നത് മുഴുവൻ ഇപ്പോൾ കരപ്രമാണിയോടാണ്. ഞങ്ങൾ കാഴ്ചക്കാർ മാത്രം. അതു നല്ല കാര്യം തന്നെ. കരപ്രമാണിക്കു പിറകേ എല്ലാവരും നടന്നു. മുന്നിൽ ഗുപ്ത.

"ഇതാ കണ്ടോ - ഈ രണ്ടു വീടുകൾക്കുമിടയിൽ ഈ സ്കൂട്ടർ ഷെഡ്ഡിന്റെ ഗ്യാപ്പേ ഉള്ളൂ- ഇവിടെ ഈ വിൻഡോസ് കണ്ടോ വലത്തേ യറ്റത്തേത് എന്റെ മോളുടെ ബെഡ് റൂമിന്റേത് - ഇതാ, ഈ വലിയ വിൻഡോയില്ലേ, ഇതാണ് ഞങ്ങളുടെ ബെഡ്റൂം. ഞാനും വൈഫും ഒരു റക്കവും കഴിഞ്ഞ് എന്തോ കേട്ടുണർന്നുനോക്കുമ്പോൾ ഈ വിൻഡോ യിലൂടെ ഒരു തല ഓടിപ്പോകുന്നത് കണ്ടതാ- കണ്ടോ ഈ ബൾബ് കണ്ടോ - ഇതിവിടെ നല്ല വെളിച്ചമുണ്ടാക്കിയിരുന്നു... ഓടിപ്പോകുന്നത് - ഇവൾ - എന്റെ വൈഫ് - നന്നായി കണ്ടതാ.."

ഓഹോ അങ്ങനെയാണോ എന്ന മട്ടിൽ എല്ലാവരും തലയാട്ടുകയും കേട്ടുകൊണ്ടിരിക്കയും ചെയ്തു. ആരോ ഒരാൾ പിറകിൽ നിന്ന് ഒരു സബ് ഇൻസ്പെക്ടറുടെ ക്രോസ് വിസ്താരം പോലെ വിളിച്ചു ചോദിച്ചു. "നിങ്ങളും ഭാര്യയും ഒരു രാത്രി എത്ര മണിക്കൂർ ഉറങ്ങാറുണ്ട് ഒന്നിച്ച്?"

ആളുകൾ ഒന്നു ചേർന്ന് പൊട്ടിച്ചിരിച്ചു.

ആറ്

നേരം എട്ടുമണി. മഞ്ഞ നിറമുള്ള പ്രഭാതം.

റോബർട്ട് കാൽശരായി വലിച്ചുകയറ്റുന്നു.

അപ്പോൾ പറന്നുവന്നുവീണ "ഉദയവാണി"യിൽ കണ്ണോടിച്ച്, ഒടു വിൽ അഞ്ചാം പേജിൽ, താഴെ ഒരു കോളത്തിലെ വാർത്ത ചൂണ്ടി ഞാൻ പറഞ്ഞു. കണ്ടോ, ഒരച്ഛൻ രണ്ടു പെൺമക്കളെ വെട്ടിനുറുക്കിയിരിക്കു

ന്നു, നെട്ടണിഗെയിൽ. റോബർട്ട് സിബ്ബ് വലിച്ചു. നിറയെ വലിയ ചുവന്ന പൂക്കളുള്ള ഒരു ഷർട്ടെടുത്തിട്ടു. കണ്ണാടിയിൽ നോക്കി മുടി ചീകിയൊതുക്കി. പൗഡർ മുഖത്തും മാറിലും കക്ഷത്തിലും കുടഞ്ഞു. ഐബ്രോ കൊണ്ട് മീശ കറുപ്പിച്ചു. എല്ലാം കഴിഞ്ഞ് വീണ്ടും കണ്ണാടിയിൽ നോക്കി റോബർട്ട് തന്നെ എന്നുറപ്പുവരുത്തി...

"നീയുറങ്ങുന്നില്ലേ?"

"ഇല്ല - ഈ വാർത്തയെ പിന്തുടരുക എന്നതാണ് ഇന്നെന്റെ വിധി. ചീഫ് എഡിറ്ററോട് പറഞ്ഞേക്ക്. വൈകിട്ട് എത്തിയേക്കാമെന്ന്"-

"ഞാനിറങ്ങുന്നു."

റോബർട്ട് പോയി. മുറിയിൽ ഞാൻ ഏകനായി, മുന്നിൽ വെയിൽ, അപ്പോൾ സ്കൂൾ ബസ് വന്നു. തുരുതുരാ ഹോണടിച്ചു. റാവുവിന്റെ ഡോറിൽനിന്നും ഖാന്റെ ഡോറിൽനിന്നും കുട്ടികൾ ഇറങ്ങിച്ചെന്ന് കയറി- തെല്ലു സന്ദേഹത്തോടെ ബസ് കുറച്ചു നേരം കൂടി കാത്തുനിന്നു. ഇല്ല, ഗുപ്തയുടെ ഡോർ തുറക്കുന്നതേയില്ല - ജാലകങ്ങളും അടഞ്ഞുതന്നെ കിടക്കുന്നു. ബസ് ഒരു നേരിയ ഞരക്കം പുറപ്പെടുവിച്ചുകൊണ്ട് പുറപ്പെട്ടു...

ഇരുൾ നിറഞ്ഞു ഗുപ്തയുടെ മുറികളിലും ഇടനാഴികളിലും ഇപ്പോൾ എന്തു സംഭവിക്കുകയാവും? മാനസികമായ ഒരു തകർച്ചയുടെ വക്കിലെത്തിയ ഗുപ്തയും മിസ്സിസ് ഗുപ്തയും പിന്നെ അവരുടെ പെൺമക്കളും...

ഞാനിന്നാകെ അസ്വസ്ഥനാണ്. രാവിലെ തൊട്ടുതന്നെ. ഗുപ്തഫാമിലിക്കു നേരെയുള്ള ഒരു അവമതി എന്നെയും കൂടി ബാധിക്കുന്നതല്ലേ? ഇത്യാദി നൂറുനൂറു ചിന്തകളിൽ കുടുങ്ങി ഞാൻ വിയർത്തു. പത്രത്തിലെ വാർത്തയെ പിന്തുടരുകയോ അന്വേഷണ റിപ്പോർട്ട് ചിത്രം സഹിതം തയ്യാറാക്കുകയോ അല്ല പരമപ്രധാനം. അത് എനിക്കു വീണുകിട്ടിയ ഒരടവാണ്. ഇന്ന് എനിക്ക് ഒന്നിനും വയ്യ. ഇന്നലെയും ഓഫീസിൽ ചെന്നിട്ടില്ല ഞാൻ. ചീഫ് എഡിറ്റർ ഇനി എന്നെക്കണ്ടാലുടൻ, ചോദ്യങ്ങളൊന്നുമില്ലാതെ പിടിച്ചുതിന്നുകളയും, കറുമുറാ. എനിക്കൊന്നും മിണ്ടാൻ സാധിക്കുകയില്ല. പക്ഷേ, ഇന്ന് ഞാൻ, പെൺമക്കളെ വെട്ടിനുറുക്കിയ ഒരച്ഛനെ പിന്തുടർന്നിരിക്കയാണെന്ന് അയാൾ കരുതുന്നുണ്ടാകും. റോബർട്ട് അങ്ങനെ അറിയിച്ചിരിക്കുമല്ലോ. മനസ്സ് അസ്വസ്ഥമാണ് വല്ലാതെ..... ഞാനുറങ്ങാൻ പോകുന്നു.

ചുവരിനപ്പുറം വളകിലുങ്ങുന്നു? അരുണ?

ഞാനുറങ്ങാൻ കിടക്കുന്നു.

ഉറക്കം വരുന്നില്ല.-

"ശ് ശ് ശ്....."

"എന്തേ അരുണേ?"

"എന്റെ ഡാഡി ഒരു പരമ ബോറനാണ്."

"സാരമില്ല - എനിക്കു നിന്നെ മതി."

"എന്റെ ഡാഡി അതിനനുവദിക്കുമോ?"

"നീ അനുവദിച്ചാൽ മതി."

"എന്നാലോ?"

"എന്നാൽ, ഞാൻ നിന്നെ പൊക്കിയെടുത്ത് ഇങ്ങു കൊണ്ടുവരും. എന്നിട്ട് എന്റെ കൂട്ടിൽ നിന്നെ കുടിയിരുത്തും. നമ്മുടെ സ്വപ്നങ്ങൾ പൂവിടും."

പിന്നെ നീണ്ട മൗനം. എവിടെയോ എന്തോ തട്ടിവീഴുന്ന ശബ്ദമായി പിന്നെ. ചുവരിനപ്പുറം എന്തോ സംഭവിക്കുന്നു. എഴുന്നേറ്റിരുന്നു. ചുവരോടു ചെവി ചേർത്തു...

അപ്പോൾ ജാലകത്തിനപ്പുറം വെയിൽ വെളുത്തുവന്നു. നല്ല വെയിൽ തന്നെ. മുറ്റമാകെ ജ്വലിക്കുന്നു.....

ഗുപ്തയുടെ ഡോർ തുറന്നടയുന്ന ശബ്ദം. ഞാൻ ഞെട്ടിയെഴുന്നേറ്റ് ജാലകത്തിനരികിലെത്തി. കമ്പികളിൽ മുറുകെ പിടിച്ച് കാഴ്ച കണ്ടു- ഗുപ്ത സ്കൂട്ടർ സ്റ്റാർട്ടു ചെയ്യുന്നു. മുഖം വ്യക്തമല്ല. പുറകുവശം മാത്രം. സ്കൂട്ടർ വെയിലിലൂടെ പാഞ്ഞുപോയി.

"ഇന്നു സാറു പോയില്ലേ?"

സെമി വാതിൽക്കൽ. കൈയിൽ ആട്ടിൻ കുഞ്ഞില്ല. അവൾ തനിയെ.

"ഇല്ല, നല്ല സുഖമില്ല."

അങ്ങനെ അറിയിച്ച് ഞാൻ വീണ്ടും മുറ്റത്തേക്കു തന്നെ നോക്കിനില്പായി.

"രാവിലെ തല്ലുണ്ടായോ?" സെമി ചോദിച്ചു. ഞാനൊന്നും മിണ്ടാൻ പോയില്ല. അപ്പോൾ അവൾ തുടർന്നു: "ആ ആളൊരു പ്രാന്തനാ. അങ്ങന്യാ ഉമ്മ പറേന്ന്. വെറുതെ കലമ്പ്ണ്ടാക്ക്ന്ന്."

എനിക്കും അങ്ങനെ തോന്നുന്നു എന്ന് സെമിയെ പറഞ്ഞു കേൾപ്പിക്കാൻ ഞാൻ ശ്രമിച്ചു. പക്ഷേ, പറയുകയുണ്ടായില്ല. സെമി പോയിക്കഴിഞ്ഞിരുന്നു. എന്റെ കണ്ണുകൾക്കു മുമ്പിലൂടെ ജാലകത്തിനുമുന്നിലൂടെ, മുറ്റത്തൂടെ...

അടുത്ത ഡോറിൽ അവളുടെ ശബ്ദം ഉയരുന്നതും വാതിൽ കരയുന്നതും അരുണയുടെയോ ആരതിയുടെയോ ശബ്ദം ചിതറുന്നതും ഞാൻ കേട്ടു.....

ഉവ്വ്, അത് അരുണയുടെ ശബ്ദം തന്നെ... ഇറങ്ങിച്ചെന്നാലോ? കാലത്തു നടന്നതിന്റെ പേരിൽ സഹതപിച്ചാലോ? ആശ്വസിപ്പിച്ചാലോ?

ആ ചിന്ത അപ്പോൾ തന്നെ ഞാൻ പോക്കറ്റിൽ തിരുകി, പുറത്തെടുക്കേണ്ടതില്ല എന്ന മട്ടിൽ.

കാലത്തൊന്നും സംഭവിച്ചിട്ടില്ല വാസ്തവത്തിൽ. ഗുപ്തയ്ക്ക് ഭ്രാന്താണ്; മുഴുത്ത ഭ്രാന്ത്. അയാൾക്ക് കിടപ്പറയിലും ഭ്രാന്തായിരിക്കും-

എന്തോ ചിന്തിച്ചുനില്ക്കവേ കേട്ടത് ഒരു കിലുകിലാരവമായിരുന്നു. സെമിയുടെ പാദസരം എന്റെ മുന്നിലൂടെ ഓടിപ്പോയതാണ്. അവളുടെ

കസവുതട്ടത്തിന്റെ പിന്നറ്റമേ എനിക്കു കാണാനായുള്ളൂ.... അവൾ മറഞ്ഞു കഴിഞ്ഞു.

ഞാൻ വീണ്ടും കിടക്കയിലേക്കെത്തി. എന്തൊക്കെയോ ഓർത്തു കൊണ്ടിരുന്നു. ഉരുകിത്തീരുന്ന എന്റെ ജീവിതം. എനിക്ക് ആകെക്കൂടിയുള്ള എന്റെ അമ്മ. അമ്മ എന്നും എന്നെക്കുറിച്ച് ചിന്തിച്ച് വിവശയാവുന്നു. മോന് അമ്മയും അമ്മയ്ക്ക് മോനും മാത്രം. എത്രയോ ഉഷ്ണകാലങ്ങൾ കടന്നുപോയി. എത്രയോ ശൈത്യകാലങ്ങൾ കടന്നുപോയി. അമ്മയുടെ സങ്കല്പങ്ങൾ മാത്രം പൂവണിഞ്ഞില്ല. ഞാൻ വേറൊരു വഴിയിലായിരുന്നു. ആ വഴിയിലൂടെ ബഹുദൂരം സഞ്ചരിച്ച്, അമ്മയെ അകലെയാക്കി. അങ്ങനെ ആഗ്രഹിച്ചതൊന്നുമല്ല. എനിക്ക് അമ്മ മാത്രമേയുള്ളൂ. എങ്കിലും ഞാനകന്നു. അമ്മ ഒരുപാടൊരുപാട് കരഞ്ഞിരിക്കണം. കരഞ്ഞുകരഞ്ഞു കണ്ണീർ വറ്റിയിട്ടും എനിക്കു വേണ്ടി ഏതോ ഒരു കോണിൽ സ്നേഹത്തിന്റെ ഒരു സമുദ്രവുമായി കാത്തിരിക്കുന്നു. ഇന്നു പോണം. നാളെ പോണം അമ്മയുടെ അരികിലേക്കു എന്ന് ഞാനെന്നും കരുതും. പക്ഷേ, അങ്ങനെ സംഭവിക്കുകയില്ല. എന്തോ, കാരണം എനിക്കജ്ഞാതമാണ്.

ഞാനുറങ്ങുന്നില്ല. ഉറക്കം വരുന്നതെങ്ങനെ? കഴിഞ്ഞ ജീവിതമപ്പാടെ ഒരു കടലായിവന്ന് എന്നിൽ തിരയടിക്കുകയാണ്- ഞാൻ നശിക്കുവാൻ തുടങ്ങുന്നു. ഇവിടെ ആരുമില്ലാതെ, ആരാലും സ്നേഹിക്കപ്പെടുവാനില്ലാതെ-

ഞാനിന്ന് വൈകിട്ട് അമ്മയെക്കാണാൻ പോകും.

അമ്മയെക്കണ്ടാൽ, ഞാൻ അരുണയെക്കുറിച്ച് പറയും. എനിക്കവളെ ഇഷ്ടമാണെന്ന്.....

അപ്പോൾ അമ്മ ചോദിക്കും. നിനക്കവളെയും കൂട്ടാമായിരുന്നില്ലേ എന്ന്. ഞാനെന്താണ് അപ്പോൾ മറുപടി പറയുക? താമസിയാതെ കൂട്ടിക്കൊണ്ടുവരാം എന്ന് തന്നെ പറയാം. ഈ വരണ്ട ഭൂമിയിൽ എനിക്കു മുങ്ങിനിവരാൻ ഒരു കുളിരരുവിയേയുള്ളൂ. എന്റെ അരുണ, അവളുടെ നീലക്കണ്ണുകൾ. വെളുത്തു ചുവന്ന മുഖം. നുണക്കുഴികൾ. മെലിഞ്ഞ് കൊലുന്നനേയുള്ള ശരീരം....

അപ്പോൾ ചുവരിനപ്പുറം തംബുരുവിൽ ശ്രുതിയുണർന്നു...

ഏഴ്

ഇനിയെന്നെങ്കിലും തമ്മിൽ കാണുമോ?

കാണും, ഇന്നു രാത്രി.

ഡാഡി ഞങ്ങളെ അടച്ചിട്ടിരിക്കുകയാണ്. എല്ലാ വാതിലുകളും അടച്ചിട്ടിരിക്കയാണ്.

ഞാനവ കുത്തിത്തുറക്കും.

ഓ, പ്ലീസ്. ഡാഡി നിങ്ങളെ കുത്തിക്കൊല്ലും-

അരുണയോട് അതിനു മറുപടി പറയാൻ ഞാൻ ശ്രമിക്കുമ്പോഴേക്കും ഞാനുണർന്നു. ജാലകത്തിനപ്പുറം വരണ്ടവെയിൽ മാത്രം- ചുവരിനപ്പുറം ആരും സംഗീതമുതിർക്കുന്നില്ല.

ഞാനൊന്നും പറഞ്ഞില്ല. ചുവരുകളൊന്നും കേട്ടതുമില്ല. സ്നേഹം തിരിച്ചു നല്കാൻ പോലുമാകാത്ത ഒരു ശവമാണ് ഞാൻ. എനിക്ക് ഒന്നു മറിഞ്ഞുകൂടാ. ഒരു വൃദ്ധനായ കുട്ടിയാണ് ഞാൻ.

നോക്കിയിരിക്കെ, മുറ്റത്ത് അരുണ പാറി നടക്കുന്നു. അവൾ മെല്ലെ മെല്ലെ നടന്ന് പടികടക്കുന്നു. റോഡിലെത്തുന്നു. റോഡിൽ തിരക്കു കുറവാണ്. ആദ്യം കണ്ട ഓട്ടോറിക്ഷയ്ക്ക് അവൾ കൈകാണിക്കുന്നു. ഓട്ടോറിക്ഷ നില്ക്കുന്നു. അവൾ കയറുന്നു....

എട്ട്

ഒരു മുഷിഞ്ഞ തെരുവിലൂടെ...

ഇരുൾ നിറഞ്ഞ ഒരിടനാഴിപോലുള്ള തെരുവ്. ഇരുവശത്തും കടകൾ അടഞ്ഞു കിടക്കുന്നു. രാത്രി തുടങ്ങുന്നതേയുള്ളൂ. എന്നിട്ടും എങ്ങും ഇരുൾ മാത്രം. ഒരു ഓട്ടോറിക്ഷ കുതിച്ചുപായുകയാണ്. പിറകേ ഞാനും. തെരുവിന്റെ അങ്ങേത്തലയ്ക്കൽ റിക്ഷ നില്ക്കുന്നു. അരുണ ഇറങ്ങുന്നു. ഞാൻ ഇങ്ങേത്തലയ്ക്കൽ ഒളിഞ്ഞുനിന്ന് അവളെ കാണുന്നു.....

ഒമ്പത്

ഒന്നുമില്ല. വെറുതെ നോക്കിയിരിക്കെ, വൈകുന്നേരമായി. പിന്നെ സന്ധ്യയായി.

എനിക്കൊന്നും ഓർമ്മയില്ല. ഒരുപകൽ ഞാനറിയാതെ എന്നിൽ കൊഴിഞ്ഞടങ്ങി.

റോബർട്ട് വന്നു. അബ്ദുവും മുനീറും വന്നു.

"നീ എപ്പോഴെത്തി?" റോബർട്ട് ചോദിച്ചു.

"ഞാനെങ്ങും പോയില്ല."

"നെട്ടണിഗെയിൽ കൊലപാതകം നടന്ന സ്ഥലത്തു പോകുന്നെന്നു പറഞ്ഞിട്ട്?"

"പിന്നീടു തോന്നി പോകണ്ടെന്ന്."

"ഞാൻ ചീഫ് എഡിറ്ററോട് അങ്ങനെയാ പറഞ്ഞത്"

"അതു നന്നായി."

ഞാൻ കിടക്കയിൽ നിന്നെഴുന്നേറ്റതേയില്ല. വല്ലാത്ത തലവേദന. ശരീരത്തിനും തളർച്ച- എന്റെ നുറുങ്ങിത്തകരുന്ന ജീവിതം- അമ്മേ....

അബ്ദുവും മുനീറും പഴഞ്ചൻ സൈക്കിൾ മുറ്റത്തൂടെ തള്ളിനീക്കാൻ ശ്രമിക്കുമ്പോൾ, ഞാൻ അതു തടയാൻ ശ്രമിച്ചു. പക്ഷേ, എന്റെ ശ്രമം പാളിപ്പോയി. റോബർട്ടും അവരോടൊത്തു ചേർന്നു കഴിഞ്ഞിരുന്നു...

രാത്രി നീങ്ങിക്കൊണ്ടിരുന്നു. അരുണ എന്നോട് എന്തൊക്കെയോ

പറഞ്ഞു. അവളുടെ ബന്ധനാവസ്ഥ. നിസ്സഹായത. അസ്വാതന്ത്ര്യം. കണ്ണുനീർ...

വരില്ലേ, എന്നെ രക്ഷിക്കാൻ? ആ നീലക്കണ്ണുകളിൽ കുളിരരുവിയല്ല, ഒരു സമുദ്രമപ്പാടെ.....

പത്ത്

ക്ഷമിക്കുവാനാവാത്ത രാത്രികളാകുന്നു ഇത്.

അവളുടെ ക്ഷണം എന്നും ഞാൻ സ്വീകരിക്കാൻ നിർബ്ബന്ധിതനാവുന്നു - അറിയാതെ ഞാൻ എഴുന്നേറ്റു പുറത്തിറങ്ങുന്നു. എല്ലാവരും സുഖമായി ഉറങ്ങുകയാണ്. സ്കൂട്ടർ ഷെഡ്ഡിലൂടെ ഞാൻ പതുങ്ങിപ്പതുങ്ങി അങ്ങേയറ്റത്തെ ജാലകത്തിനരികിലെത്തുന്നു. എനിക്കറിയാം, എന്റെ ചുവരിനപ്പുറം, നേരെ എതിരായി അവളുടെ മുറിയാണെന്ന്.

മനസ്സു കുളിരുന്നു. അകത്തു നിലാവിന്റെ ഒരു ശകലമുണ്ട്. കട്ടിലിൽ ഒരു കൊച്ചു കുഞ്ഞിന്റെ നിഷ്കളങ്കതയോടെ, ഒരു വശം ചരിഞ്ഞ് എനിക്കു മുഖം തന്ന് അവൾ മയങ്ങുന്നു- നോക്കി നോക്കി നില്ക്കെ അറിയാതെ, ഏതോ ലഹരിയിലേക്കു ഞാൻ പ്രവേശിക്കുന്നു-

തിടുക്കത്തിൽ തിരിഞ്ഞു നടക്കവെ, രണ്ടാം ജാലകത്തിലൂടെ എന്നെ ആരോ കാണുന്നു. ഇല്ല, അവർക്കു പിടികൊടുക്കാതെ ഞാനോടി എന്റെ മുറിയിലെത്തുന്നു. ഉറക്കം തുടങ്ങുന്നു....

"ഇറങ്ങെടാ പട്ടികളേ പുറത്ത്."

ഗുപ്തയുടെ ശബ്ദം കേട്ട് ആദ്യം ഞെട്ടിയുണർന്നത് റോബർട്ട്. ഞാൻ ഉറക്കം നടിച്ച് കിടക്കുകയായിരുന്നു; വല്ലാതെ ഉൾക്കിടിലത്തോടെ...

തുടങ്ങി ആ മുതുക്കന്റെ സൂക്കേട് - റോബർട്ട് - ചാടിയെണീറ്റു. നീയടങ്ങ്- ഞാനവനെ ശാന്തനാക്കാൻ ശ്രമിച്ചു. അവൻ വാതിൽ തുറന്നു കഴിഞ്ഞു. പുറത്ത് ഗുപ്ത മാത്രമല്ല, മല്ലന്മാരെപ്പോലെ റാവുവും ഖാനും.

"ഞങ്ങളുറക്കമൊഴിഞ്ഞു കാത്തിരിക്കയായിരുന്നെടാ" ഗുപ്ത റോബർട്ടിനെ നോക്കി കുരച്ചു ചാടി.

ഞാൻ റോബർട്ടിനെ തടഞ്ഞു നിർത്തി. അപ്പോൾ ഗുപ്ത എന്നോടു മാറി നില്ക്കാൻ പറഞ്ഞു, ശാന്തമായ സ്വരത്തിൽ. എന്നിട്ടു പഴയ കാര്യങ്ങൾ ആവർത്തിച്ചു. ഞാനൊരു നല്ല മനുഷ്യനാണെന്നും എന്റെ ബ്ലഡി ഫ്രണ്ട്സ് ആണ് കുഴപ്പക്കാരെന്നും...

മിസ്സിസ് ഗുപ്ത അപ്പോൾ ഒരു വള്ളിച്ചെരുപ്പുമായി പ്രവേശിച്ചു.

"ഇന്നലെ നിങ്ങൾ ചോദിച്ചില്ലേ, തെളിവ് - ഇതാ മിസ്റ്റർ, ഇപ്പോൾ ഓടിപ്പോയ ആളുടെ ചെരുപ്പാ, ഇത്-" ഞാൻ ചെരുപ്പിടാതെയാണു നില്ക്കുന്നത്. റോബർട്ടിന്റെ കാലിലുമില്ല ചെരുപ്പ്. അബ്ദുവും മുനീറും ഉറക്കച്ചടവോടെ ഇറങ്ങിവന്നപ്പോൾ അവരുടെ കാലുകളിലും ചെരുപ്പില്ലായിരുന്നു-

ഞാൻ അനുനയത്തിൽ മി. ഗുപ്തയെ അറിയിച്ചു: "നിങ്ങൾ ഈ

രാത്രി വെറുതെ ഒച്ചയെടുക്കേണ്ട. വെറുതെ തോന്നിയതാവും നിങ്ങൾക്ക്."

റോബർട്ട് പക്ഷേ, മുന്നോട്ടായുകയും ഗുപ്തയെ തള്ളിത്താഴെയിടുകയും ചെയ്തു. റോബർട്ടിനു മേൽ, നേരത്തെ തയ്യാറെടുത്തു നിന്നിരുന്ന റാവുവും ഖാനും അലറിവീണു. അബ്ദുവും മുനീറും ആശങ്കകളോടെയാണെങ്കിലും, റോബർട്ടിന്റെ രക്ഷയ്ക്കു ചെന്നു. മിസ്സിസ് ഗുപ്ത വാതില്ക്കൽനിന്ന് പുറത്തേക്കിറങ്ങി.... തന്റെ ഭർത്താവിനെ കലപിലയിൽ നിന്ന് കണ്ടെടുക്കാനാവുമോ എന്നു പരിശ്രമിച്ചു....

മനസ്സിലൊരു മിന്നായം

ഞാൻ ഗുപ്തയുടെ മുറിക്കകത്തേക്ക് കുതിച്ചു. ആരും ഇപ്പോൾ എന്നെ ശ്രദ്ധിക്കുന്നില്ല... അരുണയുടെ കൈകൾക്കു വല്ലാത്ത കുളിരായിരുന്നു. അവളെന്റെ നെഞ്ചോടു ചേർന്നുനിന്നു. ഒതുങ്ങി, പതുങ്ങി ആരുമറിയാതെ, ഒന്നും കണ്ടെന്നു നടിക്കാതെ ഒരോരം ചേർന്നു ഞങ്ങൾ പുറത്തിറങ്ങി....

രാത്രി ഇരുകൈകളും വിടർത്തി ഞങ്ങളെ സ്വീകരിച്ചു.

തനിയെ

മുമ്പിൽ, ആകാശച്ചെരുവിൽ ഇപ്പോഴും ആ കുഞ്ഞുനക്ഷത്രം മാടി വിളിക്കുന്നുണ്ട്.

വഴിയാത്രയിലുടനീളം അത് അവിടെത്തന്നെയുണ്ടായിരുന്നു. തനിച്ച്, കൺചിമ്മിത്തുറന്ന്...

ഇത് യാത്രയുടെ ഇരുപത്തിയെട്ടാം വർഷം. വർഷങ്ങളിത്രയും കടന്നു പോയത് അറിഞ്ഞേയില്ല. അമ്മയുടെ കൈവിരൽത്തുമ്പിൽ തൂങ്ങി നടന്നത് ഇന്നലെയായിരുന്നില്ലേ?

ഹോസ്റ്റൽ മുറിയിലെ ഏകാന്തതയിൽ, പഠിച്ച പാഠഭാഗങ്ങളിൽനിന്ന് തണുത്ത കാറ്റുവീശിയ ഏതോ രാത്രിയിൽ, യാത്രയുടെ വേറൊരു ഘട്ടം തുടങ്ങുകയായിരുന്നു. പിന്നീട് എത്രയെത്ര വഴിയമ്പലങ്ങൾ, സ്വപ്നഘട്ടങ്ങൾ...

എല്ലാം അപരിചിതമാവുന്നു...

പരിചിതമായ മുദ്രകളൊക്കെ നഷ്ടമാവുന്നു.....

യാത്ര തുടരുകതന്നെയാണ്.

ആകാശച്ചെരുവിൽ ആ കുഞ്ഞുനക്ഷത്രം മാത്രം ബാക്കിനില്പുണ്ട്: വരൂ. വരൂ..

ഒന്ന് - തണുപ്പിന്റെ ചൂട്

“വെള്ള വേണോ കറുപ്പ് വേണോ എന്ന് വേഗം തീരുമാനിച്ചാട്ടെ കൊച്ചേ; എനിക്ക് കടയടയ്ക്കാനുള്ളതാ.”

മാനേജർ അക്ഷമനായിക്കഴിഞ്ഞു. പെറ്റ്സ് ഷോപ്പിന്റെ കവാടത്തിൽ കെട്ടിഞാത്തിയ ‘പ്രവൃത്തിസമയം 9 am - 7 pm’ എന്ന ബോർഡ്. ഹീര

യുടെ അറിവിലേക്കായി അയാൾ ഒന്നുകൂടി ശബ്ദമുണ്ടാക്കി:

"കാലത്തുതൊട്ടേ തുടങ്ങിയതാ ഈ പട്ടീടേം പൂച്ചേടേം കൂടെക്കഴിയാൻ. ഇതൊന്ന് അടച്ചുപൂട്ടീട്ടു വേണം കുടുമ്മത്തു ചെന്ന് നാലു മനുഷേമ്മാരെ കാണാൻ....."

ആ പ്രസ്താവം കടയിലെ എടുത്തുകൊടുപ്പുകാരൻ ചെക്കനെ നന്നായി ചൊടിപ്പിച്ചെന്നു വേണം കരുതാൻ. അവൻ ഒന്നുമറിയാത്ത മട്ടിൽ തന്റെ മുന്നിൽ മയങ്ങിക്കൊണ്ടിരുന്ന ലൗബേഡ്സിന്റെ കൂടിന് ഒരു നല്ല തട്ടുവച്ചുകൊടുത്തു. കിളിക്കൂട്ടമൊന്നാകെ ഇളകിവിറച്ചു. ചിലമ്പൽ ആ കടയുടെയും മാനേജരുടെയും സ്വസ്ഥത കെടുത്തി.....

ഹീര കൂടുതൽ ആലോചിച്ചുനിന്നില്ല. വെള്ള നിറമുള്ള നായ്ക്കുട്ടിയെത്തന്നെ അവളെടുത്തു. സത്യത്തിൽ തൂവെള്ളയല്ല അത്; ചാരം കലർന്ന ഒരു വെള്ള. നിറയെ മുടിയുമുണ്ട്. കണ്ണുകൾ പളുങ്കുഗോലികൾപോലെ. മുഖത്ത് ഇപ്പോൾ പിറന്നു വീണ കുഞ്ഞുനിഷ്കളങ്കത. ചുണ്ടുകളും നാവും ചോരത്തുടിപ്പിൽ. എല്ലാംകൊണ്ടും ആ പൊമറേനിയൻ കുഞ്ഞുതന്നെ മതി എന്ന് ഹീര അങ്ങുറപ്പിച്ചു. ഇത് പൊമറേനിയനല്ല. ഒരു ക്രോസ് ബ്രീഡാണെന്നാണ് കഴുത്തിൽ കെട്ടിത്തൂക്കിയ വിവരപ്പട്ടികയിൽ. പൊമറേനിയൻ - ഡാഷ് ഹണ്ട് ക്രോസ്. രണ്ടു മാസം പ്രായം. ഇപ്പോൾ പ്യൂർ വെജിറ്റേറിയൻ...

ആയിരത്തി ഒരുനൂറ്റിയമ്പത് രൂപ കൃത്യമായി എണ്ണിവാങ്ങിയ ശേഷം ഹാർഡ് ബോർഡ് പെട്ടിക്കുള്ളിലേക്ക് നായ്ക്കുട്ടിയെ എടുത്തുവച്ച് അയാൾ പല്ലിളിച്ചു:

"താങ്ക്സ്..."

ചെക്കൻ ചോദിച്ചു:

"ഞാൻ നന്നായി പായ്ക്ക് ചെയ്തുതരട്ടെ ചേച്ചീ?"

ഇതെന്താ ശവശരീരമാണോ..... പായ്ക്ക് ചെയ്യാൻ എന്നൊരു ചോദ്യം വന്ന് ചുണ്ടിൽ നിറഞ്ഞെങ്കിലും ഹീര ചോദിച്ചില്ല. പകരം നായ്ക്കുഞ്ഞിനെ കൈയിലൊതുക്കിയെടുത്തുകൊണ്ട് ചെക്കനോട് സൗഹൃദപൂർവ്വം പുഞ്ചിരിച്ചു. പടിയിറങ്ങവേ, അവൾക്കൂഹിക്കാം, ആ ചെക്കൻ പറഞ്ഞുകാണും, ഒരു അരവട്ടുകേസുതന്നെ....!

അരവട്ടല്ല, മുഴുവട്ടുതന്നെയാണ് ഈ ഹീരറാണിയെന്ന് ഓട്ടോയ്ക്ക് കാത്തുനില്ക്കുമ്പോൾ സ്വയം പറഞ്ഞു. റോഡ് നിറയെ നെട്ടോട്ടമോടുന്ന വാഹനങ്ങൾ... വർണ്ണവെളിച്ചത്തിൽ മുങ്ങിത്താഴ്ന്ന്, തിരക്കുകളിലൂടെ തപ്പിത്തടയുന്നവർക്കിടയിൽ ഹീര ഒരു ഓട്ടോറിക്ഷ പ്രതീക്ഷിച്ചു നിന്നു. താമസിയാതെ, അവൾക്കരികിലേക്കു "ജയ് കെ സി പി" എന്ന് മുന്നിലെഴുതിപ്പിടിപ്പിച്ച ഒരു ഓട്ടോ വന്നു നിന്നു.

"കെ സി പിയിലേക്ക് സ്വാഗതം." ഓട്ടോ ഡ്രൈവർ ഒരു യുവരാഷ്ട്രീയ നേതാവിനെപ്പോലെ കൈകൂപ്പി അഭിവാദ്യമർപ്പിച്ചു. ഹീരയെയും അവളുടെ വലതു കൈത്തണ്ടയിലുറങ്ങുന്ന പട്ടിക്കുഞ്ഞിനെയും സാകൂതം നോക്കിയ ശേഷം അയാൾ വീണ്ടും ചോദിച്ചു: "മേനകാഗാ

സ്ഥിയുടെ ആളാണല്ലേ?"

ഹീരയ്ക്ക് മനസ്സിലിത്തിരി ചിരിയൂറി. നല്ല ഹ്യൂമർസെൻസുള്ള ഒരു ഓട്ടോഡ്രൈവർ ഇക്കാലത്ത് നഗരയാത്രയുടെ ടെൻഷൻ കുറയ്ക്കുന്നു എന്നവൾ മനസ്സിലോർത്തു. ഓട്ടോയ്ക്കകത്തേക്കു കയറി അവൾ പറഞ്ഞു:

"നളന്ദ ജങ്ഷൻ"

വണ്ടി മുന്നോട്ടെടുത്ത്, തിരക്കുകളിലൂടെ അതിശയകരമായി ഊളിയിട്ടുകൊണ്ട് ഡ്രൈവർ ചോദിച്ചു:

"നളന്ദ ജങ്ഷനിൽ എവിടാ പെങ്ങളേ ഇറങ്ങേണ്ടത്?"

"ജങ്ഷനിൽത്തന്നെ. ട്യൂട്ടർ ലൈനില്."

ഹീര പിന്നെ ചോദിച്ചു: "ഈ ഓട്ടോ വല്ല രാഷ്ട്രീയക്കാരുടേതുമാണോ? ജയ് കെ സി പി എന്ന് അകത്തും പുറത്തുമെല്ലാം എഴുതിപ്പിടിപ്പിച്ചിരിക്കുന്നു!"

"അതോ!" ഡ്രൈവർ മുന്നോട്ട് വണ്ടി ഓടിക്കുന്ന ശരീരവും, പിന്നോട്ട്. സംസാരിക്കുന്ന തലയും തിരിച്ചുവച്ച് പറഞ്ഞു:

"കെ സി പി ഞാൻ തന്നാ. കൈയുള്ളതിൽ ചിന്നപ്പൻ പ്രകാശൻ. കൈയുള്ളതിൽ വീട്ടുപേര്. ചിന്നപ്പൻ അപ്പന്റെ പേര്. പ്രകാശൻ ഞാൻ. ഇക്കാലത്ത് ഇതൊക്കെ ഞാനല്ലാതെ വേറാര് ഓർത്തുപറയാൻ സിസ്റ്ററേ. അതോണ്ട് മറക്കാണ്ടിരിക്കാൻ വണ്ടീല് എല്ലായിടത്തുമങ്ങ് എഴുതിവച്ചു."

നളന്ദ ജങ്ഷനിൽനിന്ന് ട്യൂട്ടർ ലൈനിലേക്ക് പ്രവേശിച്ചപ്പോൾ പ്രകാശൻ ഡ്രൈവർ ചോദിച്ചു:

"ഏതു നമ്പരാ വീട്?"

അപ്പോഴേക്കും ഹീര പറഞ്ഞുകഴിഞ്ഞു:

"ആ നീല ഗേറ്റിനു മുന്നിൽ നിർത്തൂ."

കൃത്യമായും നീല ഗേറ്റിനു മുന്നിൽ ഓട്ടോ ഒതുക്കിയ ശേഷം കൈയുള്ളതിൽ ചിന്നപ്പൻ പ്രകാശൻ കൃതജ്ഞതാപൂർവ്വം കൈകൂപ്പി: "നന്ദി, നമസ്കാരം."

മീറ്റർ നോക്കി കൂലിയറിഞ്ഞ ശേഷം പുറത്തേക്കിറങ്ങി ഹീര ആദ്യം ചെയ്തത് നായ്ക്കുട്ടിയെ പ്രകാശനെ ഏല്പിക്കുകയായിരുന്നു. അത് അത്രമേൽ അപ്രതീക്ഷിതവും ഒട്ടൊരുവേള അസഹ്യവുമാകയാൽ അയാൾ കുതറിമാറാൻ ശ്രമിച്ചെങ്കിലും നായ്ക്കുട്ടി അയാളുടെ മടിത്തടത്തിലും വലതുകൈപ്പിടിക്കുള്ളിലുമായി ഒതുങ്ങിയിരുന്നു. ഹീര ഹാൻഡ്ബാഗ് തുറന്ന് ചില്ലറയും നോട്ടുകളും പരതിയെടുത്ത് ഓട്ടോക്കൂലി കൃത്യമായിത്തന്നെ ഏല്പിച്ചു. പുഞ്ചിരിയും ചേർത്ത് ഒരു 'താങ്ക്സ്' കേൾപ്പിച്ചശേഷം അവൾ തന്റെ നായ്ക്കുട്ടിയെ ഡ്രൈവറിൽനിന്ന് ഏറ്റുവാങ്ങി.

ഗേറ്റിന്റെ വലിയ പൂട്ട് തുറക്കവേ, ഡ്രൈവർ പ്രകാശൻ വീണ്ടും സംശയാലുവായി:

"ഇത്ര വല്യ ഒരു വീട്ടില് സിസ്റ്ററ് തനിച്ചാ അപ്പോ താമസം?"

ഗേറ്റ് തുറന്നുകൊണ്ടുതന്നെ ഹീര അറിയിച്ചു:

“അല്ല, ഹസ്ബന്റുമുണ്ട്. അതിയാനിന്ന് ഹോസ്പിറ്റലില് ഫസ്റ്റ് ഷിഫ്റ്റാ. പത്തുമണിക്കെത്തും.”

“അതേതായാലും നന്നായി.” പ്രകാശൻ വണ്ടി സ്റ്റാർട്ട് ചെയ്തു.

“ഡോക്ടററ് പത്തുമണിക്കെങ്കിലും ഇങ്ങെത്തൂലോ.”

വണ്ടി തിരിക്കവേ, അയാൾ വീണ്ടും അഭിവാദ്യം ചെയ്തു:

“അപ്പോ ഗുഡ്നൈറ്റ് ചേച്ചി.”

“ഗുഡ്നൈറ്റ്” നായ്ക്കുട്ടിയെ നെഞ്ചോടു ചേർത്ത് പടിക്കെട്ടുകൾ കയറവെ ഹീര പിറുപിറുത്തു. അവളെക്കാത്ത് അന്ധകാരം ഉമ്മറവാതില്ക്കൽ നിറഞ്ഞുനിന്നു. പിന്നെ അത് അവളെ വിഴുങ്ങി.

●

ഇപ്പോൾ മുറികൾ നിറയെ പ്രകാശമുണ്ട്. അത് ഹീരയ്ക്ക് വളരെ നിർബ്ബന്ധമുള്ള ഒരു കാര്യമാണ്. രാത്രിയായാൽ എല്ലാ മുറിയിലും ലൈറ്റിട്ടു വയ്ക്കുക. പുറമെനിന്നു നോക്കുമ്പോൾ തിളങ്ങിനില്ക്കുന്ന ഒരു വീട്. നിറയെ അന്തേവാസികളുള്ള ഒരു വീട്. പ്രകാശത്തിന്റെ ആളനക്കമുള്ള ഒരു വീട്. ആ വെളിച്ചപ്പെരുമഴയിലിരുന്നേ ഹീരയ്ക്ക് ഒരു രാത്രി താണ്ടാനാവൂ. അതവൾക്ക് വല്ലാത്ത സുരക്ഷിതബോധം നല്കുന്നു.

ഓട്ടോ ഡ്രൈവർ പ്രകാശനോട് പറഞ്ഞതനുസരിച്ചാണെങ്കിൽ, ഹസ്ബന്റ് ഹോസ്പിറ്റലിൽനിന്ന് വരേണ്ട സമയമായി. ഹീരയ്ക്ക് ചിരി വന്നു. പത്തുമണിക്ക് കൂടണയുന്നൊരു ഭർത്താവ്! ശരിക്കും തനിക്ക് ഒരു ഭർത്താവുണ്ടായിരുന്നെങ്കിൽ അയാൾ കൃത്യമായും ജോലി കഴിഞ്ഞയുടൻ വീട്ടിലെത്തുന്ന ഒരാളായിരിക്കുമോ?

സ്റ്റുഡിയോയിലെ ഫ്ളോർ മാനേജർ ആനി കുര്യാക്കോസ് സ്ഥിരമായി അവരുടെ ഭർത്താവിനെക്കുറിച്ച് പറയുക, രാത്രി സഞ്ചാരമാണ് എല്ലാ ഭർത്താക്കന്മാരെയുംപോലെ കുര്യാച്ചനും ഇഷ്ടമെന്നാണ്. രാത്രി എല്ലാവരും ഉറങ്ങുമ്പോൾ കുര്യാച്ചൻ വന്ന് വാതിൽ തട്ടും.

ആനിച്ചേച്ചി ഇന്നു കാലത്തും ചോദിച്ചതാണ്, “ഹസ്ബന്റിന്റെ കത്തു വല്ലതുമുണ്ടോ. എപ്പഴാ ലീവ് കിട്ടുന്നത്, എന്നൊക്കെ. അടുത്ത മാസം എന്നാണ് മറുപടി പറഞ്ഞത്. ചാനലിൽ ജോലിക്കു ചേർന്നിട്ട് ഇതിപ്പോൾ ആറുമാസമാവുന്നു. എല്ലാവർക്കും അറിയേണ്ടത് ഭർത്താവിന്റെ വിശേഷങ്ങളാണ്; തന്റെയല്ല.

പൊമറേനിയൻ കുഞ്ഞ് മുറിയുടെ ഒരു മൂലയിൽ ചുരുണ്ടിരിപ്പാണ്. അതിന്റെ കണ്ണുകൾ രാത്രിവെളിച്ചത്തിൽ തീയുണ്ടകൾപോലെ തിളങ്ങുന്നു. സ്ഥലം മാറിയതിന്റെ ഇത്തിരി അമ്പരപ്പ് അതിനുണ്ട്. ഹീര ചെന്ന് അതിനെ കോരിയെടുത്തു. വൈകിട്ട് കൊണ്ടുവന്ന ഉടനെ ഇളം ചൂടുവെള്ളത്തിൽ ഡെറ്റോളിട്ട് കുളിപ്പിച്ച് സുന്ദരക്കുട്ടപ്പനാക്കിയിരിക്കയാണ്.

പക്ഷേ, ഈ ശീലം അവനത്ര രുചിച്ചിട്ടില്ല. ശരിയായിക്കൊള്ളും. അവനുവേണ്ടി മാത്രം ഫ്രിഡ്ജിൽ നിന്ന് ബീഫ് പീസെടുത്ത് അരിഞ്ഞു വേവിച്ചു. അതൊന്നു മണത്തുനോക്കി. ഒന്നു രണ്ടു കഷണമെടുത്ത് ചില്ലറ മൽപ്പിടുത്തവും നടത്തി.

"പാലിത്തിരി കുടിക്കുന്നോ?" ഹീര നായ്ക്കുട്ടിയുടെ മുടിയിഴകൾ ബ്രഷ് ചെയ്തുകൊണ്ട് ചോദിച്ചു. പാലിന് ഇളംചൂട്. ടംബ്ലറിലെ പാല്, ചെറുനാവാൽ നക്കിക്കുടിക്കുന്നത് വല്ലാത്ത മനസ്സുഖത്തോടെ ഹീര നോക്കിനിന്നു....

ഒരു കൂട്ടു വേണമെന്ന് കുറേനാളായി തോന്നിത്തുടങ്ങിയിട്ട്. വൈകുന്നേരം ജോലി കഴിഞ്ഞെത്തുന്നതോടെ വല്ലാതെ ഒറ്റയ്ക്കായിപ്പോകുന്നു. രാത്രിയിലേക്കുള്ള ജോലികളൊക്കെ തീർത്തിട്ടും പിന്നെയും സമയം ബാക്കി. ടിവിയിൽ ചാനലുകൾ മാറിമാറിപ്പരതുന്തോറും മടുപ്പും ഏറിവരുന്നു. ടെലിഫോണെടുത്തുവച്ച് വിളിക്കാവുന്നവരെയൊക്കെ വിളിച്ചു മടുപ്പിക്കും. അതിനുമുണ്ട് ഒരതിര്. അങ്ങേയറ്റത്ത് തന്റെ വാക്കുകൾക്ക് സശ്രദ്ധം ചെവിതരാൻ, മനസ്സുതരാൻ ആളുകൾ കുറവ്. അല്ലെങ്കിൽ, തന്റെ നീക്കം വളരെ സൂക്ഷ്മതയോടെയുള്ളതായില്ലെങ്കിൽ, അപകടത്തിൽപ്പെടുന്നത് ഈ ജീവിതംതന്നെയാവും.

ഈ ജീവിതം....! കഥകളിൽ കെട്ടിപ്പടുത്ത ഒരു ജീവിതത്തെ മുന്നോട്ടുകൊണ്ടുപോകാൻ നമ്മൾ എന്തെല്ലാം കഥകളുണ്ടാക്കിയെടുക്കുന്നു. കഥകളും ഉപകഥകളും....

ഞായറാഴ്ച ജാനമ്മച്ചേച്ചി വിളിച്ചു:

"ഹീര വൈകിട്ട് ഫ്രീയാണെങ്കില് ഒന്നിവിടംവരെ വന്നേച്ചു പോ."

ഞായറാഴ്ച മുഴുവനായും വീടൊരുക്കത്തിന് നീക്കിവച്ചിരിക്കുകയായിരുന്നു. ഇപ്പോഴത്തെ വീട് ആറേഴു മുറികളുള്ളതായതിനാൽ അടിച്ചു തുടയ്ക്കാൻ തന്നെ അരദിവസം വേണം. പിന്നെ, മുറ്റത്തെ നല്ലൊരു ഗാർഡൻ. മുകളിൽ ബാൽക്കണിയിലും തന്റെ അഞ്ചെട്ടു ഓർക്കിഡുകൾ.... എങ്കിലും ഞായറാഴ്ച നാലുമണിയോടെ ജാനമ്മച്ചേച്ചിയുടെ വീട്ടിലെത്തി. ചേച്ചി ഒറ്റയ്ക്കായിരുന്നില്ല. ദുബായിലുള്ള അനിയത്തിയും കുടുംബവും എത്തിയിരിക്കുന്നു. അനിയത്തിക്ക് ചേച്ചിയേക്കാൾ അഴക്. കുട്ടികൾ രണ്ടും തീരെ ചെറുതാണ്.

"കഴിഞ്ഞയാഴ്ച നീ ചെയ്ത ആ പ്രോഗ്രാമുണ്ടല്ലോ, ആ ടോക്ക് ഷോ, എന്നാ അതിന്റെയൊരു പേര്?" ജാനമ്മച്ചേച്ചി ഓർമ്മയിൽ പരതി.

പൂർത്തിയാക്കിയത് അനിയത്തിയായിരുന്നു:

"തെരുവിലെ സ്ത്രീത്വം. ചാനലിലെ ഓരോ നല്ല പ്രോഗ്രാമിനെക്കുറിച്ചും ഞാൻ പറയുവാരുന്നു. അപ്പഴാ ചേച്ചി പറഞ്ഞത് ആ പ്രോഗ്രാം ചെയ്തയാള് ഇത്തിരിപ്പോന്ന ഒരു കൊച്ചാന്ന്." എന്നിട്ടവർ കുണുകുണെ ചിരിച്ചു:

"നന്നായിരുന്നൂട്ടോ ആ പ്രോഗ്രാം. ഈ ആളെപ്പോലെതന്നെ."

"താങ്ക്സ്." ഔപചാരികതയിൽ ചാലിച്ച ഒരു വാക്ക് ഹീര എറി

ഞ്ഞു കൊടുത്തു. അപ്പോൾ കടലിനക്കരെയും താൻ ചെയ്യുന്ന പ്രോഗ്രാമുകൾ കാണാൻ ആളുണ്ട്. പക്ഷേ, എന്നത്തെയും പോലെ മുഴുവൻ ക്രെഡിറ്റും തനിക്കു ലഭിച്ചിട്ടില്ല. പ്രൊഡ്യൂസർ എന്ന പേര് ഒരു അന്തസ്സിന് വാരിച്ചുറ്റിയിരിക്കുന്നത് മഹാദേവൻസാറുതന്നെയാണ്. പണിയെടുക്കുന്നത് പാവങ്ങളും...

ഇറങ്ങാൻ നേരത്താണ്, ഓടിവന്ന് കാലിൽ ഉമ്മവച്ചുരുമ്മിയ ഷെർലിയെയും ജോൺസിനെയും ശ്രദ്ധിച്ചത്. വളരെ മുമ്പ് ഒരിക്കൽ ഇവിടെ വന്നപ്പോൾ ഇവ രണ്ടും തീരെ കുഞ്ഞുങ്ങളായിരുന്നു.

ജാനമ്മച്ചേച്ചി പറഞ്ഞു: "ഹീരയെ ഇവ രണ്ടും മറന്നിട്ടില്ല കേട്ടോ. അതാ അതിന്റെ ഗുണം. വിരുന്നുകാരൊക്കെയൊഴിഞ്ഞ് ഈ വീട് ഒറ്റയ്ക്കാവുമ്പോ ഇവറ്റകള്ടെ കളീം ചിരീം മാത്രാ എനിക്കു കൂട്ടിന്."

അത് ശരിയാണെന്ന് മനസ്സിൽ തോന്നി.

ജാനമ്മച്ചേച്ചി പറഞ്ഞു: "ഷെർലിക്കിത് മൂന്നായി മാസം. ഡെലിവറി കഴിയട്ടെ. നല്ലൊരു കൊച്ചിനെ ഞാൻ ഹീരയ്ക്കു തരാം. ഹസ്ബന്റ് ലീവിന് വരുന്നതുവരെ ഒരൊച്ചേം അനക്കോമാവട്ടെ."

ഷെർളി പ്രസവിക്കുംവരെ കാത്തുനില്ക്കാൻ തോന്നിയില്ല. വീട്ടിൽ ഒരാളനക്കം ഉണ്ടാവട്ടെ അതും എത്രയും വേഗം.....

ഇവനെ എന്തു പേരു ചൊല്ലി വിളിക്കും? നായ്ക്കുഞ്ഞിനെ പാലൂട്ടിയശേഷം, പാൽച്ചുണ്ടുകൾ വിരൽകൊണ്ട് തുടച്ചുകൊണ്ട് ഹീര ആലോചിച്ചു. അപ്പോൾ അവൾക്ക്, അവളുടെ ബാല്യം ഓർമ്മവന്നു. പത്തുമുപ്പത് കിലോ മീറ്റർ അകലെ പുഴയും വയലുകളും തെങ്ങിൻതോപ്പുകളും നാലുകെട്ടും പത്തായപ്പുരയുമൊക്കെയുള്ള അവളുടെ ഗ്രാമം. അവിടത്തെ സ്വപ്നാഭമായ കുട്ടിക്കാലം, കുട്ടിക്കാലത്ത് അവളുടെ ഏറ്റവുമടുത്ത ചങ്ങാതിയായിരുന്നു ആ നായ്ക്കുഞ്ഞ് - അപ്പു. ഇളം തവിട്ടുനിറമുള്ള, നെറ്റിയിൽ വെള്ളക്കുറി തൊട്ട അപ്പു... അപ്പുവിന്റെകൂടെ തൊടിയിലും നിരത്തിലും ഓടിത്തിമിർത്തിരുന്ന ആ കാലം ഒരു തിരച്ചാർത്തുപോലെ പെട്ടെന്ന് ഹീരയുടെ മനസ്സിലേക്ക് കുതിച്ചു വന്നു.

"അപ്പൂ..."

അവൾ നായ്ക്കുഞ്ഞിന്റെ പളുങ്കുകണ്ണുകളിലേക്കു നോക്കി. നായ്ക്കുഞ്ഞ് മുഖമുയർത്തി അവളെയും നോക്കി.

"അപ്പൂ, നിനക്ക് ഞാൻ വിളിക്കണത് മനസ്സിലാവ്ണ്ണ്ടോ?"

ഹീര കുനുകുനാ ചിരിച്ചു. അപ്പു സ്നേഹമസൃണമായി അവളോടുരുമ്മി നിന്നു.

രാത്രി, പുറത്ത് തണുപ്പായി പെയ്തുകൊണ്ടിരുന്നു

രണ്ട് - വറചട്ടിയിലെ പെരുമഴയിൽ

പ്രഭാതം.

മുറ്റം നിറയെ കരിയിലകൾ വീണു കിടക്കുന്നു; പാരിജാതത്തിന്റെ കൊഴിഞ്ഞ പൂക്കളും. രാത്രിയിൽ കൊടുങ്കാറ്റ് വീശിയതുപോലെയുണ്ട്. ഇനി ഇതൊക്കെ തൂത്തുവാരിയെടുക്കണമെങ്കിൽ ഒരരമണിക്കൂറെങ്കിലും വേണം..... വാതിൽ തുറന്ന് മുറ്റത്തേക്ക് നോക്കിയപ്പോൾത്തന്നെ ഹീരയ്ക്ക് കലികയറി.

പാരിജാതത്തിന്റെ പൂക്കൾ ഒരിക്കലും കൊഴിയാതിരുന്നെങ്കിലെന്ന് എന്നും സന്ധ്യയ്ക്ക് പ്രാർത്ഥിക്കും. പക്ഷേ, പാരിജാതം വാശിയിൽത്തന്നെ. കൊഴിഞ്ഞ പൂക്കൾ അടിച്ചുകൂട്ടവേ, ഹീര മനസ്സിലോർത്തു: ഒരു പക്ഷേ, ഈ ലോകത്തിന്റെ എങ്ങാണ്ടൊരു കോണിൽ ഒരു മഹാശാസ്ത്രജ്ഞനിരുന്ന് പാരിജാതപ്പൂക്കൾ കൊഴിയാതിരിക്കാനുള്ള വല്ല ഗവേഷണവും നടത്തിയിരുന്നെങ്കിൽ.....

ഗേറ്റിൽ ആരോ!

ശബ്ദം കേട്ട് തലയുയർത്തവെ, തൊട്ടെതിർവീട്ടിലെ കിഴവൻ മേജറാണ്. റിട്ടയേഡ് മേജർ കല്യാണസുന്ദരത്തിന്റെ പ്രഭാതസവാരി.

“മോളെന്താ ഇന്നു നേരത്തെ ഉണർന്നോ? എ ലിറ്റിൽ ബിറ്റ് ഏർലി”

കിഴവൻ ഗേറ്റിൽ നിന്ന് അണയ്ക്കുന്നു. ചൂല് കൈയിൽ വച്ചുതന്നെ തട്ടിക്കുടഞ്ഞ് ഹീര പറഞ്ഞു:

“ഇന്നിത്തിരി നേരത്തേ പോണം, അങ്കിൾ.”

“ഓ, റൈറ്റ് റൈറ്റ്. ഞാൻ ഓടിയേച്ചും വരാം.”

രണ്ടു സ്റ്റെപ്പ് വച്ച് കിഴവൻ തിരിഞ്ഞു നിന്ന്, പതിവുചോദ്യം:

“ഹസ്ബന്റിന്റെ ഫോൺ വല്ലതുമുണ്ടായിരുന്നോ ഇന്നലെ?”

“ഉവ്വ്.” ഹീര പറഞ്ഞു: “രാത്രീല് രണ്ടു തവണയാ അങ്ങേര് വിളിച്ചത്.”

“ഓ വെരി ഗുഡ്... വെരി ഗുഡ്.....” കിഴവൻ ഓട്ടം മറന്ന് ഗേറ്റിങ്കലേക്കു വന്നു:

“സർപ്രൈസായിരിക്കുന്നൂലോ. രണ്ടു തവണ വിളിക്കാൻ മിസ്റ്റർ നായർക്കു എന്താ പ്രത്യേകിച്ച് വിശേഷം?”

“ഒരു തവണ സാധാരണപോലെ വിളിച്ച് വിശേഷങ്ങളൊക്കെ പറഞ്ഞു. ഫോൺ വച്ച ശേഷമാ ഒരുകാര്യം മറന്നത് പുള്ളിക്കാരൻ ഓർത്തതത്രെ.” ഹീര കിഴവനെ വട്ടുകളിപ്പിക്കാൻതന്നെ തീരുമാനിച്ചു.

മേജർ ജിജ്ഞാസുവായി: “വാട്ടീസ് ദാറ്റ് ഇംപോർട്ടന്റ് മാറ്റർ?”

ഹീര വെട്ടിത്തുറന്നു സമ്മതിച്ചു:

“എനിക്ക് രണ്ടുമ്മ തരുന്ന കാര്യംതന്നെ. എന്നും ഫോൺ വയ്ക്കും മുമ്പ് പതിവുള്ളതാന്നേ.”

ഒരു നാണത്തിന്റെ കുളിരല കിഴവന്റെ ചുളുങ്ങിയ മുഖത്ത് വീശി

പ്പറക്കുന്നത് ഹീര ഇടങ്കണ്ണാൽ കണ്ടു. മേജർ കല്യാണസുന്ദരം വല്ലാത്ത ഉൾപ്പുളകത്താൽ പിടഞ്ഞു:

"എന്നും രണ്ടുമ്മ ഫോണിലൂടെ കിട്ടുകാന്നൊക്കെ വച്ചാല്....."

അയാൾ വാക്കുകൾക്കായി തപ്പിത്തടഞ്ഞു: "യു ആർ റിയലി ലക്കി, ഹീരമോൾ."

"അപ്പോ ഓക്കെ അങ്കിൾ." ഹീര ചൂലുകൊണ്ട് രണ്ടു മീറ്റർ കൂടി തൂത്തു: "എനിക്ക് ഇത്തിരി കൂടി ജോലി തീർക്കാനുണ്ട്."

കിഴവൻ ചെറ്റിടകൂടി ഗേറ്റിൽനിന്ന് അവളെ സാകൂതം നോക്കിയ ശേഷം, സ്വസ്ഥത നഷ്ടപ്പെട്ടവനെപ്പോലെ പിൻവാങ്ങി:

"ഓൾ റൈറ്റ്... ഓൾ റൈറ്റ്... ഞാൻ ഓടിയേച്ചും വരാം."

കിഴവൻ കിതച്ചുകിതച്ചു ഓടിയകലുന്നതു കണ്ടപ്പോൾ ഹീര, അതേ വരെ അടക്കിവച്ചിരുന്ന ചിരിപ്പാത്രത്തിന്റെ മൂടി തുറന്നു. ആ ഒരു പ്രഭാതത്തിൽ അങ്ങനെ ഒറ്റയ്ക്ക് ആ മുറ്റത്തുനിന്ന് അവൾ ശബ്ദമുയർത്തി ത്തന്നെ പൊട്ടിച്ചിരിച്ചു. ഓർത്തോർത്തു ചിരിച്ചു; ഏറെ നേരം.

ഇതും ഒരു രസമുള്ള കാര്യമാണ്. വെറുതെ ഒരത്ഭുതകഥയുടെ പട്ടു മെത്ത വിടർത്തിക്കാണിച്ചു നോക്കൂ. അതിനു ചുറ്റും വായും പൊളിച്ച് 'മിഴുങ്ങസ്യ' വന്നടിയുന്ന മണിയനീച്ചക്കൂട്ടങ്ങളാവും, അന്തസ്സും ആഭി ജാത്യവും മിനിറ്റിന് പത്തു തവണ വച്ച് പ്രഖ്യാപിക്കുന്നവരെല്ലാം.

ഈ വീട്ടിലേക്ക് വരാനുണ്ടായ സാഹചര്യം തന്നെയെടുക്കുക. പത്ര ത്തിൽ പരസ്യം കണ്ടതുപ്രകാരം ഫോൺ വിളിച്ചുറപ്പിച്ച് വന്നുകാണുക യായിരുന്നു. വീട്ടുടമ സിങ്കപ്പൂരിലാണ്. വീട് വച്ചതുമുതൽ വാടകക്കാ രാണ് താമസം. ഒരു ബാങ്ക് മാനേജരും കുടുംബവും. രണ്ടു കൊല്ലത്തെ പൊറുതിക്കൊടുവിൽ ട്രാൻസ്ഫർ ആയപ്പോൾ, നാട്ടിലുള്ള ഒരകന്ന ബന്ധു വഴി ചില്ലറ അറ്റകുറ്റപ്പണികളൊക്കെ നടത്തി. എന്നിട്ടാണ് പത്ര പ്പരസ്യം. ഈ അകന്ന ബന്ധുവാണ് ഇപ്പോഴത്തെ തലതൊട്ടപ്പൻ.

ഫോൺ ചെയ്തപ്പോൾത്തന്നെ ഇങ്ങോട്ടുള്ള ചോദ്യം: "ഫാമിലിയാ ണല്ലോ, അല്ലേ?"

"ഉവ്വ്, ഉവ്വ്." രണ്ടുതവണ പറഞ്ഞു: "മാര്യേജ് കഴിഞ്ഞിട്ട് ഒന്നര വർഷമായി."

പിന്നെ വീടു കാണാൻ വന്നപ്പോഴാണ് ഉടമസ്ഥന്റെ ബന്ധുവിനെ ശരിക്കും കാണുന്നത്. ഒരു നാല്പത്- നാല്പത്തഞ്ച് വയസ്സുള്ള പൊണ്ണ ത്തടിയൻ. കഴുത്തിൽ കട്ടി സ്വർണ്ണമാല, കുടവയറിന്റെ പകുതിയും പുറ ത്തേക്ക് തള്ളിക്കാണിക്കുംവിധം ടീ ഷർട്ട്, ഫോറിൻ ലുങ്കി.

"ശ്രീധരൻപിള്ള - അതായത് എന്റെ അളിയന്റെ അളിയൻ- അങ്ങ് സിങ്കപ്പൂരും മലയായിലുമൊക്കെ പോയേച്ച് ഇതുപോലെ പത്തുപതിന ഞ്ചെണ്ണം അങ്ങ് കെട്ടിയിടും; നാടായ നാടൊക്കെ. അങ്ങേർക്കിതിന്റെ വിഷമം വല്ലതുമറിയണോ? വേണ്ട. എല്ലാറ്റിനും ഈ കരുണൻപിള്ളയു ണ്ടല്ലോ, ഇവിടെക്കിടന്ന് ഓടാൻ." ആമുഖമായി ഇത്രയും കേൾപ്പിച്ച് കരു ണൻപിള്ള വീടിന്റെ വാതിലുകൾ തുറന്നിട്ടു.

"എന്റെ വീടായതുകൊണ്ട് പറയുകയല്ല. നല്ല ഐശ്വര്യമുള്ള ആൾക്കാരേ എന്നും ഇവിടെ താമസത്തിനു വന്നിട്ടുള്ളൂ."

വെറുതെ കേട്ടു ചിരിച്ചു. മുറികളിലെല്ലാം കണ്ണോടിച്ചു കൂടെ നടന്നു.

"അതെന്താ കുട്ടീ, ഇപ്പോ ഒറ്റയ്ക്കു വന്ന് വീട് നോക്കുന്നേ? ഹസ്ബന്റ് എവിടെപ്പോയി?"

പ്രതീക്ഷിച്ചിരുന്ന ചോദ്യം വളരെ കൂളായി ഇറങ്ങിവന്നിരിക്കുന്നു! പ്രതീക്ഷിച്ചതായതിനാൽ ഉത്തരവും എപ്പോഴേ റെഡി:

"ഹസ്ബന്റ് വരും. ഇപ്പൊ ദുബായിലാ. അവിടെ എണ്ണക്കമ്പനീല്. ഒരു മാസം ജോലി. ഒരു മാസം ലീവ്. അങ്ങനാ. അടുത്ത മാസം ലീവിനു വരും." ഹീര വളരെ വിശദമായിത്തന്നെ മറുപടി നിവർത്തി.

"ഓ, അപ്പോ ഒന്നിടവിട്ട മാസമേ ഹസ്ബന്റ് കാണത്തുള്ളൂ. ബാക്കിയുള്ളപ്പോ എന്തു ചെയ്യും?" കരുണൻപിള്ളയ്ക്ക് സംശയങ്ങൾ തീരുന്നില്ല.

"മഞ്ചല്ലൂരുനിന്ന് എന്റെ അച്ഛനും അമ്മയും വന്നു നില്ക്കും. അല്ലെങ്കില് അനിയനോ അനിയത്തിയോ."

"അതാ അതിന്റെയൊരു ശരി. ഇക്കാലത്ത് ഒറ്റയ്ക്ക് ഇത്രേം വലിയ ഒരു വീട്ടില് താമസിക്കാന്ന് വച്ചാൽത്തന്നെ അതൊരു ബോറാ."

"ഹോസ്റ്റലിലാണ് ഇപ്പോ ഞാൻ. വൈകിട്ട് ആറുമണിക്കു ശേഷം അവര് ഗേറ്റടയ്ക്കും. എന്റെ ഇപ്പോഴത്തെ ജോലിക്ക് അങ്ങനെയൊരു സമയം പറയാൻ പറ്റാത്തതുകൊണ്ട് ഒരു വീടെടുത്തു മാറുന്നതാ നല്ലതെന്നു തോന്നി."

"അപ്പൊ, എവിടെയാ ജോലിയെന്നാ പറഞ്ഞത്?"

ആറുമണിക്ക് വീടണയാൻ പറ്റാത്തതെന്നുവച്ചാൽ ഏതോ പിശകുള്ള ജോലിയാവണമെന്ന സംശയത്താൽ കരുണൻപിള്ള തുറിച്ചുനോക്കി.

"സംശയിക്കേണ്ട അങ്കിൾ." അങ്കിൾ വിളിയിൽ കരുണൻപിള്ളയെ പാതി തളച്ചിട്ടുകൊണ്ട് മുന്നേറി: "ഭാരത് ടെലിവിഷൻ എന്ന് അങ്കിള് കേട്ടിട്ടുണ്ടല്ലോ; അല്ലേ?"

കരുണൻപിള്ള പിടഞ്ഞു. "അതു പിന്നെ കേൾക്കാതെങ്ങനാ? നമ്മുടെ ഭാരത് ചാനല്. ഇപ്പോഴത്തെ ചാനലുകളില് കാണാൻ കൊള്ളാവുന്ന സീരിയല് അവര്ടതല്ലിയോ? ഞാനും കുഞ്ഞുലക്ഷ്മീം അതിന്റെ മുന്നിലാ എപ്പഴും."

"ഞാൻ ഭാരത് ചാനലില് അസിസ്റ്റന്റ് പ്രോഗ്രാം പ്രൊഡ്യൂസറായിട്ടാ ജോലി നോക്കുന്നത്." തെല്ലൊരഭിമാനത്തോടെതന്നെ പറഞ്ഞു. ഇനിയപ്പോൾ, കാവേരി സുധാകരനെ കല്യാണം കഴിക്കുമോ എന്ന സ്വാഭാവിക ചോദ്യം ഉയരുമെന്ന് ഭയക്കുകയും ചെയ്തു. 'എന്റെ സ്വന്തം' എന്ന ഒരു സീരിയൽ അരങ്ങുതകർത്ത് മുന്നേറുന്ന സമയമാണ്. അതിലെ കഥാപാത്രങ്ങളെല്ലാം എല്ലാവർക്കും സ്വന്തം കുടുംബാംഗങ്ങൾ...

"എന്റെ സ്വന്തം നന്നാവുന്നുണ്ട്, കേട്ടോ."

"ഭാഗ്യം!" കരുണൻപിള്ളയുടെ കമന്റ് അത്രടം വച്ച് അവസാനിച്ചു. ഒപ്പം, 'എന്റെ സ്വന്തം' സീരിയലുണ്ടാക്കുന്ന കമ്പനീലെ ആൾക്കാരാ എന്റെ പുതിയ വാടകക്കാര് എന്ന ഒരഭിമാനം കലർന്ന ഗർവ്വ് ആ മുഖത്തും ചലനങ്ങളിലും തെളിയുന്നത് ശ്രദ്ധിക്കുകയുംചെയ്തു.

വാടകയെക്കുറിച്ച് കൂടുതൽ തർക്കം വേണ്ടിവന്നില്ല. എത്ര വാടക തരാൻ പറ്റുമെന്നാണ് മുറികളൊക്കെ വിശദമായി തുറന്നിട്ട് കാണിച്ചുകൊണ്ട് കരുണൻപിള്ള ചോദിച്ചത്. സത്യത്തിൽ, വീടിന്റെ വലിപ്പവും പുതുക്കവും ടൗണിനു നടുവിൽത്തന്നെയുള്ള സ്ഥാനവും വച്ച് ഒരു ആറായിരം - ആറായിരത്തിയഞ്ഞൂറ് ആരും കണ്ണുമടച്ച് കൊടുക്കും. പക്ഷേ, പറഞ്ഞത് തനിക്കു പറ്റുന്ന ഒരു ബഡ്ജറ്റാണ്.

"ഒരു... നാലായിരം. അതാ കമ്പനീടെ ഹൗസിങ് അലവൻസ്."

കരുണൻപിള്ള ഒരാലോചനയിൽ മുഴുകി: "ബാങ്കിലെ സാറിന് നാലായിരത്തി എണ്ണൂറായിരുന്നു. അതിനുശേഷം എല്ലാമൊന്ന് പുതുക്കിയെടുത്തിട്ടുണ്ട്." വീണ്ടും വിരലുകൾ മടക്കി കണക്കുകൂട്ടി. കൂട്ടുന്നതിനിടയിൽ പാളി വരുന്ന ഒരു നോട്ടം. ആ നോട്ടത്തെ തടുത്തുകൊണ്ട് തന്റെ പക്ഷത്തുനിന്ന്, നിസ്സഹായമെങ്കിലും മനോഹരമായ ഒരു പുഞ്ചിരി...

"ഞാൻ പറഞ്ഞോളാം, ശ്രീധരൻപിള്ളയോട്. അയാൾക്കിപ്പോ ഇതു വാടകയ്ക്കു കൊടുത്തിട്ടൊന്നും വേണ്ടാ, അങ്ങ് സിങ്കപ്പൂരില് ചെലവിനു കഴിയാൻ. എന്നെങ്കിലും കമ്പനീല് റെന്റ് കൂട്ടിത്തരുമ്പോ ഇവിടേം കൂട്ടിത്തര്യാ."

ശരിയെന്ന് വിനയപൂർവ്വം സമ്മതിച്ചു.

പുറത്തേക്കിറങ്ങിയപ്പോൾ കരുണൻപിള്ള ആഹ്ലാദപൂർവ്വം പറഞ്ഞു: "ഒരു നല്ല വാടകക്കാരെ കിട്ടുകാന്നുവച്ചാ അതൊരു സുകൃതാ. വീടുകൾക്കും ഒരു മനസ്സുണ്ട്. അതു മനസ്സിലാക്കാൻ പറ്റുകാന്നുള്ളതാ ഏറ്റവും പ്രധാനം."

അപ്പോഴാണ് ഗേറ്റിൽ മേജർ കല്യാണസുന്ദരം വെളുക്കെച്ചിരിയുമായി.

"എന്താ സ്വാമീ വിശേഷം?" കരുണൻപിള്ള അന്വേഷിച്ചു. എന്നിട്ട് പരിചയപ്പെടുത്തി:

"ഇതു റിട്ടയേഡ് മേജർ കല്യാണസുന്ദരം. ഈ കോളനിയിലെ അസോസിയേഷൻ പ്രസിഡന്റാ."

"സ്ഥിരം പ്രസിഡന്റ്." കല്യാണസുന്ദരം പല്ലിളിച്ചുകൊണ്ട് വിനീതനായി.

"എല്ലാവർക്കും എല്ലാ കാര്യത്തിനും എന്നെത്തന്നെ വേണം."

"ഇവിടത്തെ പുതിയ താമസക്കാര് ഇവരാ." കരുണൻപിള്ള പറഞ്ഞു:

"ഭാരത് ടെലിവിഷൻ ചാനലില്ലേ? അതിലാ ജോലി."

"ഭാരതിലോ? അപ്പോ... വൺ മിസ്റ്റർ സുന്ദരേശ്വരയ്യരെ അറിയുന്നുണ്ടാവല്ലോ? നല്ല പൊക്കായിട്ട്, വെളുത്ത്...."

അറിയാമെന്നോ അറിയില്ലെന്നോ മറുപടി പറഞ്ഞില്ല. സത്യത്തിൽ ഓർത്തുനോക്കാൻ തന്നെ പോയില്ല. അപ്പോൾ സ്വാമി പൂർത്തീകരിക്കുന്നു:

"എന്റെ നീസിന്റെ ഹസ്ബെന്റിന്റെ സിസ്റ്ററ്ടെ ഫാദർ ഇൻ ലോയാ. വെരി എഫിഷ്യന്റ്. ഹാർഡ് വർക്കിങ് എഞ്ചിനീയർ."

മേജർ കല്യാണസുന്ദരത്തെക്കുറിച്ച് ഏതാണ്ടൊരു ധാരണ ഇത്രടം കൊണ്ട് കിട്ടിക്കഴിഞ്ഞു. അതിനാൽ ചുമ്മാ പല്ലിളിച്ചുകാട്ടി നിന്നു.

അപ്പോൾ പ്രതീക്ഷിച്ച ആ ചോദ്യം വന്നു:

"ഒറ്റയ്ക്കാണോ വീടു കാണാൻ വന്നിര്ക്ക്ന്നേ? ഫാമിലിയൊന്നും വന്നില്ലേ?"

പക്ഷേ, മറുപടി പറഞ്ഞുതുടങ്ങും മുമ്പ്, കരുണൻപിള്ള ചാടിക്കയറി, ഒരു രക്ഷകന്റെ രൂപമെടുത്തത് ഇപ്പോഴും അതിശയകരമായി തോന്നുന്നു.

"ഹീരയുടെ അച്ഛനും അമ്മയുമൊക്കെ പിറകെ വരും. മാസത്തിലൊരിക്കൽ ഹസ്ബന്റും"

"അപ്പോ മാരീഡാണല്ലോ"

മേജർ ഒരു പതുങ്ങിച്ചിരി ചിരിച്ചു:

"കണ്ടാൽ അത്രേം തോന്നില്ല."

വിട പറയുമ്പോൾ മേജർ വീണ്ടും പറഞ്ഞു: "അപ്പോ ശരി ഇവ്ടെ വന്നാൽ ഒന്നിനുമേതിനും ഹീര റാണി ഭയപ്പെടേണ്ട. ഇവ്ടെ ഞങ്ങളൊക്കെയുണ്ട്."

അതാണിപ്പോൾ ശരിക്കും ഭയമെന്ന് മനസ്സിൽ പറഞ്ഞു; പുറമെ ചിരിച്ചു കാണിച്ചെങ്കിലും. താമസിക്കാൻ വന്ന ദിവസം ഒരാൾക്കും മുൻകൂട്ടി സൂചനയൊന്നും കൊടുക്കാതെയായിരുന്നു. ഹോസ്റ്റലിൽനിന്ന് ഒരു ഓട്ടോ വിളിച്ച് പെട്ടിയും പുസ്തകങ്ങളുമൊക്കെയായി ഒരു സന്ധ്യയ്ക്ക് വന്നിറങ്ങുകയായിരുന്നു. വഴിയേ ഓരോന്നോരോന്നായിട്ടാണ് കട്ടിലും കസേരകളുമൊക്കെ വാങ്ങിയത്. വന്നതിന്റെ പിറ്റേന്ന് കാലത്ത് മുറ്റം തൂക്കുന്നതു കണ്ടപ്പോഴാണ്, കല്യാണ സുന്ദരം അന്ധാളിപ്പോടെ ഗേറ്റിങ്കലെത്തിയത്.

"അല്ലാ ഇയാളിതെപ്പോ വന്നു? നേരത്തേ പറഞ്ഞിരുന്നെങ്കില്, സാധനങ്ങളിറക്കാൻ ഞങ്ങളും കൂടെ കൂടാമായിരുന്നല്ലോ."

"ഓ.... ഇന്നലെ വരാമെന്ന് പെട്ടെന്നാ കരുതിയത്."

അപ്പോഴും അകത്തേക്കു ക്ഷണിച്ചില്ല; അങ്ങനെ ചെയ്യുമെന്ന് സ്വാമി പ്രതീക്ഷിച്ചിരുന്നെങ്കിലും. മാത്രമല്ല, സ്വാമിയുടെ വീട് താനും വിസിറ്റ് ചെയ്തില്ല. സ്വാമി ക്ഷണിച്ചിട്ടുമില്ല. ഒരുപക്ഷേ, സ്വാമിയുടെ പൊണ്ടാട്ടി മുഖം വീർപ്പിച്ച് വരുമായിരിക്കാം. ഇവർക്കൊക്കെ സ്വന്തം അടുക്കളയും അപ്പച്ചട്ടിയും ചൂടുപിടിച്ച് പൊരിഞ്ഞുകിടക്കുകയായിരിക്കും. എങ്കിലും

ചുളുവിൽ അടുത്ത വീട്ടിലെ അടുക്കളയിൽ ചൂടുള്ള വല്ലതുമുണ്ടോ എന്ന ഒരന്വേഷണവും....!

സമയമേറുന്നു എന്ന് സ്വയം പറഞ്ഞ് ഹീര മുറ്റത്തെ കൃത്യങ്ങൾ അവസാനിപ്പിച്ചു. അകലെനിന്ന് സ്വാമി ഓടിക്കിതച്ച് മടങ്ങിയെത്തുംമുമ്പേ, പതിവുപോലെ അവൾ അകത്തെത്തി. കട്ടിലിനു താഴെ, പതുപതുത്ത ചവിട്ടുമെത്തയിൽ അപ്പു ഉറങ്ങുന്നു. ഇനി അവനെ ഉണർത്തണം. അവന്റെ കാര്യങ്ങൾ നോക്കണം. ഉച്ചയ്ക്കലേക്ക് അവനു വല്ല ഭക്ഷണവും എടുത്തു വയ്ക്കണം... എന്നിട്ടു വേണം ഓടിപ്പിടച്ച് ഓഫീസിലേക്ക്.....

ഇന്ന് ഒമ്പതുമണിക്ക് പ്രോഗ്രാം മീറ്റിങ്ങുള്ളതാണ്. മഹാദേവൻസാറിന് ചാടിത്തിമിർക്കാനുള്ള മീറ്റിങ്. അതോർത്തപ്പോൾ ഹീര സമയത്തിന്റെ വറചട്ടിയിലേക്ക് മൂക്കുകുത്തി.

മൂന്ന് – ആകാശമേല്ക്കൂരയിൽനിന്ന് അലിവുകൾ, ആലിപ്പഴംപോലെ

മീറ്റിങ് കൃത്യം ഒൻപത് മണിക്കുതന്നെ തുടങ്ങി. അതിനും അഞ്ചു മിനിറ്റ് മുൻപ് ഹീര ഓടിക്കിതച്ചെത്തി. വീട്ടിൽനിന്നിറങ്ങി റോഡിൽ ഓട്ടോയ്ക്കായി കാത്തു. രാവിലെയായതിനാൽ ആ വഴി പോയ ഓട്ടോറിക്ഷകളെല്ലാം കുട്ടികളെക്കൊണ്ടും ഉദ്യോഗസ്ഥരെക്കൊണ്ടും കുത്തിനിറയ്ക്കപ്പെട്ടിരുന്നു. പിന്നെ, ജങ്ഷൻവരെ നടന്നു. നളന്ദ ജങ്ഷനിലും നല്ല തിരക്കുതന്നെ. കടന്നുപോകുന്ന ഓട്ടോകളെല്ലാം തന്നെ നോക്കി കളിയാക്കുന്നതുപോലെ തോന്നി. പലതിനും കൈകാണിച്ച്, ഒടുവിൽ അടുത്തെത്തുമ്പോഴാണറിയുക, അതിനകത്ത് ആളുകൾ ഞെരുങ്ങിയിരിക്കുകയാണെന്ന്. സിറ്റി ബസുകൾ കടന്നുപോകുന്നുണ്ട്. പക്ഷേ, അതിലും സൂചി കുത്താനിടമില്ല. പലതിന്റെയും ഫുട്ബോർഡുകളിൽ തൂങ്ങിനില്പാണ് ജനം.

ആകെ മടുത്തുനില്ക്കുമ്പോൾ, അരികെ വന്നുനില്ക്കുന്ന ഒരു കറുത്ത മാരുതി സെൻ. പതുക്കെ താഴുന്ന കണ്ണാടിജാലകം. സൺഗ്ലാസ് കണ്ണിൽ നിന്ന് എടുത്തുമാറ്റി ചിരിച്ചുകൊണ്ട് ഒരു മുഖം. ഓർമ്മകളിൽ പരതി. ആരാണ്? ആരാണ്?

വാഹനങ്ങൾ അങ്ങുമിങ്ങും നിലയ്ക്കാതെ പ്രവഹിക്കുന്നു. ആർക്കും ആരെയും ശ്രദ്ധിക്കാൻ നേരമില്ല. തനിക്കുമതെ. എളുപ്പം ഓഫീസിലെത്തണം. ഒൻപതുമണിയെന്നാൽ കൃത്യം ഒൻപതുമണിക്കുതന്നെ പ്രോഗ്രാം മീറ്റിങ് തുടങ്ങണം.

"ഹീര ഇവിടെയാണോ താമസിക്കുന്നത്?"

തീർത്തും പ്രസന്നവാനായി. ചിരകാല സൗഹൃദത്തിന്റെ ചിരിചിരിച്ച് അയാൾ:

"ഉവ്വ്." മനസ്സിലായില്ലെന്ന ഭാവം അപ്പോഴും കൈവിട്ടില്ല.

"ഹീരാ, ഞാൻ നരേന്ദ്രൻ. ഭാരതില് മാർക്കറ്റിങ് മാനേജരാണ്. ഞാൻ ഹീരയെ അവിടെ ഓട്ടത്തിനിടയിൽ ഇക്കഴിഞ്ഞ ദിവസമാണ് കണ്ടത്."

അയാൾ വിശദമായിത്തന്നെ സംസാരിച്ചു:

"ഹീര ഓഫീസിലേക്കാണെങ്കിൽ കയറിക്കോളൂ. ഞാൻ ഡ്രോപ്പ് ചെയ്യാം."

എന്തു ചെയ്യണമെന്നറിയാതെ ഹീര ഒരു നിമിഷംകൂടി കാത്തു. ഓഫീസിലെ ഇടനാഴിയിൽവച്ച്, അതുമല്ലെങ്കിൽ ഏതെങ്കിലുമൊരു പൊതുവേദിയിൽ, ഒന്നിച്ചൊരു കോൺഫറൻസിൽ... ഈ മുഖം? എങ്ങനെ കാണുവാനാണ്? കാലത്തുതൊട്ട് വൈകിട്ടുവരെ പ്രോഗ്രാം... പ്രോഗ്രാം എന്നു പറഞ്ഞ് മുങ്ങിത്താഴുകയല്ലേ. ആ ഓഫീസിൽത്തന്നെ, തൊട്ടപ്പുറത്തെ ക്യാബിനിലെ മനുഷ്യജീവിയോടുപോലും അന്യോന്യമറിയാവുന്ന ഒരടുപ്പം തനിക്കില്ലെന്ന് ഹീര ഖേദത്തോടെ ഓർത്തു.

"വരൂ..." നരേന്ദ്രൻ മറുവശത്തെ ഡോർ തുറന്നിട്ട് ക്ഷണിച്ചു. ഹീര തികച്ചും യാന്ത്രികമായിത്തന്നെ കാറിനകത്തെത്തി.

"പോകാമല്ലേ?"

നരേന്ദ്രൻ കാർ മുന്നോട്ടെടുത്തു. ഹീര ആകെയൊരു വെപ്രാളത്തിലായിരുന്നു. അവൾ സാരിയുടെ ഫ്ളീറ്റുകൾ അകാരണമായി ചേർത്തുവച്ച് ഒതുക്കുകയും ആകപ്പാടെ ഒരു വിമ്മിട്ടത്തിൽപ്പെട്ടുപോകുകയും ചെയ്തു.

"ഞാൻ ശരിക്കും സർപ്രൈസ്ഡ് ആയി, കഴിഞ്ഞ ദിവസം ഹീരയെ സെക്ഷനിൽ കണ്ടപ്പോൾ."

നരേന്ദ്രൻ തിരക്കുകൾക്കിടയിലൂടെ സമർത്ഥമായി ഒരു ബസിനെ ഓവർടേക്ക് ചെയ്തുകൊണ്ട് സംസാരിച്ചു:

"ആദ്യം കണ്ടപ്പോൾ എവിടെയോ കണ്ടുമറന്ന ഒരു മുഖം. പിന്നെയാണ്, പേര് അന്വേഷിച്ചപ്പോഴാണ് ഹീരയാണെന്ന് മനസ്സിലായത്."

അതും പറഞ്ഞ് നരേന്ദ്രൻ ഹീരയെ നോക്കി.

"അതിന്... ഇതിനു മുമ്പ് നമ്മൾ കണ്ടിട്ടുണ്ടോ?" ഹീരയ്ക്ക് സംശയം വിട്ടുമാറിയില്ല.

"യൂണിവേഴ്സിറ്റിയിൽ ഹീര എം ജെയ്ക്ക് ചേർന്ന കാലത്ത് അവിടെ ഞാനുണ്ടായിരുന്നു. എം ബി എയ്ക്ക്. ഫൈനൽ ഇയറായിരുന്നു." നരേന്ദ്രൻ പറഞ്ഞു.

"എന്തോ, ഞാൻ കണ്ടതായി ഓർക്കുന്നില്ല."

"ഓർക്കാൻ വഴിയില്ല, ഫൈനൽ ഇയറാണെങ്കിലും വളരെ കുറച്ചു ദിവസങ്ങളേ ഞാൻ ക്യാമ്പസിലുണ്ടായിരുന്നുള്ളൂ. അന്നേ ഇത്തിരി പോക്കറ്റ് മണിക്കുള്ള പരിപാടികളുണ്ടായിരുന്നു കൂട്ടിന്." നരേന്ദ്രൻ ചിരിച്ചു.

ഹീരയും ചിരിച്ചു.

"ഞാനൊക്കെ പഠിച്ചുകഴിഞ്ഞപ്പഴാ ഇനി എന്താ, എന്തു ചെയ്യണമെന്നൊക്കെ ചിന്തിച്ചുതുടങ്ങീത്.."

"ഭാരതിൽ വരുംമുമ്പ് ഹീര എവിടെയായിരുന്നു?" ഒരു വളവിൽ കാറിന് വേഗം കുറച്ചുകൊണ്ട് നരേന്ദ്രൻ അന്വേഷിച്ചു:

"കുറച്ചു പത്രപ്രവർത്തനം. ഒന്നു രണ്ട് ഫിലിം വീക്കിലികളിൽ കയറിയിറങ്ങി വെറുതെ കുറച്ച് വർഷം കളഞ്ഞതു മിച്ചം." ഹീര ചിരിച്ചു: "ഒരിടത്തും സ്റ്റിക്ക് ഓൺ ചെയ്യാൻ പറ്റിയില്ല."

"ഇപ്പഴത്തെ ജോലിയെങ്ങനെ?" നരേന്ദ്രൻ അന്വേഷിച്ചു:

"ഹീര ഒരുപാട് നല്ല പ്രോഗ്രാംസ് ചെയ്യുന്നുണ്ടെന്നറിഞ്ഞു."

"എന്നാലും മടുപ്പുണ്ട്. എവിടെയോ ഒരു സ്വാതന്ത്ര്യക്കുറവ്." ഹീര തുറന്നു സംസാരിച്ചു.

"അത് ഏതു ജോലിക്കുമുണ്ടാവും." നരേന്ദ്രൻ തന്റെ നിലപാട് വ്യക്തമാക്കി: "ഇപ്പോത്തന്നെ തലകുത്തി നിന്നാ ഞാൻ ഭാരതില് ജോലി നോക്കുന്നത്. നിങ്ങളൊക്കെ ചെയ്യുന്ന പ്രോഗ്രാംസ് പ്രോപ്പർ ആയി മാർക്കറ്റ് ചെയ്യുകാന്നുള്ളത് ഞങ്ങളുടെ റെസ്പോൺസിബിലിറ്റിയാ."

"ഇപ്പൊ എങ്ങനുണ്ട് നമ്മുടെ പൊസിഷൻ?" ഹീര ചോദിച്ചു.

"പ്രശ്നമാണ്. നല്ല കോംപറ്റീഷനുണ്ട്. എങ്കിലും ഈ ഒരാറുമാസം കൂടി കടന്നുകിട്ടിയാൽ രക്ഷപ്പെട്ടു."

നരേന്ദ്രൻ ഔദ്യോഗികരഹസ്യങ്ങൾ തുറന്നു സംസാരിച്ചു:

"ഹീരയ്ക്കറ്യോ, നമ്മുടെ ഓഫീസിലെ പ്രോബ്ലം എന്താന്നു വച്ചാ, ഒന്നേയുള്ളൂ, സ്റ്റാഫ് തമ്മില് ഒരു ഇന്ററാക്ഷനുമില്ല. ഏതൊരു ഓഫീസിലും അന്യോന്യമുള്ള കൂട്ടായ്മയേ വിജയത്തിലേക്കെത്തൂ."

"അതു ശരിയാ. എനിക്കും തോന്നിയിട്ടുണ്ട്." ഹീര അനുകൂലിച്ചു: "ഒരു സെക്ഷനിൽത്തന്നെ പലർക്കും പലരെയും അറിഞ്ഞുകൂടാ."

"ഇപ്പൊ ആറുമാസമായിട്ടും ഒരു മേല്ക്കൂരയ്ക്കു കീഴെ ജോലി ചെയ്യുന്ന നമ്മൾ രണ്ടാളും അറിയാത്തതുപോലെ." നരേന്ദ്രൻ ചിരിച്ചു: "ഓർക്കുമ്പോൾ, ഇറ്റ്സ് എ ഫണ്ണി തിങ്."

"യെസ്."

ഹീരയ്ക്കും അതോർത്തപ്പോൾ നല്ല തമാശ തോന്നി.

"ഓഫീസിനു പുറത്ത്, ഇങ്ങനെയൊരു തിരക്കുപിടിച്ച വെളുപ്പാൻ കാലത്ത് പരിചയപ്പെടാനാ നമ്മുടെയൊക്കെ വിധി."

അപ്പോഴേക്കും ഭാരത് ടെലിവിഷന്റെ കൂറ്റൻ മതിൽക്കെട്ട് കാണായി. നരേന്ദ്രൻ സ്പീഡ് കുറച്ചു. ഗേറ്റ്മാൻ സല്യൂട്ട് ചെയ്ത് കവാടം തുറന്നു. കാർ അകത്തേക്കൊഴുകി.

"അപ്പോൾ... ബൈ ഹീരാ- വീണ്ടും കാണാം. എന്റെ ക്യാബിൻ തേർഡ് ഫ്ളോറിലാ." നരേന്ദ്രൻ ടൈ വലിച്ചിട്ട് നേരെയാക്കി, ചെറിയ ബ്രീഫ്കേസുമെടുത്ത് ഇറങ്ങി.

"ഓക്കെ, ഞാൻ വിളിച്ചിട്ടു വരാം." ഹീരയും പറഞ്ഞു: "ഒൻപതുമണിക്ക് മീറ്റിങ്ങുണ്ട് ഇന്ന്." അവൾ പടിക്കെട്ടുകളുടെ നേർക്ക് ഓടി.

സെക്ഷനിൽ ചെന്ന് ഒപ്പുവച്ച് കോൺഫറൻസ് റൂമിലെത്തുമ്പോൾ, എല്ലാവരും വന്നെത്തുന്നതേയുള്ളൂ. ഹീര ക്ലോക്കിലേക്കു നോക്കി. അത് ഒൻപതിനെ പതുക്കെ സമീപിച്ചുകൊണ്ടിരിക്കുന്നു.

മീറ്റിങ് ഹീരയെ സംബന്ധിച്ചിടത്തോളം വളരെ നിർണ്ണായകമായിരുന്നു. ഇൻഡിപെൻഡന്റ് ആയി ഒരു പ്രോഗ്രാം ഹീരയെ ഏല്പിക്കുവാൻ യോഗം ചർച്ച ചെയ്തു. ഒരു ഫാമിലി പ്രോഗ്രാമായിരുന്നു അത്. പ്രോഗ്രാം ഏതുവിധം വേണമെന്ന് ഒരാഴ്ചയ്ക്കകം റിപ്പോർട്ട് നല്കിയാൽ മതി. ഹീരയ്ക്ക് വല്ലാത്ത സന്തോഷവും അഭിമാനവും തോന്നിയ നിമിഷങ്ങൾ...

ഉച്ചയ്ക്ക് കാന്റീനിൽനിന്ന് ഭക്ഷണം കഴിക്കുമ്പോൾ അപ്പുവിനെ ഓർത്തു. രാവിലെ വാതിൽ പൂട്ടി ഇറങ്ങും മുമ്പ് കണ്ട അവന്റെ ദീനമായ മുഖം മനസ്സിൽനിന്ന് മായുന്നില്ല. ഡ്രായിങ് മുറിയിൽത്തന്നെ ഫ്രീ ആയി വിട്ടിട്ടാണ് വാതിലടച്ചത്. ആവശ്യമായ പാലും ബിസ്ക്കറ്റും പാത്രത്തിൽ വച്ചു. അവനതൊക്കെ രുചിച്ചുനോക്കിയിരിക്കുമോ?

വീട്ടിലെ കാര്യങ്ങളൊക്കെ നോക്കി, കൂടെ താമസിക്കുവാൻ വയസ്സായ സ്ത്രീകളാരെയെങ്കിലും കിട്ടിയിരുന്നെങ്കിൽ..... ഈ നാട്ടിൽ വൃദ്ധസദനങ്ങൾ അടിക്കടി വർദ്ധിച്ചുവരുന്നു. വയസ്സുകാലത്ത് ഒറ്റപ്പെട്ടുപോകുന്ന ജീവിതങ്ങൾ. കഴിഞ്ഞമാസവും അതേപ്പറ്റി ഒരു പ്രോഗ്രാം ചെയ്തതാണ്. ക്യാമറയെ അഭിമുഖീകരിക്കുമ്പോൾ, പലരും തേങ്ങി:

“മോനും മോളും അമേരിക്കയിലാണ്. അവിടെ നിന്ന് വല്ലപ്പോഴും ഫോൺ വിളിക്കും. ഡ്രാഫ്റ്റ് കൃത്യമായിട്ട് അയച്ചുതരും. എന്നാലും അവർ അടുത്തുള്ളതുപോലെ ആകുമോ?”

കുട്ടികളെ ദത്തെടുക്കുന്നതുപോലെ അച്ഛനമ്മമാരെ ദത്തെടുക്കാൻ പറ്റുമോ? എങ്കിൽ എത്ര നന്നായിരുന്നുവെന്ന് ഹീരയ്ക്കു തോന്നി. എല്ലാം കൊണ്ടും ലക്ഷണമൊത്ത ഒരച്ഛനെയും അമ്മയെയും കിട്ടിയിരുന്നെങ്കിൽ...

ഭക്ഷണത്തിന് മുന്നിലാണെന്ന് ഓർക്കാതെ, അവളുടെ കണ്ണുകൾ നിറഞ്ഞു. മനസ്സാകെ കലങ്ങിമറിഞ്ഞു. ഒന്നും ഓർക്കരുതേ എന്നു ചിന്തിക്കുന്തോറും അതേ ചിന്തകൾ നൂറു മൈൽ വേഗത്തിൽ കടന്നുവരികയാണ്. ഒരുതിരയിളക്കം പോലെ. ഒരു ചുഴലിക്കാറ്റുപോലെ...

ഭക്ഷണം കഴിച്ചെന്നുവരുത്തി ഹീര ലൈബ്രറിയുടെ നേർക്കു നടന്നു. ഉച്ചഭക്ഷണത്തിന്റെ നേരമായതിനാൽ ലൈബ്രറിയിൽ ആളുകൾ കുറവ്. ഒരറ്റത്ത് ഒതുങ്ങി, ഒരു പത്രത്താളെടുത്ത് നിവർത്തി. വായിക്കാനൊന്നുമുണ്ടായിരുന്നില്ല; വെറുതെ ഒരു റിലീഫിന്. മനസ്സ് അകാരണമായി അസ്വസ്ഥമാകുന്നു. മറക്കാൻ ശ്രമിക്കുന്ന കാര്യങ്ങൾ വീണ്ടും വീണ്ടും തികട്ടിവരുന്നു. ഈ ലോകത്ത് തനിച്ചാണെന്ന ചിന്ത അസ്ഥാനത്താണെന്ന് പലവട്ടം സ്വയം ബോദ്ധ്യപ്പെടുത്താൻ ശ്രമിച്ചതാണ്. എന്നിട്ടും.....

കുട്ടിക്കാലം തൊട്ടേ ഒറ്റയ്ക്കായിരുന്നു. കൂട്ടുകുടുംബത്തിൽ, നിറയെ കുട്ടികളും ആളുകളുമുള്ള ഒരു വലിയ തറവാട്ടിൽ എന്നും ഹീര തനിച്ചായിരുന്നു. പട്ടാളത്തിൽ വച്ച് മരിച്ച ധീരയോദ്ധാവിന്റെ പടം എന്നും മാല ചാർത്തി നടുത്തളത്തിലെ ചുവരിൽ സൂക്ഷിച്ചിരുന്നു - അച്ഛൻ!

അച്ഛന്റെ കണ്ണുകളിൽ, രാഷ്ട്രത്തിനുവേണ്ടി ജീവത്യാഗം ചെയ്തതിന്റെ അഭിമാനം എപ്പോഴും തിളങ്ങിനിന്നിരുന്നു. അച്ഛനെ കണ്ടതായി ഓർമ്മയില്ല. മൂന്നു വയസ്സുള്ളപ്പോഴായിരുന്നുവെന്ന് അമ്മ പറഞ്ഞുതന്നിട്ടുണ്ട്. പിന്നീട് തറവാട്ടിൽ, അമ്മാവന്മാരുടെ കൂടെ അടുത്തുള്ള ഒരു സ്കൂളിൽ ഓഫീസ് ജോലികൾക്കായി അമ്മ പോകുമായിരുന്നു. ശമ്പളം ഓഫീസ് ജോലിക്കാരിയുടേതാണെങ്കിലും ആ സ്കൂളിലെ മിക്ക ക്ലാസുകളിലും മലയാളവും സംസ്കൃതവും പഠിപ്പിച്ചിരുന്നത് അമ്മയായിരുന്നു. സമയം കിട്ടുമ്പോഴൊക്കെ അമ്മ പുരാണങ്ങളിലെ ഓരോരോ കഥകൾ പറഞ്ഞുതന്നു... അതും വളരെ കുറച്ചു കാലം. പത്താംക്ലാസിലെ അവസാന പരീക്ഷയ്ക്ക് തൊട്ടുമുമ്പാണ്. അമ്മ സ്കൂളിൽ നിന്ന് വരാൻ അല്പം വൈകി. പതിവില്ലാത്തതാണ്. അതുകൊണ്ടുതന്നെ വല്ലാതെ പരിഭ്രമിച്ചു. വളരെ നിർബ്ബന്ധിച്ചശേഷമാണ് കുഞ്ഞമ്മാവൻ അന്വേഷിച്ചുപോയത്. ഒരു മണിക്കൂർ കഴിഞ്ഞ്, വേപഥുപൂണ്ടു നില്ക്കുന്ന മനസ്സിലേക്ക് ഒരു ചെറിയ ആൾക്കൂട്ടമാണ് നടന്നുവന്നത്. കുഞ്ഞമ്മാവന്റെ കൈകളിൽ കുഴഞ്ഞു തളർന്ന് അമ്മ. സ്കൂളിലേക്കുള്ള തിരിവിൽ, തെങ്ങിൻ തോപ്പിൽ ശാന്തമായി ഉറങ്ങുകയായിരുന്നുവത്രെ. അമ്മ നിത്യതയിലേക്ക് വിലയം പ്രാപിച്ചുകഴിഞ്ഞിരുന്നു. തന്നോടായി ഒരു വാക്കുപോലും പറഞ്ഞിട്ടു പോകാത്ത അമ്മ ഹീരയുടെ മനസ്സിലിന്നും മുറിവാണ്. ഇപ്പോഴും ചോര കിനിയുന്ന മുറിവ്...

പിന്നെ വേനലിന്റെ നാളുകൾ. ദുഃഖത്തിന്റെ കടുത്ത മൂടാപ്പിനകത്തും ഫൈനൽ പരീക്ഷകൾ കടന്നുപോയി. റിസൾട്ട് വന്നപ്പോൾ ഉയർന്ന ഒന്നാംക്ലാസ്. ഹെഡ്മാസ്റ്റർ ശങ്കരൻകുട്ടിമാഷ് വീട്ടിൽ വന്ന് വല്യമ്മാവനെ കണ്ടു പറഞ്ഞു:

"ഹീരയെ കോളേജിലയയ്ക്കണം. നല്ല ഭാവിയുള്ള ഒരു കുട്ടിയാ."

വല്യമ്മാവൻ ആകെ ആശങ്കാകുലനായിരുന്നു:

"ആരാണുള്ളത്, ഇവ്ടെ ഇതൊക്കെ നോക്കിനടത്താൻ? എനിക്ക് ടൗണില് പോയി കോളേജിന്റെ കാര്യോക്കെ അറിയാനും ഇവളെ ചേർക്കാനും എവിടെ സമയം?"

ഒടുവിൽ, ഒരു കാര്യത്തിലും വിഷമിക്കേണ്ടെന്നു പറഞ്ഞു, ശങ്കരൻകുട്ടി മാഷ്: "ഹീരയെ ഞാൻ കൊണ്ടുപോയി ചേർക്കാം. നിങ്ങൾ കൂടെ നിന്നാൽ മതി."

അമ്മായിമാരുടെ തലയണമന്ത്രത്തിന്റെ കാലമായി പിന്നീട്: "ഇവ്ള്ടെ കാര്യം മാത്രം നോക്ക്യാ മതിയോ നമുക്ക്? ഇവ്ടേം ഇല്ലേ കുട്ട്യോള് വളര്ണു. നിങ്ങളെന്തു ഭാവിച്ചാ?"

വിമെൻസ് കോളേജിന്റെ കൂറ്റൻ പടിക്കെട്ടു കടന്നപ്പോൾ ഉള്ളം വിറച്ചു. നൂറ്റാണ്ടു പഴക്കമുള്ള കോളേജ്. സ്വാതന്ത്ര്യസമരകാലത്തെ വീരപുളകങ്ങൾ ഏറ്റുവാങ്ങിയ കലാലയം...

ഹോസ്റ്റൽ ജീവിതം ആദ്യമൊക്കെ മടുപ്പിക്കുന്നതായി.

എന്നാൽ പതുക്കെ അതുമായി ഇഴുകിച്ചേർന്നു. പഠനത്തിനു പുറ

മേ, പൊതുവായ വായനയ്ക്കും ചിന്തയ്ക്കുമൊക്കെ കാര്യമായ പരിഗണന തന്ന ഒരുപാട് അദ്ധ്യാപികമാർ – ഗിരിജട്ടീച്ചർ, രുഗ്മിണിട്ടീച്ചർ, ഫിലോമിനമാഡം, രാജമ്മട്ടീച്ചർ.

പ്രീഡിഗ്രി കഴിഞ്ഞപ്പോൾ, സെക്കൻഡ് ഗ്രൂപ്പെടുത്ത് ഇത്രയും നല്ല മാർക്ക് വാങ്ങിയ കുട്ടി മെഡിസിനുതന്നെ പോകണമെന്ന് നിർബ്ബന്ധിച്ചു, ഗിരിജട്ടീച്ചർ. പക്ഷേ, ആ കോളേജ് വിട്ടുപോകാൻ തോന്നിയില്ല. ആ അന്തരീക്ഷത്തിൽ വേരുകളാഴ്ത്തിത്തുടങ്ങിയതേയുള്ളൂ. പെട്ടെന്നൊരു പറിച്ചു നടൽ കാര്യങ്ങളൊക്കെ കീഴ്മേൽ മറിക്കുമെന്നു കരുതി. അമ്മാവന്മാർ ഒന്നും പറഞ്ഞില്ല. ഒന്നു പറഞ്ഞു: "കൂടുതൽ ഫീസൊക്കെയുള്ള ഒരു കോഴ്സിനും ചേരാതിരിക്കുന്നതാ ബുദ്ധി!"

ബി എ മലയാളം ക്ലാസിൽ പ്രീഡിഗ്രി സെക്കൻഡ് ഗ്രൂപ്പിലെ തൊണ്ണൂറു ശതമാനം മാർക്കുമായി വന്നെത്തിയ വിദ്യാർത്ഥിനി, എല്ലാവർക്കുമൊരു അത്ഭുതമായിരുന്നു.

"ഭാവിയിൽ ആരായിത്തീരണം?" ക്ലാസിൽ ആദ്യ ദിവസംതന്നെ രുദ്രാണിട്ടീച്ചർ എന്ന സംസ്കൃതം അദ്ധ്യാപിക ചോദിച്ചപ്പോൾ ഓരോരുത്തരായി ഓരോരോ ഉത്തരം പറഞ്ഞു. തന്റെ ഊഴം വന്നപ്പോൾ ചുമ്മാ എഴുന്നേറ്റു നിന്ന് കൈമലർത്തി.

"അതെന്താ കുട്ടി അങ്ങനെ, എന്തെങ്കിലുമൊരു ആഗ്രഹം കാണൂലോ?"

ഞാനല്ല ഇതൊന്നും തീരുമാനിക്കുന്നതെന്നും തറവാട്ടിൽനിന്നു വരുന്ന അമ്മാവന്മാരുടെ പണം എന്നു നിലയ്ക്കുന്നുവോ, അന്ന് പഠനം മുടങ്ങുമെന്നും വളരെ കൂളായിത്തന്നെ പറഞ്ഞപ്പോൾ എല്ലാവരും നിശ്ശബ്ദരായി. അത്രയൊക്കെയേ അന്ന് ഉറപ്പുണ്ടായിരുന്നുള്ളൂ. അവസാന വർഷമായപ്പോഴേക്കും വിചാരിച്ചത് സംഭവിച്ചു. ഒരു വൈകുന്നേരം, ഹോസ്റ്റലിലേക്കു വന്ന വല്യമ്മാവൻ പറഞ്ഞു:

"ആകപ്പാടെ ഞെരുക്കത്തിലാ തറവാട്ടിലെ സ്ഥിതി. ഹീരമോള് വിചാരിച്ചാലേ ഇനി കാര്യങ്ങള് മുന്നോട്ടു പോകൂ. ഭാഗീരഥിയുടെ പേരില് വടക്കേപ്പാട്ടുള്ള നാലേക്കർ പുഞ്ചപ്പാടത്തിന് നല്ലൊരു കൂട്ടർ ചോദിച്ചുവന്നിട്ടുണ്ട്. അതിങ്ങനെ അവ്ടെ വെറുതെ കിടക്ക്ണതിലും ഭേദം വില്ക്കുന്നതുതന്ന്യാ."

തറവാട്ടിൽ അമ്മയുടെ പേരിലുള്ള അവസാനതരി മണ്ണും അങ്ങനെ അന്യാധീനമായി. തറവാട്ടിൽ, നാലകത്ത് ചുവരിൽ തൂങ്ങുന്ന രണ്ടു പഴയ ഫോട്ടോകൾക്കകത്തെ മുഖരൂപങ്ങൾ മാത്രമായി അച്ഛനും അമ്മയും...

വിടർത്തി വച്ച പത്രത്തിലേക്ക് ഇറ്റുവീണ രണ്ടു കണ്ണുനീർത്തുള്ളികൾ. ഹീര പരിസരങ്ങളിലേക്കു ഞെട്ടിയുണർന്ന് കണ്ണുകൾ തുടച്ചു. ഓ സമയമെത്രയായി? അവൾ ധൃതിയിൽ എഴുന്നേറ്റു.

നാല് - ഭൂതം, വർത്തമാനം, ഭാവി - ഇങ്ങനെ ചില ഫലിതങ്ങൾ

രാത്രി രണ്ടു തവണ ഫോൺ ശബ്ദിച്ചു.

രണ്ടു തവണയും അങ്ങേത്തലയ്ക്കൽ ആരുമില്ല. ഹലോ... ഹലോ എന്ന് ചോദിച്ചുകൊണ്ടിരുന്നതു മിച്ചം. ഒരുപക്ഷേ, തന്റെ അപരിചിത ശബ്ദം കേട്ട് ഫോൺ കട്ടുചെയ്തതാകാം. പഴയ വാടകക്കാരെ അന്വേഷിച്ച് വല്ലവരും. അവർ മാറിപ്പോയതറിയാതെ.....

അങ്ങനെയും സംഭവിക്കാം. ഇവിടേക്കു താമസമായ ആദ്യനാളുകളിൽ അങ്ങനെ വന്ന കോളുകൾ നിരവധി. ചിലപ്പോൾ 'മാഡം' എന്നൊക്കെ വിളിച്ച് അങ്ങേത്തലയ്ക്കൽ സംസാരം തുടരും:

സാറിനോടൊന്നു പറഞ്ഞ് ആ ലോണിന്റെ കാര്യം ഒന്നു വേഗം - എന്നൊക്കെ എത്തുമ്പോഴാണ് സംഗതി കുഴഞ്ഞ കാര്യം അറിയുക. പക്ഷേ, ആ അവസ്ഥയിൽ നിങ്ങൾക്ക് ആളു മാറിപ്പോയതാ എന്നൊക്കെ പറഞ്ഞാൽ അങ്ങേത്തലയ്ക്കൽ വിശ്വസിക്കില്ല. എന്നെ കൈയൊഴിയരുത് മാഡം, മാഡം വിചാരിച്ചാലേ സാറ് സമ്മതിക്കൂ എന്ന മട്ടിൽ ദീന വിലാപങ്ങളാവും, പിന്നെ... മറ്റൊരു നിവൃത്തിയില്ലാതെ, ബാങ്ക് മാനേജരുടെ ഭാര്യയായി ഇങ്ങേത്തലയ്ക്കൽ എല്ലാം മൂളികേൾക്കും.

ഈ കളി കുറേ നടന്നു, ആദ്യനാളുകളിൽ. പക്ഷേ, ഇപ്പോൾ അത്തരം പ്രശ്നങ്ങൾ വലുതായിട്ടില്ലാത്തതാണ്. എങ്കിലും ആരാവും ഈ രാത്രിയിൽ രണ്ടു തവണ?

ഒരുപക്ഷേ, അത് വല്ല റോങ് നമ്പരുമാവും. അങ്ങനെ സമാധാനിക്കാൻ ശ്രമിക്കവെ ഫോൺ ബെൽ വീണ്ടും.

റിസീവറെടുത്ത്, ഒന്നും പറയാതെ ഒരു നിമിഷം ചെവിയോട് ചേർത്തുവച്ചു. ഇങ്ങോട്ടു വല്ലതും പറയട്ടെ എന്നു കരുതി. അപ്പോൾ അങ്ങേത്തലയ്ക്കൽ "ഹലോ... ഹലോ" എന്ന് രേഖയുടെ ശബ്ദം.

"ഹലോ ചേച്ചീ."

"ഹായ് രേഖാ....." അങ്ങനെ പ്രത്യഭിവാദ്യം ചെയ്തു.

"എന്തു പറ്റി ചേച്ചീ, ഞാൻ വിചാരിച്ചു ഫോൺ തകരാറിലാണെന്ന്!"

"നേരത്തേ രേഖ ട്രൈ ചെയ്തിരുന്നോ?"

"ഇല്ല. ഞാനിപ്പോ വിളിക്കുന്നതേയുള്ളൂ."

"നേരത്തേ രണ്ടു തവണ ബെല്ലടിച്ചു. ആരും ലൈനിലുമില്ല. ഇപ്പഴും ആരോ എന്നെ കളിപ്പിക്കുകയാന്നാ ഞാൻ കരുതീത്."

ഹീര തന്റെ നയം വ്യക്തമാക്കിക്കൊണ്ട് ചോദിച്ചു:

"നീയിപ്പോ എവിടന്നാ; ഹോസ്റ്റലീന്നുതന്ന്യാ?"

"അതെ. അല്ലാതെ ഈ രാത്രി എവിടെപ്പോയി വിളിക്കാൻ?" രേഖ ചോദിച്ചു.

"അപ്പോ അവിടത്തെ അടിയന്തരാവസ്ഥയൊക്കെ പിൻവലിച്ചോ?"

ഹീര അതിശയിച്ചു.

രേഖ പൊട്ടിച്ചിരിച്ചു: "അടിയന്തരാവസ്ഥയ്ക്കിടയിലെ നക്സലൈറ്റുകളാ നമ്മൾ എന്ന് ഞങ്ങൾ ജൂനിയേഴ്സിനെ പഠിപ്പിച്ച ചേച്ചിയാ ഇതു ചോദിക്കുന്നത്? എമർജൻസി ഈസ് ഇൻ ഇറ്റ്സ് വേ. ഞങ്ങൾ ഞങ്ങടെ വഴിയിലും."

മേട്രൺ കുഞ്ഞന്നാമ്മ മേഡത്തിന്റെ അടിയന്താരവസ്ഥയോർത്ത് ഹീര ചിരിച്ചു:

"ഓ... അപ്പൊ ഇത് ഓസി വിളിയാ അല്ലേ; കുഞ്ഞന്നാമ്മ അറിയാതെ."

ഹീര പഴയ നാളുകളിലേക്ക് ഒരു നിമിഷം ഓടിപ്പോയി.

"അതുപിന്നെ പഠിച്ചതല്ലേ പാടാൻ പറ്റൂ, ചേച്ചീ." രേഖ ചിരിയടക്കി കാര്യത്തിലേക്കു കടന്നു: "ചേച്ചീ, ഞാൻ എന്റെ ക്ലാസിൽ പഠിച്ചിരുന്ന ഒരു ദേവബാലാ നായരുടെ കാര്യം മുമ്പ് പറഞ്ഞിരുന്നല്ലോ? ടി വിയിലൊക്കെ പരിപാടി അവതരിപ്പിച്ചിരുന്ന..."

"ഉവ്വ്." ഹീരയ്ക്ക് പെട്ടെന്നുതന്നെ ആളെ പിടികിട്ടി. "ആ ഒളിച്ചോടിയ കുട്ടിയല്ലേ?"

ഒരല്പം വിഷണ്ണതയോടെ മറുപുറം രേഖ സംസാരിച്ചുതുടങ്ങി. "അവള്ടെ കാര്യം ഇപ്പോ ആകെ അവതാളത്തിലാ ചേച്ചീ."

"എന്തു പറ്റി? അവര് തല്ലിപ്പിരിഞ്ഞോ?"

താൻ അല്പം ക്രൂരമായിത്തന്നെയാണ് സംസാരിക്കുന്നതെന്ന് ഹീരയ്ക്കറിയാമായിരുന്നു. എങ്കിലും അറിഞ്ഞിടത്തോളം, ആ പെൺകുട്ടി ഇത്തരം അവജ്ഞയ്ക്ക് അർഹ തന്നെയാണ്.

"ചേച്ചീ, അവള് പാവം." രേഖ ഒന്നു നിർത്തി: "ഞാനന്നേ പറഞ്ഞതല്ലേ... അവളൊരു എടുത്തുചാട്ടം നടത്തിയതാണ്." പിന്നെ തെല്ലിട നിശ്ശബ്ദത. എന്തു പറ്റിയെന്ന് ഹീര സംശയിക്കവേ, രേഖയുടെ ശബ്ദം പുറത്തുവന്നു: "ഞാൻ ഇന്നു കാണുമ്പോ അവളാകെ തകർന്ന മട്ടിലാ. വീട്ടുകാരെ ഫേസ് ചെയ്യാൻ പറ്റാത്ത അവസ്ഥ. ഒരു പൊടിക്കൊച്ചിനേമെടുത്ത് അവൾ തേങ്ങിക്കരയുകയായിരുന്നു."

"ഭർത്താവിന് എന്തു പറ്റി?" ഹീര ചോദിച്ചു.

"അയാളെ അവര്ടെ വീട്ടുകാര് വശപ്പെടുത്തിയെടുത്ത് തിരികെ വീട്ടിലേക്കു കൊണ്ടുപോയി. വാടകവീട്ടില് ഇപ്പൊ ദേവബാലയും കുഞ്ഞും തനിച്ച്....."

രേഖയുടെ ശബ്ദത്തിലും ഇടർച്ച കലർന്നു:

"നമ്മൾക്ക് എന്തു ചെയ്യാൻ പറ്റും രേഖേ?"

ഹീരയുടെ ശബ്ദവും തണുത്തു:

"രേഖ അവള്ടെ വീട്ടുകാരോട് ഒന്നു ചെന്ന് സംസാരിച്ചുനോക്കാമായിരുന്നില്ലേ?"

"അതൊന്നുമല്ല ചേച്ചീ പ്രശ്നം. വീട്ടുകാരൊരിക്കലും ദേവബാലയ്ക്കെതിരായിരുന്നില്ല. അവൾ ശുണ്ഠിപിടിച്ച് അവരോട് അടുക്കാതിരു

ന്നതാ. അതുമല്ല, ആ പയ്യനെ വീട്ടിൽ കയറ്റില്ലെന്നേ അവര് പറഞ്ഞിരുന്നുള്ളൂ." രേഖ വിശദീകരിച്ചു.

"അപ്പോ പ്രശ്നം പാതി സോൾവ്ഡ് ആണല്ലോ. ദേവയോടു പറയ്, വീട്ടുകാരെ ഇനിയെങ്കിലും മനസ്സിലാക്കി ജീവിക്കാൻ" ഹീര വളരെ പ്രാക്ടിക്കലായി സംസാരിച്ചു.

"അതൊക്കെ ഞങ്ങള് പറഞ്ഞു മനസ്സിലാക്കി, ചേച്ചീ." രേഖ ശരിയായ പ്രശ്നത്തിലേക്കു പ്രവേശിച്ചു: "പഴയ ഉന്മേഷത്തിലേക്ക് അവളെ തിരികെ കൊണ്ടുപോകാനാ ഞങ്ങടെ പ്ലാൻ. കോംപിയറിങ് ഫീൽഡില് കത്തിനിന്ന സമയത്താ അവക്കീ പ്രോംബ്ലസ് ഒക്കെയുണ്ടായത്. അവളെ തിരികെ ആ ഫീൽഡിലേക്കുതന്നെ കൊണ്ടുവരണം. അതാ ഞങ്ങടെ ആഗ്രഹം."

"ഇന്നവൾ അതിനുള്ള സാഹചര്യത്തിലാണോ?" ഹീരയ്ക്ക് സംശയം പിന്നെയും ബാക്കി: "കുട്ടിയൊക്കെയായിട്ട്, ഇതെങ്ങനെ അഡ്ജസ്റ്റ് ചെയ്യും?"

"അതൊക്കെ പറ്റും ചേച്ചീ. ഞങ്ങൾ അവള്ടെ അമ്മയുമായി സംസാരിച്ചു കഴിഞ്ഞു. പഴയ ദേവബാലയെ തിരിച്ചുകിട്ടാൻ അവര് എന്തു സാക്രിഫൈസിനും റെഡി." രേഖയുടെ ശബ്ദത്തിൽ ആത്മവിശ്വാസം ഉണ്ടായിരുന്നു: "ചേച്ചികൂടി ഒന്നു സഹായിക്കണം. ഭാരതിലെ ഏതെങ്കിലും നല്ല ഒരു പ്രോഗ്രാമിന് അവളെ റക്കമെന്റ് ചെയ്യണം."

"ഞാൻ ശ്രമിക്കാം." ഹീര ഉറപ്പുകൊടുത്തു.

"ചേച്ചീടെ ഉറപ്പു കിട്ടീട്ടുവേണം ദേവേടെ അമ്മയെ എനിക്കു വിളിച്ചു പറയാൻ." രേഖ പറഞ്ഞു.

"നാളെ ഓഫീസിൽ വന്ന് എന്നെയൊന്ന് കാണാൻ പറയ് അവളോട്." ഹീര നിർദ്ദേശിച്ചു.

"പിന്നെ, നീ പറഞ്ഞില്ലാ, ഹോസ്റ്റലിലെന്തൊക്കെയാ പുതിയ വിശേഷങ്ങള്?"

"അവിടെ എന്നും പുതിയ വിശേഷങ്ങള്തന്നല്ലേ ചേച്ചീ." രേഖ ഉത്സാഹത്തിലായി: "ചേച്ചിയെ ഞങ്ങൾ ശരിക്കും മിസ്സ് ചെയ്യുന്നുണ്ട്."

"ആ... എന്താ ചെയ്യാ. ചുമ്മാ അടിച്ചുപൊളിച്ച് ജീവിച്ചാ മാത്രം പോരല്ലോ. ഇനി ഇങ്ങനെ കുറച്ചുകാലം." ഹീര വേറേതോ ലോകത്തിലകപ്പെട്ട നിസ്സഹായയെപ്പോലെ സംസാരിച്ചു: "കുഞ്ഞന്നാമ്മമേട്രൺ ഇപ്പോഴെങ്ങനുണ്ട്? കുഴപ്പമൊന്നുല്ലല്ലോ. അല്ലേ?"

"ഇടയ്ക്കിടെ ഓരോ ഡോസ് കൊടുക്കേണ്ടിവരും, ചേച്ചീ." രേഖ പറഞ്ഞു: "ദാ ഇപ്പോ അമ്മച്ചീടെ റൗണ്ട്സിനുള്ള നേരമായി."

"എന്നാ വെച്ചോളൂ. ദേവബാലയോട് നാളെ ഉച്ചയ്ക്കുശേഷം വരാൻ പറയൂ." ഹീര നിർദ്ദേശിച്ചു.

"ശരി താങ്ക്യൂ ചേച്ചീ." രേഖയുടെ ശബ്ദം അപ്പുറം നിശ്ചലമായപ്പോൾ ഹീരയും ഫോൺ വച്ചു.

രണ്ടുതരം വികാരങ്ങളാണ് ഇപ്പോൾ മനസ്സിൽ. ഒന്ന്, ദേവബാല

യുടെ കാര്യമറിഞ്ഞതിലുള്ള ഒരുതരം ടെൻഷൻ. രണ്ട്, രേഖ വിളിച്ചതിലുള്ള സന്തോഷം. ഇവിടെ വന്നതിൽപ്പിന്നെ ഒരു തവണ മാത്രമെ അവളെ വിളിച്ചുള്ളൂ. ഒന്നൊന്നരവർഷം ഒരു മുറി പങ്കിട്ടു കഴിഞ്ഞവൾ. പക്ഷേ, അങ്ങോട്ടു വിളിക്കാത്തതിന്റെ പ്രധാന കാരണം മേട്രൺതന്നെയാണ്. അവരുമായി ശരിയാകില്ല. ശരിയാകാതെ വന്നതുകൊണ്ടുതന്നെയാണ് ഒടുവിൽ അവിടം വിട്ടിറങ്ങിയതും.

ആറുമണിക്ക് ഗേറ്റടച്ചുപൂട്ടാൻ മേട്രൺ സെക്യൂരിറ്റിക്ക് കർശന നിർദ്ദേശം കൊടുത്തപ്പോൾ അതിനെ നിശിതമായിത്തന്നെ എതിർത്തു. വേറെ ഒന്നുരണ്ടുപേരെ തളച്ചിടാനായിരുന്നു മേട്രന്റെ ആസൂത്രിതനീക്കം. പക്ഷേ, ആ നീക്കത്തെ ഏറ്റവും മുന്നിൽനിന്ന് ചോദ്യം ചെയ്തത് ഹീരയാണെന്നത് അവർക്ക് വലിയ ഷോക്കായി. കാരണം, ഹീരാറാണി എന്നും കുഞ്ഞന്നാമ്മയുടെ ഗുഡ്ബുക്കിലായിരുന്നു. അങ്ങനെ പൊന്നുപോലെ കാത്തുസൂക്ഷിക്കുകയായിരുന്നു ആ ബന്ധം. അതുകൊണ്ടുതന്നെ ചില്ലറ സൗകര്യങ്ങൾ തനിക്കായി മേട്രൺ ആരുമറിയാതെ അനുവദിച്ചുതരികയും ചെയ്തിരുന്നു....

ഇന്ന് രേഖയുടെ വിളി അത്രമേൽ അപ്രതീക്ഷിതമാണ്. അതുകൊണ്ടു തന്നെ, വളരെപ്പെട്ടെന്ന് ആ പഴയ കാലത്തേക്കെത്തിയതു പോലെ. *ചിത്രലേഖ* ഫിലിം വാരികയിൽ ജോലി നോക്കുമ്പോഴാണ് 'സേവാസദനം' ഹോസ്റ്റലിലെത്തുന്നത്. യൂണിവേഴ്സിറ്റിയിൽ എം ജെ കഴിഞ്ഞ്, റിസൾറ്റ് കാക്കുമ്പോഴും ഹോസ്റ്റൽ മുറി വിട്ടിരുന്നില്ല. ജേർണലിസം പഠിച്ചുകൊണ്ടിരിക്കെത്തന്നെ *ചിത്രലേഖ*യിലെ പരസ്യം കണ്ട് അപേക്ഷ അയച്ചതാണ്.

സിനിമ ഇഷ്ടമുള്ള ഒരു ഫീൽഡായിരുന്നു. ക്യാമ്പസിലെ ഫിലിം സൊസൈറ്റിയുടെ സജീവപ്രവർത്തക എന്ന നിലയിൽ നോക്കിക്കണ്ട സിനിമാലോകമായിരുന്നില്ല *ചിത്രലേഖ*യ്ക്കു വേണ്ടിയിരുന്നത്. ഒരു എക്സ്പീരിയൻസാവട്ടെ എന്നു കരുതിയാണ് അപേക്ഷിച്ചത്. ജേർണലിസം റിസൾട്ട് വന്നതും *ചിത്രലേഖ*യുടെ ഇന്റർവ്യൂവിനു വിളിച്ചതും അടുത്തടുത്ത ദിവസങ്ങളിലായിരുന്നു. യൂണിവേഴ്സിറ്റി ലേഡീസ് ഹോസ്റ്റലെന്ന കിളിക്കൂട് ഒഴിഞ്ഞുകൊടുക്കാനുള്ള നോട്ടീസ് വന്നുകിടക്കുകയായിരുന്നു. എവിടെപ്പോകാൻ എന്നു കരുതി വിഷാദിച്ചിരിക്കുമ്പോഴാണ്, എന്തെങ്കിലുമൊരു ജോലി എന്ന പ്രതീക്ഷയിലിരിക്കുമ്പോഴാണ്, *ചിത്രലേഖ*യുടെ കാർഡ് വരുന്നത്. ഒന്നു പയറ്റിനോക്കാമെന്നു കരുതി. ഇന്റർവ്യൂവിന് കൂടുതൽ ചോദ്യങ്ങളൊന്നുമുണ്ടായില്ല. ചില ലിറ്റിൽ മാഗസിനുകളിലും ചില സൺഡേ സപ്ലിമെന്റുകളിലും എഴുതിയ കുറിപ്പുകൾ സഹായകരമായി.

യൂണിവേഴ്സിറ്റി ഹോസ്റ്റലിൽനിന്ന് പെട്ടിയും പ്രമാണങ്ങളുമായി 'സേവാസദനം' ഹോസ്റ്റലിലേക്ക്. സേവാസദനം ജോലിചെയ്യുന്നവർക്കുള്ളതു മാത്രമായിരുന്നില്ല; പഠിക്കുന്ന കുട്ടികൾക്കുള്ളതുകൂടിയായിരുന്നു. 101-ാം നമ്പർ മുറിയിൽ ഒഴിവുള്ള ഒരു ബെഡ് അനുവദിച്ചു കിട്ടി. മറ്റേ

ബെഡ് രേഖയുടേതായിരുന്നു. വിമെൻസ് കോളേജിൽ രണ്ടാം വർഷം മ്യൂസിക് ബി എയ്ക്കു പഠിക്കുന്ന, നന്നായി മീരാഭജൻ ആലപിക്കുന്ന, ഒരുപാട് മുടിയുള്ള, വിടർന്ന കണ്ണുകളുള്ള സുന്ദരിക്കുട്ടി. തൊട്ടാലിപ്പോൾ വാടും എന്ന മട്ടുകാരി രേഖ. കണ്ണൂരിലാണ് രേഖയുടെ വീട്. മ്യൂസിക്കിലുള്ള കമ്പം ഇവിടെയെത്തിച്ചതാണ്...

രേഖയുടെ കൂടെ ഒരിക്കൽ മാത്രമാണ് ദേവബാലാനായരെ കണ്ടിട്ടുള്ളത്. ഒരു ഷൂട്ടിങ് കവറേജ് കഴിഞ്ഞു ക്ഷീണിച്ച് ഹോസ്റ്റലിലെത്തിയ വൈകുന്നേരം, രേഖയുടെ കൂടെ കിളരം കൂടിയ ഒരു വെളുത്ത പെൺകുട്ടി. അവൾ ഉല്ലാസപൂർവ്വം തനിക്കുനേരെ വലതുകൈ നീട്ടി ഷേക്ക് ഹാൻഡ് ചെയ്തു:

“ഹായ്, ഞാൻ ദേവ. ദേവബാലാനായർ. രേഖയുടെ ക്ലാസ്മേറ്റ്.”

ഏതോ വലിയ വീട്ടിലെ, സ്വാതന്ത്ര്യത്തിന്റെയും സൗകര്യങ്ങളുടെയും ആധിക്യത്തിൽ ഇത്തിരി അഹങ്കാരവും അതിലേറെ അനാവശ്യമായ ആത്മവിശ്വാസവുമുള്ള ഒരു പെൺകുട്ടിയെന്ന് അപ്പോൾത്തന്നെ വിലയിരുത്തി. രേഖയോട് പിന്നീടത് സൂചിപ്പിക്കുകയും ചെയ്തു. അപ്പോൾ അവൾ പറഞ്ഞു:

“പുറത്തുള്ള നാട്യം മാത്രമേയുള്ളൂ. ഉള്ള് പാവമാ.”

ടെലിവിഷനിൽ ദേവബാലാനായരുടെ സാന്നിദ്ധ്യം ഊർജ്ജസ്വലവും ഉന്മേഷപ്രദവുമായിരുന്നു. ചില ആംഗ്യങ്ങൾ, സംസാരരീതിയിലെ ചില പ്രത്യേകതകൾ, എല്ലാറ്റിലുമുപരി ശുദ്ധമായ മലയാളം. ദേവബാല പ്രേക്ഷകരുടെ പ്രിയങ്കരിയായി മാറിക്കൊണ്ടിരുന്ന വേളയിലാണ് ആ തിരോധാനം സംഭവിച്ചത്...

പിന്നീട് ഒരു വർത്തമാനം കേൾക്കുന്നത് ഇന്നാണ്, രേഖ വിളിച്ചപ്പോൾ...

പൂജ്യത്തിൽനിന്നുതുടങ്ങി പൂജ്യത്തിലെത്തിനില്ക്കുന്നതാണോ ജീവിതം? ഹീരയ്ക്ക് ആ ചോദ്യത്തിനുത്തരമില്ല. ഉത്തരം തേടി അധികമലയാതെ അവൾ ലൈറ്റ് ഓഫ് ചെയ്തു. ഇപ്പോൾ സർവ്വത്ര അന്ധകാരം. അപ്പു വന്ന് കാൽവിരലിൽ ഉമ്മവച്ചു.

അഞ്ച് - സ്വീകരണമുറി: കണ്ണീർ ഫിൽട്ടറിലൂടെ ഒരു വൈഡ് ആംഗിൾ ഷോട്ട്

ഫാമിലി പ്രോഗ്രാമിനെക്കുറിച്ച് പ്രൊഡ്യൂസർ മഹാദേവൻസാർ അന്വേഷിച്ചു. ആലോചിച്ചുവരുന്നെന്ന് മറുപടി പറഞ്ഞു. സത്യത്തിൽ തലയ്ക്കകം ശൂന്യമാണ്. ഒരുപാട് ചാനലുകൾ, അവയിലെല്ലാം കാക്കത്തൊള്ളായിരം പ്രോഗ്രാമുകൾ. അതിൽ മുക്കാലും ഫാമിലി പ്രോഗ്രാമുകൾ എന്നാണ് പ്രഖ്യാപനം. ഫാമിലിയില്ലാതെ എന്തു പ്രോഗ്രാം? എല്ലാം ഒരു ചടങ്ങൊപ്പിക്കൽപോലെ. എന്തെങ്കിലും വ്യത്യസ്തമായത്,

വ്യത്യസ്തമായത്.....

ഹീര തന്റെ ക്യാബിനിൽ ചിന്തയിലാണ്ടു. ചിന്തകൾ പല വഴിക്ക് പാഞ്ഞു. ചിലതൊക്കെ ചിലേടത്ത് തട്ടിമുട്ടി തിരിച്ചുവന്നു. ഫാമിലി എന്നു പറയുമ്പോൾ അച്ഛൻ, അമ്മ, മക്കൾ എന്നിങ്ങനെ കറങ്ങുന്ന ഒരു സംഘം. അവരുടെ മനോവ്യായാമങ്ങൾ, ചിന്താധാരകൾ, അഭിപ്രായങ്ങൾ, പ്രവർത്തനങ്ങൾ......

ഇതു മാത്രമാണോ ഒരു ഫാമിലിക്കകത്ത് വരുന്നത്? ഭാര്യയും ഭർത്താവും തമ്മിലുള്ള ഇഷ്ടങ്ങൾ, അനിഷ്ടങ്ങൾ, തൊഴുത്തിൽക്കുത്തുകൾ...

ഇപ്പോൾ ഹീരയുടെ മനസ്സിലേക്ക് ഒരു മിന്നൽപ്പിണർപോലെ ദേവബാലാനായരുടെ മുഖം കടന്നുവന്നു. ചിറകുമുറ്റും മുമ്പേ വിശാലമായ ആകാശത്തിലേക്ക് പറന്നുയരാൻ ശ്രമിച്ച കുരുന്നുപറവ. ഒടുവിൽ, ആവും വിധം പിടിച്ചുനില്ക്കാൻ കഷ്ടപ്പെട്ടിട്ടും ചിറകു തളർന്ന്, ആശയുടെ ആകാശങ്ങൾ നഷ്ടപ്പെട്ട്, ഭൂമിയിലെ ഉണങ്ങിയ ചില്ലകളിലേക്ക് താഴ്ന്നിറങ്ങിയ.....

അതെ, അതാണ് കഥ.

ചിരിയും ഉല്ലാസവും മാത്രമല്ല ഒരു ഫാമിലിഷോയുടെ മുഖമുദ്ര. അവിടെ കണ്ണീരുണ്ട്, കദനമുണ്ട്, കളങ്കം തീർത്ത നെരിപ്പോടുകളുണ്ട്, കനൽക്കട്ടകളെരിയുന്നുണ്ട്.....

ആകപ്പാടെ കുഴഞ്ഞുമറിഞ്ഞുകിടക്കുന്ന തന്റെ മനസ്സിനെ, ഒരു നേർവഴിയിലേക്കു നയിക്കാൻ ആർക്കാവും? ഒരുപാട് ആശയങ്ങൾ കിടന്ന് മനസ്സിൽ തിളയ്ക്കുന്നു. ഫാമിലി പ്രോഗ്രാം, ദേവബാലാനായർ, വാഗ്വാദങ്ങൾ, അർത്ഥകല്പനകൾ...

എവിടെനിന്നു തുടങ്ങണം? എങ്ങനെ രൂപപ്പെടുത്തണം? ഒന്നും വ്യക്തമല്ല.

●

ഇന്റർകോമിലൂടെ ഒരു പെൺശബ്ദം വന്നെത്തിയപ്പോൾ, തിരക്കുകൾക്കിടയിലും അതാരെന്ന് ഒരു നിമിഷം നരേന്ദ്രൻ അതിശയിച്ചു. അത്ര പരിചയമില്ലാത്ത ഒരു ശബ്ദം. തന്നെ ഇന്നേവരെ ഫോണിൽ വിളിച്ചിട്ടില്ലാത്ത ഒരു ശബ്ദം.

"തിരക്കാണോ അവ്ടെ?" ചോദ്യം ആവർത്തിക്കുന്നു. ശബ്ദത്തിനുടമയെ കണ്ടെത്തുംമുമ്പ് ചോദ്യത്തിനുത്തരം പറയേണ്ടതുണ്ടെന്ന് നരേന്ദ്രൻ ഓർത്തു. എങ്കിലും ചോദിച്ചത് ഇങ്ങനെയാണ്: "ആരാ സംസാരിക്കുന്നത്?"

"അയ്യോ സോറി, ഒരു പ്രഭാതത്തിൽ തിരക്കിട്ട് കാറിലിരുന്ന് കുറേ കൊച്ചുവർത്തമാനം പറഞ്ഞൂന്ന് കരുതി, എന്റെ ശബ്ദം ഐഡന്റിഫൈ ചെയ്യാനാവുംന്ന് വിചാരിച്ച ഞാൻ മണ്ടിതന്നെ." ഹീരയുടെ ശബ്ദത്തിൽ

കുറ്റബോധം: "ഞാൻ ഹീര. ഹീരാറാണി. പ്രോഗ്രാം സെക്ഷനിലെ..."

"ഓ, സോറി." നരേന്ദ്രൻ ആകെ വല്ലാതായി: "ഹീരാ റിയലി സോറി."

"ഇറ്റ്സ് ഓ കെ. ഞാനങ്ങോട്ട് പേരു പറഞ്ഞുതന്നെ തുടങ്ങണമായിരുന്നു." ഹീര ഖേദിച്ചു: "സോറി, ഇപ്പോഴും ടെലിഫോൺ മാനേഴ്സ് കീപ്പ് ചെയ്യാൻ ഞാൻ മറന്നുപോവുന്നു."

മറുവശത്തുനിന്ന് നരേന്ദ്രന്റെ പൊട്ടിച്ചിരി കേട്ടു: "കൊണ്ടുപോയി കടലിൽ കളയ് ടെലിഫോൺ മാനേഴ്സ്. ഇത്തരം മെന്റൽ പസ്സിൽസ് ഇല്ലെങ്കിൽപ്പിന്നെ എന്തോന്ന് ജീവിതം?"

"അവിടെ എപ്പഴാ ഫ്രീ ആവുന്നത്?" ഹീര ചോദിച്ചു.

"ഒരു.... അരമണിക്കൂർ കഴിഞ്ഞ്. ഷാർപ്പ് 11:30."

"ഓ കെ. ഞാൻ ക്യാബിനിലേക്കു വരാം. എനിക്ക് ഒരു കാര്യം ഡിസ്കസ് ചെയ്യാനുണ്ട്."

"മോസ്റ്റ് വെൽക്കം." നരേന്ദ്രൻ ചിരിച്ചു.

സമയം ഇഴഞ്ഞു നീങ്ങിക്കൊണ്ടിരുന്നു. നരേന്ദ്രനെ കാണുമ്പോൾ വിശദീകരിക്കുവാനുള്ള കാര്യങ്ങൾ ഹീര ഒരു കടലാസിൽ കുറിച്ചു. മാർക്കറ്റിങ് സെക്ഷന്റെ പൂർണ്ണ പിന്തുണകൂടി തന്റെ പ്രോജക്ടിന് ആർജ്ജിച്ചെടുക്കേണ്ടതുണ്ട്. പോസിറ്റീവ് ആയ, വളരെ ഉപരിപ്ലവമായ ഒരു പരിപാടിയല്ല മനസ്സിൽ. കല്ലും മുള്ളും ഒരുപാട് ചവിട്ടേണ്ടി വരുന്ന ഒരു പാതയാണ് മുന്നിൽ. ആക്ഷേപങ്ങളും അഭിപ്രായവ്യത്യാസങ്ങളും വളരെയേറെ സഹിക്കേണ്ടിവരും.

കുടുംബബന്ധങ്ങളിലെ പടലപ്പിണക്കങ്ങളെക്കുറിച്ച് ഒരു പ്രോഗ്രാം ചെയ്യാനുള്ള തന്റേടം തനിക്കുണ്ടോ എന്ന് ഹീര വീണ്ടും വീണ്ടും തന്നോടുതന്നെ ചോദിച്ചു. പ്രത്യേകിച്ച്, ഒരു ബാച്ചിലർ ആയിട്ടും വിവാഹിത എന്ന ലേബലിൽ ജീവിക്കുന്ന താൻ...

ആരോ ക്യാബിനു പുറത്ത്.

തന്നെക്കാണാനാണോ?

"യെസ്, കമോൺ." ഹീര വാതിൽക്കലേക്കു നോക്കി പറഞ്ഞു.

പെട്ടെന്ന് മനസ്സിലായില്ല. പിന്നെ, കടന്നുവന്ന് മുന്നിൽ നിന്ന രൂപം വ്യക്തമായി: ദേവബാലാനായർ.

"ചേച്ചീ, രേഖ പറഞ്ഞു. ഇന്നു വന്ന് കാണാൻ."

"വരൂ." ഹീര കസേരയിലേക്ക് ക്ഷണിച്ചു. "ഇരിക്കൂ."

ദേവബാല കൈയിലെ ചെറിയ തുകൽസഞ്ചി മേശപ്പുറത്തു വച്ച് എതിരേയുള്ള കസേരയിലിരുന്നു. അവൾ ചെറിയ പരിഭ്രമത്തിലായിരുന്നു. അത് ചലനങ്ങളിൽ വ്യക്തമായി നിഴലിച്ചു.

"ദേവ തനിച്ചാണോ വന്നത്?" ഹീര അന്വേഷിച്ചു.

"അതെ." ദേവ പറഞ്ഞു: "കുഞ്ഞ് അമ്മേടടുത്താ. അല്ലേല് അമ്മേം വന്നേനെ."

"അപ്പോ അമ്മയുമായിട്ട് കോംപ്രമൈസ് ആയി, അല്ലേ?" ഹീര പതുക്കെ ചോദിച്ചു.

"അമ്മയ്ക്ക് അല്ലെങ്കിലും എന്നെയങ്ങനെ തള്ളിക്കളയാനാവില്ല; തെറ്റു ചെയ്തത് ഞാനാണെങ്കിലും." ദേവയുടെ ശബ്ദം ചെറുതായി ഇടറി. ഹീര വിഷയം മാറ്റാനാഗ്രഹിച്ചു.

"ദേവയുടെ കാര്യം ഇന്നലെ രേഖ പറഞ്ഞപ്പോൾത്തന്നെ, ഞാൻ തുറന്ന മനസ്സാലേ സ്വീകരിക്കുകയായിരുന്നു. ദേവയെപ്പോലൊരു ടാലന്റഡ് ഗേൾ ഈ ഫീൽഡിന് മിസ്സാവാൻ പാടില്ല."

"താങ്ക്യൂ ചേച്ചീ." ദേവ ചൂടുപിടിച്ചു: "ചേച്ചിയെപ്പോലുള്ളവരുടെ കൺസിഡറേഷൻ ഉണ്ടെങ്കിൽ എനിക്ക് വീണ്ടും ഫീൽഡില് തിരിച്ചുവരാൻ പറ്റും."

"നോക്കാം, നമുക്ക് എന്തു ചെയ്യാനാവുമെന്ന്." ഹീര പറഞ്ഞു:

"എന്റെ മനസ്സില് ഒന്നുരണ്ട് നല്ല പ്രോജക്ടുകളുണ്ട്. ഉടനെ ചെയ്യാനുള്ളതാ ഒരെണ്ണം. ഒരു ഫാമിലി സബ്ജക്ട്."

"ഫാമിലി സബ്ജക്ട് എന്നു പറയുമ്പോ..." ദേവ തന്റെ സന്ദേഹം പ്രകടിപ്പിച്ചു.

"നമ്മുടെ ഫാമിലി ലൈഫിൽ നടക്കുന്ന കാര്യങ്ങളൊക്കെത്തന്നെ. വളരെ സീരിയസ് ആയ ഒരു അപ്രോച്ച്." ഹീര തന്റെ ആശയം അവതരിപ്പിച്ചു: "എന്നെക്കാൾ ഇക്കാര്യത്തിൽ അനുഭവം ദേവയ്ക്കുണ്ടാവുമല്ലോ."

"എന്റെ ലൈഫിനെ മുൻനിർത്തിയാണെങ്കിൽ....." ദേവ മുന്നോട്ടാഞ്ഞിരുന്നു: "ചേച്ചിക്ക് ഒന്നല്ല, അഞ്ചു പ്രോഗ്രാമെങ്കിലുമുണ്ടാക്കാം. അത്രയ്ക്കും ഞാൻ ലൈഫിനെ തട്ടീംമുട്ടീം കളിച്ചുകഴിഞ്ഞു."

"എന്റെ ഐഡിയ ഒരു ഫാമിലി കോൺഫ്ളിക്ട് ആണ്. ഇത്തിരി ആശയസംഘട്ടനങ്ങൾ, അതിനെക്കുറിച്ചുള്ള ഡിസ്കഷൻ." ഹീര പറഞ്ഞു.

"അതിൽ എന്റെ റോളെന്താവും, ചേച്ചീ?" ആ ചോദ്യത്തിനു മുന്നിൽ ഹീര ഏതാനും നിമിഷം മൗനമവലംബിച്ചു.

"ദേവയ്ക്ക് ചിലതൊക്കെ ചെയ്യാനാവും." ഹീര ഒന്നും വിട്ടുകൊടുക്കാതെ സംസാരിച്ചു. "വരട്ടെ, സമയമാവുമ്പോ നമുക്കത് ഡിസ്കസ് ചെയ്യാം."

"ഞാൻ ഏതു രൂപത്തിലും ഭാവത്തിലും ചേച്ചിയോടൊത്തുണ്ട്. എന്റെ കഴിവിന്റെ പരമാവധി ഈ പ്രോജക്ടിന്റെ വിജയത്തിനായി ഉപയോഗിക്കുകയും ചെയ്യാം." ദേവ ആത്മവിശ്വാസത്തോടെ സംസാരിച്ചു.

"അതു വേണം. ദേവയായിരിക്കും ഈ പ്രോജക്ടിന്റെ ഒരു കീറോൾ കൈകാര്യം ചെയ്യേണ്ടതെന്ന് എനിക്കു തോന്നുന്നു." ഹീര പറഞ്ഞു.

"ഷുവർ!" ഹീരയുടെ കരം കവർന്ന് ദേവബാലാനായർ ഉറപ്പു കൊടുത്തു.

"ഞാനൊന്ന് ചോദിച്ചോട്ടെ!" ഹീര മനസ്സിൽ കുറേനേരമായി അടക്കിവച്ചിരുന്ന ഒരു ചോദ്യം തൊടുത്തു: "ദേവയുടെ ഹസ്ബന്റ് ഇപ്പോഴെവിടെയാ?"

"അത്...." ദേവ ഒരു നിമിഷം മുഖം താഴ്ത്തി. എന്നിട്ട്, തികച്ചും യാന്ത്രികമായി പറഞ്ഞു: "അത് ചെറിയ ഒരു കഥയല്ല ചേച്ചീ; ഒരു നീണ്ട കഥ തന്നെയാ."

ഹീര ദേവബാലയുടെ കണ്ണുകളിലെ ഭാവം തിരഞ്ഞു.

ദേവ പറഞ്ഞു: " ഞങ്ങള് ശരിക്കും കല്യാണം കഴിച്ചിട്ടില്ല. അതുകൊണ്ടുതന്നെ അയാള് എന്റെ ഹസ്ബന്റാണെന്നും പറയാൻ വയ്യ. വേണമെങ്കില് എന്റെ കുഞ്ഞിന്റെ അച്ഛൻ എന്നു പറയാം."

അത്രയും പറഞ്ഞപ്പോഴേക്കുംതന്നെ ദേവയുടെ ശബ്ദമിടറി. കണ്ണുകൾ നിറഞ്ഞു.

"സോറി." ഹീര ഖേദത്തോടെ പറഞ്ഞു: "ഞാൻ വെറുതെ ചോദിച്ചതാ.... ലീവിറ്റ്."

"സാരമില്ല ചേച്ചീ. കഴിയുന്നതും ഇത്തരം കാര്യങ്ങള് വീണ്ടും ഓർമ്മിക്കാതിരിക്കാനാ എനിക്കിഷ്ടം." ദേവബാല പറഞ്ഞു.

അപ്പോൾ ഇന്റർകോം ശബ്ദിച്ചു.

ഹീര റിസീവെടുത്തു. അത് നരേന്ദ്രനായിരുന്നു.

"സമയം പന്ത്രണ്ടാവുന്നു. വരുന്നില്ലേ?"

"ഓ സോറി." ഹീര തിടുക്കപ്പെട്ട് എഴുന്നേറ്റു.

"എന്റെ കൂടെ ഒരാൾകൂടിയുണ്ട്." ഹീര പറഞ്ഞു: "ഞാനുദ്ദേശിക്കുന്ന പ്രോജക്ടിനായുള്ള ഒരു പ്രസന്റർ."

"കൂട്ടിക്കോളൂ." നരേന്ദ്രൻ പറഞ്ഞു.

ഒന്നും മനസ്സിലാവാതെ, തന്റെ മുഖത്തേക്ക് നോക്കിയിരിക്കുന്ന ദേവബാലയോട് ഹീര പറഞ്ഞു: "ഞങ്ങടെ മാർക്കറ്റിങ് മാനേജർ നരേന്ദ്രനായിരുന്നു. ദേവയും വരൂ. നമുക്ക് പ്രോജക്ട് ഡിസ്കഷൻ ഒന്നിച്ചാകാം."

"ഞാൻ വേണോ?" ദേവബാല ഒഴിഞ്ഞുമാറി.

"വരൂ കാര്യമുണ്ട്." ഹീര പറഞ്ഞു.

ഹീരയ്ക്കൊപ്പം ദേവബാലയും പുറത്തേക്കിറങ്ങി.

ആറ് - ചുവരുകൾക്കും ഹൃദയമുണ്ട്

മഹാദേവൻസാർ ആദ്യം വഴങ്ങിയില്ല.

ഭാരത് ചാനലിൽ എന്റർടെയ്ൻമെന്റ് ഷോകളാണ് കൂടുതൽ വേണ്ടത് എന്ന തന്റെ വാദം അദ്ദേഹം മുന്നോട്ടുവച്ചു. എന്നാൽ ഹീരയ്ക്ക് വ്യത്യസ്തമായ വാദമുഖങ്ങളുണ്ടായിരുന്നു. ഈ സമൂഹത്തിൽ യുവതികളും കൗമാരപ്രായം പിന്നിടുന്ന പെൺകുട്ടികളും നേരിടുന്ന പ്രതിസന്ധിഘട്ടങ്ങളെ കുടുംബസദസ്സിൽ പരിശോധനയ്ക്കെടുക്കാവുന്ന ഒരു ഷോ എന്തുകൊണ്ടും പ്രേക്ഷക ശ്രദ്ധ ആകർഷിക്കുമെന്ന് ഹീര പറഞ്ഞു.

"ഇതിനൊന്നും സ്പോൺസേഴ്സിനെ കിട്ടില്ല." മഹാദേവൻസാർ അവസാനവാദം ഉന്നയിച്ചു.

"ഞാൻ മാർക്കറ്റിങ് ഡിപ്പാർട്ടുമെന്റുമായി ഇക്കാര്യം ചർച്ച ചെയ്തു. മിസ്റ്റർ നരേന്ദ്രൻ ഈ പ്രോജക്ട് ക്ലിക്കു ചെയ്യുമെന്ന അഭിപ്രായക്കാരനാണ്." ഹീര പറഞ്ഞു, തികച്ചും സൗമ്യമായി.

"അവൻ അതൊക്കെപ്പറയും. ഒടുവിൽ സംഗതിയാകെ കുഴയുമ്പോൾ കൈ മലർത്തുകയും ചെയ്യും." മഹാദേവൻ സാർ അതു പറയുമ്പോൾ, ഹീര ഒന്നും മിണ്ടാതെ എഴുന്നേറ്റു.

"കുട്ടി നിരാശപ്പെടാൻ വേണ്ടി പറഞ്ഞതല്ല." മഹാദേവൻസാർ ആശ്വാസ വചനങ്ങൾ നീട്ടി. "ഏതായാലും പൈലറ്റ് എപ്പിസോഡിന് ഒരുക്കങ്ങൾ ചെയ്തോളൂ. നമുക്കു നോക്കാം എങ്ങനെ വരുമെന്ന്."

അത്രയും നന്ന്. ഹീര കരുതി. സ്വതന്ത്രമായി ഒരു പ്രോഗ്രാമിനെക്കുറിച്ച് ആലോചിച്ചപ്പോൾത്തന്നെ അതു തടയാനായിരുന്നു ആദ്യശ്രമം. ഒരുപക്ഷേ, തന്റെ മൗനം മഹാദേവൻസാറിനെ വീണ്ടുവിചാരത്തിലെത്തിച്ചതാവാം.

ഹീര പ്രൊഡക്ഷൻ മുറിയിലെത്തുമ്പോൾ വരാന്തയിൽ ദേവബാല കാത്തുനില്പുണ്ടായിരുന്നു.

"നീ പോയില്ലേ ഇതുവരെ?" ഹീര അത്ഭുതപ്പെട്ടു. നരേന്ദ്രന്റെ ക്യാബിനിൽ നിന്നിറങ്ങിയപ്പോൾതന്നെ യാത്ര പറഞ്ഞതാണ്.

"ഞാനിറങ്ങിയതായിരുന്നു. അപ്പഴാ ഓർത്തത്, ചേച്ചിയെ വീട്ടിലേക്ക് ഒന്നു വിളിക്കാൻ അമ്മ പറഞ്ഞ കാര്യം." ദേവബാല പറഞ്ഞു.

"ഞാൻ വരാം." ഹീര സമ്മതിച്ചു: "ഇന്നല്ല; വേറൊരിക്കൽ, എന്താ പോരേ?"

"വീണ്ടും ഞാൻ ലൈംലൈറ്റിലേക്ക് വരുമ്പോ അമ്മയ്ക്ക് വല്ലാത്ത പേടിയാ." ദേവബാല പറഞ്ഞു.

"ആരെയാ പേടിക്കുന്നേ?'' ഹീര ചിരിച്ചുകൊണ്ട് ചോദിച്ചു; "ദേവയെയാണോ അമ്മയ്ക്ക് പേടി?"

അതിന് ദേവബാല മറുപടിയൊന്നും പറഞ്ഞില്ല. വിളറിയ മുഖത്ത് വിറങ്ങലിച്ച ഒരു ചെറുചിരി വരുത്തി അവൾ പടികളിറങ്ങി.

●

വൈകുന്നേരം.

നഗരത്തിരക്കുകളിലൂടെ എന്തൊരു വേഗത്തിലാണ് നരേന്ദ്രൻ കാറോടിക്കുന്നത്! ഹീര അതിശയിച്ചു.

"കാർ റേസിങ്ങിലോ മറ്റോ മുമ്പ് പങ്കെടുത്തതുപോലുണ്ടല്ലോ." ഹീര തന്റെ അഭിപ്രായം മറച്ചുവച്ചില്ല.

"കോമഡി കൊള്ളാം." നരേന്ദ്രൻ ചിരിച്ചു.

"ഇതിപ്പോ സിറ്റീലായതോണ്ടാ. ഹൈവേയിലാണെങ്കില് മിനിമം

വൺ ട്വന്റിയിലേ എനിക്ക് ഓടിക്കാൻ പറ്റൂ."

"എന്നാ നമുക്ക് ഹൈവേയിൽ കയറാതെ പോയാ മതി." ഹീര നന്നായി ചിരിച്ചു: "എനിക്ക് കുറച്ചുകാലം കൂടി ജീവിച്ചിരിക്കണംന്നുണ്ട്."

"ഓ, എന്തു ജീവിതം?" നരേന്ദ്രൻ തത്ത്വചിന്തയിലേക്കു കടന്നു; "ജീവിതം എന്നൊക്കെപ്പറഞ്ഞാ ഇതാ... ഈ ഫാസ്റ്റ് ഡ്രൈവിങ് പോലൊരു അഡ്വഞ്ചറസ് സ്പോർട്സാ. തൊട്ടുമുന്നിലത്തെ ഹർഡിൽസ് ഓർത്താൽ നമുക്ക് ഇതേ വേഗത്തിൽ ഓടാൻ പറ്റില്ല."

"ഏതായാലും കൊള്ളാം. എനിക്കിനിയും സ്വപ്നങ്ങൾ ബാക്കിയുണ്ട്." ഹീര പറഞ്ഞു.

കാറിന്റെ വേഗത കുറച്ചുകൊണ്ട് നരേന്ദ്രൻ ചോദിച്ചു: "അല്ലാ, ഞാൻ ഹീരയോട് ആത്മാർത്ഥമായിട്ടുതന്നെ ചോദിക്കുവാ. ശരിക്കും ഓഫീസിലെല്ലാവരും ധരിച്ചിരിക്കുംപോലെ ഹീര മാരീഡാണോ?"

"അതെന്താ ഇപ്പോ നരേന്ദ്രന് പുതിയൊരു സംശയം?" ഹീരയ്ക്ക് ചിരി വന്നു.

"ഇങ്ങനെ അടിച്ചുപൊളിച്ചു നടക്കുന്നതു കാണുമ്പോ..." അർദ്ധോക്തിയിൽ നരേന്ദ്രൻ ഹീരയെ നോക്കി.

"അതെന്താ, ഈ നാട്ടിൽ വിവാഹിതയായ ഒരു പെണ്ണിന് അടിച്ചു പൊളിച്ചുകൂടാന്ന് വല്ല ഓർഡിനൻസും അടുത്ത കാലത്തിറങ്ങിയിട്ടുണ്ടോ? ഞാനറിഞ്ഞില്ല." ഹീര അപ്പോഴും ചിരിച്ചു; നന്നായിത്തന്നെ.

ആ ചിരി കുറച്ചുനേരം നരേന്ദ്രനെ കുഴപ്പിച്ചു: "ഈ സിറ്റീല് ഇങ്ങനെ ഒറ്റയ്ക്കൊരു വീടെടുത്ത് താമസിക്കുകാന്നൊക്കെ വെച്ചാല് വല്ലാത്ത ധൈര്യംതന്നെ." കാറോടിക്കുന്നതിൽ ശ്രദ്ധിച്ചുകൊണ്ട് ദിശ തെറ്റിവന്ന ഒരു സൈക്കിളുകാരനിൽനിന്ന് സമർത്ഥമായി വെട്ടിച്ചുകൊണ്ട് നരേന്ദ്രൻ പറഞ്ഞു.

"ഇങ്ങനെ കൊച്ചുകൊച്ചു ധൈര്യങ്ങളില്ലെങ്കില് എങ്ങനെയാ ജീവിക്കുക?" ഹീര പെട്ടെന്ന് സ്ഥലകാലബോധത്തിലേക്കു വന്നു: "നരേന്ദ്രൻ, ഒന്നു നിർത്തു ഞാനിവിടെയിറങ്ങാം. പാലും ബ്രെഡ്ഡുമൊക്കെ ഇവിടന്നാ വാങ്ങിക്കാറ്."

നരേന്ദ്രൻ നളന്ദ ജങ്ഷനിൽ കാറൊതുക്കുമ്പോൾ ഹീര പറഞ്ഞു: "താങ്ക്സ്. ഇവിടെന്നെനിക്ക് നടക്കാനുള്ള ദൂരമേയുള്ളൂ."

"അതെന്ത് മാനേഴ്സാടോ?" നരേന്ദ്രൻ ഖേദം നടിച്ചു: "തന്നെ വീട്ടില് വിട്ട് അവിടന്ന് ഒരു കപ്പു ചൂടു ചായയും കുടിച്ചു പിരിയാമെന്നാ ഞാൻ കരുതീത്!"

"അതിനെന്താ? ഒന്നു വെയ്റ്റ് ചെയ്യൂ. ഞാനിതാ വന്നു." ഡോർ തുറന്ന് ഹീര കടയ്ക്കു നേരെ നടന്നു.

എന്തൊരു തിടുക്കപ്പെട്ട, ചുറുചുറുക്കുള്ള ചലനങ്ങളാണ് ഹീരയുടേതെന്നു നിരീക്ഷിച്ച് സ്റ്റിയറിങ്ങിൽ ഒരു മൃദുതാളമിട്ട് നരേന്ദ്രനിരുന്നു.

പോയ അതേ വേഗത്തിൽ പാൽക്കവറും ബ്രെഡ്ഡുമായി ഹീര വന്നു കാറിൽക്കയറി.

"ഇടത്തോട്ടു തിരിഞ്ഞ് ട്യൂട്ടേഴ്സ് ലെയ്നിലേക്ക് വിട്ടോളൂ." ഹീര പറഞ്ഞു.

"ഭക്ഷണമൊക്കെ സ്വയം പാചകമാണോ? പാർട്ട്ടൈം സെർവന്റ് ആരെങ്കിലും?" കാർ ട്യൂട്ടേഴ്സ് ലെയ്നിലേക്കെടുത്തുകൊണ്ട് നരേന്ദ്രൻ ചോദിച്ചു.

"ഞാനങ്ങനെ ഭക്ഷണപ്രിയയൊന്നുമല്ല." ഹീര ചിരിച്ചു. ഒരു ദിവസത്തേതുകൊണ്ട് മൂന്നു ദിവസം അഡ്ജസ്റ്റ് ചെയ്യാൻ എനിക്കു പറ്റും."

"ഓ... വല്ലാത്തൊരു ജന്മംതന്നെ."

നരേന്ദ്രൻ സമ്മതിച്ചു.

ഹീര പറഞ്ഞു: "അതാ ആ നീല ഗേറ്റിനു മുന്നിൽ ഒതുക്കിക്കോളൂ."

ഗേറ്റിന്റെ പൂട്ടു തുറന്ന്, ഹീര നരേന്ദ്രനെ ക്ഷണിച്ചു: "വെൽക്കം റ്റു മൈ ലിറ്റിൽ ഹെവൻ." മുൻ വാതിൽ തുറന്ന് അകത്തു കയറിയപ്പോൾ, നരേന്ദ്രനും തോന്നി ഇതൊരു കൊച്ചു സ്വർഗ്ഗംതന്നെയെന്ന്. വളരെക്കുറച്ചു മാത്രമുള്ള ഫർണിച്ചറുകൾ. പക്ഷേ, എല്ലാം ഭംഗിയായി ഒരുക്കിവെച്ചിരിക്കുന്നു. ചുളിവുകൾ വീഴാത്ത കുഷൻ കവറുകൾ, വെൺമയാർന്ന കർട്ടനുകൾ, ചുവർ ഷെൽഫിൽ ഭംഗിയായി അടുക്കിവെച്ചിരിക്കുന്ന പുസ്തകങ്ങൾ, ടീപ്പോയിന്മേൽ ഫ്ളവർവേസ്, മാഗസിനുകൾ...

"ഇരിക്കൂ, ഞാൻ എളുപ്പം ചായയിടാം."

ഹീര സെറ്റിയിലേക്ക് നരേന്ദ്രനെ ക്ഷണിച്ചുകൊണ്ടു പറഞ്ഞു.

"എല്ലാം ഭംഗിയായി വച്ചിരിക്കുന്നു." നരേന്ദ്രൻ അഭിനന്ദിച്ചു സംസാരിച്ചു. "സാധാരണ ഒരു വാടകവീട്ടിൽ ആരും ഇത്രയും പെർഫെക്ഷൻ പ്രതീക്ഷിക്കില്ല."

"താമസിക്കുന്ന ഇടം നമുക്ക് സംതൃപ്തി തരുന്നത് നല്ലതല്ലേ?" ഹീര അകത്തേക്ക് നടന്നു.

ചായയിട്ടു കൊണ്ടിരിക്കുമ്പോൾ അടുക്കളവാതില്ക്കൽ വീണ്ടും ചിരിച്ചുകൊണ്ടു നരേന്ദ്രൻ.

"എല്ലാ മുറികളും കമനീയം. ആ ബെഡ്റൂമിലെ കളർഫുൾ ബെഡ്ഷീറ്റുവരെ ഉഗ്രൻ. ഒന്നും ചുളിവു വീഴാതെ."

ഹീര അതിനു മറുപടി പറഞ്ഞില്ല. നരേന്ദ്രന്റെ അഭിനന്ദനവാക്കുകൾ ഇത്തിരി കൂടുന്നില്ലേ എന്ന് സംശയിക്കുകയും ചെയ്തു.

രണ്ടു കപ്പുകളിൽ ചായ പകർന്ന് പുറത്തേക്കു നടന്നുകൊണ്ട് ഹീര നരേന്ദ്രനെ ക്ഷണിച്ചു: "വരൂ, നമുക്ക് ഡ്രോയിങ് റൂമിലിരിക്കാം."

സെറ്റിയിലിരുന്ന് ചൂടുചായ മൊത്തിയ ശേഷം നരേന്ദ്രൻ പറഞ്ഞു: "ഫൈൻ. എന്റെ കടുപ്പത്തിനു പറ്റിയ ചായ."

ഹീര നന്ദിപൂർവ്വം പുഞ്ചിരിച്ചു.

"വാസ്തവത്തില് ഈ നേരത്ത് ചായയല്ല വേണ്ടത്." നരേന്ദ്രൻ ചായ ഒരിറക്കുകൂടി കുടിച്ചുകൊണ്ട് പറഞ്ഞു:

"രണ്ടു ലാർജ്ജിനുള്ള സമയമാ ഇപ്പോ."

"അത്യാവശ്യമാണെങ്കിൽ ഒന്നുരണ്ട് കാൻ ബിയറിരിപ്പുണ്ടാവും,

ഫ്രിഡ്ജില് - വേണോ?" ഹീരയുടെ പെട്ടെന്നുള്ള പ്രതികരണം നരേന്ദ്രൻ പ്രതീക്ഷിച്ചില്ല.

"അയ്യോ, ഞാൻ ചുമ്മാ...." നരേന്ദ്രൻ ചമ്മൽ മറച്ചുകൊണ്ട് ചിരി വരുത്താൻ ശ്രമിച്ചു.

"അതിനെന്താ ഇത്ര ടെൻഷനടിക്കുന്നത്?" ഹീരയ്ക്ക് നരേന്ദ്രന്റെ ഭാവമാറ്റം നന്നേ പിടിച്ചു.

"ഞാൻ വല്ലപ്പോഴും ബോറടി മാറ്റാൻ കരുതിവയ്ക്കുന്നതാ. ഒന്നാമത്, ഈ ഹോട്ട് സീസണിനെ മറികടക്കണമെങ്കിൽ ഒന്നു തണുപ്പിക്കാതെങ്ങനാ?"

"ഏതായാലും ഇപ്പോ വേണ്ടാ. പിന്നൊരിക്കൽ ഞാൻ കമ്പനി തരാം." നരേന്ദ്രൻ അന്ധാളിപ്പോടെ എഴുന്നേറ്റു: "അപ്പൊ നാളെക്കാണാം."

"ഓ കെ ബൈ." ഹീര വാതില്ക്കലോളം ചെന്നു. ഗേറ്റു കടന്ന് നരേന്ദ്രൻ കാറിൽ കയറുമ്പോൾ എതിരേ വരുന്നു, കിഴവൻ സ്വാമി റിട്ടയേർഡ് മേജർ കല്യാണസുന്ദരം. അയാൾ വല്ലാത്തൊരു പല്ലിളിയുമായി ഗേറ്റിൽത്തന്നെ നിന്നു. നരേന്ദ്രന്റെ കാർ അകന്നുപോയി.

"ഹസ്ബന്റ് എപ്പോ വന്നു?" ഗേറ്റു കടന്ന് അകത്തേക്കു വന്നുകൊണ്ട് സ്വാമി അന്വേഷിച്ചു. ഹീരയ്ക്ക് അരിശം പെരുത്തുവന്നു. കിഴവന്റെ ഒരു കിന്നാരം.

"അതെന്റെ ബോയ്ഫ്രണ്ടാ. വേണമെങ്കിൽ ഹസ്ബെന്റാണെന്നും കൂട്ടിക്കോ." ഹീര തുറന്നടിച്ചു.

കല്യാണസുന്ദരം ആകെ പതറിപ്പോയി: "അയ്യോ. ഞാനൊരു നാട്ടുകാര്യം ചോദിച്ചൂന്ന് വച്ച് മോളെന്തിനാ ഇങ്ങനെ ചൂടാവുന്നേ?"

"അല്ല അങ്കിൾ, നിങ്ങൾക്കൊക്കെ ഇതെന്തിന്റെ കേടാ. ഞാൻ വരുന്നതും പോകുന്നതും നോക്കിനില്ക്കാനേ ഈ കോളണീലുള്ളവർക്ക് നേരമുള്ളൂന്ന് തോന്നുന്നല്ലോ. കുറെയായി ഞാനിത് സഹിക്കുന്നു."

"അയ്യോ, അങ്ങനൊന്നുമില്ല. ഹീരമോള്ടെ ഭർത്താവ് ഗൾഫിലായതോണ്ട്, മോൾ ഇവിടിങ്ങനെ ഒറ്റയ്ക്ക് താമസിക്കണതോണ്ട് ഞങ്ങളെല്ലാവർടേം ഒരു കണ്ണ് എപ്പഴും ഉണ്ടാവുന്നത് നല്ലതല്ലേന്ന് കരുതിയാ. ഒരു സേഫ്റ്റിക്ക്." കല്യാണസുന്ദരം വിശദീകരിക്കാൻ ശ്രമിച്ചു.

"എന്നാൽ ഞാനൊരു കാര്യം പറഞ്ഞേക്കാം. എന്റെ സേഫ്റ്റി നോക്കാൻ എനിക്ക് ഇപ്പോ നന്നായി അറിയാം. മാന്യമായി വാടക കൊടുത്ത്, അന്തസ്സായിത്തന്നെയാ ഞാനിവിടെ താമസിക്കുന്നത്. പിന്നെ, ഞാനിവിടെ തനിയെ താമസിക്കുന്നതോണ്ട് ഈ കോളനീലാർക്കും ഇതുവരെ പ്രശ്നമൊന്നുമുണ്ടായിട്ടില്ലല്ലോ, ഉണ്ടോ?" ഹീര സ്വാമിയെ തറപ്പിച്ചുനോക്കി.

"ഇല്ല." കല്യാണസുന്ദരത്തിന്റെ ശബ്ദം ഏതോ അഗാധതയിൽ നഷ്ടപ്പെട്ടു.

"എങ്കിൽ ചെല്ല്. വീട്ടിൽച്ചെന്ന് പൊണ്ടാട്ടിയുടേം കൊളന്തകള്ടേം

കാര്യമന്വേഷിക്കണം അങ്കിളേ. എന്നെ വിട്ടേക്ക്."

ആകെ വശംകെട്ട് മേജർ കല്യാണസുന്ദരം തിരിഞ്ഞുനടക്കുമ്പോൾ, ഹീര നെഞ്ചിൽ കൈവച്ചു:

ദൈവമേ, എനിക്കെന്താണ് സംഭവിച്ചത്? ഞാൻ ആരോടുള്ള ദേഷ്യമാണ് ഈ പാവം കിഴവനോട് തീർത്തത്?

ഹീരയ്ക്ക് നന്നായൊന്ന് കരയണമെന്നു തോന്നി. അവൾ അങ്ങനെ ചെയ്യുകതന്നെ ചെയ്തു; ഒട്ടും നാണമില്ലാതെ.

ഏഴ് - ഒരു പൈങ്കിളിവില്ലൻ കഥയെ കൊല്ലുന്നു

ഈയിടെയായി പകലുകൾക്ക് ചൂട് ഇത്തിരി കൂടുതലാണ്. എപ്പോൾ വേണമെങ്കിലും ഒരു മഴ പെയ്തേക്കാം. അത് ഈ നഗരത്തിന്റെ ഒരു പൊതുസ്വഭാവമാണ്. എല്ലാറ്റിനും ഒരു സമതുലിതാവസ്ഥയുണ്ട്. മുമ്പൊക്കെ യൂണിവേഴ്സിറ്റി ഹോസ്റ്റലിലെ പഴുത്ത സെല്ലുകൾക്കകത്ത് വെന്തുരുകിയിരിക്കുമ്പോൾ, അവിചാരിതമായി രാത്രിയുടെ ഏതോ യാമത്തിലാവും മഴയുടെ ഇരമ്പമുണ്ടാവുക.....

ഹീര ഫ്ളോറിലെ ഒരുക്കങ്ങൾക്കിടയിൽ വിയർത്തൊലിച്ചു നിന്നു. പ്രസന്റർക്കുള്ള പ്ലാറ്റ്ഫോമിന്റെ ഉയരം ഇത്ര വേണമോ എന്ന് സംശയമുണ്ട്. ദേവബാല നല്ല ഉയരമുള്ള ആളായതിനാൽ അത് അഭംഗിയാവരുതല്ലോ... ആർട്ട് സെക്ഷനിലെ വിനോദ്കുമാർ കടന്നുവന്നപ്പോൾ ഹീര തന്റെ സന്ദേഹം അവതരിപ്പിച്ചു.

"ഓഡിയൻസിന്റെ ഗാലറിയുമായി ബാലൻസ് ചെയ്യണമെങ്കിൽ ഇത്രയും ഹൈറ്റ് വേണ്ടിവരും ചേച്ചീ." വിനോദ്കുമാർ പറഞ്ഞു:

"ഞാൻ നേരത്തേ വരച്ചുകാട്ടിയ സ്കെച്ചിലുള്ള അതേ മെഷർമെന്റു തന്നെയാണ് ഇവിടെയുള്ളത്."

"എന്തോ, പെട്ടെന്നു കണ്ടപ്പോ...." ഹീരയുടെ സംശയം വിട്ടുമാറിയില്ല.

"ശരി, അഡ്ജസ്റ്റ് ചെയ്യാം. എപ്പോഴും പ്രസന്റർ പ്ലാറ്റ്ഫോമിൽത്തന്നെ നില്ക്കണമെന്നില്ലല്ലോ."

വിനോദ്കുമാറും സംഘവും പണിത്തിരക്കിലേക്കു കടന്നപ്പോൾ ഹീരയുടെ മൊബൈൽ ശബ്ദിച്ചു. മഹാദേവൻസാറിന്റെ ഡയറക്ട് നമ്പറാണല്ലോ എന്നു ചെറിയൊരു ആധിയോടെ തിരിച്ചറിഞ്ഞ് ഹീര ഫോൺ ചെവിയോടടുപ്പിച്ചു.

അങ്ങേത്തലയ്ക്കൽ മഹാദേവൻ സാറിന്റെ ശബ്ദം കടുത്തതായിരുന്നു:

"വേർ ആർ യു നൗ?"

"ഞാനിവിടെത്തന്നെയുണ്ട് സാർ." ഹീര തിടുക്കത്തിൽ പറഞ്ഞു.

"ഇവിടെ എന്നുവച്ചാൽ എവിടെ? ഇന്റർകോമിൽ കിട്ടുന്നില്ലല്ലോ."

"ഞാൻ മുകളില് സ്റ്റുഡിയോ ഫ്ളോറിലാ. ആർട്ട്വർക്ക് നടക്കുന്നു, ഇവിടെ."

"കം ഹിയർ ഇമ്മീഡിയറ്റ്ലി."

മഹാദേവൻസാറിന്റെ ശബ്ദം അവസാനിച്ചു. ഹീരയ്ക്ക് ഒരു നിമിഷം ഒന്നും പിടികിട്ടിയില്ല. ഒരു മണിക്കൂർ മുമ്പ് പ്രോഗ്രാം മീറ്റിങ്ങിൽ സാറിനെ കണ്ടതാണല്ലോ. പൈലറ്റ് ഷൂട്ടിനെക്കുറിച്ച് വിശദമായി സംസാരിച്ചതു മാണ്...

ഹീര ധൃതിയിൽ മഹാദേവൻസാറിന്റെ ക്യാബിനിന്റെ മുന്നിലെത്തു മ്പോൾ കേൾക്കാം, അകത്ത് ആരുടെയൊക്കെയോ ഉറക്കെയുള്ള സംഭാ ഷണങ്ങൾ.

ഒരു നിമിഷം സംശയിച്ചുനിന്നു. പിന്നെ ഹീര പതിയെ വാതില്ക്കൽ തട്ടി.

"യേസ്." മഹാദേവൻസാറിന്റെ ഉറച്ച ശബ്ദം അലച്ചെത്തി.

വാതിൽതുറന്ന് അകത്തു കടന്നപ്പോൾത്തന്നെ മഹാദേവൻസാർ മുമ്പിലിരുന്ന മദ്ധ്യവയസ്കയെയും ചെറുപ്പക്കാരനെയും തിടുക്കത്തിൽ പരിചയപ്പെടുത്തി:

"ഹീരാ. ഇത് മിസ്സിസ് വിലാസിനി നായർ. ഇത് ഹരിദാസ് നായർ."

ഹീര, അവർക്കു നേരെ കൈ കൂപ്പി ചിരിച്ച് അഭിവാദ്യം ചെയ്തു. വിലാസിനി നായരും ഹരിദാസ് നായരും അപ്പോഴും തികഞ്ഞ ഗൗരവ ത്തിൽതന്നെ.

"ഹീരേടെ ആ പ്രോഗ്രാം അവതരിപ്പിക്കുന്നതാരാ? എന്താ ആ ആങ്കറ്ടെ പേര്?" മഹാദേവൻസാർ ആമുഖമൊന്നുമില്ലാതെ ചോദിച്ചു.

"ദേവ. ദേവബാലാ നായർ." ഹീര പറഞ്ഞു.

"കണ്ടോ. ഞാൻ പറഞ്ഞില്ലേ. ഇവരൊക്കെച്ചേർന്ന് എന്നേം മോനേം ഇൻസൾട്ട് ചെയ്യാനിറങ്ങിയിരിക്ക്യാ." മിസ്സിസ് വിലാസിനി നായർ ചാടി യെഴുന്നേറ്റു.

ഹീരയ്ക്ക് ഒന്നും പിടികിട്ടിയില്ല. അവൾ നിസ്സഹായതയോടെ മഹാ ദേവൻസാറിനെ നോക്കി.

"താൻ ആങ്കറിങ്ങിന് നിശ്ചയിച്ച കുട്ടീടെ ഹസ്ബന്റും മദർ ഇൻലോ യുമാ ഇവർ. ഇവര്ടെ പെർമിഷനില്ലാണ്ടാ ആ കുട്ടിയെ നമ്മൾ സെലക്ട് ചെയ്തത് എന്ന് ഇവര്ടെ പരാതി." മഹാദേവൻസാർ വിശദീകരിച്ചു.

"സാർ, അത്..." ഹീരയ്ക്ക് തന്റെ നിലപാട് വ്യക്തമാക്കണമെന്നു ണ്ടായിരുന്നു. അതിനു മുമ്പേ വിലാസിനിനായർ ക്ഷുഭിതയായി:

"നോ. നോ മോർ എക്സ്പ്ലനേഷൻസ്. നിങ്ങള് മുമ്പ് കോളേജിലോ ഹോസ്റ്റലിലോ ഒക്കെ ഒന്നിച്ച് കഴിഞ്ഞിട്ടുണ്ടായിരിക്കാം. എന്നാലിവിടെ അതു വേണ്ട. എന്റെ മോൻ തീരുമാനിക്കും ഇവിടെ കാര്യങ്ങള്."

ഹീര സത്യത്തിൽ അന്ധാളിച്ചുപോയി. എന്റെ പ്രോഗ്രാമിന്റെ കാര്യം തീരുമാനിക്കേണ്ടത് പുറത്തുനിന്ന് വന്നുകയറുന്നവരാണോ?

"നിങ്ങള് പറയുന്നത് എനിക്ക് തീരെ മനസ്സിലാവുന്നില്ല." ഹീരയ്ക്കും

ചെറുതായി ദേഷ്യം വന്നു തുടങ്ങി: "ദേവബാല ഒരവസരം തേടി എന്നെയാണ് അപ്രോച്ച് ചെയ്തത്. അവൾ ഈ പ്രോഗ്രാമിന് ഇണങ്ങുമെന്ന് എനിക്കു തോന്നിയതുകൊണ്ട് സെലക്ട് ചെയ്യുകേം ചെയ്തു. നിങ്ങളുടെ ഫാമിലി പ്രോബ്ലംസ് ഒന്നും എനിക്കറിയേണ്ട കാര്യമില്ല."

ഹീരയുടെ ആ വാക്കുകൾ വിലാസിനിനായരെ വല്ലാതെ പൊള്ളിച്ചു കഴിഞ്ഞു. "എന്ത് ഫാമിലി പ്രോബ്ലംന്നാ ഇയാളീപ്പറയുന്നത്? കോളേജിലു വച്ച് എന്റെ മോനെ അവള് കറക്കിയെടുത്തതും പോരാ, ഇപ്പഴും സ്വസ്ഥമായി ജീവിക്കാനാനുവദിക്കില്ലാന്ന് വച്ചാ."

അമ്മയുടെ വാക്കുകൾക്കനുസരിച്ച് മകൻ സമ്മതപൂർവ്വം ദയനീയമായി തലകുലുക്കിക്കൊണ്ടിരുന്നു. ഹീരയ്ക്ക് അരിശത്തോടൊപ്പം അകമേ ചിരിയും വന്നു. നിയന്ത്രണം വിട്ട് ചിരിച്ചുപോകുമോ എന്ന് അവൾ ഭയന്നു.

അപ്പോൾ മഹാദേവൻ സാർ ഇടപെട്ടു:

"ഞാനീ പ്രോബ്ലം എളുപ്പം സോൾവ് ചെയ്തോളാം. മാഡം ഇപ്പോൾ സമാധാനമായി പോകൂ."

വിലാസിനി നായർ മേശമേൽ വലതുകൈകൊണ്ടടിച്ച് പ്രഖ്യാപിച്ചു: "അവളെ വച്ചുള്ള ഒരു പരിപാടിയും ഈ ചാനലില് ഇനി വരാൻ പാടില്ല."

സമ്മതഭാവത്തിൽ തലയാട്ടിക്കൊണ്ട് മഹാദേവൻസാർ എഴുന്നേറ്റു. രൂക്ഷമായി ഹീരയെ ഒന്നു നോക്കിക്കൊണ്ട് വിലാസിനിനായർ മകനോടു പറഞ്ഞു:

"വാടാ പോകാം."

അവരെ വാതില്ക്കലോളം ചെന്ന് യാത്രയാക്കിയ ശേഷം മഹാദേവൻ സാർ മടങ്ങിവന്ന് കസേരയിലിരുന്ന് അപ്പോഴും ഒന്നും പറയാതെ നില്ക്കുകയായിരുന്ന ഹീരയോട്, സൗമ്യമായി പറഞ്ഞു:

"ഹീര ഇരിക്കൂ."

"വേണ്ട സാർ. എനിക്ക് ഫ്ളോറിൽ ഇത്തിരികൂടി ജോലിയുണ്ട്."

"ആ പ്രോജക്ട് തല്ക്കാലം നിർത്തിവയ്ക്കാൻ ഞാൻ പറഞ്ഞാൽ ഹീരയ്ക്ക് എങ്ങനെ ഫീൽ ചെയ്യും?" മഹാദേവൻസാർ പെട്ടെന്നു ചോദിച്ചു.

"ഫോർ വാട്ട്?" ഹീരയ്ക്ക് അത്ഭുതവും അരിശവും ഒന്നിച്ചു വന്നു. "ഇങ്ങനെ... പുറമെ നിന്നുള്ളവരുടെ ഇന്റർഫിയറനുസരിച്ച് എങ്ങനെയാ സാർ പ്രോഗ്രാം ചെയ്യാൻ പറ്റുക?"

"ആ ആങ്കറിന്റെ ഹസ്ബന്റാ അയാൾ. ആ ഹരിദാസ് നായർ. അത് ഹീരയ്ക്കറിയില്ലേ?"

"അതും അതിനപ്പുറവും അറിയാം. ഒന്നിച്ചു ജീവിച്ചു എന്നുവച്ച് അയാളെങ്ങനെ ഹസ്ബന്റാവും സാർ. ഒരു കുട്ടിയെ ഉണ്ടാക്കിക്കൊടുത്തു എന്നുവച്ച് അയാളെങ്ങനെ ബ്ലഡി ഹസ്ബന്റാവും സാർ. ഡർട്ടി ഇഡിയറ്റ്." ഹീര അടിമുടി വിറച്ചു.

"ഹീരാ, ഡോണ്ട് ബീ എക്സൈറ്റഡ്." മഹാദേവൻസാർ പറഞ്ഞു:

“എനിക്ക് ഈ റിലേഷൻസിനേക്കാൾ മുഖ്യം ചാനലിന്റെ നിലനില്പാ. ഇപ്പോ അങ്ങിറങ്ങിപ്പോയ ആ വിലാസിനി നായരില്ലേ? അവരുടെ ചേട്ടൻ ആരാന്ന് അറിയ്യോ? നമ്മുടെ ഓവർസീസ് ഡയറക്ടർ എം പി നായർ. ഈ ചാനലില് ഏറ്റവുമധികം ഫോറിൻമണി ഇൻവെസ്റ്റ് ചെയ്ത അമേരിക്കൻ കോടീശ്വരൻ. ഒരു വെറും ആങ്കറ് പെണ്ണിനുവേണ്ടി നമ്മള് ഒരു ചാനലിന്റെ ഭാവിയെ തൊട്ടുകളിക്കണോ? ഡോണ്ട് സ്പോയിൽ യുവർസെൽഫ്.”

കാൽവിരൽത്തുമ്പു തൊട്ട് ഒരു തീച്ചൂട് ശരീരമാസകലം പടരുന്നതായി ഹീരയ്ക്കു തോന്നി. ദേവബാലയുടെ ദീനമായ, നിസ്സഹായമായ മുഖം ഹീരയ്ക്കു മുന്നിൽ വിറച്ചു നിന്നു.

“എനിക്കൊന്നും പറയാനില്ല സാർ. എല്ലാം സാറിനു തീരുമാനിക്കാം.” ഹീര ഒരു വിധം മുറിക്കു പുറത്തെത്തി. മുന്നിൽ വെളുത്ത ഇരുട്ട്...

●

വൈകുന്നേരത്തിന്റെ നരച്ച വെയിലാണ് പുറത്ത്. ചെടികളിൽപ്പോലും ആ വിളർച്ച കാണാം. കാറ്റും നിലച്ചുപോയപോലെ...

മഹാദേവൻസാറിന്റെ ക്യാബിൻ വിട്ടിറങ്ങിയിട്ട് ഇന്നേക്ക് മൂന്നു നാളാകുന്നു. നേരേ വന്ന് കിടക്കയിൽ വീണതാണ്. നന്നായി ഒന്നുറങ്ങി. ഉറങ്ങിയെഴുന്നേറ്റപ്പോൾ കഴിഞ്ഞതെല്ലാം മറക്കാൻ ശ്രമിച്ചു. എല്ലാം ഓരോരോ വഴിയമ്പലങ്ങൾ. വഴിക്കിനാവുകൾ. യാത്ര വീണ്ടും തുടരുക തന്നെ. അല്ലാതെ എന്തു ചെയ്യാൻ!

ദേവബാലയെ വിളിച്ച് കാര്യങ്ങൾ പറയാൻ മനസ്സുപദേശിച്ചു. ഫോണിൽ കിട്ടിയത് അവളുടെ അമ്മയെയാണ്. ദേവ കുഞ്ഞിനെ ഡോക്ടറെ കാണിക്കാൻ പോയിരിക്കുന്നു; പൊള്ളുന്ന പനി. അമ്മയോട് വിവരം പറയാൻ തോന്നിയില്ല. മകളെ പഴയ പൂക്കാലത്തേക്ക് തിരിച്ചു കൊണ്ടുവരാൻ ശ്രമിക്കുന്ന ഒരു അമ്മയോട് പറയാവുന്ന വിശേഷങ്ങളല്ല തന്റെ പക്കലുള്ളത്...

രാത്രി മൊബൈലിൽ ദേവയുടെ വിളി വന്നു: “ചേച്ചീ, നാളെത്തന്നെയല്ലേ ഷൂട്ട്?”

“അതു നടക്കില്ല.” വളച്ചുകെട്ടാതെ തന്നെ കാര്യത്തിലേക്കു കടന്നു....

“നിന്റെ കുഞ്ഞിന്റെയച്ഛനുണ്ടല്ലോ. ആ കോന്തൻനായര്, അയാളുടെ കാർന്നോരാ ഞങ്ങടെ ചാനല് ഭരിക്കുന്നത്. നിന്റെ തിരുമുഖം ചാനലിലെവിടേം കണ്ടുപോകരുതെന്നാ നിന്റമ്മായിയമ്മേടെ ഉത്തരവ്.”

അപ്പുറം ശബ്ദം നിലച്ചുപോയതും പതിയെ അതൊരു തേങ്ങലായി ഉയരുന്നതും അറിഞ്ഞപ്പോൾ പറഞ്ഞു:

“ഡോണ്ട് ബി അപ്സെറ്റ്. ഈ ഒരു ചാനല് മാത്രം കണ്ടാണോ നീ വീണ്ടും ജീവിക്കാൻ തീരുമാനിച്ചത്?”

പിന്നെയും ദേവ കരയുകതന്നെ എന്നു കണ്ടപ്പോൾ ഈ നിലയിൽ അവളോട് സംസാരിക്കാതിരിക്കുന്നതാണ് നല്ലതെന്നു തോന്നി. പിന്നെ വിളിക്കാമെന്നു പറഞ്ഞ് ഫോൺ വച്ചു.

രണ്ടു ദിവസം ആബ്സെന്റ് ആയിട്ടും ചാനലിൽനിന്ന് ആരും വിളിക്കുന്നില്ലല്ലോ എന്നു കരുതിയിരിക്കുമ്പോഴാണ് നരേന്ദ്രന്റെ ഫോൺ വന്നത്:

"വാട്ട് ഹാപ്പൻഡ് ഹീരാ? ഞാനിപ്പഴാ അറിഞ്ഞത്, നിന്റെ പ്രോഗ്രാം റിജക്ട് ചെയ്തൂന്ന്."

"ഓ, അത് അത്രവല്യ കാര്യമൊന്നുമല്ല."

"അതെന്താ വല്യ കാര്യമല്ലാത്തേ?"

"എത്രയോ പ്രോഗ്രാം വരുന്നു, പോകുന്നു. ചിലതൊക്കെ തുടങ്ങും മുമ്പുതന്നെ അബോർഷനാവുന്നു."

"അതല്ല. ഹീര അപ്സെറ്റാവാതിരിക്ക്. ഞാനിറങ്ങാം, വൈകിട്ട് അതു വഴി."

"ശരി."

"അവിടെത്തന്നെയുണ്ടാവൂലോ. അല്ലേ? ഐ വിൽ മേക്ക് യു ഹാപ്പി."

നരേന്ദ്രന്റെ ശബ്ദത്തിൽ വല്ലാത്ത ആത്മവിശ്വാസം! ഇയാളിനി എങ്ങനെയാണീ ഹീരയെ ഹാപ്പിയാക്കാൻ പോകുന്നത്? ആലോചിച്ചപ്പോൾ ചിരി വന്നു:

ഹാപ്പി, സന്തോഷം... ങ്ഹും!

●

സന്ധ്യ...

കാറിൽനിന്നിറങ്ങുമ്പോൾത്തന്നെ നരേന്ദ്രൻ ആടുന്നുണ്ടായിരുന്നു.

നല്ല ഫോമിലാണല്ലോ വരവ് എന്ന് ഹീര മനസ്സിലോർത്തു.

അടുത്തെത്തിയപ്പോൾ നരേന്ദ്രൻ പറഞ്ഞു:

"ഹീര കരുതുന്നുണ്ടാവും, ഞാൻ അടിച്ചു ഫിറ്റാണെന്ന്. ഇല്ല. രണ്ടേരണ്ട് പെഗ്ഗ്. എനിക്കാ മഹാദേവനോട് രണ്ടു വർത്തമാനം പറയണംന്നുണ്ടായിരുന്നു" നരേന്ദ്രന്റെ ശബ്ദം ക്രമംവിട്ട് ഉയർന്നു.

ഹീര പറഞ്ഞു: "ഇങ്ങനെ പുറത്തു നിന്ന് അലറിവിളിക്കണ്ട. അകത്തേക്ക് വരൂ."

സെറ്റിയിലിരുന്ന് നരേന്ദ്രൻ പറഞ്ഞു:

"ഹീരയ്ക്ക് ഒരു വാക്ക് എന്നോടു പറഞ്ഞിട്ടിറങ്ങാമായിരുന്നു. അത്രയ്ക്ക് അപരിചിതരായോ നമ്മൾ."

"ഓ, ഞാനത് വലിയ കാര്യമാക്കിയില്ല. ആദ്യം ഒരു ഷോക്കുണ്ടായിരുന്നു. ഇവിടെ വന്ന് നന്നായൊന്നുറങ്ങിയപ്പോ എല്ലാം ഓക്കെയായി."

"മാർക്കറ്റിങ്ങിന് എല്ലാ പ്ലാനും ഞാൻ തയ്യാറാക്കിക്കൊടുത്ത പ്രോഗ്രാമായിരുന്നു. ഒരുപക്ഷേ, മറ്റു ചാനലുകൾക്കിടയ്ക്ക് നമുക്ക് തല

യുയർത്തി നില്ക്കാൻ ഈ പ്രോഗ്രാം കൊണ്ട് സാധിച്ചേനെ." നരേന്ദ്രൻ കൈയിലെ തുകൽ സഞ്ചി തുറന്ന് ഒരു പൈന്റ് ബോട്ടിൽ ടീപ്പോയിൽ വച്ചു.

"എനിക്കൊരു പെഗ്ഗ് കൂടി വേണം. ഹീരയ്ക്ക് വിഷമമില്ലല്ലോ."

ഹീര പറഞ്ഞു: "എന്റെ കാര്യമോർത്ത് നരേന്ദ്രൻ കുടിച്ചാൽ, എന്റെ കാര്യം വല്ലതും ശരിയാവുമോ? നമ്മുടെ പ്രോഗ്രാം വീണ്ടും തിരിച്ചുവരുമോ?"

അപ്പോഴേക്കും നരേന്ദ്രൻ കുപ്പി തുറന്നുകഴിഞ്ഞിരുന്നു. അയാൾ കുപ്പി കൈയിലെടുത്തുയർത്തിയപ്പോൾ ഹീര തടഞ്ഞു:

"ഇങ്ങനെ ഡ്രൈ ആയിട്ട് കഴിക്കാതെ."

ഹീര ഗ്ലാസും വെള്ളവും കൊണ്ടുവന്നു വച്ചു. പതുക്കെ ഗ്ലാസിൽ ബ്രാണ്ടി പകർന്ന് വെള്ളമൊഴിച്ച് നരേന്ദ്രൻ ഒറ്റയിറക്കിന് കഴിച്ചു.

"ഹീരയും ഒരെണ്ണം കഴിക്ക്. ബിയറു മാത്രമേ കഴിക്കൂ എന്ന് നിർബ്ബന്ധമൊന്നുമില്ലല്ലോ. ഇതൊരെണ്ണം അകത്തു ചെന്നാൽ എല്ലാ ടെൻഷനും പമ്പകടക്കും."

"വേണ്ട." ഹീര പറഞ്ഞു.

അപ്പോൾ നരേന്ദ്രൻ പതിയെ എഴുന്നേറ്റു:

"എനിക്ക് ഹീരയോട് വളരെ പേഴ്സണലായിട്ട് ഒരു കാര്യം പറയാനുണ്ട്."

എന്താണെന്ന മട്ടിൽ ഹീര അയാളുടെ ചുവന്ന കണ്ണിലേക്ക് നോക്കി.

"ഈയൊരു കാര്യത്തിന് ഹീര റിസൈൻ ചെയ്യാനാണ് ഭാവമെങ്കിൽ, കൂടെ ഞാനുമുണ്ട്. ഐ വിൽ ആൾസോ റിസൈൻ വിത്ത് യൂ."

ഹീര അന്ധാളിച്ചു:

"വൈ?"

"ബികോസ് എനിക്ക് നിന്നെ അത്രയ്ക്ക് ഇഷ്ടമാണ്. ഐ ലവ് യു സോ മച്ച്. ഐ വാണ്ട് യു വെരി മച്ച്." നരേന്ദ്രന്റെ വാക്കുകൾ കെട്ടഴിഞ്ഞു ചിതറി.

നരേന്ദ്രന്റെ കൈ തന്റെ തോളിൽ സ്പർശിച്ചപ്പോൾത്തന്നെ തട്ടിമാറ്റി ഹീര അലറി:

"നരേന്ദ്രൻ, ആർ യു മാഡ്, അടങ്ങിയിരിക്ക്."

ഹീര പെട്ടെന്ന് ഒഴിഞ്ഞുമാറിയപ്പോൾ ഒന്നിടറി നരേന്ദ്രൻ ചുവരിൽ ശരീരം താങ്ങി നിന്നു.

"നരേന്ദ്രൻ, ഇപ്പോ വേഗം പോകാൻ നോക്ക്. ഇത് ഞാൻ തനിച്ചു താമസിക്കുന്ന വീടാ. ഇവിടെ ഇങ്ങനെയൊരു ബഹളം ഞാനിഷ്ടപ്പെടുന്നില്ല."

പതിയെ നിവർന്നുനിന്ന് ഹീരയ്ക്കു നേരെ നടന്നടുത്ത് നരേന്ദ്രൻ ചോദിച്ചു:

"അപ്പോ നീ ഈ നരേന്ദ്രനെ ഇഷ്ടപ്പെടുന്നില്ല? ആർ യു ഷുവർ?"

"നരേന്ദ്രൻ, പ്ലീസ്... എന്നെ സ്വസ്ഥമായി വിടൂ." ഹീര യാചിക്കും മട്ടിൽ പറഞ്ഞു.

“എന്നെക്കാൾ ഗ്രേറ്റ് ആയ ആൾക്കാരുമായേ നീ കമ്പനി കൂടൂ എന്ന് എനിക്കറിയാം. എന്നാലും ചോദിക്കുവാ. നിന്റെ ദുഃഖത്തിൽ ഇന്നൊരു ദിവസം ഈ നരേന്ദ്രനും കൂട്ടുചേർന്നോട്ടെ.”

അയാൾ വീണ്ടും വികടൻ ചിരിയുമായി, ഒരു പൈങ്കിളി സിനിമയിലെ വില്ലനെപ്പോലെ ഹീരയെ സമീപിച്ചു.

ഹീര രണ്ടും കല്പിച്ച് അയാളെ ഊക്കിൽ വാതില്ക്കലേക്കു തള്ളി. മലർന്നടിച്ചു വീഴുമ്പോഴും അയാൾ ആക്രോശിച്ചു:

“എനിക്കറിയാം നിന്നെ. നിന്റെ സകല ഹിസ്റ്ററിയും എനിക്കറിയാം. നീ മാരീഡാന്നു പറഞ്ഞ് ആളുകളെ പറ്റിക്കുന്ന കാര്യോം എനിക്കറിയാം.”

ഗേറ്റിൽ എന്തോ ബഹളമുയരുന്നത് ഹീര അറിഞ്ഞു. ആരൊക്കെയോ ഉറക്കെ തട്ടിവിളിക്കുകയാണ്. വാതിൽ തുറന്നപ്പോൾ സാമാന്യം നല്ല ആൾക്കൂട്ടം ഗേറ്റു കടന്ന് അകത്തേക്ക് വരുന്നു. മേജർ കല്യാണ സുന്ദരമാണ് മുന്നിൽ. ഹൗസ്കീപ്പർ കരുണൻപിള്ള ഇടയ്ക്ക് മുന്നിലേക്കു കയറുന്നു...

ബാക്കിയുള്ള മദ്യക്കുപ്പിയും തുകൽബാഗുമായി എന്തൊക്കെയോ പിറുപിറുത്തുകൊണ്ട് നരേന്ദ്രൻ പുറത്തേക്കു വന്നു.

“അപ്പോ... പോട്ടെടീ മോളേ. നാളെക്കാണാം... ഗുഡ്നൈറ്റ്.”

ആൾക്കൂട്ടത്തിനിടയിലൂടെ നരേന്ദ്രൻ ആടിയാടി അകന്നുപോയപ്പോൾ, ഹീര സ്തംഭിച്ചു നിന്നു.

●

എല്ലാ അലകളുമൊടുങ്ങിയത് പെട്ടെന്നായിരുന്നു.

സെറ്റിയും ഡൈനിങ് ടേബിളും കട്ടിലും ഗ്യാസ് സ്റ്റൗവും വിലയ്ക്കു വാങ്ങിയ റാവുത്തർ, ഗുഡ്സ് ടെമ്പോയുമായി വന്നിട്ടുണ്ട്. അത് അയാളുടെ കാര്യം.

പുസ്തകങ്ങളൊക്കെ ഒരു ചെറിയ ഹാർഡ് ബോർഡ് പെട്ടിക്കകത്താക്കി. അതുമാത്രം മതി, കൂട്ടിന്. വസ്ത്രങ്ങളടങ്ങിയ ചെറിയ ബാഗും തോളിലേന്തി പടിയിറങ്ങുമ്പോൾ, ഹീര സ്വയം ചോദിച്ചു:

എങ്ങോട്ട്? പഴയ ഹോസ്റ്റലിൽ ഒരിടം കിട്ടിയേക്കും.

പക്ഷേ, എന്തിന്?

പുതിയ ലോകം. പുതിയ വഴികൾ.

പുറം തിരിഞ്ഞു നോക്കാൻ ഇടവരരുതേ എന്നു കരുതി, നടന്നുതുടങ്ങുമ്പോൾ, അകത്തെ മുറികളിലെവിടെനിന്നോ ആരോ വിളിക്കുന്നതുപോലെ; ഒരു കരച്ചിൽ... ജീവന്റെ നുറുങ്ങു പിടച്ചിൽ......

ഹീര പെട്ടെന്ന് ഭ്രാന്തമായ ഒരാവേശത്തോടെ അകത്തേക്കോടി......

കിടപ്പുമുറിയിലൊരു കോണിൽ, നിലത്ത്, ഇരുട്ടിൽ തിളങ്ങുന്ന രണ്ട് കുഞ്ഞിക്കണ്ണുകൾ. അപ്പുവിനെ കോരിയെടുത്ത് മാറോടണയ്ക്കുമ്പോൾ ഹീരയുടെ ഹൃദയം നനഞ്ഞു.

മഴയുടെ നീണ്ട വിരലുകൾ

രാവിലെ തുടങ്ങിയ മഴയാണ്. ഉച്ചയോടെ അത് കനംവച്ചു പെയ്തു തുടങ്ങി. മഴയ്ക്കപ്പുറം മഴ മാത്രം. ഒന്നും വ്യക്തമല്ല.

ഇതുപോലൊരു ഞായറാഴ്ച വേറൊന്നും ചെയ്യാനില്ലാത്തതിനാൽ, കബോഡ് തുറന്ന് ആദ്യം കണ്ട ഒരു കുപ്പിയെടുത്തു മേശമേൽ വച്ച് പ്രശാന്ത് മേനോൻ ഫ്രിഡ്ജിൽ നിന്ന് തണുത്ത മിനറൽ വാട്ടർ പുറത്തെടുത്തപ്പോൾ, ഓ അതെന്തിന് എന്ന ചിന്തയാൽ തിരിച്ച് അകത്തേക്കുതന്നെ വച്ചു. സ്ഫടിക ഗ്ലാസിൽ സ്വർണ്ണവർണ്ണത്തിൽ ഒരു തുടം വിസ്കി പകർന്ന്, അതുമായി വരാന്തയിലേക്കു വന്നു. പിന്നെ മഴയ്ക്കു നേരെ നീട്ടി.

മഴനൂലുകൾ, വലതുകൈയിലാകെ തണുത്തു പെയ്തു... ഗ്ലാസിൽ മഴ നിറഞ്ഞു.

ചിലപ്പോൾ തോന്നാറുണ്ട്, ഈ മഴയ്ക്കും വിസ്കിക്കും ഓരേ ഗന്ധമാണെന്ന്! ഇതുപോലൊരു ഒഴിവുനേരത്ത് മഴ പെയ്യുമ്പോൾ പ്രത്യേകിച്ചും...

വൈകുന്നേരവും മഴ തന്നെയായിരുന്നു. ജാലകത്തിനപ്പുറം മഴ, നന്നായി സംസാരിക്കുന്ന ഒരു പെൺകുട്ടിയെപ്പോലെ പെയ്തുകൊണ്ടിരുന്നു. ആ സംസാര രീതിക്കു പോലുമുണ്ട് ഒരു താളം. ഇടയ്ക്ക് ഉയർന്ന്, ചിലപ്പോൾ പതിയെ, മറ്റു ചിലപ്പോൾ ഒരു ചിരിയിൽ കുതിർന്ന്, പൊടുന്നനെ ചലപിലാ ശബ്ദമെടുത്ത്.....

ആകെ കെട്ടിമറച്ച ഒരു ലോറി കയറ്റം കയറിവന്നു. മഴയുടെ വെള്ളിനൂലുകളെ വകഞ്ഞുമാറ്റി, കിതച്ചുകിതച്ച്, അത് 'സെക്ടർ ഫൈവി'ലേക്കുള്ള വഴിയേ നീങ്ങി.

പ്രശാന്ത് മേനോൻ ഗ്ലാസ് ഫിനിഷ് ചെയ്ത്, ഒട്ടൊരു കൗതുകത്തോടെ ലോറിയുടെ പിന്നറ്റം തിരിവു കഴിഞ്ഞ് മഴയിൽ ലയിക്കുന്നത്

നോക്കിനിന്നു. വിസ്കി നന്നായി തലയ്ക്കു പിടിച്ചിട്ടുണ്ട്. മഴയായതിനാലാവാം, ഈ നേരത്തിനകം അഞ്ചെണ്ണം കഴിഞ്ഞു. ഭക്ഷണത്തെക്കുറിച്ച് ഓർത്തതുമില്ല... കണ്ണുകൾ അടഞ്ഞുപോവുകയാണോ, അതോ ഒരു ലോറി 'സെക്ടർ ഫൈവി'നു നേർക്ക് കയറിപ്പോയതായി സ്വപ്നം കണ്ടതാണോ? കണ്ണുകളിലേക്ക് മഴവെള്ളം ഇരച്ചുവരുന്നതുപോലെ...

●

'സെക്ടർ ഫൈവി'ലെ പന്ത്രണ്ടാം നമ്പർ വസതി 'റെയിൻബോ.' പ്രശസ്ത ആർക്കിടെക്റ്റ് ഭദ്രകുമാർ, തന്റെ സ്വപ്നങ്ങൾകൊണ്ടു തീർത്ത മഴവിൽക്കൂടാരം. വെറും തരിശായിക്കിടന്ന അഞ്ചേക്കർ ഭൂമി, ഗുഡ് എർത്ത് പ്രോപ്പർട്ടീസ് ഡെവലപ്മെന്റ് ഏറ്റെടുത്തപ്പോൾ, ഇവിടം സ്വപ്നക്കൂടുകളൊരുക്കാൻ ഏല്പിച്ചത് ഭദ്രകുമാറിനെയായിരുന്നു. കൂടുകളൊരുക്കുന്നതിന് പകരം, ഭദ്രകുമാർ ആവശ്യപ്പെട്ടത് ഒരു കാര്യം മാത്രം. 'സെക്ടർ ഫൈവി'ൽ പത്തു സെന്റ് ഭൂമി. അവിടെ പതിയെപ്പതിയെ ഓരോരോ കരിങ്കല്ലും അതിനുമേൽ ഇഷ്ടികയും ചേർന്ന് ഒരുസ്വപ്നമുയർന്നു: റെയിൻബോ!

ഏറ്റവും ഒടുവിൽ കഴിഞ്ഞ മഴക്കാലത്താണ് പന്ത്രണ്ടാം നമ്പർ വസതിയുടെ പണി പൂർത്തിയായത്. കോളനിയിലെ എല്ലാവരും മഴയൊഴിഞ്ഞ ആ ഒരു സായാഹ്നത്തിൽ മഴവില്ലു കണ്ടുനിന്നു... മഴക്കോളു നിറഞ്ഞ മുഖമായിരുന്നു പക്ഷേ, ഭദ്രകുമാറിന്റേത്.

"എന്തു പറ്റി?" അസോസിയേഷൻ സെക്രട്ടറി വിൻസെന്റ് ചെറിയാൻ ഭദ്രകുമാറിനോടു ചോദിച്ചു: "ഇന്ന് താങ്കൾക്കു സന്തോഷിക്കേണ്ട ദിവസമല്ലേ?"

ഭദ്രകുമാർ ഒന്നും പറയാതെ, എല്ലാവർക്കും നേരേ ലഡു നിറച്ച ട്രേയുമായി നടന്നു. കുടുംബത്തെക്കുറിച്ച് അന്വേഷിച്ചവരോട് "വരും" എന്നുമാത്രം അയാൾ പറഞ്ഞു.

പിന്നെ കോളനിയിൽ ഒരു വിസ്മയമായി, ആ മഴക്കാലമത്രയും റെയിൻബോ അടഞ്ഞുകിടന്നു. പിന്നെ വെയിൽ വന്നു; മഞ്ഞു വന്നു... ഇത്രയും കാലം അടഞ്ഞുകിടന്ന റെയിൻബോയ്ക്കുമേൽ വീണ്ടും മഴ പെയ്തു തുടങ്ങി...

●

പന്ത്രണ്ടാം നമ്പർ വസതിക്കു മുന്നിൽ കാടുപിടിച്ച മുറ്റത്ത്, അധികം ഇരമ്പമുണ്ടാക്കാതെ ലോറി നിന്നു. നിറയെ വീട്ടുസാമാനങ്ങൾ കുത്തിനിറച്ചു കെട്ടിയ ഒരു ലോറിയായിരുന്നു അത്. മുൻസീറ്റിൽ ഡ്രൈവറെക്കൂടാതെ മറ്റു രണ്ടുപേർ. അവർ ഉല്ലാസത്തോടെ മഴയിലേക്കിറങ്ങി. കെട്ടുകളോരോന്നഴിച്ച് കസേരകളും കട്ടിലും ഡൈനിങ് ടേബിളുമെല്ലാം കാർഷെഡ്ഡിലും വരാന്തയിലുമായി അവർ മൂവരും ചേർന്ന് അടക്കിവയ്ക്കുമ്പോഴേക്കും മഴയിലൂടെ സ്വപ്നാടകനെപ്പോലെ ഒരു യുവാവ് അവരുടെ

അരികിലേക്കു വന്നു. അപരിചിതനായ ആ യുവാവിനെ ലോറിയിൽ വന്ന വർ കൗതുകത്തോടെ നോക്കി.

"ഞാൻ പ്രശാന്ത് മേനോൻ; റസിഡന്റ്സ് അസോസിയേഷന്റെ പുതിയ സെക്രട്ടറി."

"ഓ അതു ശരി." അവർ മൂവരും ചേർന്ന് ഒരു ഡബിൾകോട്ട് പോർട്ടി ക്കോയിലേക്കു ഇറക്കിവച്ചു.

"ഭദ്രകുമാർ സാറാണോ ഇവിടേക്ക് താമസത്തിനു വരുന്നത്?" പ്രശാന്ത് മേനോൻ ഇതിനകം ബോധത്തിലേക്ക് ഉണർന്നിരുന്നു.

മറുപടി ലഭിക്കുന്നതിനു മുമ്പ് ഒരു പഴയ മോഡൽ അംബാസഡർ ടാക്സി കയറ്റംകയറി ഇരമ്പലോടെ വന്നുനിന്നു. മഴ അപ്പോഴും ചാറി ക്കൊണ്ടിരുന്നു. മുൻവശത്തെ ഡോർ തുറന്ന് ആദ്യമിറങ്ങിയത് ആർക്കി ടെക്റ്റ് ഭദ്രകുമാർ. കഴിഞ്ഞ മഴക്കാലത്തേക്കാൾ അയാൾക്ക് വയസ്സാ യെന്ന് പ്രശാന്ത് മേനോന് തോന്നി. പിറകിൽനിന്ന് ഭദ്രകുമാറിന്റെ ഭാര്യ യെന്നു തോന്നിക്കുന്ന ഒരു സ്ത്രീ, ഒരു കൈക്കുഞ്ഞുമായി ഇറങ്ങി. അതു വരെ ഉറക്കത്തിലായിരുന്ന ആരെയോ അവർ അകത്തേക്കു നോക്കിവി ളിച്ചു: "മോളേ....."

അപ്പോൾ ഒട്ടൊരങ്കലാപ്പോടെ ഞെട്ടിയുണർന്ന്, ചുവന്ന ചുരിദാറിൽ ഒരു പെൺകുട്ടി, പുറത്തെ മഴയിലേക്കു മിഴിച്ചുനോക്കി. അവൾക്കു മുന്നിൽ സ്വപ്നം പോലെ ഒരു പുതിയ ലോകം, ഒരു പുതിയ ഭവനം...

●

ഒരുപക്ഷേ, ഈ കോളനിയിൽ ആർക്കിടെക്ട് ഭദ്രകുമാറിന്റെ വരവ് ആരും അറിഞ്ഞിട്ടില്ലെന്നു വേണം കരുതാൻ. ഞായറാഴ്ച, മഴ എന്നി ങ്ങനെയും കാരണങ്ങൾ.....

കോളനിയിലെ റസിഡന്റ്സ് അസോസിയേഷന്റെ കാര്യദർശി എന്ന നിലയിൽ പ്രശാന്ത് മേനോന് ഇവിടത്തെ ഓരോ ചലനവും അറിഞ്ഞേ തീരൂ.

മഴയിൽ നനഞ്ഞ ഒരു പുഞ്ചിരിയോടെ ഭദ്രകുമാർ പ്രശാന്ത് മേനോ നോടു പറഞ്ഞു: "ഏതായാലും ഇനി കുറേക്കാലം ഞങ്ങളിവിടെ കൂടാ മെന്നു കരുതി. വരണംവരണംന്ന് കുറേയായി ആലോചിക്കുന്നു. ഓരോരോ പ്രശ്നങ്ങളു കാരണം..... വരാന്തയിലിരിക്കുകയായിരുന്നു അവ രിരുവരും. അവർക്കപ്പുറം സന്ധ്യയുടെ കറുപ്പ്, ചരിഞ്ഞുവീഴുന്ന മഴ...

"എന്നാലും ഇങ്ങനെയൊരു മഴക്കാലത്ത്....." പ്രശാന്ത് മേനോൻ സന്ദേഹിച്ചു.

"എന്തുകൊണ്ടും ഒരു മാറ്റം വേണമെന്നു തോന്നി."

അകമുറികളിലെവിടെയോ കുഞ്ഞു കരഞ്ഞു. ഭദ്രകുമാർ ഒരുൾപ്പി ടച്ചിലോടെ അകത്തേക്കു നോക്കി.

"അതാര്ടെയാ കുഞ്ഞ്?" പ്രശാന്ത് മേനോനും അകത്തെ കരച്ചി ലിനു ചെവിയോർത്തു.

"ആ കുഞ്ഞാ ഞങ്ങടെ ഇന്നത്തെ ഏറ്റവും വലിയ പ്രോബ്ലം.....' എന്തു കൊണ്ടോ, അങ്ങനെ പറഞ്ഞത് പെട്ടെന്നുതന്നെ ഭദ്രകുമാർ ഒരു വിശദീകരണത്താൽ തിരുത്തി: "പ്രോബ്ലംന്ന് വച്ചാല് ഐ മീൻ..... എന്റെ മൂത്ത മകൾ രാഗിണി ഈ കുഞ്ഞിനെ തനിച്ചാക്കി ഈ ലോകം വിട്ടു പോയി. ആറുമാസം മുമ്പ്, ഒരു ആക്സിഡന്റില് രാഗിണീം ജയകൃഷ്ണനും ഒരുമിച്ചങ്ങു പോയി. ഈ കുഞ്ഞിനിപ്പോ അച്ഛനും അമ്മയുമൊക്കെ ഈ ഞങ്ങളാ......"

അതു പറഞ്ഞതും വല്ലാത്തൊരു വികാരാധിക്യത്തോടെ ഭദ്രകുമാർ കിതച്ചു. എന്തു പറയണം എന്നറിയാതെ പ്രശാന്ത് മേനോൻ ഭദ്രകുമാറിന്റെ കൈയിൽ പിടിച്ചു: "സാർ... കൂൾ ഡൗൺ സർ..."

"ഇറ്റ്സ് ഓക്കെ." ഭദ്രകുമാർ സ്വയം സമാധാനിപ്പിച്ചുകൊണ്ട് സമനിലയിലേക്കു വന്നു: "എല്ലാം നേരിട്ടല്ലേ തീരൂ?"

പ്രശാന്ത് മേനോൻ മഴയിലേക്കിറങ്ങുമ്പോൾ ഭദ്രകുമാർ പറഞ്ഞു: "ഇങ്ങനെയൊക്കെ ഒരുപാട് പ്രോബ്ലംസിനിടയില് കിടക്കുമ്പഴാ ഓർത്തത്, ഇവിടെ ഈ വീടിങ്ങനെ പൊടിപിടിച്ചു കിടക്വാണല്ലോന്ന്."

"അതേതായാലും നന്നായി." പ്രശാന്ത് മേനോൻ പറഞ്ഞു.

"ഇങ്ങനെയൊരു ചെയ്ഞ്ച് ഭാഗീരഥിക്കും എനിക്കും ഒരാവശ്യമാ ഇന്നത്തെ അവസ്ഥയില്....."

അപ്പോഴേക്കും കുഞ്ഞിനെ കൈകളിൽ താരാട്ടിക്കൊണ്ട് ഭദ്രകുമാറിന്റെ ഭാര്യ പുറത്തേക്കു വന്നു. പിറകിൽ ഇനിയുമാരാണ് കടന്നുവരികയെന്ന് പ്രശാന്ത് മേനോൻ പ്രതീക്ഷാപൂർവ്വം നോക്കി. അകത്തളത്തിൽ എവിടെയോ പതിഞ്ഞ സ്ഥായിയിലുള്ള ഒരു മൂളിപ്പാട്ടു മാത്രം...

"രാഗിണീടെ ഇളയത് പ്ലസ്ടു കഴിഞ്ഞു നില്ക്വാ - രഞ്ജിനി. നന്നായി പാടും. ഇവിടെ ഈ സിറ്റീലാവുമ്പോ മ്യൂസിക്കിനു ചേർത്താ അവൾക്കും ഇത്തിരി എക്സ്പോഷറാവൂലോ എന്നാ ഞാൻ ചിന്തിക്കുന്നേ....." ഭദ്രകുമാർ പ്രശാന്ത് മേനോനെ തൊട്ടുണർത്തിക്കൊണ്ട് പറഞ്ഞു:

"പ്രശാന്ത് വർക്ക് ചെയ്യുന്ന ചാനലില് ഇഷ്ടംപോലെ പ്രോഗ്രാംസുണ്ടല്ലോ, വല്ലതും രഞ്ജിനിക്ക് ചേരുന്നതുണ്ടെങ്കിൽ മറക്കണ്ട."

"തീർച്ചയായും സാർ." പ്രശാന്ത് മേനോൻ തിടുക്കത്തിൽ പറഞ്ഞു: "ഞാൻ ആലോചിക്കാം."

മഴയിലൂടെ ഇത്തിരി നടന്ന്, പിന്നെ പെട്ടെന്ന് തിരിഞ്ഞ് ഭദ്രകുമാറിനോടും ഭാഗീരഥിയോടും കൈയിലെ കുഞ്ഞിനോടുമായി ഒരിക്കൽക്കൂടി പ്രശാന്ത് മേനോൻ പറഞ്ഞു: "തീർച്ചയായും രഞ്ജിനിക്കു പറ്റിയ ഒരു പ്രോഗ്രാം ഞാനാലോചിക്കാം."

മഴ.....

മഴയുടെ നേർത്ത മൂളിപ്പാട്ട്.....

●

മൂന്നാം നമ്പർ എഡിറ്റ് സ്യൂട്ട്. 'പുതിയ പാട്ടുകളുടെ' എഡിറ്റിങ് വിചാരിച്ചതിലും വൈകുന്നു. എഡിറ്റർ മനോജ് എം നാഥിന് വട്ടുപിടിച്ച മട്ടാണ്. പ്രശാന്ത് മേനോൻ വാച്ചിൽ നോക്കി ടെൻഷനടിച്ചു:

"മനോജ്, ഒന്നു വേഗം തീർക്ക്."

സമയം ആറര, ഏഴിന് എയറിൽ പോകേണ്ട പോഗ്രാമാണ്. വ്യൂവർഷിപ്പ് ചാർട്ടിൽ 'പുതിയ പാട്ടുകൾ'ക്ക് പ്രമുഖസ്ഥാനം ലഭിച്ചതിനാൽ കഴിഞ്ഞ പ്രോഗ്രാം കമ്മിറ്റിയിൽ താൻ കൂടി വാശിപിടിച്ചാണ് ഏഴു മണിയുടെ പ്രൈംടൈം പിടിച്ചെടുത്തത് എന്ന് പ്രശാന്ത് മേനോൻ ഓർത്തു. സീരിയലുകളേക്കാൾ മ്യൂസിക്കിനും കോമഡിക്കും സ്ഥാനം നല്കാനുള്ള ചാനലിന്റെ ശ്രമം. പക്ഷേ, ഇന്ന് എല്ലാം കുഴയുന്ന ലക്ഷണമാണ്.

"ഞാനെന്തു ചെയ്യാനാ?" മനോജ് അരിശം പ്രകടമാക്കി: "നാലു ടേക്കിൽ ഒന്നുപോലും എടുക്കാൻ കൊള്ളില്ല. ഇവർക്കിതെന്തു പറ്റി?"

പ്രശാന്ത് മേനോനും അതുതന്നെയാണ് ചിന്തിച്ചുകൊണ്ടിരുന്നത്: "നല്ല അവതാരകയെന്നു പേരെടുത്ത നീതു ചെറിയാൻ ഈയിടെയായി വല്ലാതെ ഉഴപ്പുന്നുണ്ട്. സ്ക്രിപ്റ്റ് പഠിക്കാതെ വരിക, അക്ഷരത്തെറ്റു വരുത്തുക, ചില വാക്കുകൾ വിഴുങ്ങുക... ഇന്ന് നാലും അഞ്ചും ടേക്കുകളാണ് ഓരോ പീസിനും വേണ്ടിവന്നത്."

ഷൂട്ടിങ്ങിന്റെ സമയത്തുതന്നെ താൻ അസ്വസ്ഥത പ്രകടിപ്പിച്ചപ്പോൾ നീതു കളിയാക്കുന്ന മട്ടിലാണ് പ്രതികരിച്ചത്: "ഇതൊക്കെ മതി പ്രശാന്ത് സാറേ, ആളുകള് എന്റെ ഈ ഡ്രസും മേക്കപ്പും മോന്തയുമൊക്കെ നോക്കി വാ പൊളിച്ചങ്ങിരുന്നോളും......"

അത് തനിക്കുതന്നെ തിരിച്ചുകിട്ടിയ ഒരമ്പാണ്. മുമ്പൊരിക്കൽ താൻ കളിയാക്കിപ്പറഞ്ഞിരുന്നു: "പുതിയ പാട്ടുകളും നിമ്മിയുടെ മോന്തേം കാണാനിരിക്കുന്നവരുടെ മുമ്പിൽ നമ്മൾ വലിയ സാഹിത്യമൊന്നും വിളമ്പണ്ട!"

കഴിഞ്ഞയാഴ്ച ഏതോ ചെറുകിട അവാർഡ് കമ്മിറ്റിക്കാർ അവരുടെ ഈ വർഷത്തെ ജനപ്രിയ അവാർഡുകൾ പ്രഖ്യാപിച്ചിരുന്നു. ഏറ്റവും മികച്ച അവതാരക: നീതു ചെറിയാൻ.

അതിൽപ്പിന്നെ ഒരു ഓസ്കാർ ഒപ്പിച്ചെടുത്ത ഭാവമായിരുന്നു മാഡത്തിന്!

ഒരുവിധം എഡിറ്റിങ് തീർത്ത് ഫൈനൽ ടൈറ്റിൽസും പിടിച്ചിട്ട് മനോജ് കസേരയിലേക്കു ചാഞ്ഞു. ടേപ്പുമെടുത്ത് ട്രാൻസ്മിഷൻ റൂമിനു നേർക്ക് ഓടുമ്പോൾ പ്രശാന്ത് മേനോൻ സ്വയം പറഞ്ഞു: ഈ ഓട്ടം അവസാനത്തേതാണ്...

●

മഴക്കാലത്തെ ചില പകലുകൾ എത്ര സുന്ദരം!

നേരിയ ചാറ്റൽമഴയും അതിനിടയിൽ ഊർന്നുവീഴുന്ന സൂര്യകിര

ണങ്ങളും... ആറാം നിലയിലെ തന്റെ ക്യാബിനിന്റെ കണ്ണാടിജാലകങ്ങൾ തുറന്നിട്ട് പ്രശാന്ത് മേനോൻ ചാഞ്ഞുവീഴുന്ന മഴനാരുകളെ നോക്കിനിന്നു. പടിഞ്ഞാറൻ സൂര്യന്റെ സ്വർണ്ണനിറം ചാലിച്ച് തന്റെ നീണ്ട വിരലുകൾകൊണ്ട് നഗരനിരത്തിൽ പതിയെ തലോടുന്ന മഴ...

അപ്പോൾ ഇന്റർകോം ശബ്ദിച്ചു. താഴെ റിസപ്ഷനിൽനിന്നാണ്.

റിസപ്ഷനിസ്റ്റ് സൂസൻ പറഞ്ഞു:

"പ്രശാന്ത് സാറിന് ഒരു ഗസ്റ്റുണ്ട്. രഞ്ജിനീന്നാ പേരു പറഞ്ഞത്."

"വരാൻ പറയൂ." പ്രശാന്ത് മേനോൻ വളരെ പെട്ടെന്ന് ഉല്ലാസവാനായി.

അയാൾ വാച്ചിൽ നോക്കി. മൂന്നരയായതേയുള്ളൂ. നാലുമണിക്ക് എത്തിച്ചേരാനാണ് രാവിലെ പ്രോഗ്രാം കമ്മിറ്റി കഴിഞ്ഞയുടൻ വിളിച്ചു പറഞ്ഞത്. അന്നേരം മുതൽ താൻ രഞ്ജിനിയുടെ വരവ് പ്രതീക്ഷിക്കുന്നുണ്ട് എന്നതു നേര്.

നാളെ ടെലികാസ്റ്റ് ചെയ്യേണ്ട 'ഫാമിലി ഷോ'യുടെ എഡിറ്റിങ് പോലും വൈകുന്നേരത്തേക്കു മാറ്റിവച്ചു. രഞ്ജിനിയോടു പറയേണ്ട കാര്യങ്ങൾ, അവൾക്കു കൊടുക്കേണ്ട ക്യാമറാ ടെസ്റ്റ്... അങ്ങനെ നൂറുകൂട്ടം കാര്യങ്ങളായിരുന്നു തലയ്ക്കകത്ത്.

തന്റെ കസേരയിൽ നിവർന്നിരുന്ന്, കൃത്രിമഗൗരവത്തിൽ ഒരു ഫയൽ തുറന്ന് പരിശോധിച്ചുകൊണ്ട് പ്രശാന്ത് മേനോൻ രഞ്ജിനിയെ പ്രതീക്ഷിച്ചു.

"മേ ഐ കമിൻ.." രഞ്ജിനി ചോദിച്ചു.

"യേസ്." പ്രശാന്ത് മേനോൻ പറഞ്ഞു.

കണ്ണാടി വാതിൽ തുറന്ന്, ഒരു തൂമന്ദഹാസത്തോടെ രഞ്ജിനി അകത്തേക്കു വന്നു.

"ഗുഡ് ഈവനിങ്." അവൾ പറഞ്ഞു.

"ഗുഡ് ഈവനിങ്, ഇരിക്കൂ." പ്രശാന്ത് മേനോൻ ഇരിപ്പിടം ചൂണ്ടി.

"താങ്ക്യൂ." അവൾ ഇരുന്നു.

"ഞാൻ കരുതി. ഭദ്രകുമാർ സാറുകൂടി വരുമെന്ന്." പ്രശാന്ത് മേനോൻ പറഞ്ഞു.

"ഡാഡി വരാനിരുന്നതാ. അപ്പഴാ ഒരു ഫോൺ വന്നത്. ഏതോ പുതിയ കൺസ്ട്രക്ഷന്റെ മീറ്റിങ്ങുണ്ടത്രെ, ഈവ്നിങ്ങില്."

"ഭദ്രകുമാർ സാറിനെക്കുറിച്ചു കഴിഞ്ഞ ഒരു വർഷമായി ഒരു വിവരവുമില്ലായിരുന്നു. ഞങ്ങളു വിചാരിച്ചത് വല്ല ഫോറിൻ അസൈൻമെന്റും കിട്ടി സ്ഥലം വിട്ടൂന്നാ. പിന്നെ കണ്ടപ്പഴല്ലേ പ്രോബ്ലംസ് അറിഞ്ഞത്....."

പ്രശാന്ത് മേനോന്റെ വാക്കുകളിൽ തടഞ്ഞ് രഞ്ജിനിയുടെ മുഖം വല്ലാതായി. ആ ഭാവമാറ്റം പ്രശാന്ത് മേനോനും ശ്രദ്ധിച്ചു.

"ഓ സോറി ഞാൻ അക്കാര്യങ്ങൾ ഓർമ്മിപ്പിക്കാൻ പറഞ്ഞതല്ല."

"ഇറ്റ്സ് ഓക്കെ." രഞ്ജിനി മുന്നോട്ട് ആഞ്ഞിരുന്നു. "പറയൂ; ഇവിടെ എനിക്കെന്താ ചെയ്യാൻ കഴിയുക?"

"രഞ്ജിനിയെ അന്നു കണ്ടപ്പോ ഒറ്റനോട്ടത്തിൽത്തന്നെ ഒരു നല്ല ടെലിവിഷൻ പ്രസന്ററാവാനുള്ള ഗെറ്റപ്പുണ്ടെന്ന് എനിക്ക് തോന്നിയിരുന്നു."

"അയ്യോ, ഞാൻ ഇന്നേവരെ ഒരു ക്യാമറയ്ക്കു മുന്നിൽ നിന്നിട്ടില്ല." രഞ്ജിനി പരിഭ്രമം പുറത്തു കാട്ടി: "വന്നു കാണണംന്ന് പറഞ്ഞപ്പോ ഞാൻ കരുതിയത്, വല്ല ടൈറ്റിൽ സോങ് പാടാനോ മറ്റോ ആയിരിക്കുംന്നാ."

"പാടാനറിയാവുന്ന ഒരു പ്രസന്റർ എന്നതാണ് ഞാൻ രഞ്ജിനിയിൽ കാണുന്ന പ്ലസ് പോയിന്റ്."

രഞ്ജിനിയുടെ കണ്ണുകളിലെ തിളക്കം സമ്മതമായെടുത്ത് പ്രശാന്ത് മേനോൻ പറഞ്ഞു: "എന്റെ ഒരു വീക്ക്‌ലി പ്രോഗ്രാമുണ്ട്. പുതിയ പാട്ടുകൾ. നെക്സ്റ്റ് വീക്ക്തൊട്ട് ആ പ്രോഗ്രാം പ്രസന്റ് ചെയ്യുന്നത് രഞ്ജിനിയായിരിക്കും."

"റിയലി?" രഞ്ജിനിയുടെ മുഖം തുടുത്തു.

"യേസ്, യു ആർ സെലക്റ്റഡ്."

"അപ്പോ, ക്യാമറാ ടെസ്റ്റ്?"

"എന്റെ ഈ കണ്ണുകൾതന്നെ ക്യാമറ."

പ്രശാന്ത് മേനോൻ ഒരുതമാശ അവതരിപ്പിച്ചുകൊണ്ട് പൊട്ടിച്ചിരിച്ചു. ജാലകത്തിനപ്പുറം സായാഹ്നമഴ.

●

രാത്രി.

പുറത്ത് ആരോ നടന്നുവരുന്ന ശബ്ദം.

കോളിങ് ബെൽ.

വാതിൽതുറന്നപ്പോൾ ഹൃദ്യമായി ചിരിച്ചുകൊണ്ട് ഭദ്രകുമാർ സാർ.

"ഗസ്റ്റ് ഹൗസില് ഒരു മീറ്റിങ്ങുണ്ടായിരുന്നു. കഴിഞ്ഞ് വീട്ടിലെത്തിയപ്പോ വൈകി. മോള് കാര്യങ്ങളൊക്കെ പറഞ്ഞു. അവള് ഭയങ്കര ത്രില്ലടിച്ചിരിക്കുകയാ." ഭദ്രകുമാർ പ്രശാന്ത് മേനോന്റെ കരം ഗ്രഹിച്ചുകൊണ്ടു പറഞ്ഞു: "താങ്ക്സ്, താങ്ക്സ് എ ലോട്ട് - എല്ലാ സഹായത്തിനും."

"ഓ ഇതില് സഹായമെന്തിരിക്കുന്നു?" പ്രശാന്ത് മേനോൻ വിനീതനായി. "സത്യത്തിൽ നന്ദി പറയേണ്ടതു ഞാനാ. ഞങ്ങളുടെ ചാനലിന് നല്ലൊരു പ്രസന്ററെ കിട്ടിയല്ലോ."

ഭദ്രകുമാർ ഡ്രോയിങ് റൂമാകെ നോക്കിക്കൊണ്ട് ചോദിച്ചു: "എല്ലാം നല്ല നീറ്റായിട്ട് മെയിന്റെയിൻ ചെയ്തിട്ടുണ്ടല്ലോ."

"ഓ എനിക്കു തോന്നുന്നത് ഇപ്പോ എല്ലാം കുത്തഴിഞ്ഞുകിടക്കുവാണെന്നാ. രണ്ടുമാസമായിട്ട് അമ്മ ബാംഗ്ലൂരിലാ. അനിയന്റടുത്ത്."

"അപ്പോ... യുവാർ എലോൺ ഹിയർ....." ഭദ്രകുമാർ സാർ ആശ്ചര്യപ്പെട്ടു. "ഭക്ഷണമൊക്കെ?"

"മിക്കവാറും പുറത്താണ്. വല്ലപ്പോഴും ചില പാചക പരീക്ഷണങ്ങ

ളൊക്കെയുണ്ട്."

"എങ്കിൽ വരൂ. നമുക്കിന്ന് അവിടെയാകാം അത്താഴം." ഭദ്രകുമാർ ക്ഷണിച്ചു.

"വേണ്ട സാർ. ഇനിയൊരിക്കലാവാം. ഇന്നെനിക്ക് എഡിറ്റിങ്ങുണ്ട്. ഞാൻ ഇറങ്ങാൻ നില്ക്കുകയായിരുന്നു."

"എങ്കിലങ്ങനെ. ഇനിയിപ്പോ പ്രശാന്തിന് എന്റെ ക്ഷണം ആവശ്യമില്ല. എപ്പോൾ വേണമെങ്കിലും അവിടേക്കു വരാം. ഞങ്ങടെ ഫാമിലീലെ ഒരാളായിട്ടുതന്നെയാ ഞങ്ങള് പ്രശാന്തിനെ കണക്കാക്കുന്നത്." ഭദ്രകുമാർ രാത്രിമഴയിലേക്കിറങ്ങുമ്പോൾ പറഞ്ഞു.

"ഗുഡ് നൈറ്റ് സർ." പ്രശാന്ത് മേനോൻ ഗേയ്റ്റുവരെ കൂടെച്ചെന്നു. മഴ നേർത്തു പെയ്യുന്നുണ്ടായിരുന്നു.

"ഗുഡ് നൈറ്റ് മൈ ബോയ്..." ഭദ്രകുമാർ സ്നേഹത്തോടെ പറഞ്ഞു.

●

ഒരു പ്രത്യേക രീതിയിലുള്ള അവതരണമാണ് പ്രശാന്ത് മേനോൻ പരീക്ഷിച്ചത്. സത്യത്തിൽ 'പുതിയ പാട്ടുകൾ' എന്ന ഒരു പരിപാടിക്ക് യാതൊരു തരത്തിലുള്ള പരീക്ഷണവും ആവശ്യമില്ലാത്തതാണ്. പക്ഷേ, അവതാരക വെറുതെ സിനിമാപ്പാട്ടുകളുടെ ഡീറ്റെയിൽസ് പറയുന്ന ഒരു പാവ മാത്രമായി നില്ക്കുന്ന രീതി ഒന്നു ബ്രേക്ക് ചെയ്യുകയാണ് തന്റെ ഉദ്ദേശ്യമെന്ന് പ്രശാന്ത് മേനോൻ, ചീഫ് എക്സിക്യൂട്ടീവ് ഓഫീസർ നീലകണ്ഠൻസാറിനോടു വിശദീകരിച്ചു: "അവതാരക, ഗാനത്തിന്റെ ചില വരികൾ ആലപിച്ചുകൊണ്ടും, വേണമെങ്കിൽ പ്രേക്ഷകരുടെ കത്തുകൾ വായിച്ചുകൊണ്ടും..."

"അതു നല്ലതാണ്. വ്യൂവേഴ്സിന് ഒരു ഇന്ററാക്ഷനുമാവും." നീലകണ്ഠൻ സമ്മതിച്ചു.

പുതിയ അവതാരകയെ കണ്ടുകിട്ടിയിട്ടുണ്ട്: "ഷീ ഈസ് എ സിംഗർ ആൽസോ." പ്രശാന്ത് മേനോൻ പറഞ്ഞു: "നീതു ചെറിയാന്റെ കോൺട്രാക്ട് ഈയാഴ്ചകൊണ്ട് അവസാനിച്ചതായി നമുക്ക് സ്പോൺസേഴ്സിനെ അറിയിക്കാം."

"ആ കുട്ടിക്ക് ഇൻഫർമേഷൻ കൊടുക്കണ്ടേ?"

നീലകണ്ഠൻസാറിന്റെ ചോദ്യം.

വളരെ വിദഗ്ദ്ധമായി പ്രശാന്ത് മേനോൻ തടുത്തു: "ഏതോ ഒരു പരട്ട അവാർഡ് കിട്ടിയപ്പോ കൂടുതൽ പ്രതിഫലം ചോദിക്കാനുള്ള മൂഡിലാ അവളിപ്പോ...."

"എന്താ കഥ!" നീലകണ്ഠൻസാർ മൂക്കത്തു വിരൽ വച്ചു: "ഈ കൊച്ചുപിള്ളേർക്കൊക്കെ ഇതെന്താ പറ്റിയത്!"

പ്രശാന്ത് മേനോൻ എഴുന്നേറ്റു. "അപ്പോ പുതിയ ആളെ വച്ച് പുതിയ രീതിയിൽ നമ്മൾ 'പുതിയ പാട്ടുകൾ' തുടങ്ങുന്നു... ഓകെ സാർ?"

"ഓ കെ പ്രൊസീഡ്." നീലകണ്ഠൻ സാർ പ്രശാന്ത് മേനോന് കൈ കൊടുത്തു.

പ്രശാന്ത് മേനോൻ മുറിവിട്ടു പുറത്തേക്കിറങ്ങിയപ്പോൾ നീലകണ്ഠൻ സാർ അഭിമാനത്തോടെ സ്വയം പറഞ്ഞു: "മിടുക്കൻ; എ കമ്മിറ്റഡ് പ്രൊഡ്യൂസർ!"

സെൽഫോണിൽ രണ്ടു തവണ നീതു ചെറിയാന്റെ നമ്പർ തെളിഞ്ഞപ്പോഴും പ്രശാന്ത് മേനോൻ അത് കട്ട് ചെയ്തു.

രഞ്ജിനിക്ക് സ്ക്രിപ്റ്റ് വിശദീകരിച്ചുകൊടുക്കുമ്പോൾ വീണ്ടുമിതാ സെല്ലിൽ നീതു ചെറിയാൻ.

അരിശത്തോടെ പ്രശാന്ത് മേനോൻ 'യെസ്' ബട്ടൺ അമർത്തി, ഫോൺ ചെവിയോട് ചേർത്തു.

"സർ, ഗുഡ് ഈവനിങ്." നീതുവിന്റെ കൊഞ്ചൽ നിറഞ്ഞ പതിവു ശബ്ദം.

"ഗുഡ് ഈവനിങ്. ഞാൻ അല്പം തിരക്കിലാണ്; പിന്നെ വിളിക്കൂ."

"സാർ, ഈയാഴ്ചത്തെ ഷൂട്ട് എപ്പഴാന്നറിയാനാ...." നീതു തിടുക്കപ്പെട്ടു.

"ഞാൻ പറഞ്ഞില്ലേ, പിന്നെ വിളിക്കൂ." പ്രശാന്ത് മേനോൻ സെൽ ഓഫ് ചെയ്തു.

●

ജോയ്സ് ടവറിലെ 'ഡ്രീംസ്' എന്ന കഫറ്റേറിയയിൽ ആനി ജോൺസൺ, നീതു ചെറിയാന്റെ ഭാവമാറ്റം ശ്രദ്ധിച്ചു ചോദിച്ചു: "എന്നാ? എന്നാ പറ്റിയെടീ?"

നീതു കെറുവിച്ചു: "ഓ, അയാൾക്കു വട്ടാ. പോവാമ്പറ അങ്ങേരോട്." അവൾ സെൽഫോൺ ടേബിളിലേക്ക് വലിച്ചെറിഞ്ഞു.

"ആരുടെ കാര്യമാ നീയിപ്പറയുന്നേ; ആൽബർട്ടിന്റെയോ?"

"ആ പ്രശാന്ത് മേനോന്റെ. അതിയാന്റെ ഇളക്കം എന്റടുത്തു വേവൂല്ലാത്തതിന്റെ ചൊറിച്ചിലാ. ഫോൺ ചെയ്തപ്പോ പിന്നെ വിളിക്കാൻ... ങ്ഹും!" പല്ലിറുമ്മിക്കൊണ്ട് നീതു ചെറിയാൻ അരിശപ്പെട്ടു. "ഇനി എന്നെ വേണേൽ അയാള് വിളിക്കട്ടെ. എന്റെ വില അയാള് മനസ്സിലാക്കാൻ പോണതേയുള്ളൂ. ഈയാഴ്ചത്തെ ഷൂട്ടിങ് ഇനി എന്റെ സൗകര്യത്തിനേ നടക്കത്തുള്ളൂ."

"ദേർ യു ആർ." ആനി അഭിനന്ദിച്ചു.

"ഇവന്മാരെയൊക്കെ ഇങ്ങനെ വേണം പഠിപ്പിക്കാൻ."

ഒരു കുളിരോടെ വീശിവന്ന മഴയെ നോക്കി നീതു ചെറിയാൻ ശപിച്ചു: "നാശം പിടിച്ച മഴ."

●

മഴയെപ്പോലെ സുന്ദരമായ ഒരനുഭവം വേറൊന്നില്ലെന്ന് പ്രശാന്ത്

മേനോൻ രഞ്ജിനിയോടു പറഞ്ഞു. അവൾ സമ്മതിച്ചു: "എനിക്കും ഇഷ്ടമാ ഈ മഴയെ."

അവർ മഴയിലൂടെ നടക്കുകയായിരുന്നു. ട്യൂട്ടേഴ്സ് ലെയ്ൻ പിന്നിട്ട്, പഴയ കോട്ടയുടെ അടുത്തുകൂടെ നീങ്ങുന്ന വഴി വിജനമായിരുന്നു. കടലിന്റെ ഇരമ്പം വ്യക്തമായി കേൾക്കാം.

"കടലിൽ മഴ പെയ്യുന്നത് രഞ്ജിനി കണ്ടിട്ടുണ്ടോ?"

"ഇല്ല; പേടിയാവില്ലേ?"

"പേടിയോ!" പ്രശാന്ത് മേനോൻ ഉറക്കെച്ചിരിച്ചു: "ലോകത്തിലെ ഏറ്റവും സുന്ദരമായ കാഴ്ച അതു മാത്രമാണ്."

"ഉവ്വോ." രഞ്ജിനി ആശ്ചര്യപ്പെട്ടു.

"മനസ്സിൽ പ്രണയമുള്ളവർ മഴ നനഞ്ഞ് കടൽക്കരവരെ പോകണം. എന്താ പോകരുതോ?"

"ഞാൻ റെഡി." രഞ്ജിനി ലജ്ജാവിവശയായി.

മഴ...

കടൽ...

●

മഴയും വെയിലും ഇഴചേർന്ന രണ്ടു നാളുകൾ ചുമ്മാ അങ്ങു കടന്നു പോയി.....

'പുതിയ പാട്ടുകളു'ടെ എഡിറ്റിങ് വിജയകരമായി പൂർത്തിയാക്കി എഡിറ്റർ മനോജ് എം നാഥ് പുഞ്ചിരിച്ചു. "ഇപ്പഴാ ഈ പ്രോഗ്രാം ഒന്നു ലൈവായത്."

"അത് എന്തുകൊണ്ടാ?" പ്രശാന്ത് മേനോൻ അഭിമാനത്തോടെ ചോദിച്ചു.

"ബികോസ് ഓഫ് യു." മനോജ് പറഞ്ഞു.

"നോ; ഒൺലി വിത്ത് ഹെർ - എന്റെ പുതിയ കണ്ടുപിടുത്തം... മിസ് രഞ്ജിനി ഭദ്രകുമാർ."

"അതു ശരിയാ, ഷീ ഈസ് റിയലി ടാലന്റഡ്" മനോജ് അല്പം ശൃംഗാരത്താൽ, പിന്നെ ചോദിച്ചു: "നിങ്ങടെ രണ്ടുപേരുടേം മനസ്സിന്റെ പൊരുത്തം ഈ പ്രോഗ്രാമിലും കാണുന്നുണ്ട്. വല്ലതും നടക്കുമോടേയ്?"

"വെയ്റ്റ് ആന്റ് സീ" അങ്ങനെ മറുപടി പറഞ്ഞ്, ടേപ്പുമായി പ്രശാന്ത് മേനോൻ എഡിറ്റ് സ്യൂട്ടിൽനിന്ന് പുറത്തേക്കിറങ്ങി.

●

'പുതിയ പാട്ടുകൾ' ടെലികാസ്റ്റ് കഴിഞ്ഞയുടൻ രണ്ട് ടെലിഫോൺ കോളുകൾ പ്രശാന്ത് മേനോനെ തേടി വന്നു. ഒന്ന് ചാനലിന്റെ ചീഫ് എക്സിക്യൂട്ടീവ് ഓഫീസർ നീലകണ്ഠൻ സാർ. അദ്ദേഹം പ്രശാന്ത് മേനോനെ ആത്മാർത്ഥമായി അഭിനന്ദിച്ചു.

"താങ്ക്യു സാർ" പ്രശാന്ത് മേനോൻ ഫോൺ താഴെവച്ചയുടൻ വന്ന

രണ്ടാമത്തെ ഫോണിൽ മുട്ടൻ തെറിയായിരുന്നു. അലറിവിളിച്ചുകൊണ്ടാണ് നീതു ചെറിയാൻ സംസാരിച്ചത്. ഒന്നും പറയാതെ പ്രശാന്ത് മേനോൻ ഫോൺ കട്ട് ചെയ്തു. വീണ്ടും റിങ് ചെയ്തപ്പോൾ റിസീവറെടുത്ത് മാറ്റിവച്ചു. ഒരു വഷളൻ ചിരിയോടെ ജാലകത്തിനപ്പുറം പെയ്യുന്ന മഴയെ നോക്കി പ്രശാന്ത് മേനോൻ പറഞ്ഞു: "അപ്പൊ അവൾക്ക് ശരിക്കും നൊന്തു. അതുമതി എനിക്ക്....."

അപ്പോൾത്തന്നെ പ്രശാന്ത് മേനോൻ രഞ്ജിനിയെക്കുറിച്ച് അഭിമാനത്തോടെ ഓർത്തു. അവളിപ്പോൾ എന്തു ചെയ്യുകയായിരിക്കും?

അയാൾ ഫോണെടുത്ത് ഭദ്രകുമാർ സാറിന്റെ നമ്പർ ഡയൽ ചെയ്തു. പക്ഷേ, ഫോൺ എൻഗേജ്ഡ് ആയിരുന്നു. അഭിനന്ദനങ്ങളുടെ പ്രവാഹമായിരിക്കും അവിടേയും..... പ്രശാന്ത് മേനോൻ ഫോൺ ക്രെഡിലിൽ വച്ച അതേ നിമിഷം തന്നെ ഒരു നീണ്ട ബെൽ മുഴങ്ങി. ഒന്നുകിൽ ദൂരെനിന്ന് ആരോ അതല്ലെങ്കിൽ സെൽ ഫോണിൽ ആരോ.....

വീണ്ടും നീണ്ട ബെൽ.

ഒട്ടൊന്ന് ശങ്കിച്ചു നിന്നതിനു ശേഷം പ്രശാന്ത് മേനോൻ പതിയെ ഫോണെടുത്ത്, ഒന്നും പറയാതെ ചെവിയോടു ചേർത്തു.

"ഹലോ." മറുതലയ്ക്കൽ മുഴങ്ങിക്കേട്ട ശബ്ദം തന്റെ അനിയന്റേതാണെന്ന് പ്രശാന്ത് മേനോൻ തിരിച്ചറിഞ്ഞു.

പ്രവീൺ മേനോന്റെ ശബ്ദം വീണ്ടും മുഴങ്ങി. "ഹലോ... ഹലോ.."

പ്രശാന്ത് മേനോൻ തെല്ലൊരു തിടുക്കത്തിൽ പറഞ്ഞു: "ഹലോ പ്രവീൺ നീയിതെവിടന്നാ?"

"ഇവ്ടെ, ബാംഗ്ലൂരീന്നുതന്നെ. അമ്മയും ഞാനും ചേട്ടന്റെ പ്രോഗ്രാം കാണുകയായിരുന്നു."

തന്നെ അഭിനന്ദിക്കാൻ അനിയൻ ഇത്രയും അകലെനിന്നു വിളിച്ചതിനെപ്പറ്റി ഓർത്തപ്പോൾ പ്രശാന്ത് മേനോന് അഭിമാനം തോന്നി.

"ചേട്ടാ, ഇതെവിടന്നു കിട്ടി ഈ പുതിയ പ്രസന്ററെ?" പ്രവീൺ അന്വേഷിച്ചു. ആ ചോദ്യം പ്രശാന്ത് മേനോന് ഇഷ്ടമായി. തന്റെ പരിപാടി മാത്രമല്ല, പ്രസന്ററെയും ആളുകൾ ശ്രദ്ധിക്കുന്നു.

"എന്റെ പുതിയ സെലക്ഷനാ, എങ്ങനെയുണ്ട്?" അഭിമാനത്തോടെ പ്രശാന്ത് മോനോൻ ചോദിച്ചു.

"ചേട്ടാ, ഇവിടെ ഞങ്ങടെ അപ്പാർട്ട്മെന്റിൽ എല്ലാവരോടും ചേട്ടന്റെ പ്രോഗ്രാമുണ്ടെന്നും പറഞ്ഞ് നാലഞ്ചാഴ്ച അമ്മ നല്ല പബ്ലിസിറ്റി കൊടുത്ത പ്രോഗ്രാമാണ്. അവരൊക്കെ എല്ലാ ആഴ്ചയും കാണുന്നുണ്ടായിരുന്നു. പക്ഷേ, ഇന്ന് അതാകെ പൊളിഞ്ഞു."

"എന്തുപറ്റി?" പ്രശാന്ത് മേനോൻ ഒന്നു പകച്ചു. ദൈവമേ, ചിലയിടങ്ങളിൽ ട്രാൻസ്മിഷനിൽ വല്ല പ്രോബ്ലവും?

"ഇനി ഒന്നും പറ്റാനില്ല." പ്രവീൺ നാണക്കേടു വെളിപ്പെടുത്തിത്തന്നെ സംസാരിച്ചു: "ഞങ്ങടെ ഈ ഏരിയേല് മുഴുവൻ പേർക്കും അവളെ നന്നായറിയാം. കഴിഞ്ഞ വർഷം അവളും അവളുടെ കെട്ടിയോ

നെന്നും പറഞ്ഞ് ഒരുത്തനും ഞങ്ങടെ അപ്പാർട്ട്മെന്റില് വന്ന് താമസം തുടങ്ങിയതാ. എന്തോ എവിടെയോ ജോലിയാണെന്നൊക്കെയാ പറഞ്ഞത്. രണ്ടു മൂന്നു മാസം കഴിഞ്ഞപ്പഴാ വാടകയിനത്തിൽ ഡ്യൂസ് വന്നതിന് ഫ്ളാറ്റ് ഓണർ വന്നു ബഹളം തുടങ്ങിയത്. ഫ്ളാറ്റിനകത്താണെങ്കിൽ, എപ്പഴും അടീം തൊഴീം ബഹളോം. ഇതിനിടയില് അവള് അഞ്ചാറുമാസം പ്രഗ്നന്റാണെന്നും അത് വേറെ ആരുടെയോ ആണെന്നും പറഞ്ഞ് അവൻ എല്ലാവരുടേം മുന്നിലിട്ട് അവളെ ഇടിക്കാൻ തുടങ്ങി. ഓ, എന്തിനു പറേന്നു; ചേട്ടന് നല്ലൊരു സീരിയലിനു പറ്റിയ സബ്ജക്റ്റാണെന്ന് അന്നേ ഞാൻ കരുതിയതാ....."

പ്രശാന്ത് മേനോന്റെ കാൽവിരലിൽനിന്ന് പതിയെപ്പതിയെ ഒരു തരിപ്പ് പടർന്നുകയറി. തലചുറ്റുന്നതുപോലെ തോന്നി. കസേരയിലേക്കിരുന്നു.

"ചേട്ടാ, ആർ യു ലിസനിങ് മീ?" ഇടയ്ക്ക് പ്രവീൺ മേനോൻ ചോദിച്ചു.

"നിനക്ക് ആളു മാറിയതാണോ ഇനി?" പ്രശാന്ത് മേനോൻ വാക്കുകൾക്കായി തപ്പിത്തടഞ്ഞു.

"ആള് മാറാനോ? ഇതിവിടെ ഞാൻ മാത്രമല്ല, ഇതാ അഞ്ചു മിനിട്ടിനിടയില് ഈ അപ്പാർട്ട്മെന്റിലെ പത്തുപന്ത്രണ്ടു പേര് ഇവിടെ അന്വേഷിച്ചെത്തിക്കഴിഞ്ഞു. എന്താ, എന്താ പ്രവീണിന്റെ ചേട്ടനു പറ്റിയതെന്നും ചോദിച്ച്."

"ഞാനിതൊന്നും അറിഞ്ഞതല്ല." പ്രശാന്ത് മേനോൻ സമനില കൈവരിക്കാൻ ശ്രമിച്ചു.

"പ്രശ്നം അതൊന്നുമല്ല. ഇടയ്ക്ക് ഒരു കത്തിക്കുത്തും പൊലീസ് കേസുമൊക്കെയായിട്ടാണ് അവളിവിട്ന്ന് രക്ഷപ്പെട്ടത്. അവളുടെ കെട്ടിയോൻ കുറേനാള് ഇവിടെയൊരു ഹോസ്പിറ്റലില് ട്രീറ്റ്മെന്റിലായിരുന്നു. ഇവിടെ പലരുടെ കൈയീന്നും പണം കടം വാങ്ങീട്ട് ഒരു ദിവസം അയാളും മുങ്ങി."

പ്രശാന്ത് മേനോന്റെ കൈയിൽനിന്ന് റിസീവർ താഴെ വീണു. കയറിൽതൂങ്ങിയാടുന്ന ഏതോ ശരീരത്തിലെ അവസാന മിടിപ്പുകൾപോലെ, അങ്ങകലെനിന്നുള്ള പ്രവീൺ മേനോന്റെ പതിഞ്ഞ ശബ്ദങ്ങൾ റിസീവർ കേൾപ്പിച്ചുകൊണ്ടിരുന്നു.....

പിന്നെ, അപ്പോൾ വല്ലാത്തൊരു കാറ്റിന്റെ അകമ്പടിയോടെ ആരംഭിച്ച മഴയുടെ ഇരമ്പത്തിൽ, മറ്റു ശബ്ദങ്ങളൊന്നും കേൾക്കാതായി.

●

കറുത്ത രാത്രി
പെരുമഴ

കോളിങ് ബെല്ലിന്റെ നിർത്താത്ത കരച്ചിൽ കേട്ടു ഞെട്ടിയുണർന്ന് വാതിൽ തുറന്ന ഭദ്രകുമാറിന്റെ മുമ്പിൽ നനഞ്ഞുകുളിച്ച്, ആടിയുലയുന്ന ദേഹവുമായി പ്രശാന്ത് മേനോൻ!

"ഇതെന്താ ആകെ നനഞ്ഞുകുളിച്ച്, അതും ഈ പാതിരാത്രീല്?" ഭദ്രകുമാർ വേവലാതി പൂണ്ടു: "പ്രോഗ്രാം കഴിഞ്ഞ് ഞങ്ങൾ പലതവണ വിളിച്ചിരുന്നു. ഫോണിൽ കിട്ടാതായപ്പോ വീട്ടിലും വന്ന് നോക്കുകേം ചെയ്തു; കണ്ടില്ല!"

എല്ലാറ്റിനും നന്ദിസൂചകമായ ഒരു തൊഴുകൈയോടെ, എന്നാൽ ആടിയുലഞ്ഞ്, പ്രശാന്ത് മേനോൻ ഭദ്രകുമാറിനെ നോക്കി. അപ്പോഴേക്കും ശബ്ദം കേട്ട് അകത്തുനിന്ന് ഉറക്കച്ചടവോടെ വന്ന ഭാഗീരഥിയമ്മയോടും പ്രശാന്ത് മേനോൻ കൈകൂപ്പി. പിന്നെ ഉഴറുന്ന കാൽവയ്പുകളോടെ അകത്തേക്കു നടന്നു....

അകത്തെ മുറിയിൽ നേരിയ വെളിച്ചത്തിൽ ഉറക്കത്തിലാണ്ട് രഞ്ജിനി. അരികെ മാറിൽ പറ്റിച്ചേർന്നു കിടക്കുന്ന കുഞ്ഞ്!

പ്രശാന്ത് മേനോൻ രഞ്ജിനിക്കരികിലേക്ക് നടന്നടുക്കുന്നതറിഞ്ഞ്, എന്തു ചെയ്യണമെന്നറിയാതെ ഭദ്രകുമാറും ഭാഗീരഥിയമ്മയും പകച്ചു നോക്കി.

"നന്നായി കുടിച്ചിട്ടുണ്ടെന്നാ തോന്നുന്നത്." ഭഗീരഥിയമ്മ ഭയപ്പാടോടെ പറഞ്ഞു.

അകത്തേക്കു കടക്കുംമുമ്പേ ഭദ്രകുമാർ പ്രശാന്ത് മേനോനെ വഴി തടഞ്ഞു:

"എന്തുപറ്റി പ്രശാന്ത്?" അയാൾ ചോദിച്ചു.

രൂക്ഷമായി നോക്കിക്കൊണ്ട് പ്രശാന്ത് മേനോൻ കിതച്ചു: "അതേതാ കുഞ്ഞ്?"

"അതെന്റെ മോൾടെ, ഞാൻ പറഞ്ഞിരുന്നില്ലേ!" ഭദ്രകുമാർ വിവശനായി.

"ഏതു മോൾടെ?" പ്രശാന്ത് മേനോന്റെ ശബ്ദം ഉയർന്നു മുഴങ്ങി: "നിങ്ങൾ പറഞ്ഞത് മരിച്ചുപോയ നിങ്ങടെ മൂത്തമകൾ രാധികയുടേത് എന്നോ മറ്റോ ആണ്."

"അത് ശരിയാണ്." ഭദ്രകുമാർ ഇപ്പോൾ കരയും എന്ന മട്ടിലായി.

"എന്തു ശരി?" പ്രശാന്ത് മേനോൻ പേപിടിച്ചതുപോലെ ഭദ്രകുമാറിനെ തള്ളിമാറ്റി. "ബാംഗ്ലൂരിലെ ഫ്ളാറ്റിൽ ഒളിച്ചുപാർത്തിരുന്നത് ഇവളല്ലേ. ഈ രഞ്ജിനി? നിങ്ങൾക്ക് ഒരു മോളല്ലേയുള്ളൂ. ഇവൾ, ഈ രഞ്ജിനി?"

ഭദ്രകുമാർ കൂപ്പുകയ്യോടെ വിങ്ങിപ്പൊട്ടി.

"ഇവൾക്കൊരു തെറ്റു പറ്റി. ഇനിയെങ്കിലും ഇവൾക്കൊരു ജീവിതം കൊടുക്കണമെന്ന ഒരച്ഛന്റെയും അമ്മയുടെയും ആശയാ മോനേ. അതുകൊണ്ടാ ഇങ്ങനെയൊരു കള്ളം പറയേണ്ടിവന്നത്."

ഭദ്രകുമാറും ഭാഗീരഥിയമ്മയും പ്രശാന്ത് മേനോന്റെ കാല്ക്കൽ വീണ് കരഞ്ഞു: "മോൻ ഞങ്ങളോട് ക്ഷമിക്കണം. ഞങ്ങടെ പ്രതീക്ഷ നശിപ്പിക്കരുത്. രഞ്ജിനിയുടെ ഭാവി ഓർത്തെങ്കിലും....."

"ഭാവി, പ്രതീക്ഷ, സ്വപ്നങ്ങൾ.....!"

ഒരു വിഭ്രാന്തിയിലെന്നപോലെ പ്രശാന്ത് മേനോൻ അലറിച്ചിരിച്ചു. ആ ചിരി വീടാകെ പ്രതിദ്ധ്വനിച്ചു.

പ്രശാന്ത് മേനോൻ അകത്തേക്കു കടന്ന് കുഞ്ഞിനെ കൈയിലെടുത്തു. അതുണർന്ന് കരയാൻ തുടങ്ങി. രഞ്ജിനി ഞെട്ടിയുണർന്ന്, ഒരു ദുഃസ്വപ്നം പോലെ ആ കാഴ്ച കണ്ടു. അപ്പോഴേക്കും പ്രശാന്ത് മേനോൻ കുഞ്ഞിനെയും തോളിലേറ്റി നടന്നുതുടങ്ങിയിരുന്നു.

"അയ്യോ, എന്റെ കുഞ്ഞ്......" ഉറക്കപ്പിച്ചിലെന്നപോലെ അലറിവിളിച്ച് രഞ്ജിനി പ്രശാന്ത് മേനോനെ കയറിപ്പിടിച്ചു.

"വാ രഞ്ജിനി, നമുക്ക് ഈ മഴയത്തൂടെ നടക്കാം. എന്നിട്ട് നമ്മുടെ കുഞ്ഞുമോളെ കടല് കാണിക്കാം. കടലില് മഴ വീഴണത് കാണിക്കാം." രഞ്ജിനിയുടെ ഉറക്കെയുറക്കെയുള്ള കരച്ചിലും പ്രതിരോധവും തടഞ്ഞുകൊണ്ട് കുഴയുന്ന ശബ്ദത്തിൽ പ്രശാന്ത് മേനോൻ പറഞ്ഞു.

അമ്പരപ്പിക്കുന്ന ഒരു ധൃതിയിൽ അയാൾ വീടിനു പുറത്തേക്ക് എത്തിക്കഴിഞ്ഞിരുന്നു. രഞ്ജിനി ഹതാശയെപ്പോലെ അയാൾക്കു പിന്നാലെ പാഞ്ഞു. ഭദ്രകുമാറും ഭാഗീരഥിയമ്മയും എന്തു ചെയ്യണമെന്നറിയാതെ പകച്ചുനില്ക്കേ, ഒരു തീമഴ നനഞ്ഞ് അയാൾ പ്രശാന്ത് മേനോൻ, കരയുന്ന കുഞ്ഞിനെയും തോളിലേറ്റി പാഞ്ഞുപാഞ്ഞു പോയി. എവിടേക്കോ, എവിടേക്കോ...

കലികാൽ

ഇൻഫർമേഷൻ ഓവർലോഡ് എന്നതാണ് പ്രേക്ഷകന്റെ പ്രധാന പ്രശ്നം. ടെലിവിഷന്റെ മുന്നിലിരിക്കുമ്പോൾ നമ്മൾ ഒരു യുദ്ധത്തിനിറങ്ങുന്നു. വാർത്തയും വിനോദവും വിജ്ഞാനവും പിടിച്ചെടുക്കാനുള്ള യുദ്ധം!

പക്ഷേ, യുദ്ധം തുടങ്ങുമ്പോൾത്തന്നെ പ്രേക്ഷകൻ പരാജയപ്പെടുന്നു. കാരണം, നൂറു ചാനലുകളുള്ള ഒരു സംവിധാനത്തിൽനിന്ന് ന്യായമായ ഒരു തെരഞ്ഞെടുപ്പുപോലും അവന് ഒരിക്കലും സാദ്ധ്യമാവുന്നില്ല. ഇന്റർനെറ്റ് ബ്രൗസിങ് പോലെ ചാനൽ ബ്രൗസിങ്ങിനാണ് നമ്മൾ കൂടുതൽ സമയം ചെലവഴിക്കുന്നത്.

ഒരു പ്രോഗ്രാം കൊള്ളാമോ എന്നു നോക്കുന്ന സമയംകൊണ്ട് നിരവധി നല്ല പ്രോഗ്രാമുകൾ പ്രേക്ഷകനു നഷ്ടപ്പെടുന്നു. അത്തരത്തിൽ വളരെ ഛിന്നഭിന്നമായ ഒരു മാധ്യമ സ്വാംശീകരണമാണ് പ്രേക്ഷകന്റെ ആനുകാലിക സജീവ പ്രശ്നം. യുദ്ധത്തിൽ അവൻ നിരന്തരം പരാജിതനും അപമാനിതനുമായി മാറിക്കൊണ്ടിരിക്കുന്നു...

P V Media Report, London, 2005
(Suresh Obroy & Mack Dullas)

"**അ**തെ യുദ്ധം തന്നെ! പ്രേക്ഷകൻ പരാജയപ്പെടുന്ന യുദ്ധം" അണ്ഡകടാഹം പോലുള്ള തന്റെ ഒന്നര ടൺ ഉടൽ, ആസകലം കുലുക്കിയുലച്ച്, അപ്പോൾ തികട്ടിവന്ന ഒരു അധോവായുവിന് ഇടത്തോട്ടു ചരിഞ്ഞ്, ഇടതുകൈകൊണ്ട് ആസനം താങ്ങിയുയർത്തി ശബ്ദപൂർവ്വം ഒരു വഴിയൊരുക്കിക്കൊടുത്ത് ശരവണൻ ചെട്ടിയാർ അട്ടഹസിച്ചു: "തോറ്റാലും ജയിച്ചാലും എനിക്ക് പണം കിട്ടണം... പണം."

ചുവന്ന ബയന്റിങ്ങോടു കൂടിയ അല്പം കട്ടിയുള്ള ആ മീഡിയാ റിപ്പോർട്ടിന്റെ രണ്ടാം പേജിൽ എത്തിയതേയുണ്ടായിരുന്നുള്ള ദിനകർ, അപ്പോൾ. ഇടയിൽ കയറിയുള്ള ചെട്ടിയാരുടെ പ്രതികരണത്തിൽ അയാൾക്ക് അല്പം ജാള്യം തോന്നി. അയാൾക്ക് മാത്രമല്ല, ശീതീകരിച്ച ആ ചെറുമുറിയിൽ അപ്പോൾ സന്നിഹിതരായിരുന്ന വെങ്കിടാചലം, പ്രീതി നായർ, അരുൺകുമാർ, രമേഷ്റോയ് തുടങ്ങിയവർക്കും കടുത്ത അസ്വസ്ഥത അനുഭവപ്പെട്ടു.

രമേഷ് റോയ് തന്റെ നീരസം രേഖപ്പെടുത്തുകതന്നെ ചെയ്തു: "ദേ ചെട്ടിയാരേ, എനിക്ക് സമയം വളരെ വിലപ്പെട്ടതാണ്. ഇതു തീർത്തിട്ടു വേണം പൊള്ളാച്ചിക്കു പോകാൻ. അവിടെ യൂണിറ്റ് മുഴുവൻ കാത്തു കിടക്കാ."

'ന്യൂ ജനറേഷൻ ടെലിവിഷൻ' എന്ന ഒരു കൺസപ്റ്റ് സുഹൃത്ത് പ്രീതിനായർ ഫോണിൽ പറഞ്ഞപ്പോൾ, അതൊരു നല്ല ആശയമാണല്ലോ എന്നു കരുതിയാണ് പൊള്ളാച്ചിയിലെ തമിഴ് ചിത്രത്തിന്റെ ലൊക്കേഷനിൽ നിന്ന് രമേഷ് റോയ് മുങ്ങി വന്നത്. ഒരു അഭ്യർത്ഥനപോലെ രമേഷിനോട് പ്രീതി കണ്ണടച്ചുകാണിച്ചു. ഒന്നു ക്ഷമിക്കൂ... കിഴവനെ മറന്നേക്കൂ.

ദിനകർ തന്റെ പ്രസന്റേഷൻ ആവേശപൂർവ്വം പുനരാരംഭിച്ചു. അയാളുടെ കൈയിലെ റിപ്പോർട്ടും ഡിജിറ്റൽ ഡാറ്റയും ആ ചെറു സംഘത്തിനിടയിൽ സോല്ലാസം നിറഞ്ഞുകവിഞ്ഞു. ചെട്ടിയാർക്ക് കാര്യമായൊന്നും പിടികിട്ടിയില്ലെങ്കിലും അയാൾ കുലുങ്ങിച്ചിരിച്ചുകൊണ്ടിരുന്നു.

ഇതിനകം പന്ത്രണ്ടു ചാനലുകൾക്ക് പണം മുടക്കിക്കഴിഞ്ഞിട്ടുണ്ട് ശരവണൻ ചെട്ടിയാർ. പരമ്പരയായി തെലുങ്കിലും കന്നടയിലും മലയാളത്തിലും സിനിമകൾക്ക് ഫിനാൻസ് ഒരുക്കിക്കൊടുക്കുന്ന കുടുംബമാണ് ചെട്ടിയാരുടേത്.

ശരവണൻ ചെട്ടിയാരുടെ മുത്തച്ഛൻ തിരുവിഴൈ രാമലിംഗം ചെട്ടിയാരാണ് ഈ വഴിയിൽ പ്രഥമഗണനീയൻ. ഒരുപാട് സിനിമകൾക്ക് പണം മുടക്കി. ഒരുപാട് നിർമ്മാതാക്കളെ കുത്തുപാളയെടുപ്പിച്ചു. കന്യകകളും സുന്ദരികളുമായ ഒരുപാട് നടിമാരെ പിഴപ്പിച്ച് പെരുവഴിയിലിറക്കി. ആ ട്രാക്ക് റിക്കോർഡ് ശരവണൻ ചെട്ടിയാരുടെ അച്ഛൻ ഭേദിച്ചു. അച്ഛന്റെ റിക്കോർഡ് തകർത്തേ അടങ്ങു എന്ന മട്ടിൽ ശരവണൻ ചെട്ടിയാർ ഗോദയിലിറങ്ങുമ്പോഴേക്കും ദക്ഷിണേന്ത്യൻ സിനിമാവ്യവസായം നന്നായി മാറിത്തുടങ്ങിയിരുന്നു. കൈയിൽ നാല് കള്ളച്ചക്രമുള്ളവൻ നേരിട്ടിറങ്ങി പടം പിടിച്ച് അഭ്യാസങ്ങൾ നടത്തവേ അന്തംവിട്ടുനിന്ന ശരവണൻ ചെട്ടിയാരുടെ മുന്നിൽ തുറന്നുകിട്ടിയ സ്വർണ്ണഖനിയാണ് കൊച്ചുസ്ക്രീൻ.

ഓൺലൈൻ ലോട്ടറി ടിക്കറ്റ് വ്യവസായത്തിന് പരസ്യമായും പ്രോത്സാഹനമായും ഒരു മ്യൂസിക് ചാനൽ തുടങ്ങുക എന്ന ആശയം

അനന്തരവൻ ഷൺമുഖം വടിവേലു മുന്നോട്ടുവച്ചപ്പോൾ, 'കൊള്ളാമല്ലോ' എന്ന് വെറുതെ ചിന്തിച്ചുപോയതാണ് ശരവണൻ ചെട്ടിയാർ.

ഹാർവാർഡിൽ പോയി എം ബി എ കഴിഞ്ഞു വന്നശേഷം കമ്പ്യൂട്ടറിന്റെ മായാലോകത്തിലൂടെ ഒരുപാട് അലഞ്ഞ്, ഒടുവിൽ ഭാഗ്യാന്വേഷികളുടെ പറുദീസയുടെ രസമറിഞ്ഞപ്പോൾ ഷൺമുഖ വടിവേലു ഓൺലൈൻ ലോട്ടറികളുടെ ഉപാസകനായി. അതിനായുള്ള മുതൽമുടക്കിനെക്കുറിച്ച് ചിന്തിച്ചപ്പോൾ മരുമകൻ, അമ്മാവന്റെ അരികിലെത്തി. ടെലിവിഷൻ ചാനൽ എന്ന മായികപ്രലോഭനത്തിൽ അമ്മാവൻ ചെട്ടിയാരെ വീഴ്ത്താൻ ഷൺമുഖൻ കൂടെക്കൂട്ടിയത് സുരസുന്ദരി ബാർബറയെ.

ബാർബറാ സിങ് മുംബൈയിലെ ടെലിവിഷൻ ഇൻഡസ്ട്രിയെ കിടുകിടാ രോമാഞ്ചമണിയിക്കുന്ന കാലമായിരുന്നു അത്. ബാർബറയെ കെണിയിൽ വീഴ്ത്താൻ ഷൺമുഖൻ വച്ചുനീട്ടിയ അപ്പക്കഷണം, താൻ തുടങ്ങാൻ പോകുന്ന ചാനലിന്റെ ചീഫ് ഓപ്പറേറ്റിങ് ഓഫീസർ എന്ന ഹോട്ട് സീറ്റ്!

ബാർബറയ്ക്കു പിന്നെ തന്റെ ഹോട്ട്സീറ്റ് എന്തുകൊണ്ട് ശരവണൻ ചെട്ടിയാർക്ക് വച്ചുനീട്ടിക്കൂടാ! അവൾ അത് ചെയ്യുകതന്നെ ചെയ്തു; തികച്ചും സത്യസന്ധമായി, പൂർണ്ണമായ ആത്മാർത്ഥതയോടെയും ഉത്തരവാദിത്വബോധത്തോടെയും!

അങ്ങനെ ശരവണൻ ചെട്ടിയാരുടെ മിനിസ്ക്രീൻ രംഗപ്രവേശം ആഘോഷമായി നടന്നു. തിരനോട്ടത്തിന് ബാർബറയും ഷൺമുഖനും ഇരുവശവും നിന്ന് കർട്ടൻ പിടിച്ചു ചുവടുകൾവച്ചു. മഹാരാജ്യം കണ്ട ഏറ്റവും വലിയ ലോഞ്ചിങ് സെറിമണിയായിരുന്നു അത്.

എരിവും പുളിയുമുള്ള ഒരു സായംസന്ധ്യ വളർന്നു വളർന്ന് മദാലസയായ ഒരു രാത്രിയായപ്പോൾ ബാർബറ തളർന്നു. സഹനർത്തകികൾ തളർന്നു. ആ രാത്രിയിൽനിന്ന് അടുത്ത ചാനലിന്റെ പ്രവേശനദ്വാരത്തിലേക്ക് വെള്ളിനാണയങ്ങൾ വാരിയിട്ടു, ശരവണൻ ചെട്ടിയാർ......

"മലയാളമണമുള്ള കാറ്റേ..." എന്ന പാട്ടു കേൾക്കാൻ തുടങ്ങിയിട്ട് കുറേ ഏറെക്കാലമായി. ആ പാട്ട് പല തവണ തന്റെ പന്ത്രണ്ടു ചാനലുകളിലും മാറിമാറി പ്ലേ ചെയ്ത് കോരിത്തരിപ്പ് അനുഭവിച്ചുകൊണ്ടിരിക്കുന്നതു മാത്രം മിച്ചം. മലയാളത്തിൽ ഒരു ചാനൽ പൈങ്കിളി ഒത്തുവരുന്നില്ലല്ലോ എന്ന ദുഃഖം പിന്നെയും ബാക്കി.

ഷൺമുഖൻ - അവൻ ആളു ശരിയല്ല. ഇപ്പോൾ ഒന്നിലും അടുപ്പിക്കുന്നില്ല. എല്ലാം അവനും ആ ബാർബറമോളും നേരിട്ടങ്ങ് നിർവ്വഹിക്കുകയാണ്. കള്ള റാസ്കൽസ്!

മലയാളം മഹനീയമായ ചാനൽ ദൗത്യങ്ങൾ പരീക്ഷിച്ചുകൊണ്ടു നില്ക്കുകയാണെന്ന് ചെട്ടിയാർ മനസ്സിലാക്കിയിട്ടുണ്ട്. കണ്ണീരിനു കണ്ണീർ,

മസാലയ്ക്കു മസാല, ചൂടൻവാർത്തയ്ക്ക് ചൂടൻ വാർത്ത, ചിരിക്കു ചിരി, പൊട്ടിച്ചിരിക്കു പൊട്ടിച്ചിരി, ഡാൻസിനു ഡാൻസ്... അനുപാതക്രമത്തിൽ ചാനൽമഴകൾ ഒന്നിനു പിറകെ ഒന്നായി പെയ്തുകൊണ്ടിരിക്കുമ്പോഴും ചെട്ടിയാർ, നാവ് ചുണ്ടിലൂടെ ചുമ്മ ചുഴറ്റി, ഉമിനീർ വലിച്ചിറക്കി, ദാഹാർത്തനായി...

ഒടുവിലിതാ, ഒരു കെങ്കേമൻ ഓഫർ. മുതലിറക്കാൻ ഒരു മഹാപാതാളം. നനയാൻ ഒരു ലഹരിമഴ.

"മലയാളമണമുള്ള കാറ്റേ..." ആരോ സ്നേഹസ്വരത്തിൽ, പ്രണയപൂർവ്വം വളരെ അടുത്തുനിന്ന് ശരവണൻ ചെട്ടിയാരുടെ ഹൃദയത്തിലേക്ക് ചുണ്ടുകളമർത്തി പാടുന്നു. ഏതു സുന്ദരിയുടേതാണ് ആ സ്വരം? അവളെ ഞാൻ എന്റെ പ്രധാന അവതാരകയാക്കും. എന്റെ ചാനലിലെ ദേവതയ്ക്കും. ദേവഗായികയാക്കും......

സുഖകരമായ ഒരു ആലസ്യത്തിലേക്ക് നിപതിച്ചു പോയി, ശരവണൻ ചെട്ടിയാർ. വിയർത്ത്, നനഞ്ഞ്.....

●

കൗമാര-യൗവനങ്ങളുടെ ഹരവും ആവേശവും സൂക്ഷ്മമായി കണ്ടറിഞ്ഞ് തയ്യാറാക്കുന്ന ആകർഷകമായ പ്രോഗ്രാമുകൾ, ഒരേ തരംഗദൈർഘ്യത്തിൽ അവരുമായി ആശയവിനിമയം ചെയ്യുന്ന പ്രോഗ്രാം പ്രസന്റർമാർ, എസ് എം എസ്, ഇ-മെയിൽ, വീഡിയോ ഫോൺ തുടങ്ങിയ നവീന ആശയവിനിമയ ഉപാധികളിലൂടെ പ്രേക്ഷകരുമായി സൃഷ്ടിക്കുന്ന വൈകാരികബന്ധം, പ്രേക്ഷകന്റെ ഇഷ്ടാനിഷ്ടങ്ങൾക്ക് വിലകല്പിക്കപ്പെടുന്ന ലൈവ് ഇന്ററാക്ടീവ് പ്രോഗ്രാമുകൾ - ഇവയൊക്കെ ഒത്തുചേരുമ്പോൾ പ്രേക്ഷകാഭിമുഖ്യവും വിജയവും മ്യൂസിക് ചാനലുകൾക്കൊപ്പമാവുന്നു.

C S ടെലിമാഗ്, Page 31
Vol. 16, Issue: 7

വെറും പാട്ടും കൊച്ചുവർത്തമാനവും മാത്രം നല്കിയാൽ യൂത്ത് ഓഡിയൻസിനെ കൈയിലെടുക്കാനാവില്ലെന്ന് രമേഷ് റോയ് തീർത്തു പറഞ്ഞു: "മാഗസിനുകളും ജേർണലുകളുമൊക്കെ അങ്ങനെ പലതും നിരീക്ഷിക്കും. പക്ഷേ, നമ്മൾ അതിനേക്കാൾ അപ്പുറത്തേക്കു പോകണം."

"അപ്പുറത്തേക്ക് എന്നുവച്ചാൽ.....?" പ്രീതി നായർ സന്ദേഹം മറച്ചുവച്ചില്ല.

"മച്ച് മോർ ഇന്ററാക്ടീവ്." കൈയിലെ സ്ഫടികചഷകം ചുണ്ടോടു ചേർത്തുകൊണ്ട് രമേഷ് പറഞ്ഞു.

ഇതിനകം മൂന്നെണ്ണം അയാൾ വിഴുങ്ങിയിരുന്നു: "മോർ ഇന്ററാ

ക്ടീവ് മീൻസ് - അതിരുകളില്ലാതെ, വിലക്കുകളില്ലാതെ... ഒരു ഓഷോ ലൈൻ!"

"അതു ഗംഭീരമാവും." രമേഷിനോട് ഒന്നുകൂടി ചേർന്നിരുന്ന, ആ സങ്കല്പത്തിന്റെ മധുരരസത്തിൽ മതിമറന്ന് പ്രീതി, മയങ്ങുന്ന കണ്ണുകളോടെ രമേഷിനെ നോക്കി.

"പക്ഷേ, ഇത് ഒരല്പം ഓർത്തഡോക്സ് സൊസൈറ്റിയാണെന്ന കാര്യം രമേഷ് മറന്നുപോകരുത്."

"പോവാമ്പറ...." രമേഷ് ഒച്ചയെടുത്തു: "മറക്കുടയും ബുർക്കയും ധ്യാനവുമൊക്കെ വലിച്ചെറിയുന്ന ഒരു ജനറേഷനെ നമ്മൾതന്നെ സൃഷ്ടിച്ചെടുക്കണം. അവരിതിനു തയ്യാറാണ്. പിന്നെ നമ്മളെന്തിനു മടിച്ചു നില്ക്കണം?"

തീജലത്തിന്റെ കുപ്പി രമേഷ് റോയ് വീണ്ടും കൈയിലെടുത്തു. കുറച്ച് സ്വയവും കുറച്ച് പ്രീതിയുടെ ചഷകത്തിലേക്കും.....

"എനിക്കു മതി." പ്രീതി തടഞ്ഞു: "ഇപ്പോത്തന്നെ നന്നായി കിറുങ്ങി."

"ഓ പൂവർ." രമേഷ് റോയ് കളിയാക്കി: "നീ അഭിനയിക്കുകയാ. നിന്റെ കപ്പാസിറ്റി എനിക്കറിഞ്ഞൂടേ?"

"അല്ലാ, ഇതെന്തു ഭാവിച്ചാ?" പ്രീതി ചോദിച്ചു:

"അങ്ങ് പൊള്ളാച്ചീലെത്താണ്ടയോ?"

"ഓ! അവിടെച്ചെന്നിട്ടും വല്യകാര്യമൊന്നുമില്ല." രമേഷ് റോയ് അലസമായി പ്രതിവചിച്ചു: "ഒരു സാദാ തെലുങ്കുപടം. എനിക്കാണെങ്കില് ചെറിയൊരു വില്ലൻ വേഷോം."

"വില്ലൻ വേഷമോ?" പ്രീതി നായർ അതിശയിച്ചു: "ഇവിടെ ലീഡ് റോള് ചെയ്തിരുന്നയാള്....."

"ആ കാലമൊക്കെ പോയി മോളേ....." രമേഷ് നിരാശ മറച്ചുവച്ചില്ല. "നീയെന്താ കരുതിയത്? ഞാനിങ്ങനെ സോഷ്യൽ ആക്ടിവിറ്റീം ചാരിറ്റീം ഒക്കെയായിട്ട് ഇവിടെ കറങ്ങുമ്പോ അഭിനയം കുറച്ചതാണെന്നോ?"

കഴിച്ചതത്രയും വെറുതെയെന്ന് പ്രീതിനായർക്കു തോന്നി.

"പുതിയ പിള്ളേര്. അമ്മേടെ ഗർഭപാത്രത്തീന്ന് നേരെയിങ്ങ് സ്ക്രീനിലോട്ട് കയറിവരികയല്ലേ? പിന്നെ, ഈ മസിലും മീശേം പെരുപ്പിച്ച് എത്ര കാലംന്ന് വച്ചാ ഇങ്ങനെ നില്ക്കുന്നേ?"

രമേഷ് റോയ് ഒറ്റയിറക്കിന് ചഷകം കാലിയാക്കി: "ഇന്നു നിനക്ക് എന്താ ഇനി പ്രോഗ്രാം?"

"ഒന്നുമില്ല." പ്രീതി പറഞ്ഞു.

"എന്നാലിന്ന് ഇവിടെ കൂട്. നമുക്ക് ചാനലിന്റെ ചില കാര്യങ്ങളും പ്ലാൻ ചെയ്യാം. ആ ചെട്ടിയാരെ നന്നായൊന്ന് ഒതുക്കുന്ന കാര്യങ്ങള്."

"അതുമാത്രം ഡിസ്കസ് ചെയ്താൽ മതിയോ?" രമേഷ് റോയി

യുടെ വിരിഞ്ഞ നെഞ്ചിലെ ചെമ്പൻ രോമക്കെട്ടുകളിലൂടെ പച്ച പോളിഷിട്ട കൈ നഖങ്ങൾ അമർത്തി പരതിക്കൊണ്ട്, വല്ലാത്തൊരു വിവശതയോടെ പ്രീതി ചിണുങ്ങി:

"എന്തും ഡിസ്കസ് ചെയ്യാം." പ്രീതിയെ വലിച്ചടുപ്പിച്ച് രമേഷ് റോയ് പൊട്ടിച്ചിരിച്ചു.

അപ്പോൾ കാളിങ് ബെൽ മുഴങ്ങി. അത് റൂംബോയ് അൻവർ സാദത്ത് ആയിരുന്നു. രമേഷ് റോയ് അരമണിക്കൂർ മുമ്പ് ഓർഡർ ചെയ്ത ചിക്കൻ ടിക്കയും ആവി പാറുന്ന സിസ്‌ലറുമായിരുന്നു അവന്റെ കൈയിൽ.....

"വൗ..." പ്രീതി ചാടിയെണീറ്റു.

●

The grass is really like me
it has to unfurl underfoot to fulfil itself
but what does its wetness manifest:
a scorching sense of shame
or the heat of emotion?

Kishwar Naheed

പ്രിയപ്പെട്ട കിഷ്‌വാർ, നീ എന്നെക്കുറിച്ചാണോ എഴുതിയത്?

ചവിട്ടിമെതിക്കപ്പെടുമ്പോഴും സ്വത്വം കണ്ടെത്താൻ ശ്രമിക്കുന്ന ഈ നിർഭാഗ്യവാനെക്കുറിച്ച്? ഒ-സ്ട്രീറ്റിലെ തന്റെ കൊച്ചുഫ്ളാറ്റിലിരുന്ന് ദിനകർ, കിഷ്‌വർ നഹീദ് എന്ന കവയിത്രിയുടെ 'Unnamed Journey' വായിക്കുകയായിരുന്നു.

പാകിസ്ഥാനിൽ വിപ്ലവം വിതച്ച കിഷ്‌വാർ ഒരുപക്ഷേ, ഇങ്ങകലെയുള്ള ഈ ദിനകറിനെ തിരിച്ചറിഞ്ഞിരിക്കുക സ്വന്തം കൂട്ടുകാരനിലൂടെ ത്തന്നെയാവണം. വിവാദങ്ങളിൽനിന്നു വിവാദങ്ങളിലേക്ക് എന്നും കൂപ്പുകുത്തിയ കിഷ്‌വാർ ഇരുപതാം വയസ്സിൽ ജീവിതത്തിലേക്കു കൂട്ടിയ യൂസഫ് കംറാൻ പാകിസ്ഥാൻ ടെലിവിഷനിലെ ഒരു സെലിബ്രിറ്റി ആയിരുന്നല്ലോ; തന്നെപ്പോലെ ഒരു ടെലിവിഷൻ സെലിബ്രിറ്റി.....!

ആ പ്രയോഗം ദിനകറിനെ കൂടുതൽ വേദനകളിലേക്കും വേപഥുവിലേക്കും വലിച്ചുകൊണ്ടുപോയി. ദൈവമേ, യൂസഫ് കംറാനും എനിക്കും തമ്മിലെന്ത്? ഓർമ്മയുടെ സാറ്റിൻ മുഖപടം കാറ്റിലുലയുന്നു. ഉലഞ്ഞുയരുന്നു...

നിരന്തരം ഫോൺകോളുകൾ. ഒന്നടിച്ചുകഴിയുമ്പോൾ മറ്റൊന്ന്, അപ്പോൾ മുകളിൽനിന്ന് ചെയർമാൻ, വീണ്ടും പ്രോഗ്രാം സെക്ഷനിൽനിന്ന് ഒരു ഉപദേശം തേടി ചീഫ് പ്രൊഡ്യൂസർ, ഡൽഹിയിൽനിന്ന് ഒരു കോടിയുടെ അഡ്വർടൈസ്മെന്റ് ഓഫറുമായി ബജാജിന്റെ മീഡിയാ

പ്ലാൻ... ആകപ്പാടെ ബഹളമയവും സന്തോഷഭരിതവുമായ ഓഫീസ് ദിനങ്ങൾ...

ചാനലിലെ എല്ലാവർക്കും പ്രിയങ്കരൻ. ചാനലുമതെ, എല്ലാ പ്രേക്ഷകർക്കും പ്രിയങ്കരം. അതിന് ഒരേയൊരാൾ കാരണം. ചെയർമാൻ വത്സേട്ടൻ എപ്പോഴും അഭിനന്ദനവാക്കുകൾ ചൊരിയും:

"കൺഗ്രാറ്റ്സ് ദിനകർ. താങ്കളുടെ വഴികളൊക്കെ ശരിയാവുന്നു. ചാനലിനെ വിജയത്തിലേക്കു നയിക്കുന്ന താങ്കളുടെ ഓപ്പറേഷൻസ് വൈദഗ്ദ്ധ്യം സമ്മതിച്ചുതരുന്നു......"

മാർക്കറ്റിങ്ങിൽ മാത്രമല്ല, പ്രോഗ്രാം പ്ലാനിങ്ങിലും സർവ്വതന്ത്രസ്വാതന്ത്ര്യം. പിന്നീടെപ്പോഴാണ് താളം തെറ്റിയത്? ഒരു ജ്യേഷ്ഠസഹോദരന്റെ സ്ഥാനത്ത് താൻ കണ്ട ചെയർമാൻ ഒരുനാൾ സ്ഥാനമൊഴിയുന്നു. ഡയറക്ടർ ബോർഡിലെ ലാഭക്കൊതിയന്മാരുടെ ഒറ്റിൽ ആ പാവം മനുഷ്യൻ വീണുപോയി. അപമാനിതനായി, താൻ കെട്ടിപ്പൊക്കിയ ദൃശ്യസാമ്രാജ്യത്തിന്റെ പടിയിറങ്ങി നടന്നകലുന്ന ആ കാഴ്ച അസഹനീയം.....

അപ്പോഴാണ് കുഞ്ഞുമൊയ്തീൻ ഹാജി വിളിക്കുന്നത്:

"ദിനകരാ, നീ അവിടെയിരുന്ന് തീ തിന്നുന്നതെന്തിന്? ഞമ്മളും തുടങ്ങുന്നു. ഒരു ചാനല്. ഗൾഫീന്നൊക്കെ പൂത്ത പണം കിട്ടും, പാർട്ടിക്ക്. നീ ഇങ്ങുവാ പഹയാ."

വേണോ വേണ്ടയോ? ഒരു നിമിഷം ആലോചിച്ചു. നാല് വർഷത്തെ അദ്ധ്വാനഫലംകൊണ്ട് നേടിയ ചാനൽ, സ്വന്തം കുഞ്ഞിനെപ്പോലെയായിക്കഴിഞ്ഞിരുന്നു. പക്ഷേ, ചെയർമാൻ വത്സേട്ടനുപോലും പിടിച്ചുനില്ക്കാനായില്ല. ഒരുപക്ഷേ, നാളെ തെറിക്കുക തന്റെ തലപ്പാവാണെങ്കിലോ? ഭരണതലത്തിൽ അത്രമേൽ അനിശ്ചിതത്വം 'ഏഷ്യാ ടി വി'യെ ബാധിച്ചുകഴിഞ്ഞിരുന്നു.

കുഞ്ഞുമൊയ്തീൻ ഹാജി അടങ്ങിയിരുന്നില്ല. നിർബ്ബന്ധപൂർവ്വം വിളിച്ചു: "ദിനകർ വന്നാലേ ഞങ്ങൾക്കൊരു വിശ്വാസമുള്ളൂ. ഇന്നലെ സ്റ്റേറ്റ് കമ്മിറ്റി ഇങ്ങടെ പേരാ പ്രോഗ്രാമിന്റെ തലപ്പത്ത് കണ്ടിരിക്കുന്നേ...."

കുറേക്കൂടി സ്വാതന്ത്ര്യം - അതാഗ്രഹിച്ചിരുന്നു. 'കേരള ടെലിവിഷനി'ലേക്കുള്ള യാത്ര അങ്ങനെ സംഭവിച്ചു. മലയാളത്തിന്റെ ആകാശത്ത് അപ്പോഴേക്കും നിരവധി ചാനൽക്കുടകൾ വിടർന്നു. എല്ലാറ്റിനും മുന്നിലേക്ക് 'കേരള ടെലിവിഷ'നെ എത്തിക്കാനുള്ള ഓട്ടത്തിനിടയിൽ ജീവിതം പോലും മറന്നു..

ഒരിക്കൽ ഹാജി വിളിച്ചു: "ന്യൂസിന്റെ കാര്യത്തിൽ പാർട്ടിക്ക് കുറച്ചൂടെ നേട്ടമുണ്ടാക്കണം. നമ്മ്ടെ ഒരു ശെയ്ത്താനെ അതിന്റെ ചാർജ്ജില് കൊണ്ട്ന്നാലോന്നാ പാർട്ടീടെ ചിന്ത."

ഹാജി തമാശയായി 'ശെയ്ത്താൻ' എന്നു പറഞ്ഞെങ്കിലും അത് വാസ്തവമായിരുന്നു. ന്യൂസിന്റെ ചാർജ്ജോടുകൂടി എം ഡിയുടെ ക്യാബി

നിലേക്കു വന്നത് പാർട്ടി പത്രത്തിൽ മൂന്നാംകിട റിപ്പോർട്ടിങ് നടത്തി വന്ന യൂസഫ് ഖാൻ. വിഷ്വൽ മീഡിയയുടെ സാദ്ധ്യതകൾ പറഞ്ഞ് ഒരിക്കലല്ല, പലതവണ ഉടക്കേണ്ടിവന്നു.

കുഞ്ഞുമൊയ്തിൻ ഹാജി വിളിച്ചു: "ദിനകരാ, എന്താ അവിടെ ചില്ലറ കശപിശ? നീ ആ ഇബിലീസിനെ ഒന്നു നന്നായി നോക്കിക്കോളാ. ന്യൂസായാലും പ്രോഗ്രാമായാലും നമ്മക്ക് കായി ശരിക്കും കിട്ടണം. അയ്ന് നീ തന്നെ എല്ലാം കണ്ടും കേട്ടും നിന്നോളണം...."

കണ്ടും കേട്ടുംതന്നെയാണ് നിന്നത്. വളരെ പോപ്പുലറായ, ചാനലിന് ഏറ്റവും കൂടുതൽ വരുമാനം ഉണ്ടാക്കിക്കൊടുക്കുന്ന ഒരു മ്യൂസിക് ഷോ തുടങ്ങിവച്ചത് കൊച്ചുന്നാൾ മുതൽ സംഗീതത്തോട് തനിക്കുള്ള താല്പര്യം കൊണ്ടുതന്നെ ആയിരുന്നു.

റാഫി, നൗഷാദ്, സൈഗാൾ, ബാബുരാജ്, വയലാർ... ഇപ്പോഴും കാലക്രമമില്ലാതെ മനസ്സിൽ കയറിവരുന്ന സംഗീതസമസ്യകൾ... ശരിക്കും സമസ്യകൾതന്നെയായിരുന്നു. ഉത്തരം തേടിയായിരുന്നു ആ പ്രോഗ്രാം പ്ലാൻ ചെയ്തത്.

അതിന്റെ നിർമ്മാണച്ചുമതല അരുന്ധതിയെ ഏല്പിച്ചതും സംഗീതത്തോടുള്ള ആ കുട്ടിയുടെ അഭിനിവേശംകൊണ്ടുതന്നെ. ക്ലാസിക്കൽ മ്യൂസിക്കിലും ഹിന്ദുസ്ഥാനിയിലും ഒരുപോലെ പ്രവീണയായ അരുന്ധതി ചാനലിലെ ഏറ്റവും മികച്ച പ്രൊഡ്യൂസർമാരിൽ ഒരാൾ.

ഒരു നാൾ, ഷൂട്ടിനു തലേന്നു വൈകിട്ട് അരുന്ധതി ഇന്റർകോമിൽ: "സർ, നാളത്തെ ഷൂട്ട് റഹിം മേത്തലയ്ക്കാണ്. ഇന്ന് പ്രോഗ്രാം മീറ്റിങ്ങിൽ എനിക്ക് കുക്കറിയുടെ ചാർജ്ജ് മാറ്റിത്തന്നിരിക്ക്യാ."

"വാട്ട്?"

അന്തംവിട്ട് അലറുകയായിരുന്നു. എം ഡിയുടെ ക്യാബിനിലെത്തുമ്പോൾ അവിടം കുഞ്ഞുമൊയ്തീൻ ഹാജിയും പാർട്ടി സെക്രട്ടറി പൂക്കോയയും ഒരപരിചിതനും

"പ്രോഗ്രാമിന്റെ കാര്യങ്ങൾ ഇനി ഇവൻ നോക്കട്ടെ. ദിനകരൻ മാർക്കറ്റിങ്ങിൽ കുറച്ച് കൂടുതല് ശ്രദ്ധിക്ക്." പൂക്കോയ പറഞ്ഞു.

കുഞ്ഞുമൊയ്തീൻ ഹാജി മേശപ്പുറത്തിരുന്ന ഇംഗ്ലീഷ് പത്രം ചറപറ മറിച്ച് വായിക്കുന്നതായി നടിച്ചു; പത്രം തലകീഴായി പിടിച്ച്!

"അതുപോലെ ആ മ്യൂസിക്കൽ പ്രോഗ്രാം ഈ തിരക്കിനിടയില് ദിനകരന് നന്നായി ചെയ്യാൻ പറ്റിയെന്നുവരില്ല. നല്ലൊരു കക്ഷിയെ ഇവൻ കണ്ടു വച്ചിട്ടുണ്ട്. അല്ലേ യൂസഫ് ഖാനേ?" പൂക്കോയ, അപരിചിതനെ നോക്കി. യൂസഫ്ഖാൻ സമ്മതപൂർവ്വം തലയാട്ടി.

ക്യാബിൻ വിട്ടിറങ്ങുമ്പോൾ പക്ഷേ, പിറകേ കുഞ്ഞുമൊയ്തീൻ ഹാജിയുടെ ശബ്ദം: "ദിനകരാ..!"

തിരിഞ്ഞുനോക്കിയപ്പോൾ ഹാജി ഒരു തത്ത്വജ്ഞാനിയെപ്പോലെ:

"ഈ നിലയില് ചാനല് മുന്നോട്ടു കൊണ്ടാണ്ടത് പാർട്ടീടെ ആവശ്യമാണ്. അപ്പോൾ ദിനകരൻ ഒന്നു സഹകരിക്ക്യാ. ചാനലിനു വേണ്ടി അല്പം വിട്ടുവീഴ്ചയൊക്കെയാവാം."

വേണം, ഇതുതന്നെ കിട്ടണം. ചാനലിനെ വളർത്തി വലുതാക്കിയിട്ട് ഇപ്പോൾ.....

പക്ഷേ, സഹിച്ചു. ഇനിയുമൊരു മാറ്റം വയ്യെന്നു തോന്നി. സഹിക്കാൻ വയ്യാത്തത് തൊട്ടടുത്ത ദിവസമായിരുന്നു.

പഴയ ക്ലാസ്മേറ്റ്, കുഞ്ഞുമൊയ്തീൻ ഹാജിയുടെ പാർട്ടിയുടെ വിശ്വസ്തൻ, എഡ്യൂക്കേഷൻ സെക്രട്ടറി സഫറുള്ള ഐ എ എസ് ഫോണിൽ: "ദിനകർ, വാട്ട്സ് ഹാപ്പനിങ് ദേർ?"

"നത്തിങ്." ഏറെക്കാലമായി സഫറുള്ളയുടെ വിളി വന്നിട്ട് എന്നോർത്തുകൊണ്ട് സന്തോഷപൂർവ്വം പ്രതിവചിച്ചു.

"ഏയ്, അതല്ല; ചാനലില് നിന്നെക്കുറിച്ച് ചില ഇമ്മോറൽ ട്രാഫിക് ന്യൂസ്..."

സഫറുള്ള സ്വാതന്ത്ര്യമെടുത്തുതന്നെ സംസാരിച്ചു.

"വാട്ട്?" ശരിക്കും ഞെട്ടി.

"അതെ. അവിടെ നിന്നെ ഒതുക്കിവയ്ക്കാൻ കാരണം, നീ ആ ലേഡി പ്രൊഡ്യൂസറുമായിട്ട്... എന്താ അവളുടെ പേര്? നിന്റെ ആ മ്യൂസിക് പ്രോഗ്രാമിന്റെ കക്ഷി- ശരിക്കും ഒരു ഹോട്ട് സ്റ്റഫ് തന്നെയാണോടാ അവള്?"

പിന്നെയൊന്നും കേൾക്കാൻ നിന്നില്ല. ഫോൺ ക്രെഡിലിൽ വച്ച് കിതച്ചു.

അപ്പോൾ അവിടെനിന്ന് ഇറങ്ങിയതാണ്. പിറ്റേന്ന് കാണാതായപ്പോൾ കുഞ്ഞുമൊയ്തീൻ ഹാജി വിളിച്ചു: "ദിനകരാ, എന്തുപറ്റി? സുഖമില്ലേ?"

"അതെ, സുഖമില്ല." പതുക്കെ പറഞ്ഞു: "എനിക്കല്ല, നിങ്ങടെയൊക്കെ തലമണ്ടകൾക്ക്. അതിനൊന്നും ഇനി ചികിത്സയുമില്ല."

●

കിഷ്വാർ നഹീഫ് എഴുതുന്നു:
The earth beneath the foundations has sunk
but even now we stand
on the rooftops of stories
assuming life to be
the insipid afternoon's wasted alley ways
with their shattered bricks
and gaping fissures...

പ്രിയപ്പെട്ട കിഷ്വാർ, എവിടെയാണിപ്പോൾ നിന്റെ കൂട്ടുകാരൻ, പാകിസ്ഥാൻ ടെലിവിഷനിലെ ആ സെലിബ്രിറ്റി, യൂസഫ് കംറാൻ?

'കേരള ടെലിവിഷനി'ലെ സെലിബ്രിറ്റി ദിനകർ എന്ന ആ പാവത്താനെക്കുറിച്ച്, അങ്ങകലെ വിദൂരതയിലിരുന്ന് വർഷങ്ങൾക്കു മുമ്പേ നീ എങ്ങനെ പാടി, പ്രിയപ്പെട്ട കിഷ്വാർ?

ദിനകർ പുസ്തകമടച്ചുവച്ച് ബാല്ക്കണിയിലേക്കു നടന്നു. പുറത്ത് നനവുള്ള രാത്രി. വരണ്ട പകലിനേക്കാൾ രാത്രി എത്ര സുന്ദരം! പക്ഷേ, നാം പാവം മനുഷ്യർ, പകൽ മുഴുവൻ ജോലിത്തിരക്കിൽ വേവുകയും നനുത്ത രാത്രിയെ അവഗണിച്ച് മൂടിപ്പുതച്ചുറങ്ങുകയും ചെയ്യുന്നു. പക്ഷേ, രാത്രി ഒരു ചെറുപുഞ്ചിരിയോടെ നമ്മെ അറിയുന്നുണ്ട്, പാവം മനുഷ്യർ എന്ന്!

ശരിയാണ്, പാവം മനുഷ്യർ!

ശരവണനൻ ചെട്ടിയാരും രമേഷ് റോയിയും പ്രിയാ നായരും വെങ്കിടാചലവും അരുൺകുമാറുമൊക്കെ പാവം മനുഷ്യർതന്നെ. ഈ ദിനകറുമതെ, ഒരുപാവം മനുഷ്യൻ...

●

"ഈ ദിനകർ വല്ലതും എക്സ്പെക്ട് ചെയ്യുന്നുണ്ടാവുമോ?" ശരവണൻ ചെട്ടിയാരോട് രമേഷ് റോയ് ചോദിച്ചു.

"എന്ത് എക്സ്പെക്ട് ചെയ്യാൻ?" ചെട്ടിയാർ കണ്ണുകൾ ചിമ്മിത്തുറന്നു: "അവൻ ഒരു ചാനൽ തുടങ്ങുന്ന കാര്യവുമായി എന്റെയടുത്തുവന്നു. ഇപ്പോത്തന്നെ പന്ത്രണ്ട് ചാനലില് പണമെറിഞ്ഞിരിക്കാ ഞാൻ. അതുകൊണ്ട് താല്പര്യമില്ലെന്നു പറഞ്ഞു. പക്ഷേ, മലയാളത്തില് ഈ ബിസിനസ് കൊള്ളാമെന്ന് എനിക്കു പണ്ടേ തോന്നിയതോണ്ട് ഞാൻ അവനെ തിരിച്ചുവിളിച്ചു." ചെട്ടിയാർ ചുമ്മാ കിലുങ്ങിച്ചിരിച്ചുകൊണ്ടിരുന്നു. ചെട്ടിയാരുടെ ഒരു കൈ ഇപ്പോൾ പ്രീതി നായരുടെ കാൽത്തുടമേൽ. അതവിടെ താളംപിടിച്ചുകൊണ്ടിരുന്നു....

പ്രീതി കൂട്ടിച്ചേർത്തു: "ചെട്ടിയാർ ഈ വിവരം എന്നോടു പറഞ്ഞപ്പോ, ഉടനെ ഞാൻ റിപ്പോർട്ട് ചെയ്യുകയായിരുന്നു. കാരണം, 'ഏഷ്യാ ടിവിയും 'കേരള ടെലിവിഷനും' വളർത്തിയെടുത്തത് ഈ ദിനകറാ. അയാളെക്കൂടെ കിട്ടിയാൽ നമുക്കും ക്ലച്ചു പിടിക്കാമെന്ന് എനിക്കുറപ്പായിരുന്നു."

പ്രീതിയെ തന്നോട് ചേർത്തൊതുക്കിക്കൊണ്ട് ചെട്ടിയാർ അപ്പോഴും ഒരു വിഡ്ഢിച്ചിരി ചിരിച്ചു. പ്രീതി നായരുടെ എല്ലുകൾ ശരിക്കും നുറുങ്ങി.

"കാര്യമൊക്കെ ശരിതന്നെ." രമേഷ് റോയ് തന്റെ ആശയം അവതരിപ്പിച്ചു:

"പ്രീതി നിർബ്ബന്ധിച്ചതോണ്ടാ ഞാനും ഇങ്ങനെയൊരു പ്രോജക്ടിന് ജോയിൻ ചെയ്യുന്നത്. പക്ഷേ, കമ്പനിയുടെ ചെയർമാൻ സ്ഥാനം എനിക്കു തരണം."

ചെട്ടിയാർ ഒരു നിമിഷം ആലോചിച്ചു. പിന്നെ പ്രീതിയുടെ മുഖത്തേക്കു നോക്കി. പ്രീതിയാണ് മറുപടി പറഞ്ഞത്: "ചെട്ടിയാർക്ക് ചെയർമാൻ സ്ഥാനമൊന്നും നോട്ടമില്ല. പക്ഷേ, എല്ലാ കാര്യവും ഇങ്ങേര് അറിഞ്ഞോണ്ടേ രമേഷ് ചെയ്യാവൂ."

"അതു ഞാനേറ്റു." രമേഷ് റോയ് സമ്മതിച്ചു: "ഒരു ഫിലിം ആക്ടറെന്ന നിലയിൽ ചാനലിന്റെ ചെയർമാൻ ഞാൻ തന്നെയാവുന്നത്, ചാനലിന്റെ പബ്ലിസിറ്റിക്കും നല്ലതാ."

അതു ശരിതന്നെ എന്ന അർത്ഥത്തിൽ ശരവണൻ ചെട്ടിയാർ ഒന്നു കുലുങ്ങിയുണർന്നു. എന്നിട്ട് തന്റെ ഒരേയൊരു അഭിപ്രായം ശക്തിയായി രേഖപ്പെടുത്തി: "നല്ല പെടക്ക്ന്ന പെങ്കുട്ട്യോളെ വെച്ചുവേണം എല്ലാ പരിപാടീം ചെയ്യാൻ. അക്കാര്യത്തില് എന്റെ സൂപ്പർസ്റ്റാറേ, ഒരു കോംപ്രമേസും ചെയ്യാൻ ഞാൻ സമ്മതിക്കില്ല."

സൂപ്പർസ്റ്റാർ എന്ന ആ വിളി നന്നായി ആസ്വദിച്ചുകൊണ്ട് രമേഷ് റോയ് സമ്മതപൂർവ്വം പറഞ്ഞു: "നല്ല, യൂത്ത് ഇന്ററാക്ടീവ് പ്രോഗ്രാംസ്, നല്ല ഇന്ററാക്ഷനു ശേഷിയുള്ള പെമ്പിള്ളാരെ വെച്ചുതന്നെ നമ്മൾ ചെയ്യുന്നു. എന്താ പോരേ?"

"അതു മതി, അതു മതി..." അതിന്റെ രസകരമായ നൂറായിരം സാദ്ധ്യതകളാലോചിച്ച് കുലുങ്ങിക്കുലുങ്ങി ശരവണൻചെട്ടിയാർ നനഞ്ഞു. പ്രീതി നായർ ഷോക്കേറ്റതുപോലെ ചെട്ടിയാരിൽനിന്ന് നനഞ്ഞ കൈ പിൻവലിച്ചു.

●

ഇൻഡോർ സ്റ്റേഡിയത്തിലെ മങ്ങിയ വെളിച്ചം രാത്രിനിലാവിനെയും കടലിനെയും ഓർമ്മിപ്പിച്ചു. രണ്ടര മണിക്കൂർ ടെന്നീസ് കളിച്ചതിനാൽ അരുൺ കുമാർ നന്നേ വിയർത്തിരുന്നു. വെള്ള ടീഷർട്ട് ശരീരത്തോടൊട്ടിക്കിടന്നു. റാക്കറ്റ് തുകൽ ബാഗിലാക്കി, തോളിലേന്തി, തന്റെ ചുവന്ന സ്കോർപ്പിയോയെ സമീപിക്കുമ്പോൾ അരുൺ കുമാറിനെ മൈഥിലിവർമ്മ പിറകിൽനിന്നു വിളിച്ചു: "അരുൺ, ജസ്റ്റ് എ മിനിറ്റ്."

മൈഥിലി സെക്കന്റ് കോർട്ടിൽ കളി നിർത്തി നോക്കുമ്പോഴാണ് അരുൺകുമാർ മടങ്ങുന്നതു കണ്ടത്. അവളുടെ ഇറുകിയ ടീഷർട്ടിനുള്ളിൽ വലിയ രണ്ടു പന്തുകൾ ഉരുണ്ടുകളിച്ചുകൊണ്ടിരുന്നു.

അത്രമേൽ ചടുലമായാണ് എവർഗ്രീൻ സെൻസേഷൻ മൈഥിലി വർമ്മ, അരുൺകുമാറിനരികിലേക്ക് തിടുക്കപ്പെട്ടത്. അരുൺകുമാറിന്റെ കണ്ണുകളും ഒന്നു പിശകി.

"അരുൺ." മൈഥിലി വർമ്മ ഉപചാരപൂർവ്വം അരുണിന്റെ വല തുകൈത്തലം ഗ്രഹിച്ചു: "പുതിയതായി തുടങ്ങുന്ന ചാനലില് അരുണും ഡയറക്ടർ ബോർഡിലുണ്ടെന്നു കേട്ടു."

"യേസ്." അരുൺ ആഹ്ലാദഭരിതനായി.

"ദെൻ, യു ഷുഡ് കൺസിഡർ മായാസ് കേസ്." മൈഥിലി വർമ്മ അതു പറഞ്ഞപ്പോൾ, ഒരു മിന്നായംപോലെ അരുൺകുമാറിന്റെ മനസ്സി ലൂടെ കിളരം കൂടിയ ഒരുപറ്റം പെൺകുട്ടികൾ കടന്നുപോയി.

സിറ്റി ക്ലബ്ബിന്റെ ലോണിൽ ഒരു പെഗ്ഗിനു പുറത്ത് സായന്തനത്തിന്റെ ചായം പൂശുകയായിരുന്നു അപ്പോൾ അരുണും കൂട്ടുകാരൻ ജോൺ കുരു വിളയും. ജോൺ പേരുകേട്ട കാഷ്യു എക്സ്പോർട്ടർ. ചില്ലറ വിനോദ ങ്ങളായി ചില മ്യൂസിക് ആൽബങ്ങളുടെ പ്രൊഡക്ഷനുമുണ്ട്.

വരുന്ന പെൺകുട്ടികളിൽ, മിഡിയും ടോപ്പും ധരിച്ച്, നെഞ്ചുവിരിച്ചു നടന്നുവരുന്നവളിലേക്ക് അരുണിന്റെ ശ്രദ്ധ ജോൺ ക്ഷണിക്കുന്നു: "ലുക്ക് ദാറ്റ് ഗേൾ....."

അരുൺ സ്തബ്ധനാവുന്നു. "ഈസിറ്റ് സാനിയ? സാനി മിഴ്സ?"

"നോ. ഷീ ഈസ് മായ. ദ ഒൺലി ആന്റ് ഒൺലി മായാവർമ്മ. സർവ്വകലാവല്ലഭ - ഇൻ എവരി ഫീൽഡ്. ഷീ ഈസ് ഗ്രേറ്റ്. എന്റെ അടുത്ത ടാർജറ്റ് ഇവളാ....."

അതും പറഞ്ഞ് ജോൺ ഒരു കള്ളച്ചിരി അരുണിനു നേർക്ക്...

ഫ്ളാഷ് ബാക്കിന്റെ തിരശ്ശീല അരുൺകുമാറിന്റെ കണ്ണുകളിൽനിന്ന് വലിച്ചുമാറ്റവെ, മൈഥിലിവർമ്മ കൈത്തലം ഒന്നുകൂടി ശക്തിയോടെ ചേർത്ത് ചോദിക്കുന്നു: "അരുൺ ഏറ്റോ മായയുടെ കാര്യം?"

"വാട്ട് കാൻ ഐ ഡു?" അരുണിന്റെ ശരീരമാസകലം ഒരു വൈബ്രേ റ്ററിലൂടെ കടന്നുപോയി.

"ഇനോഗുറൽ സെറിമണിയുടെ മുഴുവൻ ചാർജ്ജും മായയ്ക്കു കൊടുക്കൂ. ഷീ ഈസ് നൗ ഡൂയിങ് കോറിയോഗ്രാഫി, ഇവന്റ് മാനേ ജ്മെന്റ്..... എവരിതിങ്."

"ഓകെ," അരുൺകുമാർ പറഞ്ഞു: "ടെൽ ഹെർ റ്റു ഗീവ് മീ എ റിങ്."

ഇൻഡോർ സ്റ്റേഡിയത്തിലെ വെളിച്ചം പൊടുന്നനെ അണഞ്ഞു. അഥവാ രാത്രിനിലാവ് അവിടെ ഒഴുകിപ്പരന്നു. മൈഥിലിവർമ്മ സ്നേഹ പൂർവ്വം അരുണിനെ സ്കോർപ്പിയോയ്ക്കു നേരെ നയിച്ചു. പക്ഷേ, അരുൺ കുമാർ നടക്കുകയായിരുന്നില്ല. നിലാവിലൂടെ, രാത്രിയിലൂടെ, നനവുകളിലൂടെ...

●

ബഹുമുഖ ഇന്റർനെറ്റ് സേവനങ്ങൾ വൻതോതിൽ പ്രാപ്യമാക്കു

ന്നതിൽ പരമ്പരാഗത ഡയലപ് കണക്ഷനുള്ള അസമർത്ഥതയ്ക്കു പരിഹാരമായാണ് ബ്രോഡ്ബാൻഡ് സാങ്കേതികതയുടെ വിശാലവും വേഗമേറിയതുമായ വീഥി രംഗപ്രവേശം ചെയ്തത്. ബ്രോഡ് ബാൻഡ് കണക്ഷനിൽ കമ്പ്യൂട്ടർ പ്രവർത്തിച്ചുതുടങ്ങുമ്പോൾത്തന്നെ ഇന്റർനെറ്റുമായി ബന്ധം സ്ഥാപിക്കപ്പെടുന്നതിനാൽ മുഴുവൻ സമയവും നെറ്റ് കണക്ടിവിറ്റി ലഭ്യമായിരിക്കും. ഓരോ വരിക്കാരനും ഒരു സെക്കൻഡിൽ ചുരുങ്ങിയത് 256 കിലോ ബൈറ്റ് വേഗത്തിൽ ഡാറ്റാ ഡൗൺ ലോഡിങ് സാദ്ധ്യമാക്കുന്ന ഇന്റർനെറ്റ് കണക്ഷനെയാണ് ടെലികോം റെഗുലേറ്ററി അതോറിറ്റി ഓഫ് ഇന്ത്യ (ട്രായ്) 'ബ്രോഡ് ബാൻഡ്' എന്നു നിർവ്വചിച്ചിരിക്കുന്നത്.

Indra Kumar, A Report on Broadband Service in New Media

ടെലിവിഷന്റെ പുതിയ കാലത്തെ ആശാവഹമായ മുന്നേറ്റമാണ് ബ്രോഡ് ബാൻഡ് ടെക്നോളജിയിലൂടെ നടപ്പിലാക്കുന്നതെന്ന് ദിനകർ സമർത്ഥിച്ചു. മുന്നിൽ വെങ്കിടാചലം, അരുൺ കുമാർ, പ്രീതി നായർ.....

"ബ്രോഡ്ബാൻഡിന്റെ മുഴുവൻ സൗകര്യങ്ങളും നമ്മൾ ടെലിവിഷനിലേക്കു സന്നിവേശിപ്പിക്കണം." ദിനകർ ഉദാഹരിക്കാൻ ശ്രമിച്ചു.

അപ്പോൾ കോൺഫറൻസ് ഹാളിന്റെ വാതിൽ തുറന്ന് ശരവണൻ ചെട്ടിയാരും രമേഷ് റോയിയും കടന്നുവന്നു.

"ഇനി ചർച്ച ചെയ്തു നില്ക്കാനൊന്നും അധികം സമയമില്ല. നമുക്ക് കാര്യത്തിലേക്കു കടക്കാം." സെറ്റിയിലേക്കു മലർന്നപാടെ ചെട്ടിയാർ പറഞ്ഞു.

"കമ്പനിയുടെ രജിസ്ട്രേഷൻ കാര്യങ്ങളൊക്കെ അറേഞ്ച് ചെയ്തു കഴിഞ്ഞു." രമേഷ് റോയ് ആമുഖമായി വെളിപ്പെടുത്തി: "പ്രോഗ്രാമിന്റെ കംപ്ലീറ്റ് ചാർജ് പ്രീതി നോക്കുക. മാർക്കറ്റിങ് ദിനകറിന്റെ സെക്ഷനാണ്. ഒപ്പം ടെക്നിക്കൽ സപ്പോർട്ടും..." ദിനകർ ഒന്നും പറഞ്ഞില്ല.

"ചാനലിന്റെ പേര് എങ്ങനെ വേണമെന്ന് ആലോചിച്ചുവോ?" അരുൺ കുമാർ ചോദിച്ചു: "മോഡേൺ ഇറയാണ് നമ്മൾ ലക്ഷ്യം വെക്കുന്നത്. അതിനു യോജിച്ച ഒരു പേരുതന്നെയാവട്ടെ."

രമേഷ് റോയ് തന്റെ അഭിപ്രായം മുന്നോട്ടുവച്ചു.

"മോഡേൺ എന്നുതന്നെയായാലോ?" പ്രീതി പൂത്തുലഞ്ഞു.

"മോഡേൺ ടി വി." വെങ്കിടാചലം ഉച്ചരിച്ചുനോക്കി: "ചാല ബസാറിലെ ഒരു ടെലിവിഷൻ കടയുടെ പേരുപോലുണ്ട്."

"അതു വേണ്ട നമുക്ക് അല്പം കടന്നുചിന്തിച്ചാലോ? ഏറ്റവും മോഡേൺ, അതും അല്പം രാക്ഷസീയമായ മോഡേൺ! നാളത്തെ യൂത്തിനു വേണ്ടിയുള്ള ചാനലാണെന്നു തോന്നിക്കുന്ന ഒരു പേരാണ് നമ്മൾ കാണേണ്ടത്." രമേഷ് റോയ് ആവേശത്തോടെ ആ പേരിനായി തിരഞ്ഞു.

ഇക്കാര്യത്തിലും താൻ ഇടപെടുന്നതിൽ അർത്ഥമില്ലെന്ന് ദിനകറിനു തോന്നി. അയാൾ മൗനിയായി കാണപ്പെട്ടു; വിഷാദവാനായും.

"രമേഷ് പറഞ്ഞുവരുന്നത്, കലികാലത്തെ കാര്യങ്ങളാ നമ്മള് ചാനലിലൂടെ പറയാനും കാണിക്കാനും പോകുന്നതെന്നാണോ?" പ്രീതി ചിരിച്ചുകൊണ്ട് ചോദിച്ചു.

"യെസ് എക്സാക്റ്റിലി. യു സെഡ് ഇറ്റ് - കലികാലത്തെ കാര്യങ്ങൾ. യെസ്, കലികാലം - അതാണ് നമ്മുടെ ചാനലിന്റെ ബേസ്." രമേഷ് റോയ് ഉത്സാഹവാനായി.

"എന്നാ 'കലികാലം' എന്നു പേരിടാം." ശരവണൻ ചെട്ടിയാർ ഒരു തമാശ പറഞ്ഞ മട്ടിൽ കുലുങ്ങിക്കുലുങ്ങി ചിരിച്ചു.

"ചെട്ടിയാരേ ചിരിക്കണ്ട. അതുതന്നെ നമ്മുടെ ചാനലിനു യോജിച്ച പേര്." രമേഷ് റോയ് ആർത്തുവിളിച്ചു. "കലികാലം ടി വി! അതു വേണ്ട. കലികാൽ - യേസ്, 'കലികാൽ ടി വി!' യേസ്, അതുതന്നെ."

ഇരിപ്പിടത്തിൽനിന്ന് എഴുന്നേറ്റ്, ചറപറാ അങ്ങുമിങ്ങും തിടുക്കത്തിൽ നടന്ന് ഇടതുകൈത്തലത്തിൽ വലതുകൈമുഷ്ടി ആഞ്ഞടിച്ച് രമേഷ് റോയി ഉറപ്പിച്ചു.

"കലികാൽ ടി വി! ഇന്നേവരെ ആരും സങ്കല്പിക്കാത്ത പേര്. താങ്ക് യു, താങ്ക് യു ചെട്ടിയാർ. താങ്ക് യു പ്രീതി, താങ്ക് യു ഓൾ..."

പൊടുന്നനെ അന്തരീക്ഷം ഉത്സാഹഭരിതമായി. ചടുലമായ നീക്കങ്ങളോടെ എല്ലാവരും കർമ്മോത്സുകരായി. ദിനകർ - ദിനകർ മാത്രം ഖിന്നനായി, എല്ലാവർക്കുമിടയിൽ; എന്നാൽ എല്ലാവരിൽനിന്നും അകന്ന് വിളറിയ ഒരു മുഖവുമായി നിന്നു.....

●

റൺവേയിലൂടെ കുവൈറ്റ് എയർവേസിന്റെ കൂറ്റൻ ജംബോ പാഞ്ഞുവന്ന് വേഗം കുറച്ച് ടെർമിനലിനു നേർക്കു നീങ്ങവേ, അഭിമുഖമായി നില്ക്കുന്ന സെന്റ് ആൻസ് കോളേജിന്റെ നാലാമത്തെ നിലയിൽ മാലപ്പടക്കം പൊട്ടി. ലിസി ചെറിയാൻ ഭൂമിയിൽനിന്നുയർന്ന് ഉറക്കെ അലറി. "ദേ, എന്റെ അങ്കിള് ലാന്റ് ചെയ്തു!"

ലിസിയുടെ കൂട്ടുകാരികൾ പൊട്ടിച്ചിതറി.

ബിസിനസ് ക്ലാസിലെ ഒന്നാം നമ്പർ യാത്രക്കാരൻ അലക്സ് ഫെർണാണ്ടസ് കറുത്ത സഫാരിയിൽ പൊതിഞ്ഞ് ഒരു കൊച്ചു ബ്രീഫ്കേസുമായി വിമാനത്തിന്റെ പടവുകളിറങ്ങി.

പുറത്ത് രമേഷ് റോയിയുടെ വെളുത്ത ബി എം ഡബ്ല്യു. ഖദർ സിൽക്കിന്റെ നീളൻ കുർത്തയും പൈജാമയുമായി രമേഷ് സുസ്മേരത്തോടെ അലക്സിനെ വരവേറ്റു.

കടൽക്കാറ്റിൽ ആലോലമാടിക്കൊണ്ടിരുന്ന 'സീഗൾ അവന്യൂ'വിലെ

പന്ത്രണ്ടാം നിലയിലേക്ക് ലിഫ്റ്റുയർന്നു. ലിഫ്റ്റിൽവച്ചും അന്യോന്യം പുഞ്ചിരിച്ച് അവരിരുവരും ഉപചാരം കാട്ടി....

"അപ്പോൾ, കാര്യങ്ങളൊക്കെ വിചാരിച്ചതിനേക്കാൾ വേഗത്തിൽ, അല്ലേ?" അലക്സ് സന്തോഷചിത്തനായി.

"തീർച്ചയായും." രമേഷ്റോയ് പ്രതിവചിച്ചു: "എങ്ങനെയുണ്ട് പേര്?"

"കലികാൽ! കൊള്ളാം, നല്ല തീപ്പൊരിപോലുണ്ട്" അലക്സ് ഫെർണാണ്ടസ് അഭിനന്ദിച്ചു.

"ഇനി കണ്ടന്റ് കൂടി തീപ്പൊരിയാക്കണം. എന്നാലേ നന്നായി കത്തിപ്പടരൂ." രമേഷ് റോയി പറഞ്ഞു.

"അക്കാര്യത്തിൽ നിന്നെക്കഴിഞ്ഞേ വേറൊരാളുള്ളൂ എന്ന് എനിക്കറിഞ്ഞൂടേ....." ഒരു ഗൂഢസ്മിതത്തോടെ അലക്സ് രമേഷിനെ നോക്കി: "ആട്ടെ, എത്രടം വരെയായി ഒരുക്കങ്ങൾ?"

"എല്ലാം ഫാസ്റ്റായിട്ട് നീങ്ങുന്നു."

രമേഷ് അറിയിച്ചു: "ലോഞ്ചിങ് ഈ മാസംതന്നെ നടത്താനാ പ്ലാൻ. എല്ലാ മിനിസ്റ്റേഴ്സിനേം പങ്കെടുപ്പിക്കുന്നുണ്ട്."

"അതുവേണ്ട. ഇവിടെ മാക്സിമം പൊലിപ്പിക്കുന്നതാ അതിന്റെ ഭംഗി. മലയാളത്തനിമ എന്നൊക്കെപ്പറഞ്ഞ് പ്രസംഗിച്ചു നടക്കുന്ന മഹാകവികളിൽ ഒന്നു രണ്ടെണ്ണത്തിനെ ആശംസയ്ക്കു വിളിക്കണം. പിന്നെ പൊലീസിന്റേം ജുഡീഷ്യറീടേം തലപ്പത്തുനിന്ന് ചെല കക്ഷികളെ – ഫോർത്ത് എസ്റ്റേറ്റില് ഇപ്പോത്തന്നെ തുടങ്ങീട്ടുണ്ട് ജലസേചനം! അപ്പോ അവരും നമ്മളെ വിട്ട് എങ്ങും പോകുകേല....." രമേഷ് റോയി ഒരു പൊട്ടിച്ചിരിയിലേക്കു വഴുതി.

"പ്രോഗ്രാമിന്റെ ചാർജ്ജ് ആർക്കാ?" അലക്സ് ചോദിച്ചു.

"അത് നമ്മുടെ കൈപ്പിടിയിൽത്തന്നെ. നമ്മുടെ പ്രീതിക്കാണ് ഫുൾ ചാർജ്ജ്." രമേഷ് ഒരു രഹസ്യം പറയുന്ന മട്ടിൽ അലക്സിന്റെ ചെവിയോടു ചേർന്നു.

"ഏത്? നമ്മുടെ മർലിൻ മൺട്രോയോ?" അലക്സിന് വിശ്വാസമായില്ല: "അവളുണ്ടോ ഇപ്പോഴും നിന്റെ കൂടെ?"

"പിന്നില്ലാതെ!" രമേഷ് അഭിമാനവിജൃംഭിതനായി: "നിന്റെ ഇനിയുള്ള നീക്കങ്ങളെല്ലാം അവളുടെ എറേഞ്ച്മെന്റിലാ."

അലക്സ് ഒരു സ്വപ്നത്തിലേക്ക് പൊടുന്നനെ നിപതിച്ചുപോയി. പക്ഷേ, രമേഷ് റോയ് അയാളെ വളരെ പെട്ടെന്നുതന്നെ ഉണർത്തിയെടുത്തു:

"അപ്പോ, ഞാൻ വിളിച്ചു പറഞ്ഞ എമൗണ്ട് കൊണ്ടുവന്നിട്ടുണ്ടല്ലോ, അല്ലേ?"

"ഉവ്വുവ്വ്." അലക്സ് തിടുക്കപ്പെട്ട് പെട്ടിതുറന്നു. രണ്ടായിരത്തിന്റെ ഇളം പിങ്ക് കടലാസുകെട്ടുകളിലിരുന്ന് ഒരു മുത്തശ്ശൻ വട്ടക്കണ്ണടയ്ക്കു

ള്ളിലൂടെ പുറത്തെ വെളിച്ചത്തിലേക്കു നോക്കി നിഷ്കളങ്കമായി ചിരി പൊഴിച്ചു.

●

സെന്റ് ആൻസ് കോളേജ് സ്ഥിതിചെയ്യുന്നത് പാരീസിലോ ഹോങ്കോങ്ങിലോ ആണെന്ന് നമുക്ക് വെറുതെ സങ്കല്പിക്കാം. എന്നാൽ അത് തീർച്ചയായും കേരളക്കരയിൽ കേരവൃക്ഷങ്ങൾക്കിടയിൽത്തന്നെയാണ്! പക്ഷേ, പാരീസിലോ ഹോങ്കോങ്ങിലോ സ്വിറ്റ്സർലണ്ടിലോ ലണ്ടനിലോ ആഘോഷത്തോടെ പറന്നുപോകുന്നതിനു പകരം പെൺകുട്ടികൾ ഇവിടേക്കു വന്നു ചേരുന്നു; അഭിമാനപൂർവ്വം.

വരാന്തയിലിരുന്ന് കുട്ടികൾക്ക് മാനംനോക്കി പറക്കാം. ബോയിങ്ങിന്റെയും ജംബോജറ്റിന്റെയും ചിറകുകളിൽ ഊയലാടാം. കോക്ക്പിറ്റിൽ കടന്നുചെന്ന് പൈലറ്റിനെ ഉമ്മവയ്ക്കാം!

ഇങ്ങനെയൊക്കെ പറയുന്നത് മറ്റാരുമല്ല, നമ്മുടെ ലിസി ചെറിയാൻ തന്നെ. കമ്യൂണിക്കേറ്റീവ് ഇംഗ്ലീഷിൽ രണ്ടാം വർഷം. ഒപ്പം ഫാഷൻ ഡിസൈനിങ്ങും മോഡലിങ്ങും എല്ലാമെല്ലാം.....

അപ്പച്ചൻ ഫ്ളോറിഡയിൽ. അമ്മച്ചി നാലു വർഷം മുമ്പ് അപ്പച്ചന്റെ ഫ്രണ്ട് സെബാസ്റ്റ്യൻ ഇമ്മാനുവലിന്റെ കൂടെ പുറപ്പെട്ടുപോയി. ഇപ്പോൾ മിഡിൽ ഈസ്റ്റിലെവിടെയോ ഉണ്ടെന്നാണ് അപ്പച്ചൻ ഇന്നാള് വിളിച്ചപ്പോ പറഞ്ഞത്. അത്രയ്ക്കു തീർച്ച പോരാ. ഏതായാലും അപ്പച്ചന്റെ കൂടെയില്ല എന്നത് സത്യം. ലിസിയുടെ കൂടെയുമില്ല. ലിസി ചെറിയാൻ ചിരിച്ചുകൊണ്ട്, കഥ പറഞ്ഞു പറഞ്ഞ് നമ്മുടെ നേരെ വരുന്നു.

“അപ്പച്ചനും അമ്മച്ചിയും കൂടെയില്ലെന്നുവച്ച് ലിസി ഈ ഭൂമി മലയാളത്തിൽ ഒറ്റയ്ക്കാണെന്നൊന്നും വിചാരിച്ചുകളഞ്ഞേക്കരുത്. കേട്ടോ കൊച്ചിലേതൊട്ട് ഒരുപാട് അങ്കിളുമാരെ കണ്ടാ ഈ ലിസി വളർന്നത്. അപ്പച്ചനും അമ്മച്ചീം കൊടുത്തയക്കുന്ന കളിപ്പാട്ടവും കാശും ഉടുപ്പും ഓരോ സാധനങ്ങളുമായി ഇങ്ങോട്ട് വരുന്നു ഓരോരോ അങ്കിൾമാർ. പിന്നീട് പിന്നീട് അപ്പച്ചന്റേം അമ്മച്ചീടേമൊന്നും വിശേഷങ്ങളുമായല്ലാതെയും നിരവധി അങ്കിളുമാർ.....”

അങ്ങനെയൊരു അങ്കിളായാണ് അലക്സ് ഫെർണാണ്ടസ് ലിസിയുടെ ജീവിതത്തിലേക്ക് വന്നുകയറിയത്. അലക്സങ്കിൾ വരുന്ന ഫ്ളൈറ്റിന്റെ പ്രത്യേക ഇരമ്പം കേട്ടാൽ ലിസിക്കറിയാം. അന്തരീക്ഷമാകെ ഒരു വല്ലാത്ത സുഗന്ധം പരക്കുകയും തണുത്ത കാറ്റ് വീശുകയും ചെയ്യും.

അങ്കിളു വന്നാപ്പിന്നെ പോകുന്നതുവരെ കുന്നുമ്പുറത്തെ അങ്കിളിന്റെ ‘ബ്ലൂഡേൽ വില്ല’യിലാകും ലിസിയുടെ ഊണും ഉറക്കവുമെല്ലാം. അത്രയ്ക്ക് ഇഷ്ടമാ ലിസിക്ക് അലക്സങ്കിളിനേം അലക്സങ്കിളിന് ലിസിയേം...

അങ്കിൾ പറഞ്ഞു: "മോൾക്കിത് നല്ലൊരു ഓപ്പർച്യൂണിറ്റിയാ. കലികാൽ ടി വിയിൽ ലിസി ചെറിയാനും ഫ്രണ്ട്സും ഷൈൻ ചെയ്യുന്നതു കണ്ടാലേ ഇനി അങ്കിളിന് സമാധാനമാവൂ."

"ഓ! മൈ ഗ്രേറ്റ് ഗ്രേറ്റ് അങ്കിൾ...." ആമോദം അടക്കിവയ്ക്കാനാവാതെ ലിസി ചെറിയാൻ അലക്സ് ഫെർണാണ്ടസിന് ഒരായിരം ഉമ്മകൾ നല്കി.

ഇതൊക്കെ കൊള്ളാം. ഇത്തരം കലാപരിപാടികൾ ക്യാമറ ഓൺ ചെയ്തു കാണിക്കാൻ പഠിക്കണം. ഓഡിയൻസിന് ലൈവായി ഇവകൾ കൈമാറുന്ന ഒരു സ്പെഷ്യൽ പ്രോഗ്രാം. 'കലികാലി'ൽ ഉണ്ടെന്നാ രമേഷ് റോയ് പറഞ്ഞത്." അലക്സ് ലിസിയെ തന്നിലേക്കു ചേർത്തു.

"ഏത് രമേഷ് റോയ്?" ലിസി സന്ദേഹിച്ചു.

"നിനക്കറിയില്ലേ രമേഷ് റോയിയെ? ദി നെക്സ്റ്റ് സൂപ്പർ സ്റ്റാർ. അങ്കിളിന്റെ ഫ്രണ്ട്."

ലിസി വല്ലാതെ അതിശയിച്ചു പോയി: "ഓ ആ മസിൽമാൻ രമേഷ് റോയ്! അയാളുണ്ടോ ഈ ടി വി കമ്പനീല്!"

"അതുകൊള്ളാം. രമേഷല്ലേ 'കലികാലി'ന്റെ ചെയർമാൻ." അലക്സ് അഭിമാനപൂർവ്വം വിശദമാക്കി. "രമേഷ് ഇപ്പോ ഇങ്ങോട്ടു വരും. നിന്നേം ഫ്രണ്ട്സിനേം വിശദമായിത്തന്നെ ഞാൻ പരിചയപ്പെടുത്തിയേക്കാം."

"ദാറ്റ്സ് ഗുഡ്. ഞാൻ ഇപ്പോത്തന്നെ ഗേളിയേം പൂജയേം മോളിക്കുട്ടി മാത്യുവിനേം ഏഞ്ചലയെയുമൊക്കെ വിളിക്കാം." ലിസി തിടുക്കപ്പെട്ടു.

"ഹോസ്റ്റലില് അങ്കിള് വിളിച്ചു പറയാം, വേണമെങ്കില്. അത്താഴം അങ്കിളിന്റെ വക. അതും കഴിഞ്ഞ് നാളെ 'കലികാലി'ന്റെ റിഹേഴ്സലും കഴിഞ്ഞ് അവരെ തിരിച്ചുവിടാം."

"അപ്പോ എവരിതിങ് യു ഡിസൈഡഡ്." ഒരു കുസൃതിച്ചിരിയോടെ ലിസി ചെറിയാൻ അലക്സ് ഫെർണാണ്ടസിന്റെ ചെറിയ കുടവയറിൽ ഒരു കൊച്ചു അടിവച്ചു കൊടുത്തു: "കള്ളാ കള്ളാ കൊച്ചുകള്ളാ..."

●

നാഷണൽ ഹൈവേയിൽനിന്ന് ഇത്തിരി ഉള്ളിലേക്കു മാറി ശാന്തവും സുന്ദരവുമായ ഒരു ഭൂവിഭാഗത്ത് പത്തു നിലകളുള്ള ആ കെട്ടിടം, അതുവഴി കടന്നുപോകുന്നവരുടെയൊക്കെ ശ്രദ്ധയാകർഷിച്ചില്ലെങ്കിലേ അത്ഭുതമുള്ളൂ. ദൂരെനിന്നേ 'കലികാൽ' എന്ന ആ കറുത്ത ബോർഡ് വ്യക്തമാകും. മുറ്റം നിറയെ പൂർണ്ണ നഗ്നരും അർദ്ധനഗ്നരുമായ സുന്ദരികളും സുന്ദരന്മാരും അന്നേനാൾ വരെ കണ്ടിട്ടില്ലാത്ത തരം വാഹനങ്ങളും....

സ്വീകരണമുറിയിൽനിന്ന് പടിക്കെട്ടുകൾ കയറിച്ചെല്ലുന്ന വലിയ ഹാളിൽ ഒരു റിഹേഴ്സൽ നടക്കുന്നു. മിസ് മായാവർമ്മയാണ് കൊറി

യോഗ്രാഫർ. അവൾ ധരിച്ചിരിക്കുന്നത് ഒരു സീത്രു മേൽവസ്ത്രം മാത്രം! മനോഹരവും ഉറച്ച ശില്പഘടനയുള്ളതുമായ അരക്കെട്ടും കാലുകളു മൊക്കെ ആസുരമായ ഒരു താളത്തിനനുസരിച്ച് ഇളകിയാടുന്നു. മായ യുടെ ചലനങ്ങളെ അനുകരിച്ച് ഒട്ടേറെ നഗ്നസുന്ദരികൾ ഉടലിളക്കുന്നു..

രണ്ടാമത്തെ നിലയിൽ ഒരു ലൈവ് ഷൂട്ടിങ്ങിന്റെ ടെസ്റ്റ് ട്രാൻസ്മി ഷന്റെ ഒരുക്കങ്ങളാണ്. പെനിസുലാ യൂണിവേഴ്സിറ്റിയിലെ സെക്സോ ളജി പ്രൊഫസറാണ്, തല നന്നായി മൊട്ടയടിച്ച പൂർണ്ണനഗ്നനായ ആ തടിയനെന്ന് അദ്ദേഹത്തിന്റെ സ്വയം പരിചയപ്പെടുത്തലിൽനിന്ന് നമ്മ ളറിയുന്നു.

“ഹായ്, ഞാൻ ഡോക്ടർ ജെ ആർ ലിംഗസ്വാമി. ഹായ്, മൈ ഫ്രണ്ട്സ്. നിങ്ങളുടെ ലിംഗപരമായ പ്രശ്നങ്ങൾക്ക് ലൈവായി മറുപടി പറയാനാണ് ഞാനിവിടെ നില്ക്കുന്നത്....”

അരികെ ലിംഗസ്വാമിയെ സാകൂതം ശ്രദ്ധിച്ചുനില്ക്കുന്ന നഗ്നസുന്ദ രിയോട് അദ്ദേഹം പറയുന്നു: “അപ്പോ മിസ്, ഡയാനാ നമുക്ക് പ്രോഗ്രാം സ്റ്റാർട്ട് ചെയ്യാം....”

അരുൺകുമാറും വെങ്കിടാചലവും കെട്ടിപ്പിടിക്കുന്നു - ചാനൽ ക്ലിക്ക്ഡ്!

രമേഷ് റോയ് പ്രീതിനായർക്ക് ഷേയ്ക്ക് ഹാൻഡ് നല്കുന്നു - നമ്മൾ ജയിച്ചു.

മുകളിലെ നിലയിലെ ശീതികരിച്ച ഗസ്റ്റ് റൂമിലിരുന്ന് ശരവണൻ ചെട്ടിയാർ ഉറക്കെ പാടുന്നു:

“മലയാള മണമുള്ള കാറ്റേ...” ലിസി ചെറിയാനും കൂട്ടുകാരികളും അത് ഏറ്റുപാടുന്നു... മലയാളവും കാറ്റും പൂർണ്ണമായും നഗ്നമായി.

മസിൽ പെരുപ്പിച്ച് ഒരു കൂട്ടം യുവാക്കൾ നടുത്തളത്തിൽ കവാത്തു നടത്തുന്നു. അവർക്ക് മുന്നിൽ ലൈവ് ക്യാമറകൾ പാഞ്ഞുനടക്കുന്നു... ക്ലോസപ്പ് ക്യാമറകളിൽ നീട്ടിപ്പിടിച്ച തോക്കിൻ കുഴലുകൾപോലെ പുല്ലിം ഗങ്ങൾ വിജൃംഭിതമായി.

ഗൃഹസദസ്സുകളിൽ, ആപ്പീസുമുറികളിൽ, റെയിൽവേ പ്ലാറ്റ്ഫോമു കളിൽ, ഹോട്ടലുകളിൽ, പാർക്കുകളിൽ ജനം ഒരേയൊരു ചാനലിനായി മുറവിളി കൂട്ടുന്നു

കലികാൽ, കലികാൽ, കലികാൽ...

ടെലിവിഷൻ സ്ക്രീനുകൾ നനയുന്നു. വിയർപ്പിന്റെയും ശുക്ല ത്തിന്റെയും യൂഡികൊളോണിന്റെയും ഗന്ധങ്ങൾ ഇടകലരുന്നു. അമേ രിക്കയും പാരീസും ഹോങ്കോങ്ങും ഉപഗ്രഹങ്ങളിലൂടെ മലയാളക്കരയി ലേക്ക് അന്തംവിട്ട് ഉറ്റുനോക്കുന്നു.

എങ്ങും എവിടെയും ആളുകൾ അത്ഭുതത്തോടെ തിരുപ്പിറവിയെ ക്കുറിച്ച് സംസാരിച്ചുകൊണ്ടേയിരിക്കുന്നു...

●

Listen my brothers
my ancient brothers
A youth in Yonder Vale
Is singing his heart to the night,
His lyre is gold and ebony
His Voice is silver and gold

ഖലീൽ ജിബ്രാനോടൊത്ത് യാത്ര ചെയ്യുകയായിരുന്നു, ദിനകർ. താൻ കടന്നുപോകുന്ന ദേശമേതെന്ന് അയാൾക്ക് നല്ല നിശ്ചയം പോരാ. ഒട്ടേറെ ദിവസങ്ങളായി ഈ പലായനം ആരംഭിച്ചിട്ട്. കണ്ണുകളും കാതുകളുമടച്ച്, ഹൃദയത്തിന്റെ വാതിലുകളടച്ച്...

പക്ഷേ, തളരുകയാണ്. ഹൃദയമിടിപ്പുകൾ കുറയുകയാണ്. രക്തചംക്രമണം നിലവിട്ടുയരുകയാണ്...

ഉഷ്ണക്കാറ്റു വീശുന്ന നീണ്ട ആ മരുപ്രദേശത്ത്, ഒറ്റപ്പെട്ടു നില്ക്കുന്ന ഒരു ഗ്രാമീണ ഡിസ്പെൻസറിക്കു മുന്നിലാണ് ഇപ്പോൾ ദിനകർ.

ഒരുവിധം അയാൾ നടന്ന് വരാന്തയിലെത്തി.

അയാൾ കിതയ്ക്കുന്നുണ്ടായിരുന്നു. ആരുമില്ലേ അകത്ത്? പതിയെ ശരീരം താങ്ങിയുയർത്തി അകത്തെ മുറിയിലേക്ക് കണ്ണുകളയച്ചു.

അത് ഒരു നീണ്ട മെറ്റേണിറ്റി വാർഡായിരുന്നു. പ്രസവിച്ച് ദിവസങ്ങൾ മാത്രമായ ഒട്ടേറെ കുഞ്ഞുങ്ങൾ ഓരോരോ തൊട്ടിലുകളിൽ. പ്രാകൃതമായ ഒരു ഗാനം അവിടെ അലയടിക്കുന്നുണ്ട്. അലസവും എന്നാൽ ചടുലവുമായ ആ ഗാനത്തിനൊപ്പം ചോരക്കുഞ്ഞുങ്ങൾ അവരുടെ കൈകാലുകളും പതുപതുത്ത ശരീരവും ഉലയ്ക്കുന്നുവെന്ന് ദിനകർ കണ്ടു.

കണ്ണുകൾ ചുവരിലേക്കു പായവേ, അവിടെ ഒരു ടെലിവിഷൻ സ്ക്രീൻ: കലികാൽ.

www.ingramcontent.com/pod-product-compliance
Lightning Source LLC
LaVergne TN
LVHW100244051026
849517LV00006B/1993